विनोदाच्या अंगाने जाणारी कृष्णविवरासारखी कादंबरी. ओडेल डीफस जीवनात एक चुकीचं वळण घेतो आणि विक्षिप्त तऱ्हेवाईक इसम. ड्रग्जचा धंदा करणारे अट्टल बदमाष. कट्टर धर्मपंथीय आणि कुटील पोलीस यांच्या ढोंगी अत्याचारी आणि खुनी विश्वात फसत जातो. रूतत जातो.

पाषाण हृदयी अमेरिकेच्या काळ्याकभिन्न गाभ्यातील अंगावर काटा आणणारी एक विलक्षण सफर.

– द टाइम्स

फार सुंदर पुस्तक. मुद्दाम विकत घेऊन वाचा.

– एम.जे.हायलँड

युद्धविरोधी काल्पनिक कथांच्या परंपरेला छेद देत क्रोल एक कालानुरूप विलक्षण रंजक कथा सांगतो आणि प्रशासकीय विवेकभ्रष्टतेतून एक काटेरी सुखात्मिका आकाराला येते.

– इंडिपेंडंट

नीतीनियम बासनात गुंडाळून ठेवलेल्या माणसांची विलक्षण गुंतागुंतीचा पण तितकीच चित्तवेधक कथा सांगणारं पुस्तक.

– न्यू स्टेटसूमन.

निवेदन

ही संपूर्ण काल्पनिक कथा आहे आणि या पुस्तकाशी संबंधित कोणत्याही व्यक्तीचा कुणाच्याही धार्मिक भावना दुखावण्याचा हेतू नाही.

कॅलिस्टो

*अनपेक्षित घटनांनी आयुष्याला कलाटणी
देणारी रहस्यमय कथा*

लेखक

टोर्स्टन क्रोल

अनुवाद

उज्ज्वला गोखले

मेहता पब्लिशिंग हाऊस

Please contact us at **Mehta Publishing House Pvt. Ltd.,** Pune 411030.
✆ +91 020-24476924 / 24460313 / Mob. No. 9545000513
Email : production@mehtapublishinghouse.com
Website : www.mehtapublishinghouse.com

- *या पुस्तकातील लेखकाची मते, घटना, वर्णने ही त्या लेखकाची असून त्याच्याशी प्रकाशक सहमत असतीलच असे नाही.*

CALLISTO by TORSTEN KROL

First Published in the UK by Atlantic Books Ltd.
Translated into Marathi Language by Ujjwala Gokhale

कॅलिस्टो / अनुवादित कादंबरी

अनुवाद : उज्ज्वला गोखले

Email : author@mehtapublishinghouse.com

मराठी अनुवादाचे व प्रकाशनाचे हक्क : मेहता पब्लिशिंग हाऊस प्रा. लि., पुणे.

संस्थापक : सुनील अनिल मेहता

प्रकाशक : मेहता पब्लिशिंग हाऊस प्रा. लि.,
१९४१, सदाशिव पेठ, माडीवाले कॉलनी, पुणे ४११०३०.

मुद्रक : ट्रिनिटी अ‍ॅकॅडमी फॉर कॉर्पोरेट ट्रेनिंग लिमिटेड

मुखपृष्ठ : सतीश भावसार

प्रकाशनकाल : ३१ ऑक्टोबर, २०१६ / पुनर्मुद्रण : जुलै, २०२३

किंमत : ₹ ५९५

P Book ISBN 9789386175489
E Book ISBN 9789386175502
E Books available on : amazonkindle Apple Books Google Play Books

एक

माझं नाव ओडेल डीफस. मला प्रत्यक्ष न बघता तुम्ही माझं नुसतं नाव ऐकलंत तर तुम्हाला वाटेल की मी निग्रो असणार, काळा कुळकुळीत. पण तसं काही नाहीये. मी गोराच आहे. तुम्ही मला भेटलात तरी माझा चेहरा तुमच्या लक्षात राहण्याची शक्यता फार कमी आहे. अगदीच सर्वसामान्य आहे माझा चेहरा. खास काही नाहीये; पण माझी उंची मात्र तुमच्या नजरेत भरेल. सहा फूट तीन इंच. मुलीही माझ्या उंचीमुळेच माझ्याकडे आकर्षित होतात. पण मग भेटल्यावर त्यांच्या लक्षात येतं की मी त्यांच्या अपेक्षेप्रमाणे, त्यांना रुचतील अशा हळुवार प्रेमाच्या गुजगोष्टी वगैरे बोलत नाही. अर्थातच आमची प्रेमकहाणी सुरू होण्यापूर्वीच खलास होते. गोष्ट पुढे सरकण्यासाठी तुम्हाला संवाद तर बोलता आले पाहिजेत! माझ्या बाबतीत सांगायचे झाले तर बोलण्यापूर्वी मला निदान काही सेकंद तरी विचार करावा लागतो. पण या मधल्या वेळात त्यांच्या गाडीने पुढचे स्टेशन गाठलेले असते ना! त्याचे काय? जाऊ दे. मी ह्या अडथळ्यांना नेहमीच अडखळत आलोय आणि अनेकदा ठेचकाळलोही आहे. छोड दो.

२१ नोव्हेंबर २००७ ला मी बावीस वर्षांचा होईन. त्या दिवशी मी या गावात नसेन कारण मी आत्ताच बस पकडलीये आणि हे गाव सोडून दूर कुठेतरी जातोय. रात्रीच्या काळोखात सुद्धा बसने चांगलाच वेग घेतलाय. बसमधल्या इतर प्रवाशांशी मी अद्याप अवाक्षरही बोललेलो नाही. त्यांना बहुतेक असं वाटतंय की मी एक उंचनिंच पण गुडघ्यात मेंदू असलेला तद्दन मठ्ठ प्राणी आहे. अर्थातच त्यांचं हे मत साफ चूक आहे याची मला खात्री आहे कारण मी 'द इअरलिंग' हे पुस्तक सोळा वेळा वाचलंय. या पुस्तकाला पुलित्झर पुरस्कार मिळालाय. अगदीच असं तसं नाहीये ते. तुम्ही जर मंदबुद्धी असलात तर ते वाचूच शकणार नाही. मी आणखीन तीनेक पुस्तके वाचण्याचा प्रयत्न केला होता, पण कोणत्याच पुस्तकात 'द इअरलिंग' सारखी मजा नव्हती. तुम्ही जर हे वाचलं नसेल तर सांगतो. ही एका

मुलाची आणि त्याने पाळलेल्या हरणाच्या पाडसाची गोष्ट आहे. या पाडसाची आई एका शिकाऱ्याच्या गोळीला बळी पडलेली असते. एखाद्या कुत्र्याच्या पिल्लाला जीव लावावा तसे तो या पाडसावर प्रेम करत असतो; पण वर्षभरात आजूबाजूच्या लोकांना त्या पाडसाचा उच्छाद वाटायला लागतो. ते पाडस मक्याच्या पिकाची वाट लावते. शेवटी लोक त्यालाही गोळी घालतात. हे वाचताना दरवेळी माझे डोळे पाणावतात. घशात आवंढा दाटून येतो. याचाच अर्थ मी मूर्ख नाहीये. मठ्ठ, मंदबुद्धी, मूर्ख माणसाला या मुलाच्या भावना समजूच शकल्या नसत्या.

बसमध्ये बसल्या बसल्या शाळेत वापरतात तशा एका रेघाळ्या वहीत मी हे सगळं उतरवतोय. वहीच्या कव्हरवर एक जलपरीचं चित्र आहे. माझ्याकडे अशा वह्यांचा गठ्ठाच आहे. कारण मला एक मोठीच्या मोठी गोष्ट सांगायचीये. 'द लायन किंग', 'द इनक्रेडिबल्स', 'द होल फॅमिली', 'नीमो आणि फ्रेंड्स', 'शेक आणि त्याचा दोस्त' म्हणजे ते बोलणारं गाढव, 'टॉय स्टोरी'तलं प्रत्येक पात्र. असे सगळेच आहेत. मला खरं तर कोरं कव्हरवाल्या वह्या हव्या होत्या, पण त्या दुकानात फक्त कार्टूनवाल्याच शिल्लक होत्या. माझ्या सीटच्या वर एक मिणमिण दिवा चालू आहे. त्याच उजेडात तर मी हे लिहितोय. माझ्या आयुष्यात घडलेली प्रत्येक गोष्ट सांगावी असं मला वाटतंय. आत्ता बाकी सगळे छान झोपलेले आहेत तेव्हा माझ्या बाबतीत आणखीन काही घडण्यापूर्वी आधीचं सगळं टिपून ठेवावसं वाटतंय. नंतर मग या गोष्टीचं नक्की काय करायचं त्यावर मी विचार करेन. कदाचित 'न्यूयॉर्क टाइम्स'ला पाठवेन. काही जणांना हे प्रसिद्ध होऊ नये असं वाटत असलं तरी सत्यकथा अशाच प्रकारे प्रकाशात येतात ना! ते मला किंवा 'न्यूयॉर्क टाइम्स'ला अडवू शकणार नाहीत.

ठीक आहे तर.

काही दिवसांपूर्वी मी गाडीने जात होतो. शेव्ही मॉंटे कार्लोचे ७८ चे मॉडेल होते. इंजीनचा खडखडाटच फार होत होता. जणूकाही मी नदीच्या कोरड्या दगडधोंड्यांच्या पात्रातून सामानानं गच्च भरलेली गाडी चालवत होतो. लष्करात भरती होण्याचं ठरवलं होतं मी. आता त्यांना नवीन उमेदवारांची इतकी गरज होती की येणारा मुलगा त्यांच्या नियमानुसार बारावीच्या परीक्षेत पास झालाय का, तेही तपासलं जात नव्हतं. मी ह्या परीक्षेत गोता खाल्ला होता पण तो मी ढ होतो म्हणून नाही, तर शाळेच्या त्या शेवटच्या वर्षी माझी मनःस्थिती ठीक नव्हती; त्यामुळं मी नापास झालो. तेव्हा मला त्याचं फारसं काही वाटलंही नव्हतं. पण नंतर कामधंदा मिळवताना या परीक्षेचं महत्त्व मला कळून चुकलं. मला त्यातल्या त्यात बरी नोकरी मिळाली, ती एका वाण्याच्या दुकानात हमालाची. तिथं मी खरं तर मरणारच होतो. एक तर मजुरी अगदी कमी आणि शिवाय दोनशे फूट खोल खड्ड्यात ओतल्या

जाणाऱ्या त्या गव्हाच्या राशीखाली दबून जाण्याची टांगती तलवार. एव्हाना इराकशी लढाई पुकारली गेली होती. त्यामुळं लष्कराला नवीन जवानांची आवश्यकता होती आणि फारसं कोणी पुढे येत नव्हतं. मी तर ऐकलं होतं की, ते नवीन प्रवेशावर बोनससुद्धा देत होते; म्हणून मग तिथे भरती होऊन हा बोनस मिळवायचा, एक उत्तम सैनिक बनायचं, स्वत:च्याच देशवासीयांचा, मालमत्तेचा आणि जे हाताला लागेल त्याचा सर्वनाश करणाऱ्या तिथल्या पागल मुसलमानांविरुद्ध निकरानं लढायचं असं मी ठरवलं होतं. तसा मी हिंसावादी वगैरे अजिबात नाहीये; पण हे असले अत्याचार समूळ नष्ट करायला हवेत. या दुनियेत मी अजून तरी तसं यश मिळवलेलं नव्हतं. जर इथं माझ्या शौर्यामुळं मला दोन-चार पदकं मिळाली असती, तर मला मागं वळून पाहावं लागलं नसतं.

'कॅलिस्टो'मध्ये लष्कराचं नोंदणी कार्यालय होतं अशी माहिती मिळाल्यामुळं मी तिकडे जात होतो. ताशी साधारण सत्तर मैलांच्या वेगानं मी गाडी चालवत होतो. या गाडीसाठी हा वेग अगदी योग्य होता. गावात पोचायला चाळीसएक मैल बाकी असताना गाडी आणखीनच कुरकुर करू लागली. आता इंजीनचा एखादा भाग गळून बिळून पडतो की काय असं त्या आवाजामुळं मला वाटायला लागलं. वेग कमी करणं किंवा इंजीन पेटण्याचा धोका पत्करणं एवढाच पर्याय माझ्यापुढं होता. एक्सप्रेस हायवेवर गाडी हळू चालवायला परवानगी नसते; म्हणून मग मी तो हायवे सोडून बाजूचा छोटा रस्ता धरला आणि मी नक्की कुठे आहे याची पर्वा न करता अंदाजपंचे लष्कर भरती कार्यालयाच्या दिशेनं निघालो. पण शेवटी माझे ग्रह फिरले आणि निषेधाचा सूर काढून गाडीचं इंजीन पूर्ण बंद पडलं. मी गाडी ढकलत ढकलत बाजूला घेतली. आजूबाजूला उडालेला धुरळा खाली बसेपर्यंत मी गाडीतच बसून राहिलो. मग बाहेर पडून बॉनेट खोलून बघितलं तर आतल्या सगळ्या गोष्टी व्यवस्थित जागच्या जागी जोडलेल्या दिसत होत्या. कुठलीही वायर निघालेली वगैरे नव्हती. मला यातलं फारसं काही कळत नाही, पण जो काही प्रॉब्लेम आहे तो इंजीनच्या आतच आहे हे माझ्या लक्षात आलं. गाडी खूपच वापरलेली होती, जुनी झाली होती त्यामुळं असेल, एकदा एक लाख मैलांचा आकडा पार करून ओडोमीटर पुन्हा अठ्ठ्याण्णव हजारांवर पोचला होता. इंजीनची अस्पष्ट घरघर मला एखाद्या टाइम बॉम्बसारखी वाटली. त्यातून वाफा निघत होत्या. धूर आणि जळका वास येत होता. मी मागे सरकलो. गाडी तापली होती. ती जरा थंड झाली की आपोआप सुरू होईल अशी एक वेडी आशा माझ्या मनात निर्माण झाली. मी सकाळीच प्रवास सुरू केला होता आणि आता दुपार व्हायला आली होती. नाही तरी माझीही ब्रेकची वेळ झालीच होती.

'कॅलिस्टो काउंटी'ला बघण्यासारखं असं काहीही दिसत नव्हतं. कॅन्सासमधल्या इतर प्रदेशांसारखाच हा भूभागही मैलोन्‌मैल सपाट आणि वैराण होता. कॅन्सासच्या

पूर्वेला थोड्याफार टेकड्यांची रांग होती म्हणा. गाडीच्या दारावर रेलून मी दूर क्षितिजापर्यंत नजर टाकली. इंजीननं असा दगा दिला म्हणून मी चिडचिड करत नव्हतो. अशा प्रसंगात चिडून काहीही साधत नसतं. नुसता वेळ वाया जातो. काही काही लोक तर अशा वेळी चिडून शिवीगाळही करतात. जामच पेटले तर आपल्याच गाडीला लाथा सुद्धा घालतात. पण यामुळं परिस्थिती सुधारत तर नाहीच, मग आपलीच शक्ती अशी खर्च करण्यात काय हशील? माझ्या बाबतीत तर हे पूर्वी पण घडलेलं आहे. त्यामुळं मला आता याची सवयही झाली आहे. सेनेतून रिटायर झाल्यावर आपल्या पगारातून पहिल्यांदा काय करायचं, तर कसलाही प्रॉब्लेम नसलेली बरीशी गाडी घ्यायची. फार तर पन्नास-एक हजार मैलांचं रनिंग झालेली चालेल, असं माझ्या मनात आलं.

ऊन चांगलंच रणरणत होतं. आकाशात एकही ढग नव्हता. मी मागचं दार उघडलं आणि माझी बॅग काढली. त्यात माझं जवळ जवळ सगळं सामान होतं. यावरूनही तुम्हाला माझ्या एकूण परिस्थितीचा अंदाज येईल. आयुष्यभराची चीजवस्तू अशी एखाद्या छोट्याशा बॅगेत मावता कामा नये. धोब्याकडे द्यायच्या लायकीचे काही कळकट कपडे आणि जीवापलीकडे जपलेली 'कॅप्टन मॉर्गन'ची अर्धीअधिक भरलेली एक बाटली. सोबत 'द इअरलिंग' ची खिळखिळी झालेली कॉपी ही माझी पुंजी. मी बाटलीवरच्या चाच्याच्या पोशाखातल्या कॅप्टनच्या चित्राकडे नीट निरखून बघितलं. आत्ताच एखादा घुटका घ्यावा, की थोडं थांबून नंतर घ्यावा हे ठरत नव्हतं. माझ्या खिशात फक्त पंचवीस डॉलर्स शिल्लक होते. आता जर सैन्यात शिरकाव झाला नसता तर पैशाच्या दृष्टीनं माझं काही खरं नव्हतं. सरते शेवटी मी ती बाटली खाली ठेवून दिली आणि पुस्तक उचललं. मला स्वत:लाच माझ्या या शहाणपणाचा अभिमान वाटला. जर तुम्हाला बाटली की पुस्तक असा प्रश्नपडला, तर नेहमी बिनदिक्कतपणे पुस्तकच उचलावं. हाच निर्णय बहुतेक वेळा योग्य ठरतो अशी माझी समजूत आहे. काही लोक बाटलीतच आपलं आयुष्य बुडवतात किंवा चरस, गांजा ओढत धुरात विरून जातात. पण असं जगणं म्हणजे वास्तवापासून पळ काढणं. हा माझा मार्ग नव्हता आणि मी कधी ह्या मार्गानं जाणारही नव्हतो. यामुळंच शारीरिक क्षमतेच्या कसोटीत मी पास होईन अशी मला खात्री होती आणि त्यानंतर ते माझ्या बारावीच्या सर्टिफिकेटची फारशी चौकशी करणार नाहीत असाही माझा अंदाज होता. या माथेफिरू मुस्लिमांचा बंदोबस्त करताना तुम्ही शाळेत काय शिकलात त्याचा नाही तरी काय संबंध होता?

वेळ घालवण्यासाठी मी पुस्तक वाचू लागलो. गोष्टीतला मुलगा ज्योडी आपल्या अपंग मित्राला— फॉडरविंगला सहज भेटायला जातो इथपर्यंत मी पोचलो. मी इतर काही फालतू मासिकं चाळून पाहिली होती. गाड्या, बंदुकी यांविषयी माहिती

देणारी पुस्तकं बघितली होती; पण ज्याला गोष्टींची आवड असते त्याला ही बाकीची पुस्तकं फारशी आवडत नाहीत. ती वाचून समाधान होत नाही. धार्मिक माणसं ज्या श्रद्धेनं बायबल वाचतील त्याच भक्तीभावानं मी 'द इअरलिंग' वाचतो. या पुस्तकाची पारायणं करतो. प्रत्येक वेळी वाचताना मला त्यातली एखादी नवीन गंमत अनुभवायला मिळते एवढं मात्र नक्की.

माझ्या तोंडओळखीच्या एका माणसानं एकदा माझ्या या अशा पुस्तक वाचनावरून माझी टर उडवायला सुरुवात केली होती. तो म्हणाला की, या पुस्तकाच्या कव्हरवर लहानगा ज्योडी त्या हरणाला हातात घेऊन उभा राहिलेला दाखवलाय म्हणजे हे लहान मुलांचं पुस्तक आहे. मी त्याला सांगितलं की हे पुलित्झर पुरस्कार विजेतं पुस्तक आहे. या चित्राखाली तसं स्पष्ट लिहीलं देखील आहे. ते मी त्याला दाखवलं सुद्धा; पण त्याचं आपलं चालूच की, लहान मुलांचं पुस्तक तू अजून असं परत परत वाचतोस म्हणजे तू मंदबुद्धीच आहेस. कदाचित त्यानं पुलित्झर पुरस्काराचं नाव सुद्धा ऐकलं नसेल. शेवटी अती झाल्यावर पुस्तक खाली ठेवून मला त्याला चांगला धडा शिकवावा लागला. खरं तर मी जात्याच असा हिंसक वगैरे अजिबात नाहीये. पण तो ज्या प्रकारे बोलत होता, थांबतच नव्हता, ते मला सहन नाही झालं. मग मी तरी काय करणार? त्यानंच पुढचं ओढवून घेतलं. मी आधी सांगितलं ना, तसा मी चांगलाच उंच आहे; पण म्हणजे अगदी डोलकाठी नाहीये काही, की कोणीही यावं आणि टपली मारून जावं. हा माझी खिल्ली उडवणाराही अगदी किरकोळ गेद्रू नव्हता, पण शेवटी कानशिलावर आणि हातावर काही ओरखड्यांचा प्रसाद सहन करूनही मी त्याला माझं म्हणणं पटवून देण्यात यशस्वी झालो. कधीकधी मुद्द्यांपेक्षा गुद्द्यांनी आपली बाजू मांडावी लागते. मला खरा हा मार्ग पसंत नाही, पण कधीकधी आपला नाइलाज होतो. आपल्याला हे करावं लागतं किंवा मग लोकांच्या चेष्टेचा विषय बनावं लागतं.

पूर्वी शाळेत पण असंच काहीसं घडलं होतं. योमिंगमधल्या योडर इथली किट कर्सन हायस्कूल. तिथं जे घडलं त्यात माझी काहीही चूक नसताना माझा बकरा बनवून तीन दिवसांसाठी शाळेतून माझं नाव कमी केलं गेलं. शाळेत मी फारशी चांगली कामगिरी करू शकलो नाही, त्याचं हेही एक कारण होतं. त्यामुळं मग मी परीक्षेत नापास झालो. पुढे ज्या नोकऱ्या मिळाल्या, त्या होत्या त्या वाण्याच्या गोदामातल्यासारख्या. आता सैन्यात गेल्यावर तरी मला चांगले दिवस येतील अशी मला आशा होती.

मी पुन्हा वाचायला सुरुवात केली. गाडीच्या काचा खाली केल्या होत्या तरी मरणाचं उकडत होतं. माझं वाचनात लक्ष लागेना. शेवटी पुस्तक बाजूला ठेवून मी साधारण एक तासभर चक्क झोप काढली. जाग आली तेव्हा घशाला कोरड पडली

होती. आता कॅप्टन मॉर्गननी भागणार नव्हतं, तर एक साधं थंड कोक हवं होतं. एवढ्या वेळात त्या रस्त्यानं एकही गाडी गेली नव्हती. त्यामुळं मला पटकन कोणाची मदत मिळण्याचीही शक्यता नव्हती. मी गाडी सुरू करण्याचा प्रयत्न केला. इंजीन चक्क सुरू झालं. गाडी पुढे सरकू लागली, पण गाडीतून पूर्वीसारखेच भयानक आवाज येत होते. मी वेग अगदी कमी ठेवला. बरोबर सदतीस मिनिटं माझा हा गोगलगायीचा प्रवास चालू होता. पुन्हा मागचाच प्रकार घडला. तसेच आवाज येऊन सगळं बंद पडलं. फरक एवढाच होता की आता गाडी जिथं बंद पडली होती, तिथून जवळच एका घराचं कुंपण दिसत होतं. त्या कुंपणाला फाटकच नव्हतं. फक्त फाटकाचे खांब उभे होते. तिथून आतल्या बाजूला जाणाऱ्या कच्च्या रस्त्यावर मेनरोडपासून बरंच आत एक फार्महाउस होतं. आजूबाजूला आणखीन कुठल्याही वस्तीचं चिन्ह नव्हतं. अगदी एकांडं घर होतं ते.

मी पायी पायी त्या घराच्या दिशेनं निघालो. या परिसराची निगा राखली गेली नव्हती. सगळीकडं दुर्लक्ष झालेलं दिसत होतं. कुणाला काही पडलेलं दिसत नव्हतं. पुढचा खोलगट भागातला रस्ता तर पावसामुळं वाहून गेल्याचं स्पष्ट दिसत होतं. बहुधा अशा फार्महाऊसवर राखणीसाठी दोन-तीन तरी कुत्री ठेवलेली असतात. त्यामुळं मी चालत असताना एखादं तरी कुत्रं भुंकत भुंकत माझ्या अंगावर येईल असं मला वाटलं होतं. पण इथं तर एकही कुत्रं नव्हतं. बाहेरच्या रस्त्यासारखंच घरही दुर्लक्षित होतं. ताडपत्र्यांनी शाकारल्यासारखं दिसणारं, दुमजली, तीन बाजूंना पोर्च असलेलं, सगळीकडचाच रंग उडालेलं. एका बाजूला एखाद्या पाणबुडीसारखी प्रोपेनची टाकी होती. या प्रदेशातल्या बऱ्याच माळरानांवर अशा प्रकारची घरं बघायला मिळतात. बाजूला दोन-चार मोठमोठी झाडं होती. पुढंमागं एखादं वादळ आलं तर या झाडांच्या फांद्यांमुळं घराचे वासे मोडून पडतील असं वाटण्याइतकी ही झाडं घराला चिकटून फोफावलेली होती. बाजूच्या एका उघड्या कोठारासारख्या गॅरेजमध्ये डॉज कंपनीचा एक खटारा झालेला पिकअप ट्रक उभा होता.

मी त्या डुगडुगत्या पायऱ्या चढून वर गेलो आणि जाळीच्या दरवाजावर टकटक केली. पुढचं मुख्य दार उघडं असल्यामुळं मला आतला लांबच्या लांब हॉल दिसत होता. आतून कसलाच आवाज येत नव्हता. फक्त हॉलमधल्या कॉफिनसारख्या दिसणाऱ्या एका बाबा आदमच्या जमान्यातल्या घड्याळाची टिकटिक तेवढी ऐकू येत होती. मी पुन्हा जरा जोरात दरवाजा ठोकला आणि 'हॅलो, कोणी आहे का घरात?' अशा हाकाही मारल्या. आत कोणीही नव्हतं. पुन्हा आणखीन मोठ्यांदा दार ठोकून आणि हाका मारूनही मला कसलाच प्रतिसाद मिळाला नाही. घरची सगळी माणसं बहुधा कुठंतरी बाहेर गेली होती आणि त्यांना चोराचिलटांची कसलीही भीती नसल्यामुळं जाताना त्यांनी घराचा दरवाजा उघडाच ठेवला होता. अजूनही छोट्या

छोट्या गावात अशी माणसं अस्तित्वात आहेत, पण आता ज्या गतीनं गुन्हेगारी वाढत चालली आहे ते बघितल्यावर तरी या अशा माणसांची जमात नष्ट होणार हे नक्की आहे.

माझ्या घशाची कोरड आणखीनच वाढली होती. बहुतेक बाहेर अंगणात एखादा नळ असणार होता, पण मला काही तो दिसला नाही. मला फक्त प्यायला पाणी हवं होतं. आता पाणी तर सगळीकडे फुकट मिळतं; मग मी ते किचनमधून घेतलं काय किंवा अंगणातून घेतलं काय, पाणी घेणं ही काही चोरी होऊ शकत नाही. मी पुन्हा हाका मारत ते दार उघडलं आणि आत पाऊल टाकलं. आत फाटक्या वॉलपेपरचा आणि मॅटिंगचा कुबट वास येत होता. सगळं नवीन घ्यायला झालं होतं. घड्याळाची संथ टिकटिक चालूच होती. जणूकाही ते घड्याळ शंभर वर्षांपूर्वीपासून कालमापन करत होतं आणि तेव्हाच्या संथ जीवनाची गती त्याच्या अंगात भिनली होती.

मी बरोबर अंदाजानं किचनच्या दिशेनं गेलो. आत सगळीकडे पसारा होता. ओट्यावर आणि सिंकमध्ये खरकट्या भांड्यांचा ढिगारा होता. घराचा अभिमान वाटावा असं तिथं काहीही नव्हतं. कुजक्या अन्नाचा सुद्धा वास येत होता. बहुतेक जुन्या प्रकारच्या दुभत्याच्या कपाटात शिळपाकं साठवलेलं होतं किंवा कचऱ्याची बादली स्वच्छ करायची राहिली होती. कोणी तरी छान फिनेल घेऊन ब्रशनी सगळं चकाचक घासून काढायला हवं होतं. अर्थात या घरातली माणसं कशी राहतात त्याच्याशी मला काही देणंघेणं नव्हतं. मला समोरच एक नळ दिसला आणि वरच्या शेल्फवर परेड करणाऱ्या सैनिकांसारखे ठेवलेले ग्लासेसही मी बघितले. शेल्फवरही भरपूर घाण होती. हे माझं घर असतं तर मी अशी घाण साठूच दिली नसती. मी एक ग्लास उचलला आणि विसळून पाणी भरून घेतलं. घटाघट पाणी प्यायल्यावर माझ्या जीवात जीव आला. आता जरा शांतपणे पाणी पिण्यासाठी मी पुन्हा ग्लास भरला.

''आधी तो खाली ठेव.'' माझ्या मागून आवाज आला. आवाजात भीती किंवा एखाद्या आगंतुक परक्याला घरात बघून आलेला राग असं काहीही नव्हतं. ग्लास हातात धरूनच मी सावकाश मागे वळलो. मागे उभा असलेला मुलगा माझ्यापेक्षा वयानं थोडासाच मोठा वाटत होता. त्याच्या टीशर्टवर लिहिलं होतं, 'बॅड टू द बोन्स अँड प्राउड ऑफ इट.' त्याच्या हातात बेसबॉलची बॅट होती. गेल्या एक-दोन दिवसांत त्यानं दाढी केलेली नव्हती आणि तो थोडा बिथरलेला वाटत होता. हे फारसं चांगलं लक्षण नव्हतं. मी जर लहानखुरा असतो, तर कदाचित त्याच्या एकंदर अवतारानं, हातातल्या उगारलेल्या बॅटनं घाबरून सावध झालो असतो. भीती वाटली नाही, तरी त्याच्या हातात पिस्तूल नाहीये याचं मला जरा हायसं वाटलंच.

''गुडआफ्टरनून'' मी म्हणालो.

"खाली ठेव तो."

त्याच्यावरची नजर न काढता मी हातातला ग्लास ओट्यावर ठेवला. त्याचे केस पिंजारलेले होते आणि डोळ्यांत एक विचित्रशी चमक होती. तो पुढं काहीतरी बोलेल म्हणून मी वाट पाहिली; पण तो माझ्याकडं नुसताच एकटक बघत होता. मी त्याच्या दिशेनं काही हालचाल केल्यास मला हाणण्यासाठी त्यानं आपली हातातली बॅट तयार ठेवली होती.

"माझी गाडी बंद पडलीये," मी स्पष्टीकरण देत म्हटलं, "याच रस्त्यावर थोडं पुढे. मी दारावर टकटक केली, हाका मारल्या, पण कोणीच बाहेर आलं नाही. पाण्यासाठी थँक्स. सॉलिड तहान लागली होती."

यावरही तो काहीच बोलला नाही.

"माझं नाव ओडेल डीफस. मी योमिंगला राहतो."

"हे तर काळुंद्र्या निग्रोचं नाव आहे."

"माझ्या शाळेत एक काळा मुलगा होता. त्याचं नाव होतं ॲलन व्हाईट. नुसत्या नावावरून तुम्ही काहीही सांगू शकत नाही."

मी त्याला निरखत होतो हे तो बघत होता. मागं घड्याळाची टिकटिक चालूच होती. हळूहळू त्यानं आपल्या हातातली उगारलेली बॅट खाली केली.

"तुम्ही कितीही सावध राहिलात तरी कमीच पडतं." तो म्हणाला. अजूनही तो तणावाखालीच होता; पण आधी जसा कोणत्याही क्षणी हल्ला करेल असं वाटत होतं, तो ताण थोडा कमी झाला होता.

"मी दार वाजवलं, मग मला वाटलं की घरात कोणीही नाहीये. मला पाणी हवं होतं."

"घे."

मी ग्लास उचलला आणि संपवला. अजूनही मी त्याच्याकडेच पाहत होतो. पण आता अगदी सहज कुतूहलानं. त्यानं रबरी बूट घातले होते. म्हणूनच मला त्याची चाहूल लागली नव्हती. मी ग्लास सिंकपाशी ठेवला. "थँक्स. आता मी पुन्हा माझ्या गाडीपाशी जाऊन थांबतो."

किचनबाहेर जाण्यासाठी मला त्याच्या बाजूनं जावं लागणार होतं. मला वाट देण्यासाठी तो थोडा मागं सरकला. तुम्ही सहा फूट तीन इंच उंच असता, तेव्हा लोक साहजिकच तुम्हाला वाट करून देतात. मी पाच फूट आठ इंच उंच असतो तर अजूनही त्यानं मला पाण्यावरून धारेवर धरलं असतं आणि कदाचित पोलिसांना बोलवायची धमकीही दिली असती; पण तो माझ्यापेक्षा चांगला सहा इंचांनी बुटका होता, त्यामुळं मी तिथून चटकन निघून जावं एवढीच त्याची अपेक्षा होती आणि हे पटण्यासारखं होतं. तो माझ्या पाठोपाठ त्या घड्याळाजवळून बाहेरच्या जाळीच्या दारापर्यंत आला.

मी दरवाजाबाहेर पाऊल टाकल्यावर त्याला शिष्टाचारांची थोडीशी आठवण झाल्यासारखी वाटली. ''रेडिएटर तापलाय का?'' त्यानं विचारलं.

''जुनाट खटारा आहे. काहीही निमित्त पुरेल.''

''मी बघतो. माझ्या गाड्या मीच दुरुस्त करायचो.''

''ठीके.''

आपली बॅट त्यानं दाराजवळ भिंतीला टेकवून उभी केली आणि तो बाहेर पडला. पोर्च ओलांडून आम्ही त्या लटपटत्या पायऱ्या उतरल्या आणि कच्चा रस्ता पार करून कुंपणापाशी आलो.

''आधीच एवढं उकडतंय आणि त्यात गाडी त्रास देतीये.'' तो म्हणाला.

''मला माहितीये. जवळ जवळ तीनेकशे मैल झाले इंजीनचा आवाज बदलून. माझं नशीब म्हणून मी इथवर तरी पोचलोय.''

''कुठं निघालायस?''

''कॅलिस्टो. सरकारची चाकरी करायला.''

''आँ!''

''सैन्यात. इथं भरती केंद्र आहे.''

''सैन्यात?'' तोंड वाकडं करत तो म्हणाला, जणू मी काही तरी वाईट काम करायला निघालो होतो.

''मी इतर कामं करून बघितली. त्यातनं फारसं काही सुटत नाही.''

''लष्करात गेल्यावर तुला इराकला पाठवतील. तुला काय त्या जिहादींशी पंगा घ्यायचाय?''

''पण कोणी तरी पाहिजेच ना लढायला.''

''हे इराकचं काम आहे. आपलं नाही. त्यांना आपल्यासारख्या उपटसुंभांची लुडबुड नकोय. आपण आपलं नाक यात खुपसता कामा नये.''

हे वाक्य मी इतरही अनेकांकडून ऐकलं होतं. बऱ्याच जणांचं असंच मत होतं आणि याचं कारणही समजण्यासारखं होतं. पण जेव्हा तुम्ही तुमच्या आयुष्यात पुढे काय करायचं या प्रश्नाचं उत्तर शोधायला लागता, तेव्हा देशसेवा आणि परदेशातील जनतेचं भलं यापुढे हा युक्तीवाद तग धरू शकत नाही.

''असलं काही करणं म्हणजे हा तुझा ठार वेडेपणा आहे.'' तो म्हणाला.

''मला फक्त नियमित पगार आणि चांगली करिअर हवीये, आणि हेच तर ते देऊ करताहेत.''

''तुझ्यासारख्या चांगल्या तगड्या माणसानं फुटबॉल टीममध्ये सामील व्हावं. तू जोरात पळू शकतोस?''

''नाही.''

"पण मग तू चांगल्या प्रकारे बॉल अडवू तरी शकशीलच."

"मला फुटबॉलमध्ये कधीच फारसा इंटरेस्ट वाटला नाही."

हे खरंच होतं. मी शाळेच्या संघात कधीही भाग घेतला नव्हता. काही तरी चांगलं, अभिमान वाटावा असं काम करण्यासाठी कोचनं माझ्यामागे लकडा लावला तरीही मी बधलो नव्हतो. २७७४ लोकसंख्येच्या योडर योमिंग इथल्या मुलाला असं चांगलं काही तरी करून दाखवायची संधी क्वचितच मिळते. माझ्या बाबांनासुद्धा मी टीममध्ये जावं असंच वाटत होतं. यामुळे त्यांना फुशारक्या मारता आल्या असत्या. कदाचित केवळ यासाठीच मला हे करायचं नव्हतं. माझं आणि बाबांचं कधीच कुठल्याही गोष्टीवरून पटलं नव्हतं. म्हणूनच तर शाळेनंतर मी घर सोडलं. 'सुंठेवाचून...' असं त्यांनी मला तोंडावर बोलून दाखवलं. मला हे शब्द खूप लागले पण मी तसं दाखवलं नाही. एक अक्षरही न बोलता मी बाहेर पडलो. सरळ बस पकडून कोलोरॅडोला आलो आणि माझ्यासारख्या शाळा सोडून पळालेल्या जातीवंत टपोरींबरोबर 'डेन्व्हर कार वॉश' इथलं काम पत्करलं. त्यानंतर मी घरी ना कधी पत्र पाठवलं, ना फोन केला. माझी आई असती तर पत्र-फोन काहीतरी केलं असतं; पण यांच्यासाठी कदापि नाही. खुसट बुड्ढा. हा कोण माझा असा अपमान करणारा? तो स्वत: काय आहे किंवा होता? पिताश्री चेयेन्नाला पोलिसात होते. तिथून त्यांना डच्चू मिळाला. का, ते त्यांनी कधीही सांगितलं नाही. मग त्यांनी हायवेवरच्या एका पेट्रोलपंपावर काम केलं. तेव्हा मोठा तीर मारल्यासारखे ते आपल्या खिशातले पैसे खुळखुळवायचे.

आम्ही गाडीपाशी पोचलो. त्यानं बॉनेट उघडून आत डोकावलं आणि मला गाडी सुरू करायला सांगितली. थोडीशी घरघर करून इंजीन बंद पडलं. पुन्हा सुरू झालं. "आवाजावरून तरी लफडं वाटतंय," तो म्हणाला. "तू माझ्या गॅरेजमध्ये घेऊन चल ना. मी इथे उन्हात नाही काम करू शकणार."

"ठीके."

चित्रविचित्र आवाज करत गाडी त्याच्या अंगणात आली आणि पुन्हा एकदा बंद पडली. 'काही अर्थ नाही,' अशा अर्थानं मान हलवत तो माझ्या मागून चालत आला. आम्ही दोघांनी मिळून ढकलत ढकलत तो डबा एकदाचा त्याच्या ट्रक शेजारी उभा केला. ट्रकच्या दारावर एक फोन नंबर आणि 'डीनचे लॉनमोईंग' असं लिहिलं होतं.

"हे तुझं आहे?"

"हो. माझं आहे. डीन लोरी. चल बॉनेट उघड पुन्हा."

त्यानं काही हत्यारं काढली आणि तो बॉनेटमध्ये इकडे तिकडे ठाकठोक करू लागला. मध्येच तो मला गाडी सुरू करायला सांगायचा; पण ती काही सुरू व्हायची नाही. अशीच वीसेक मिनिटं गेल्यावर तो म्हणाला, "नक्की कुठं प्रॉब्लेम आहे तेच

कळत नाहीये. एवढ्या जुन्या मशीनची तू संपूर्ण तपासणीच करून घ्यायला हवीस. इंजीनचं नूतनीकरण, पण गाडीच्या किमतीपेक्षा कदाचित हा खर्च जास्त होईल. केवढ्याला घेतली होतीस?''

''सातशे.''

''भंगारातच देऊन टाक. पार्ट्सचे पन्नासएक येतील. मी तरी एवढंच सांगू शकतो.''

''तिथपर्यंत न्यायची कशी हा प्रॉब्लेम आहे.''

तेवढ्यात माझं लक्ष त्याच्या ट्रककडे गेलं. मला एक टो-बार दिसला. मी कुठं बघतोय हे त्याला कळलं. ''उद्या घेऊन जाईन तुला. आज आता उशीर झालाय.''

''थँक्स डीन.''

तुम्ही जेव्हा समोरच्याला पहिल्यांदा त्याच्या नावानं हाक मारता तेव्हा तुमचं आणि त्या व्यक्तीचं नातं बदलतं. औपचारिकपणा गळून पडतो. मला इथं एक रात्र राहायची परवानगी त्यानं द्यावी आणि यासाठी आमची जरा जास्त घसट व्हावी असं मला वाटत होतं. नाही तरी अशा बंद पडलेल्या गाडीतून मी कुठं जाणार होतो? आम्ही दोघांनीही माझ्या गाडीकडे पाहिलं.

त्यानं तुच्छतेनं आणि मी शरमेनं. आता आपली ओळख कुठपर्यंत वाढवायची याचा आम्ही दोघंही विचार करत होतो. शेवटी तो म्हणाला, ''आता इथं आणखीन करण्यासारखं काही उरलं नाहीये. चल घरात चल. आजच्या दिवसात काही खाल्लंयस तरी का?''

''ब्रेकफास्ट केला होता. डेनीचे पॅनकेक्स.''

''मला पकवण्याचा वगैर जाम कंटाळा आहे. पण किचनमध्ये जे काही आहे. ते बिनधास्त खा.''

''नक्की घेईन. थँक्स.''

''तुझं सामान आत आणलंस तर बरं. आता आज तरी तू कुठेही जाणार नाहीयेस.''

थोड्या वेळानं आम्ही किचनमध्ये गेलो. मी अंडी घेतली, फोडली, हॅम काढलं. डीन समोरच्या खुर्चीत उलटा बसून माझं काम बघत होता. ''तू घेशील का? मी मस्त ऑम्लेट बनवतो.''

''मी हॅम खात नाही. सोडलंय.''

''मग नुसतं खा.''

नकारार्थी मान हलवून त्यानं एक सिगारेट शिलगावली. ''आता हे सोडायचंय. आणि बीअरही. फ्रीजमध्ये सहाचं पॅक आहे. हवं असलं तर घे.''

''तू काय डाएट करतोयस का?''

“हो. असंही म्हणू शकतोस.” लायटरशी चाळा करत धुराच्या वलयातून त्यानं माझ्याकडं पाहिलं. मी माझं लक्ष तव्याकडे वळवलं. ऑम्लेट उलटताना त्या खरपूस वासानं माझ्या पोटात कोकलणाऱ्या कावळ्यांना पिल्लं झाली. तयार ऑम्लेट मी डिशमध्ये काढलं आणि त्याच्या समोरच्या खुर्चीत बसलो. माझं सोमालिया किंवा तसल्याच कुठल्यातरी प्रदेशातल्या दुष्काळग्रस्तासारखं बकाबका खाणं तो शांतपणे बघत होता.

“तुझ्यासारख्या आडदांड माणसानं भरपूर खायला हवं.”

“नॉर्मल.” मी खाता खाता म्हणालो. थोडं अन्न पोटात गेल्यावर माझ्या जीवात जीव आला. भूक लागल्यावर छान पोटभर जेवता येणं हा आयुष्यातला अवर्णनीय आनंद आहे. मी खात असताना डीन समोर बसून सिगारेटचा धूर सोडत होता हे मला आवडत नव्हतं. तरीही एकदम मला त्याच्याबद्दल कधी नव्हे ती माया वाटू लागली. मी आजतागायत कधी सिगारेट ओढली नव्हती आणि मला ओढण्याची इच्छा देखील नव्हती.

“इथे एकटाच राहतोस का?”

“हो. म्हणजे मावशी बरोबर. हे तिचंच तर घर आहे.”

“आज घरी नाहीये का ती?”

“नाही. बाहेर गेलीये.”

“कॅलिस्टोला?”

“फ्लोरिडाला. थोडे दिवस तिकडंच राहील.”

फ्लोरिडा म्हणजे इअरलिंगमधली गोष्ट घडते ते गाव. तिथलं जंगल, पाणथळ जागा, मला थोडा हेवा वाटला. “तिथे काय ती जंगलात वगैरे जाणारे का?”

“किडे चावतील ना नको तिथं. ती जेव्हा जेव्हा तिथं जाते तेव्हा तेव्हा तिला समुद्रावर जायला आवडतं. फोर्ट लॉडरडेल, मायामी अशी एसी वगैरे असलेली ठिकाणं. ही तिच्या पसंतीला उतरतात.”

मी ऑम्लेट संपवलं. ते जरा मोठंच बनवायला हवं होतं असं मला वाटलं. आता बीअरची तल्लफ आली होती. “ड्रिंक मिळेल?”

“घे ना तुझं तू.”

मी फ्रीजमधून टीन काढला आणि पुन्हा येऊन बसलो. कॅप उघडून मी प्यायला सुरुवात केली. तो माझ्या हालचाली बघत होता. मग त्यानं पण उठून स्वत:साठी एक टीन काढला. हुर्यो, डाएटची ऐशी तैशी!

“मी उद्यापासून सोडणारे.” मला डोळा मारत तो म्हणाला. मी पण हसलो. तो काही एवढा वाईट नव्हता. सैन्याचं जमेपर्यंत माझं बस्तान इथं असणार होते आणि तोपर्यंत तरी आमचं जमायला हरकत नव्हती. त्यानं धुराचं एक छानपैकी वलय

सोडलं आणि आपल्यावरच खूश होत तो म्हणाला, "काय तर मग तू आता मुसलमानांना मारायला जाणारेस?"

"मला फक्त एक चांगली नोकरी हवीये. मी बारावीपण नाहीये. त्यामुळं व्यवस्थित कामधंदा मिळण्याची पंचाईतच आहे."

"लष्कर भरतीसाठी सुद्धा बारावीचं सर्टिफिकेट लागतं?"

"आताशा नाही. आता त्यांना कसंही करून उमेदवार हवे आहेत. त्यामुळं तुम्हाला फक्त एक छोटीशी परीक्षा द्यावी लागते. तुम्ही अगदीच मंद नाही एवढं दाखवून देण्यापुरती."

"अच्छा. तू दिसायला चांगला भरभक्कम आहेस. ते तुला बहुतेक घेतीलच."

"मलाही तेच हवंय."

"म्हणजे तुला ते मुस्लीम आणि तिथल्या इतर भानगडींशी काही देणं घेणं नाही."

"सुरुवात आपण केलीये. त्यामुळं ह्या कामाचा शेवटही आपणच करायला हवा. म्हणजे मी या दृष्टीनं ह्याच्याकडे बघतो."

"पण तुला माहितीये, मुळात आपण सुरुवातच करायला नको होती."

"हे तर सगळ्यांनाच माहितीये."

"बुश सोडून."

"मी पैज लावतो. त्यालाही माहितीये पण तो उघड बोलत नाही एवढंच."

"कोणीतरी त्याला उडवायला पाहिजे," तो फाटकन म्हणाला. असं बोलणं, विशेषत: एखाद्या परक्याला असं सांगणं म्हणजे चक्क देशद्रोह आहे. "पण मग उपाध्यक्ष आपल्या डोक्यावर बसेल. तो तर लढाई आणि त्यांचं तेल यात गळ्यापर्यंत बुडालाय. छोड दो ना. मी तर म्हणतो गेले सगळे उडत. हे लोक जेव्हा जेव्हा बोलायला तोंड उघडतात तेव्हा तेव्हा गरळच ओकतात. त्यांच्या एका शब्दावरही विश्वास ठेवता येत नाही. हल्ली तर नाहीच नाही."

त्याचं बहुतेक बरोबर होतं. पहिलं म्हणजे मी कोणत्याही राजकारण्यावर कधीही विश्वास ठेवलेला नाही. मग लढाई चालू असू दे अगर नसू दे. पण मला डीनशी राजकारण या विषयावर वाद घालायचा नव्हता. त्यानं मला आसरा दिला होता. खायला घातलं होतं. उद्या त्याच्याच ट्रकनं ओढत माझी डबडा गाडी भंगारात देण्यासाठी घेऊन जायची होती.

"इराकवर विजय." मी म्हणालो. माझं बोलणं मलाच वेडगळासारखं वाटलं; पण आता यथास्थित खाणंपिणं झाल्यावर मला त्याची पर्वा नव्हती.

"काय जे असेल ते." डीन उपहासानं हसत म्हणाला.

आधी सांगितल्याप्रमाणं बोलण्यातून बोलणं वाढवत नेणं, गप्पा मारणं हे मला कधी जमायचंच नाही; पण मला डीनला बोलतं ठेवायचं होतं. म्हणजे उरलेला

दिवस पटकन आणि जरा चांगल्या प्रकारे संपला असता. जेव्हा सगळे गप्प बसतात तेव्हा वातावरणात एक विचित्र शांतता आणि तणाव जाणवतो. त्याच्यापेक्षा हे नक्कीच बरं होतं.

''गवत कापून तुला चांगली मिळकत होते का?'' मी विचारलं.

''पोटापुरती. आठवड्याचे पाच दिवस मला कामाची ऑर्डर देणारी गिऱ्हाइकं आहेत. आज रविवार आहे त्यामुळं आज गिऱ्हाइकं नाहीत.''

डीननं एक मोठा घुटका घेतला. तो मला नीट निरखत होता. मी नक्की कसा आहे ह्याचा अंदाज बांधत होता. माझी उंची, शर्ट फाटण्याइतके पिळदार स्नायू ह्याचं कुतूहल संपलं की लोक हा विचार करायला लागत. तो गोष्टीतला 'हल्क' रागानं वेडापिसा झाला की हिरवा होतो.आणखीनच आक्रस्ताळा दिसायला लागतो. मी पण पूर्वी बेटकुळी फुगवून शर्ट फाडलाय. पण तो शर्ट खूप जुना होता. धुऊन धुऊन जीर्ण झाला होता. मी फुशारक्या नाही मारत, नुसतं सांगतोय. मी मूर्ख आहे की काय यावर त्याचा विचार चालू होता. लोक असा विचार करतात, त्यामुळं मला याची सवय आहे.

''जाऊ दे. आता त्याला टाळंच आहे.'' तो म्हणाला.

''कशाला?''

''सैन्य भरती ऑफिसला एक वर्षापूर्वी बंद केलं. कोणीही नाव नोंदवत नव्हतं. ज्यांना आपण तिथं यायलाच नको आहोत अशा लोकांच्या देशात जाऊन मरायला कोणीही तयार नव्हतं.''

''अरे नाही. ते बोनसही देतायत. मी बातम्यात पाहिलं ना.''

''दुसऱ्या कुठल्या तरी गावात असेल. कॅलिस्टोतलं ऑफिस बंद केलंय.''

''मला स्वत:ला बघायचंय. हे जर खरं असेल तर लफडं झालं. माझ्या या गाडीनं मी आता दुसऱ्या गावात जाऊ नाही शकणर.''

''बसनं जा.''

म्हणजे गाडीचे भंगारात जे पाच-पन्नास रुपये येतील ते उडाले. मला श्रीमंतीचा हव्यास कधीच नव्हता; पण आत्ता या क्षणाला मला जे हवंय ते घेण्यापुरते पैसे खिशात असले, की झालं. पुढच्या आठवड्याची चिंता नाही करायची. पुढचं पुढे. वेळ आल्यावर बघून घेऊ हे माझं तत्त्व होतं. ह्याला विद्यमान तत्त्वज्ञान म्हणतात. अजून तरी यानं दगा दिला नव्हता. म्हणून मग मी पुढची चिंता उद्यावर सोडून दिली.

डीननं फ्रीजमधून आणखी दोन बीअर्स काढल्या. आम्ही त्या उघडल्या. गाडी बिघडली असली, ते सैन्यभरतीचं ऑफिस बंद झालं ही बातमी कळली असली, तरी आजचा दिवस तसा एकंदरीत बरा गेला होता. दुसऱ्या बीअरनंतर डीन आता माझी उपस्थिती सहन करण्याइतपत सैलावला होता. एखाद्याबरोबर नव्यानं संबंध जुळताना हा टप्पा छान जाणवतो. काहीही न बोलताच ही जागा भरून निघते.

मलाही डीन थोडासा आवडायला लागला होता. माझ्यापेक्षा त्याची परिस्थिती बरीच बरी होती. त्याच्याकडं घर होतं. सोबतीला मायेची मावशी होती. छोटासाच का होईना स्वत:चा गवत कापायचा व्यवसाय होता; पण एवढं सगळं असूनही तो आयुष्यात समाधानी नव्हता असं वाटत होतं. त्याची नजर स्थिर नव्हती. सतत भिरभिरत होती. खुर्चीतही तो स्वस्थ बसू शकत नव्हता. काही ना काही चुळबुळ चालूच होती. मी हाडापेरानं चांगला धिप्पाड होतो. हवं तेव्हा हवं तिथे भटकायला मोकळा होतो. त्यामुळं माझं आयुष्य कसं असेल, तो माझ्या जागी असता तर... असलं काही तरी चित्र तो मनातल्या मनात रंगवत होता. माझ्याकडं पैसे होते का नव्हते यानं फारसा फरक पडत नव्हता. त्याला माझ्यासारखं जगायला आवडलं असतं. नुसतं त्याच्याकडं बघूनच हे मला हे वाचता येत होतं. ही गोष्ट माझ्या लक्षात आली आहे हे त्याच्या लक्षात आलेलंही मी पाहिलं. त्यामुळं त्याचा चेहरा पडला. आता मला त्याच्याशी अतिशय जपून वागायला हवं होतं. कारण मला पहिल्यांदा वाटलं तेवढा तो सीधासाधा नव्हता. त्याचा कुणाला अंदाजही आला नसता. पण तसं बघायला गेलं तर माझ्या बाबतीतही असंच म्हणता आलं असतं असं मला वाटलं.

''तुला खरं तर तिथं जावंसं वाटत नसणार,'' माझ्याकडं बोट रोखत तो म्हणाला. आपल्या शरीराच्या वजनाच्या मानानं तो जास्त प्यायला होता. त्यामुळं त्याला थोडीशी चढली होती. ''प्रत्येक गोष्टीकडं बघायचा त्यांचा एक दृष्टिकोन आहे. त्यांचा स्वत:चा स्वतंत्र धर्म आहे. मला माहितीये कारण मी या विषयावरची काही पुस्तकं वाचलीयेत. त्यांचं वेगळं बायबल आहे. कुराण म्हणतात त्याला. त्यात बरीच माहिती आहे. शिकवण आहे. इथं ते कोणी वाचत नाही ते वेगळं पण म्हणूनच त्यांना आपण आवडत नाही. आपण त्यांना समजून घ्यायचा कधी प्रयत्नही केलेला नाही. त्यांना कसं वाटत असेल याची कल्पना कर. कदाचित ती आपल्यापेक्षा जास्त चांगली माणसं असतील. तू कधी असा विचार केलायस?''

''हो. मी विचार केलाय यावर.'' मी म्हणालो. असं सांगण्यामागे सत्यापेक्षा त्याला बरं वाटावं हा विचार होता. कारण मुळात कोणतीही एक विशिष्ट जमात दुसऱ्यापेक्षा श्रेष्ठ असते यावरच माझा विश्वास नाहीये. सगळीकडे चांगली-वाईट, हुशार-मंद सगळ्या प्रकारची माणसं असतात. मग त्यांची भाषा कोणती का असेना. इथून तिथून सगळे जण सारखेच असं माझं प्रामाणिक मत आहे. पण तरीही मला अमेरिकेखेरीज दुसरीकडं राहायला आवडणार नाही. याचाच अर्थ कदाचित असा असेल, की मी चक्क देशभक्त वगैरे आहे. पण मला डीनविषयी खात्री वाटत नव्हती. तो ज्या प्रकारे बोलत होता... अर्थात हा सगळा त्या बीअरचाही परिणाम असू शकेल. म्हणून मग मी ठरवलं की त्याच्या बोलण्यानं उगीच आपला अपमान होतोय असं समजायचं कारण नाही.

"जाऊ दे," पुन्हा एक घोट घेत तो म्हणाला. "पण तुला, मला किंवा आपल्या सारख्या सामान्य माणसाला काय वाटतंय हे विचारतंय कोण? आपण काय कोण सत्ताधारी आहोत का गब्बर मालदार आहोत? त्यांच्या घरातल्या धुळीइतकी सुद्धा किंमत नाहीये आपली."

"अगदी बरोब्बर." मी म्हणालो आणि खरंच तो बरोबर बोलला होता. श्रीमंत आणि सत्ताधारी हेच सगळ्याचे मालक असतात. पण मला त्यांचा तिरस्कार वगैरे नाही वाटत. कारण मुख्य म्हणजे असा तिरस्कार वगैरे वाटून घेणं म्हणजे फक्त आपला वेळ वाया घालवणं आणि उगीचच आपलं बीपी वाढवून घेणं. त्यांना यामुळं काहीही फरक पडत नाही. अळवावरच्या पाण्यासारख्या आपल्या भावना घरंगळून जातात. ते निर्लेपच राहतात आणि केवळ एवढंच सत्य आहे. त्यांचा रागराग न करण्याचं आणखी एक कारण म्हणजे त्यांच्या लेखी मी अस्तित्वातच नाहीये. माझ्यासाठी हे सुरक्षेचं कवच आहे. ते कोण आहेत, त्यांचे चेहरे, त्यांची मतं सतत टीव्हीवरून सगळ्यांच्या समोर येत असतात. पण माझी नाहीत. कदापि नाहीत. मी **जिवंत** आहे हेही त्यांच्या खिजगणतीत नाहीये. त्यामुळंच तर ते माझ्यापर्यंत पोचू शकत नाहीत. माझं काहीही नुकसान करू शकत नाहीत. म्हणजे जर आत्ता या भिंतीच्या पलीकडं एखादा उंदीर आपला कुटुंब कबिला घेऊन सुखात नांदत असेल आणि हे जर मला माहितीच नसेल, तर मी त्याला मारू शकणारच नाही.

आम्ही दुसरी बीअरही संपवली. तेवढ्यात डीनच्या चेहऱ्यावर चिंतेचे भाव उमटले. "अजून एक बाटली आहे पण ती माझ्याकडची अगदी शेवटची बाटली आहे."

"काळजी नको करूस. माझ्याकडं गाडीत पाऊण-एक बाटली रम शिल्लक आहे."

मी बाटली म्हटलं, पण खरं तर तो छान हँडलवाला, उचलायला सोपा असा एक मोठा कॅन होता. त्याचे डोळे चमकले आणि मला भेटल्यापासून पहिल्यांदाच त्याच्या चेहऱ्यावर हसू फुटलं. त्याचे दात किडके होते. त्यामुळं तो हसताना बिलकूल चांगला दिसत नव्हता; पण तरीही गंभीर चेहऱ्यापेक्षा हसमुखराय केव्हाही चांगला. हसऱ्या माणसांच्या बरोबर राहणं हे नेहमीच सोपं असतं असा शोध मला पूर्वीच लागला आहे.

"च्यायला, जा रे जा. लवकर आण रे बाबा." तो म्हणाला.

म्हणून मग मी तो कॅन आणला. नंतर आम्ही आरामात हातात ग्लास घेऊन ओसरीपलीकडचा सूर्यास्त बघत बसलो. माझ्या ग्लासला सोनेरी कड होती आणि त्यावर 'सुव्हिनेअर ऑफ कॅन्सास सिटी' असं लिहिलं होतं, तर डीनच्या ग्लासवर 'कोलोरॅडो स्प्रिंग्ज' असं लिहिलं होतं. याचाच अर्थ त्याच्या कुटुंबातील कोणी तरी कधी तरी कॅलिस्टो गावाबाहेर गेलं होतं. डीनला ही रम खूप आवडली. मग मी त्याला सांगितलं की, ती स्पेशल कॅरिबिअन जातीच्या फळांपासून तयार केलेली आहे म्हणून एवढी छान लागतीये. "खऱ्या चाच्यांचं पेय." मी त्याची मस्करी केली.

बाहेर तिन्हीसांजा दाटल्या, तोपर्यंत आम्ही सुखदु:खाच्या गोष्टी बोलायला लागलो होतो. 'आपलं नशीबचं कसं गांडू,' ह्या कथा एकमेकांना सांगत होतो. घरातले प्रॉब्लेम्स, निरुद्योगी आणि बेपर्वा बाप इत्यादी इत्यादी विषयी माहिती पुरवत होतो; पण आम्ही या कारणांवरून आपलं रडगाणं नव्हतो गात. आम्ही त्यावरूनही जोक्स मारले आणि धमाल केली. नंतर रात्र झाली आणि अंगणातल्या झाडांवर काजवे चमकायला लागले. पण त्या वेळेपर्यंत डीन आणि मी लंगोटीयार असल्यासारखे दोस्त बनलो.

दारूमुळं नंतर तुम्हाला छान भूक लागते. म्हणून मग मी पुन्हा आमच्यासाठी ऑम्लेट किंवा फ्रेंच टोस्ट बनवायची तयारी दर्शवली. मी मघाशीच किचनमध्ये मोठा ब्रेड बघितला होता. पण डीन 'जाऊ दे' म्हणाला. त्याच्या तळघरातल्या फ्रीजरमध्ये पॅकबंद फ्रोजन खाद्यपदार्थ खच्चून भरले होते असं त्यानं सांगितलं. त्याच्या ब्रीमावशीनं वेगवेगळ्या सेलमधून ही पाकिटं स्वस्तात घेऊन ठेवली होती. तो खाली गेला आणि दोन-चार पाकिटं घेऊन आला. रोस्ट बीफ, बटाटा चिप्स, मटारची रसभाजी असं संपूर्ण जेवणच आलं. ओव्हनमध्ये गरम केलं की बास. फक्त त्याच्याकडं मायक्रोवेव्ह नव्हता त्यामुळं थोडा जास्त वेळ लागला. पण एकंदरीत हे टीव्ही समोरचं जेवण सॉलिड होतं आणि डीनच्या मते यातली सगळ्यात चांगली गोष्ट कोणती असेल, तर तुम्हाला जेवताना टीव्हीकडं लक्ष द्यायची गरज नव्हती. म्हणजे टीव्ही बघता बघता जेवलं तरच चव लागेल असा प्रकार नव्हता. यावर आम्ही अक्षरश: वेड्यासारखे खो खो हसलो. आम्हाला मस्त चढली होती, पण हा काही गुन्हा नव्हता. आम्ही काही गाडी चालवणार नव्हतो त्यामुळं चलता है.

माझा कॅप्टन मॉर्गनचा कॅन संपवून ओट्यावर ठेवण्यापूर्वी आम्ही पाच-सहा तास पीत होतो. आमची विमानं तरंगत होती. विशेषत: लहानखुऱ्या डीनवर तर जास्त परिणाम झाला होता. तो मला म्हणाला, "बास झालं यार. मी आता गॅरेजमध्ये जातो." पण तो तिकडं जात नव्हता. तो झोपायला जात होता. मी कुठं झोपायचं हे त्यानं मला सांगितलंच नव्हतं. विसरला बहुतेक. मला वर जाऊन जरा शोधाशोध करावी लागली. वरच्या मजल्यावर एका मुलीच्या खोलीत दुसरी कॉट होती. कॉटवर लेसवाली चादर होती. ड्रॉवर्समध्ये बायकांचे कपडे वगैरे होते. म्हणजे ही त्याच्या मावशीची खोली असणार. मला इथं झोपता येणार नव्हतं. मी परत खाली आलो. एव्हाना मी पार पेंगुळलो होतो आणि आता तर मला तोल सांभाळणंही कठीण जात होतं. मी चक्क हॉलमधल्या मऊमऊ सोफ्यावर ताणून दिली. शप्पथ, खरं सांगतोय.

दोन

असं म्हणतात की तरुणपणी आदल्या दिवशीच्या हँगओव्हरचा तितकासा त्रास होत नाही, पण हे साफ खोटं आहे. मला जाग आली तेव्हा माझ्या डोक्यात कोणीतरी हातोडा मारत होतं. मी कुठे आहे तेही मला समजेना. हळूहळू ते उंच जुन्या फॅशनचं छत मला दिसायला लागलं. मग मला आठवलं की मी डीनच्या घरी आहे. मी उठून बसलो आणि मोठ्यांदा कण्हल्यासारखा आवाज काढला. हा नसता घोळ होऊन बसलाय याचं फार वाईट वाटत होतं मला. बराच वेळ नुसतं बसून विचार केल्यावर मग मी सावकाश उठून उभा राहिलो. नंतर तशाच धिम्या गतीनं किचनमध्ये जाऊन ढसाढसा दोन-तीन ग्लास पाणी प्यायलो. त्यामुळं मला डोक्यातले ते ठोके जरा कमी झाल्यासारखे वाटले. थोडासा आराम मिळाला.

टेबलावर पडलेले ते टीव्ही डीनरच्या फॉईलचे ट्रे एखाद्या भल्यामोठ्या चंदेरी झुरळासारखे दिसत होते. अन्नाच्या विचारानंच मला कसंसं झालं आणि मी झटकन बाहेर आलो. बाहेरच्या लख्ख प्रकाशानं मला आणखीनच त्रास व्हायला लागला. असं एकदम बाहेर येणं हे चुकीचं होतं. पण लघवी करून होईपर्यंत तरी मला ते ऊन सहन करावंच लागलं. मग मी कसंतरी आत येऊन सोफा गाठला आणि पुन्हा आडवा झालो. उगीचच उठून बाहेर गेलो असं मला झालं.

मला पहिल्यांदा जाग आली तेव्हा हे झालं; पण मग मला पुन्हा झोप लागली. नंतर जाग आली ती डीनच्या जिन्यावरील पावलांच्या आवाजानं. तोपर्यंत माझी डोकेदुखी थोडी कमी झाली होती. डीन मोठ्या कष्टानं एक एक पाऊल टाकत खाली उतरत होता. किचनमध्ये जाऊन तो टेबलाशी बसला. मग डोकं खाली हातावर टेकवून कण्हायला लागला. मी पाण्याचा ग्लास त्याच्या समोर ठेवला. त्याचं माझ्याकडं लक्षच नव्हतं. तो कीव येण्यासारखा कण्हत कुथत होता.

"डीन, तू पाणी पी." मी म्हणालो. तो मला उत्तर देण्याच्या स्थितीत नव्हता. थोड्या वेळानं मला घड्याळाचे ठोके ऐकू आले. पण मी ते मोजू शकलो नाही

म्हणून मग मी बाहेर जाऊन किती वाजलेत ते बघितलं. मी म्हणालो, "डीन नऊ वाजलेत. कामावर जायचंय म्हणाला होतास ना? गवत कापायला? काय रे?"

"थूत तिच्या मायला!" तो उद्गारला. अजूनही तो पाणी प्यायला नव्हता. त्याचा चेहरा बरोबर दिसत नव्हता. म्हाताऱ्याचं मढं बसवल्यासारखा सुरकुतलेला, काळवंडलेला होता तो. खाली मान घालून बसल्यामुळं मला त्याचे विरळ केस दिसले. त्याला टक्कल पडायला लागलं होतं. इकडं माझं पहिल्यांदाच लक्ष गेलं. मला त्याची कीव आली. हे माझ्या दारूमुळं झालं होतं. म्हणजे त्याच्या या परिस्थितीला मीच थोडाफार जबाबदार होतो. या अपराधी भावनेमुळंच त्याला विश्रांती घ्यायला सांगून मी त्याचं त्या दिवसाचं गवत कापायचं काम करण्याची तयारी दाखवली. ही गोष्ट दोनदा सांगितल्यावर कुठे त्याच्या भेजात शिरली आणि मी केलेली कॉफी प्यायल्यावर तो ठीक आहे म्हणाला. मला पाहिजे तर मी जावं, हे तो कसंबसं बोलला. ट्रकच्या डॅशबोर्डवर त्या दिवसाचं कामाचं वेळापत्रक होतं आणि ग्लोव्ह कंपार्टमेंटमध्ये कॅलिस्टोचा नकाशा होता. खरं तर तो माझी मदत घेईल असं मला वाटलंच नव्हतं पण झालं ते ठीकच झालं. मलाही नाही तरी या ठणकणाऱ्या डोकेदुखीकडं थोडं दुर्लक्ष करता आलं तर हवंच होतं.

"तिथं त्या खिळ्याला चाव्या आहेत." भिंतीकडं बोट दाखवत त्यानं सांगितलं. मी किल्ली घेतली. की चेन म्हणजे एक प्लॅस्टिकची कवटी आणि डेंजरचा इशारा देणारी हाडकांची फुली होती. मी गॅरेजमध्ये गेलो. ट्रकच्या मागच्या हौद्यात आधीच दोन लॉनमोअर्स ठेवलेले होते. मात्र ते झाडाच्या अगदी बुंध्याजवळचं गवत काढू शकत होते का नाही कोण जाणे. पेट्रोलचे कॅन्स आणि गवत चोपायचा धोटा असं बाकी सगळं सामानही तिथं होतं. आता माझं ठिकाणावर नसलेलं डोकं ही एक गोष्ट सोडली, तर माझी कामावर जायची सगळी तयारी झाली होती. मी ट्रक सुरू केला. डीन हा प्राणी आपली गाडी, किमान ड्रायव्हरची सीट किंवा तिथला आजूबाजूचा भाग स्वच्छ करणाऱ्यांपैकी नव्हताच. त्यामुळं तिथं खाद्यपदार्थांच्या कागदांचे बोळे, प्लॅस्टिकचे ग्लासेस, कप असा कचऱ्याचा खच जमा झालेला होता. खालची रबरी मॅट दिसतच नव्हती अशी परिस्थिती होती. गाडीबरोबर तो सगळा माल मागं-पुढं घरंगळत होता. ट्रक जरी जुना दिसत असला, तरी आवाजावरून इंजीन चांगल्या कंडिशनमध्ये असेलसं वाटत होतं. मी रिव्हर्स टाकला आणि अगदी सावकाश तो ट्रक बाहेर काढला. डॅशबोर्डवर फुगेवाल्याकडं मिळतात तसले दोन गॉगल्स होते. गॉगल लावला तर माझं डोकं जरा कमी होईल असं वाटून मी तो लावला. बाहेर पडल्यावर मी डावीकडं वळलो आणि कॅलिस्टोच्या रस्त्याला लागलो.

जाताजाता मध्येच एका हॉटेलशी थांबून मी नाश्ता केला. मला खावंसं वाटत नव्हतं. पण मी बळंबळं दोन घास घशाखाली ढकलले तर नंतर मला बरं वाटेल,

हे मला माहिती होतं. मी ब्ल्यूबेरी वॅफल्स आणि क्रीम मागवलं. वर ऑरेंज ज्यूस ढोसला. पोटाला थोडा आधार मिळताच माझ्या जिवात जीव आला. डीनच्या अपॉईंटमेंट्स आणि तो नकाशा माझ्याबरोबर होताच. त्यानं आठवड्यानुसार वेळापत्रक बनवलं होतं. त्याच्या नेहमीच्या गिऱ्हाइकांकडं तो एकआड एक आठवडा किंवा मग महिन्यातून एकदा गवत कापायला जायचा. नकाशावरून प्रत्येक घर नक्की कुठं आहे याचा लवकरच मला अंदाज आला. पहिली अपॉईंटमेंट दहाची होती. म्हणजे मला खाणं झाल्यावर लगेचच सुरुवात करायला हवी होती. चांगला नाश्ता झाल्यामुळं मला आता खूप बरं वाटायला लागलं होतं.

११२३ टॅरंट स्ट्रीटवर पहिलं घर होतं. ट्रक पार्क करून मी मोठ्या मुश्किलीनं कसाबसा एक मोअर खाली काढला. ते लॉन तसं ठीकठाक दिसत होतं. हे माझ्या मालकीचं असतं तर मी एवढ्यात पुन्हा ते कापलं नसतं पण पैसेवाल्यांना आपलं लॉन सदा न कदा एकदम चित्रासारखं दिसलं पाहिजे असं वाटायचं. जर म्हातारपण किंवा आजारपण अशा कुठल्या तरी कारणामुळं ते स्वत: हे काम करू शकत नसले, तर त्यासाठी पैसे खर्च करायची त्यांची तयारी असायची. मला आलेलं बघून एक चांगले व्यवस्थित कपडे घातलेली पांढऱ्या शुभ्र केसांची म्हातारी त्या घरातून बाहेर आली. मला याचं बिलकूल आश्चर्य वाटलं नाही. तिनं डीनची चौकशी केली. त्याला बरं नाहीये म्हणून त्याच्याऐवजी मी आलोय असं मी सांगितलं. पहिल्यांदा पुढच्या अंगणातलं गवत कापायचं का मागच्या, ते मी विचारून घेतलं. तिला काही फरक पडत नव्हता. मग मी पुढच्या अंगणातून सुरुवात केली आणि वळसा घालून मागं गेलो. यात साधारण एक तास गेला. त्या वेळापत्रकात प्रत्येक पत्त्यासमोर दर लिहिला होता. लॉनच्या साईझप्रमाणं बहुतेक चाळीस किंवा पन्नास डॉलर्स. काम संपवून मी मोअर पुन्हा ट्रकमध्ये चढवला. आता जातो म्हणून सांगितल्यावर किती पैसे मिळतील हे मला कळलं होतं. दारावर टकटक केल्यावर त्या आजीबाईंनी मला चाळीस डॉलर्स दिले आणि 'डीनला लवकर बरं वाटू दे' अशा शुभेच्छाही दिल्या. तुमच्या शुभेच्छा नक्की पोचवीन असं मी त्यांना म्हणालो.

या पहिल्या कामामुळं त्या सोमवारी करायच्या एकूण पाच कामांची पद्धत निश्चित झाली. वेळापत्रकात प्रत्येक नावापुढं आणखीही एक सूचना होती. कापलेलं गवत भरून नेण्यासाठी डीननं ट्रकमध्ये काही पोती ठेवली होती. काही लोकांना हे गवत परत बागेतच पसरून हवं होतं. तर काही जणांकडचं गवत पोत्यात भरून घेऊन जायचं होतं. प्रत्येकाला काय हवंय ह्याची स्पष्ट नोंद केलेली होती. घड्याळाच्या काट्याप्रमाणं त्या दिवशीचं सगळं काम झालं. काही बागा गोल होत्या, काही चौकोनी. माझं तेवढं चालणं झालं. बहुतेकांनी रोख पैसे दिले. फक्त एकाच नमुन्यानं चेक दिला. काही समाजकंटक आपलं उत्पन्न लपवतात, कर भरत नाहीत हे अमेरिकेच्या लोकशाहीच्या दृष्टीनं अयोग्य

आहे. तो मला जवळजवळ तोंडावर ठकसेन म्हणाला. पण आश्चर्य म्हणजे फक्त हा माणूस सोडून इतर सगळ्यांनी डीन कुठं आहे ते विचारलं. एखादं सन्मानपत्र देऊन माझा मोठा गौरव करत असल्यासारखा त्यानं तो चेक माझ्या हातात दिला. जणूकाही तो चेक सोन्याचा होता.

जेवायला मी मॅकडोनाल्डमध्ये गेलो. उन्हातान्हात मोअर घेऊन एवढं चालल्यामुळं मला सॉलिड भूक लागली होती म्हणून मग दोन बर्गर्स चापले. माझं डोकं तापलं होतं आणि कडक उन्हानं मान तर करपून निघाली होती. ट्रकमध्ये डीनची एक टोपी पडली होती, पण ती अतिशय गलिच्छ आणि कळकट होती. मला दुसऱ्या कुणाची अंडरपँट किंवा टोपी घालायला अजिबात आवडत नाही. हे गवत कापायचं काम करावं लागेल याची कल्पना नसल्यामुळं माझ्याकडं त्याला साजेसे कपडे नव्हते. माझ्या अंगातला शर्ट आणि जीनची पँट ही मी काल दिवसभर आणि रात्री झोपताना देखील वापरली होती. आता घामानं हे कपडे चिंब भिजले होते. दुपारपर्यंत मला स्वत:लाच माझ्या घामाचा वास सहन होईना. एक बरं होतं की हे लॉन मोईंगचं काम मी बाहेरच्या बाहेर उघड्यावर करत होतो. डीनच्या घरी परत जाताना मी दोघांच्या रात्रीच्या जेवणासाठी चायनीज घेतलं. त्याच्या त्या तळघरातल्या फ्रीजरमध्ये हे नसणार याची मला खात्री होती.

माझ्या खिशात जवळ जवळ तीनशे डॉलर्स आणि एक चेक होता. दिवसभर सुरेख काम केल्याच्या समाधानानं मन भरून गेलं होतं. त्या गव्हाच्या दुकानातल्या हमालीसारख्या पूर्वी केलेल्या कोणत्याही कामानंतर मला इतकं छान कधीच वाटलं नव्हतं. बहुतेक मला वाटणारं समाधान या कामामुळं नव्हतंच. सबंध दिवस उन्हात गवत कापणं यात कसला आलाय आनंद? पण मी माझ्या एका मित्राला मदत केली ही खुशी काही औरच होती. डीनबद्दल माझ्या मनातही आपुलकी होती. खरं तर आम्ही काल दुपारी पहिल्यांदा भेटलो होतो आणि फक्त एक रात्र आणि सकाळचा थोडा वेळ एकत्र घालवला होता. ही भावनाही माझ्यासाठी नवीनच होती.

मी घरी पोचलो तेव्हा डीन पोर्चमध्ये आरामखुर्ची टाकून बसला होता. मी ट्रक गॅरेजमध्ये पार्क केला. तो अतिशय थकलेला आणि घाणेरडा दिसत होता. जणू माझ्याऐवजी तोच दिवसभर उन्हात राबला होता. त्याचा रागरंग बरोबर दिसत नव्हता, म्हणून मी ''ठीक आहेस ना?'' असं विचारलं. ''मी बराय.'' तो म्हणाला, पण त्याचा सूर दोस्तीचा नव्हता. मी आणलेलं चायनीज जेवण दाखवल्यावर मात्र त्याचा चेहरा उजळला. मी त्याच्या बाजूला खुर्ची घेऊन बसलो आणि आम्ही लगेच तिथल्या तिथं सगळ्याचा फडशा पाडला. जेवल्यावर त्याला बरं वाटेल असं मला वाटलंच होतं आणि तसंच झालं. मग त्यानं मी त्याचं काम केल्याबद्दल माझे आभार वगैरे मानले. पैसे मोजून त्यानं त्यातले शंभर डॉलर्स मला देऊ केले.

"अरे नको," मी म्हणालो. "इथे राहणं आणि जेवण सगळं धरून हिशोब बरोबर आहे."

"वेडेपणा नकोय. तू हे घेणारेस."

दोस्तीत वादावादी नको म्हणून मग मी ते घेतले. नवीन सिगारेट पेटवून तो आरामात बसला. थोडा वेळ कोणीच काही बोललं नाही. आता कालच्या रात्रीसारखं नव्हतं. काल दोघंही फुल टाईट होऊन बडबड करत सुटलो होतो. आता आपली खेळी खेळून तो गप्प होता. मी त्याला त्या चेकवाल्या माणसानं कर भरण्यावरून केलेली बडबड ऐकवली. "बाकीच्यांचा काही प्रश्न नव्हता, सगळ्यांनी फटाफट कॅश काढून दिली."

"हां. कधीकधी तर ते मला जास्त पैसे देतात. टिप म्हणून. तुला टिप दिली का कोणी?"

"नाही बुवा."

माझ्यावर विश्वास नसल्यासारखं त्यानं माझ्याकडं बराच वेळ रोखून पाहिलं. मी अस्वस्थ झालो पण चेहऱ्यावर काहीही दाखवलं नाही. थोड्या वेळानं त्याची नजर हटली. त्याच्या या कृतीमुळं आपल्याला उद्या निघायचंय हे माझ्या लक्षात आलं. डीननं माझी गाडी भंगारात नेऊन टाकली की झालं. गावातलं सैन्य भरतीचं ऑफिस खरंच बंद आहे का चालू आहे हे बघायला मला वेळच झाला नव्हता पण उद्या एकदा का या खटारा गाडीची माझ्या मागची खिटखिट संपली, की मग ह्या सगळ्याला वेळ मिळाला असता. डीनचा विक्षिप्त स्वभाव, त्याचं मॅनरलेस वागणं या गोष्टींकडे मी दुर्लक्ष करायचं ठरवलं होतं, त्यामुळं ताण कमी करण्यासाठी दारू शिल्लक नसली तरी उरलेली संध्याकाळ मजेत जायला हरकत नव्हती. तसा विचार केला तर आमची ही और दोस्ती खतम झाल्यातच जमा होती.

"ट्रकमध्ये पाचेक पोती भरून गवत जमलंय. कुठं टाकू ते? मागच्या अंगणात?"

"नाही. मागच्या अंगणात अजिबात जायचं नाहीस. त्या तिकडं टाक." पलीकडं बोट दाखवत तो म्हणाला, "तिथं आधीचा ढीग दिसेलच. काही दिवसांत वाऱ्यानं ते बहुतेक विखुरतंच. मागे मात्र नेऊ नकोस."

"ठीके. मी फक्त विचारलं."

"कालच मला मागे एक मोठा साप दिसलाय. अशा जनावरांच्या वाटेला जायचं नसतं."

"कळलं."

मी ट्रकमधून ती पोती उतरवायला लागलो आणि तो म्हणाला होता तिथं तो कचरा टाकायला गेलो. खरं तर हे काम करायची तशी घाई नव्हती, पण आधीच

दिवस संपत आला होता आणि का कोण जाणे, पण आता मला डीनजवळ थांबावंसं वाटत नव्हतं. तो पुन्हा एकदा अस्वस्थ झाला होता. माझ्याशी कालच्यासारखा मोकळेपणानं वागत नव्हता. कचरा टाकायला त्यानं मला मदत वगैरे करतो असं साधं म्हटलं पण नाही. तो एकामागून एक सिगारेटी फुंकत तिथेच बसून राहिला.

काम संपवून मी घरात गेलो. तो केव्हाच आत गेला होता. हॉलमध्ये बसून तो शांतपणे एकटक त्या घड्याळाचा डुलणारा लंबक बघत होता. मला वाटलं की त्या घड्याळातून आता कोणत्याही क्षणी कक्कू बाहेर येईल अशी तो वाट बघतोय. पण ते त्या टाईपचं घड्याळ नव्हतं. मी अंघोळ करायला वरच्या बाथरूममध्ये गेलो. बॅगेतून मी माझ्याकडची कपड्यांची शेवटची स्वच्छ जोडी काढली. तयार होऊन मी खाली आलो. डीन टीव्हीवर बातम्यांआधीचा मुलांचा कार्टून शो बघत होता. तो काहीही हालचाल न करता इतका शांत आणि शून्यात नजर लावून बसला होता की, मला तर वाटलं त्यानं ड्रग्ज घेतलेली असावीत. खरंच असं असलं तर मग कठीणच होतं. कारण अशा लोकांबरोबर वावरताना खूप काळजी घ्यावी लागते. हे केव्हा काय करतील, कशाचा काय अर्थ लावतील त्याचा नेम नसतो. तुम्ही पण त्यांच्यापैकीच एक असाल तर ठीक असतं. पण मी त्यातला नव्हतो हे मी आधीच सांगितलंय. एकूण काय तर ती संध्याकाळ हवी तशी रंगत नव्हती.

बातम्या सुरू झाल्या तेव्हा डीननं आणखी कुठं कार्टून लागतंय का ते शोधलं. पण सगळी कार्टून्स संपली होती. आता त्याच्यापुढे बातम्या किंवा खेळ एवढाच पर्याय शिल्लक होता. सोबत ते आरडाओरडा करणारे टीव्ही, डीशवॉशर आणि नवीन गाडी यासाठी हमरीतुमरीवर येणारे स्पर्धक होते. त्यानं बातम्या लावल्या. पुढच्या वर्षी होणारी निवडणूक ही मुख्य बातमी होती. कोणाविरुद्ध कोण उभं आहे यावर खल चालू होता. फद्या बुशची आधीच दोनदा निवड झालेली असल्यामुळं आता त्याचा प्रश्न नव्हता. बीपीची तब्येत बरी नव्हती. हार्ट ट्रबल होतं त्याला. म्हणून तो स्वतःच बाजूला झाला होता. शिवाय त्याची ती शिकारीची भानगड होतीच. राहता राहिला कोण तर रिपब्लिकन्सचा तगडा उमेदवार सेनेटर केचम. हा जात्याच राजकारणी होता. बड्या बापाचा श्रीमंत बेटा. तरुणपणीच वॉशिंग्टनच्या रिंगणात शिरला आणि मग त्यानं मागे वळून पाहिलंच नाही. संपूर्ण पांढऱ्या केसांमुळं तो एखाद्या जजसारखा दिसत असे. भारदस्त आणि खानदानी. त्याचे नाकडोळे सुद्धा जुन्या पुतळ्यांसारखे आखीवरेखीव होते. तो एखाद्या जातिवंत पुढाऱ्यासारखा दिसायचा. यातच खरंतर त्यानं अर्धीअधिक लढाई जिंकली होती. त्याचा आवाज आणि बोलणं ही त्याची दुसरी जमेची बाजू. खर्जातला, एकदम मर्दानी आवाज, आपलासा वाटणारा, जवळच्या मित्रासारखा. बुशच्या हातातून हिसकावून घेतलेल्या तिकिटावर तो लढत होता. सगळीकडची सुरक्षा व्यवस्था

अतिशय उत्तम होती. तो तयार होता. अल कायदाला आणखी अमेरिकनांवर हल्ला करायची संधी मिळणं शक्यच नव्हतं. जेव्हा सेनेटर केचम आपल्या सागर किनाऱ्यांवरची गस्त वाढवायची आणि संपूर्ण मानवजातीसाठी स्वातंत्र्य आणि लोकशाही ही कल्पना राबवायची बात करायचा, तेव्हा तो मनापासून बोलतोय आणि खरंच काहीतरी करून दाखवेल असं वाटायचं. इतर कोणाच्याही तोंडी हे शोभायचं नाही.

"कोणीतरी या गणंगाला उडवायला पाहिजे." डीन म्हणाला.

"का?"

"म्हणजे तो मरेल आणि मग पुढच्या नोव्हेंबरपर्यंत मला बोअर करणार नाही. मेला, की मला त्याची फालतू बडबड ऐकावी लागणार नाही."

"इतरही त्याच्याइतकेच वाईट आहेत. तो एकटा काही वेगळा नाहीये."

"तुला असं वाटतं? पण म्हणजे इतरही काय लायकीचे आहेत?"

मी खांदे उडवले. "काय माहीत."

"ओडेल, तू खूप विचार करतोस."

"राजकारणाचं मला काही पडलेलं नाही."

"छान. कारण काय चाललंय ते तुला माहिती नाहीये. तू अंधारातच आहेस रे दोस्ता. बहुतेक सगळे अंधारातच आहेत. आपल्याच खुराड्यात साथीदाराच्या मिठीत झोपलेत सगळे. त्यामुळं त्यांना वाटतंय, की अजूनही मध्यरात्रच आहे."

"बहुतांश लोक असे नाहीयेत असं मला वाटतं."

"छा, तू मतदान करायला अगदी लायक आहेस."

"काय म्हणायचंय काय तुला?"

"म्हणजे... अअअ... जाऊ दे, छोड दो."

असं उपहासाचं बोलणं माझ्या डोक्यात जातं. जर बोलणारा डीनसारखा असला, म्हणजे माझ्यापेक्षा अजिबात हुशार वगैरे नसला आणि तरीही मी मूर्ख आहे, त्याचं बोलणं मला बापजन्मी समजणं शक्य नाही अशा स्टाईलनी माझ्याशी बोलायला लागला, तर मी हे खपवून घेत नाही. डीन हुशार नव्हता हे मला माहीत होतं. पण राजकारणासारख्या फालतू विषयावर वादावादी करून, भांडून काय साधणार होतं? म्हणून मी त्याचं म्हणणं सोडून द्यायचं ठरवलं आणि गप्प बसलो.

डीनच्या अशा बेताल वागण्यामुळं आता आमच्यात तणाव आला होता. टीव्हीच्या उजेडात आणि गोंगाटात तो थोडा दबला गेला इतकंच. मधल्या जाहिरातींच्या ब्रेकमध्ये मी डीनला विचारलं, "मी मशीन लावून काही कपडे धुतले तर चालेल का?"

"तुझं तू काहीही कर."

मी सगळे घाणेरडे बोळे गोळा केले आणि बाथरूममध्ये नेले. डीननं आधीच त्याचे काही कपडे टबात टाकले होते. धुवायला विसरला होता बहुतेक. त्यानं

चिखलात आणि मातीत काम केल्यासारखी त्याच्या त्या कपड्यांना घाण लागली होती. पण अंगणात कुठेही बाग वगैरे नव्हती आणि तो असलं काही काम करणाऱ्यांपैकी नव्हता. येणाऱ्या जाणाऱ्याने आपल्या घराला छान म्हणावं, विकायला गेल्यास आपल्या घराला चांगला भाव यावा यासाठी तरी थोडंफार स्वच्छतेचं वगैरे काम करावं असंही डीनला वाटत नसणार. तो मुलखाचा आळशी होता. माझं हे मत पक्कं होतं आणि म्हणूनच डीनशी फारशी मैत्री होऊ शकली नाही, तरी मला त्याचं विशेष काही वाटलं नव्हतं. साबण पावडर घालून मी मशीनचं झाकण लावलं. मग जरा ती बटणं फिरवून कोणतं बटण कशाचं आहे ते शोधलं. फार वेळ नाही लागला मला. लगेच मशीनमध्ये पाणी पडायला सुरुवात झाली.

हे वॉशिंग मशीन घराच्या मागच्या बाजूला होतं. तिथं एक दरवाजा होता. तिथून बाहेर पडल्यावर समोरच कपडे वाळत घालायची दोरी होती. मी आधीच बराच वेळ डीन बरोबर टीव्हीच्या पुढ्यात बसलो होतो. म्हणून मग मी असाच सहज सूर्यास्त बघायला त्या दारातून बाहेर पडलो. मला सिगारेटची धुरकट हवा नको होती, उलट स्वच्छ मोकळ्या हवेची गरज होती. त्या कपड्यांच्या दोरीला डावीकडे थोडा झोल होता, पण कामचलाऊ होती. मी जरा बाजूला जाऊन त्या दोरीला एक झटका दिला. ती दोरी तर बराच वेळ हलत राहिलीच, पण ती ज्या खांबाला बांधली होती तो खांबही करकरत डुगडुगत राहिला होता.

पाच-सात सेकंदांत या चाळ्याचा कंटाळा येऊन मी कोंबड्यांच्या खुराड्याकडं वळलो. हा एक तळ नसलेला, टोपीसारखा, नुसता वरून ठेवायचा पिंजरा होता. दोघांनी उचलला की कुठंही ठेवता आला असता. म्हणजेच अंगणात हवं तिथं खत मिळवण्याची सोय होती. हल्ली फारसं कोणी कोंबड्या पाळत नाहीत. ते आपली लागतील तशी अंडी, भाजीपाला बाजारातून विकत घेतात. नऊ-दहा कोंबड्या इतस्तत: भटकत होत्या. तर एक-दोन त्या खुराड्यात होत्या. अंधार पडायला लागल्यावर त्या सगळ्या आपणहून खुराड्यात परत येत असतील असं मला वाटलं.

खुराड्याच्या मागच्या बाजूला मातीचा एक मोठा ढीग होता. मी तिथं काय आहे ते बघायला गेलो. ह्या ढिगाच्या बाजूला एक खड्डा खणलेला दिसला. म्हणजे हा खड्डा खणताना डीनचे कपडे मळले असणार. हा कुठला गोल किंवा चौकोनी खड्डा नव्हता, तर एक लांबट आयताकृती खड्डा होता तो. कॉफिन ठेवायला लागतो तसा. असा एखादा खड्डा दिसला तर कोणीही आता डोकावून बघेल, मी पण तसंच केलं. खड्ड्यात डोकावून पाहिलं. आत बॉडी किंवा कॉफिन काहीच नव्हतं. नुसता एक रिकामा खड्डा. जणूकाही बॉडीची वाट बघतोय असा. इतका खोल आणि अशा आकाराचा. म्हणजे दुसऱ्या कशासाठी असूच शकत नव्हता. स्मशानात असतात असे खड्डे. डीननं आजच्या दिवसात हा उद्योग केला होता. पण कशासाठी?

कोणासाठी? मी मागच्या बाजूला जाऊ नये, ते डेंजरस आहे असं म्हणाला होता तो. त्याला म्हणे तिथं साप दिसला होता. पण त्याला खरं म्हणजे असं काहीही दिसलं नव्हतं. मी हा खड्डा बघू नये हेच एकमेव कारण असणार होतं.

मी काही डरपोक माणूस नाहीये. माझ्यासारखा कोणताही ताडमाड उंचीचा प्राणी घाबरट वगैरे नसतो. पण त्या खड्ड्याच्या काठाशी उभं राहून आत बघताना मी शहारलो. हवा चांगली उबदार असूनही माझ्या अंगावर काटा आला. हा खड्डा माझ्या दृष्टीस पडावा असं डीनला वाटत नव्हतं. कारण मला तिथे पुरण्याचा त्याचा इरादा होता हे सूर्यप्रकाशाइतकं स्वच्छ होतं. पण याचं कारण मला समजत नव्हतं. मी त्याचं असं काय घोडं मारलं होते म्हणून तो माझ्या जिवावर उठला होता? तो काही अंगापिंडानं थोराड नव्हता. म्हणून मग माझ्या गैरहजेरीत, मी तिकडं त्याचंच गवत कापायचं काम करत त्याची गिऱ्हाइकं सांभाळत असताना, त्यानं सबंध दिवस खर्चून हा खड्डा खणला होता. त्यानं मला शंभर डॉलर्स दिले याचं नवल वाटायचं कारण नव्हतं. माझा खून केल्यावर तो शांतपणे माझ्या खिशातून ती नोट काढून घेणार होता.

मला बरंही वाटलं आणि आता कबूल करायला हरकत नाही, रागही आला. त्याचं दुटप्पी वागणं कमाल होतं. म्हणजे माणसं कधीही, काहीही कारण नसताना अनपेक्षितपणे कोणत्या थराला जाऊ शकतात त्याचा उत्तम नमुना होता हा. पण त्यानं ही तयारी कशासाठी केली असेल आणि मुळात तो मला असा अकारण, म्हणजे माझ्या मते, का मारणार असेल, हा भुंगा माझं डोकं पोखरत राहिला. खड्डा भरल्यावर तो परत ते कोंबड्याचं खुराडं त्यावर ठेवणार असणार हेही मी पैजेवर सांगू शकत होतो. म्हणजे यदा कदाचित कोणी तिथे टपकलंच, तरी त्याला ती ओली माती दिसलीच नसती. पण मी तिथं आलो होतो हेच जर कोणाला माहीत नव्हतं, तर तिथं कोण कशाला कडमडायला आलं असतं? मला असं मारून, खुराड्याखाली पुरल्याचं तरी कुणाच्या लक्षात आलं असतं? एकंदरीत त्याचा प्लॅन फार सुरेख होता. गोची हीच होती, की आता मला या प्लॅनबद्दल कळलं होतं आणि मी हा बेत तडीला जाऊ देणार नव्हतो. पूर्ण काळोख पडण्यापूर्वी मी असा सहजच या बाजूला आलो हे माझं सुदैवच म्हणावं लागलं असतं.

मी मागं फिरलो आणि पुन्हा त्याच दारानं घरात गेलो. हॉलमध्ये डीन अजूनही टीव्हीपुढं बसून होता. टीव्हीवर शेअर्सबद्दल सांगत होते. "गावातनं येताना आणखी बीअर वगैरे आणलीयेस का?" त्यानं विचारलं.

"तू आणायला सांगितली नव्हतीस."

"हो. पण तुझं काय कोणीही न सांगितलेली गोष्ट कधीही करायचीच नाही, असं काही आहे का?"

"असं काही नाहीये, करतो की."

“फक्त आज केली नाही, काय?”

“मी कपडे मशीनमध्ये टाकलेयत.”

“ते ठीके ओडेल. पण एक बघ, तू जेव्हा मशीन पूर्ण व्हायची वाट बघत थांबलेला असतोस, तेव्हा हातात कूअर असेल तर वेळ फार पटकन जातो. अर्थात मला काही फरक नाही पडते.”

“ठीके.”

तो वेड्यासारखं बोलत होता, पण जरी नीट बोलत असता, तरी मी ते अर्धवटच ऐकलं असतं. इथं नक्की काय घडतंय त्याचा मेळ लावण्यातच मी गर्क होतो. तो मध्येमध्ये अस्वस्थ वाटत असला तरी वेडा नव्हता. मग त्याच्या या प्लॅनचा हेतू काय असेल? त्यानं माझा खून करायचं ठरवायला मी काही त्याला मारहाण वगैरे केलेली नव्हती. कदाचित केवळ झटका आला, वरून आदेश आला, म्हणून काहीही करतात अशा टाईपचा माथेफिरू असेल तो. जे अतिशय क्रूर खुनी असतात किंवा सिरीयल किलर्स किंवा चक्क नरभक्षक असतात ते सुद्धा दिसायला तुमच्या माझ्यासारखेच साधेसुधे असतात. एरवी काही ते सतत वेडे चाळे करत नाहीत. उगीचच हसणं, डोळे फिरवणं, बडबडणं असं काहीही नसतं. ते बाजारात जातात, व्यवस्थित पैसे देऊन वाणीसामान आणतात, सिग्नलला थांबतात. जोपर्यंत त्यांना अटॅक येत नाही तोपर्यंत सगळं आलबेल असतं. पण एकदा का डोकं फिरलं, की त्यांच्या अंगात संचारतं. त्यांचा कंट्रोल जातो. बाहेरून दिसायला मात्र तो नेहमीचा माणूसच असतो. मला काय म्हणायचंय कळतंय ना? तर डीन पण असा कोणीतरी असणारे. खून करायचा वगैरे त्याच्या मनातही नसल्यासारखा. आत्ता तो मारे साळसुदाचा आव आणून टीव्ही बघतोय. फक्त बीअरच्या बाता करतोय.

“डीन, मी काही आजची रात्र पुन्हा इथंच राह्यलं पाहिजे असं काही नाहीये. म्हणजे जर तुझी गैरसोय होणार असेल तर नकोच.”

“ऑं”

“मी म्हणतोय की मी दुसरीकडं कुठंतरी जाऊ शकतो.”

“पण जाणार कसा, तुझी गाडी तर बंद पडलीये बाबा.”

“मी चालत जाऊ शकतो.”

“वेडपटासारखं बोलतोयस. बस इथं आणि टीव्ही बघ. आणि नंतर कपड्यांचा ड्रायर वापर.”

“काय म्हणालास?”

“कपडे वाळवण्यासाठी ड्रायर वापर. बाहेरच्या अंगणातली ती कपडे वाळत घालायची दोरी वापरू नकोस. तो साला साप आहे तिकडं. साप रात्रीच बाहेर

पडतात. माझ्या घरात कुणाला साप चावला आणि त्यानं माझ्यावर केसबीस ठोकली, मला कोर्टात खेचलं तर मला नाही चालणार.''

''साप चावल्यावरून मी काही कोर्टात जाणार नाही आणि जर कुणाला कोर्टात खेचायचंच झालं तर सापाला खेचेन. तो हलकट चावला ना.''

डीन हसला. पण ते हसू साधं नव्हतं. दुष्टपणाचं होतं. तो आता आत्मविश्वासानं माझ्याशी खेळत होता. माझा खून करून मला त्या खुराड्याखाली पुरू आणि हे सगळं आपण सहज पचवू असं त्याला वाटत होतं.

मी पुन्हा आरामखुर्चीत बसलो आणि यातून कसं सुटायचं याचा विचार करू लागलो. त्याला हे करायचंच झालं तर माझा साईझ बघता, मी जागा असताना तो माझ्यावर हल्ला करू शकणार नव्हता. म्हणजे तो माझ्या झोपेची वाट बघणार. याचाच अर्थ, जर हे हाणून पाडायचं असेल, तर मला जागं राहावं लागणार होतं. एकदा का त्याला कळलं की मी झोपत नाहीये, म्हणजे मग त्याला हा विचार सोडून द्यावा लागला असता. नाहीतर तो काय करू शकणार होता? त्याच्याकडं पिस्तूल असतं तर बात अलग होती. हातात पिस्तूल असलं तर मग मारणारा लहानखुरा आहे का धिप्पाड यामुळं काही फरक पडत नाही. गोळी लागली, की समोरच्याचा खेळ खलास होणारच.

''तू त्याला सरळ गोळी का नाही घालत?''

''काय?''

''सापाला गोळी घाल. मग काही भीतीच नाही.''

''हो ना. सोपंच आहे ते. बसलाच आहे तो तिथे वेटोळं करून वाट बघत की मी कधी जातोय आणि त्याला गोळी घालतोय.''

''पण ह्यासाठी तुझ्याकडं पिस्तूल आहे का?''

''शॉटगन आहे. टेन गेज. पण गोळ्या नाहीयेत.''

खोटारडा. कोणीही अशी गोळ्यांशिवाय नुसती शॉटगन कशी बाळगेल? काहीही फेकतोय. पण हे त्यानं इतक्या साधेपणानं सांगितलं की मला खरं वाटावं. तो अतिशय थंड डोक्याचा खुनी होता यात शंका नव्हती. शांतपणे हवामानाचा अंदाज ऐकत होता. जणूकाही तो मला मारून त्या खड्ड्यात पुरून वर थडग्याऐवजी खुराडं ठेवणारच नव्हता. असं मरण्यात काहीही अर्थ नव्हता.

''अरे डीन,''

''काय?''

''ती कालची अंडी मार्केटमधून आणली होतीस का?''

''मार्केटमध्ये मिळतात तसल्याच ट्रेमध्ये होती. बघितलं नाहीस का?''

''हो. बरोबर. पण ज्यांनी कोंबड्या पाळलेल्या असतात ते हे असले अंड्यांचे

ट्रे सोयीसाठी वापरतात. ने-आण करताना फुटू नयेत म्हणून. मी बघितलं, तू तर कोंबड्या पाळल्यायस.''

''ब्री मावशी. ती करते सगळी धावाधाव. त्या कुठं कुठं अंडी घालतात. सापडूच नयेत अशी. कारण ती त्यांना मोकळं सोडते. या कोंबड्यांच्या पाठीच तो साप घुसलाय. सापाला अंडी फार प्रिय.''

''म्हणजे ती अंडी गोळा नाही करत?''

''हे बघ, ब्री ही एक म्हातारचळ लागलेली बाई आहे. ती सर्वसामान्यांच्या दुनियेत वावरत नसते. ह्या कोंबड्यांना ती पाळीव प्राण्यांसारखं वागवते. म्हणजे... ती त्यांच्याशी बोलते वगैरे.''

''निव्वळ वेडेपणा आहे.''

''मग सांगतोय काय. ती आकांड तांडव करेल हे माहितीये; नाही तर मी केव्हाच त्यांच्या माना मुरगाळल्या असत्या. उच्छाद नुसता. काय गोंधळ असतो त्यांचा माहितीये? मला नाही सहन होत.''

''मावशी गावाहून आल्यावर सापानं कोंबड्या खाऊन टाकल्या असं तू त्यांना सांगू शकतोस.''

''वा, काय छान आयडिया आहे ओडेल. पण डझनभर कोंबड्या खायला साप किती मोठा असावा लागेल रे. हां? जंगलातला पंधरा फुटी अजगर खाऊ शकेल. पण तुला एक माहितीये का? या एरियात असले अजगर नाहीयेत.''

''ठीके.''

छद्मीपणे हसत त्यानं मला नखशिखांत न्याहाळलं. ''आपण खूप विचित्र आहात हे आपल्याला यापूर्वी कुणी सांगितलं होतं का ओडेलराव?''

''नाही, कुणीही नाही.''

पण हे साफ खोटं आहे. मी योडरमधल्या किट कार्सन हायस्कूलमध्ये होतो, तेव्हा तिथं फीनी मायर नावाची एक मुलगी होती. चांगले मार्क मिळवून, पुढं कोलोरॅडोतल्या ड्युरँगोतल्या कॉलेजला जाणारी माझ्या माहितीतली ही एकमेव मुलगी. मी विचित्र आहे असं तिनं मला सांगितलं होतं. किट कार्सनमध्ये तीन प्रकारची मुलं होती. काही फुटबॉल खेळाडू, तर काही ढगळ्या पँट्स आणि उलट्या टोप्या घालून स्केटिंग करणारी मुलं आणि जीनची पँट, बूट आणि काउबॉयची मोठी हॅट घालणारे रोपर्स. माझ्याकडं काउबॉयची हॅट नव्हती, तरी मला रोपर्सच म्हटलं जाई. काहीही झालं तरी तुम्हाला या तीनपैकी कोणीतरी एक व्हावंच लागायचं. ही फीनी मायर ही मला म्हणाली, की मी अगदीच शामळू रोपर आहे. पण हे म्हणजे अगदीच माणूसघाणा असल्यासारखं झालं. किट कार्सन हायस्कूलमध्ये फीनी मायरखेरीज दुसरं कोणीही असं नव्हतं. वायोमिंगमध्ये अशी माणसं कमी होती. योडोरची गोष्ट मात्र वेगळी होती.

आम्ही आणखी थोडावेळ टीव्ही बघितला. ते फक्त चार प्रकारचे कार्यक्रम बनवतात. पोलीस तपासकथा, वकिलांच्या गोष्टी, डॉक्टर-पेशंटच्या कहाण्या आणि किशोरवयीन मुलांचे कार्यक्रम. आम्ही असाच एक किशोरांचा कार्यक्रम बघितला. एकदम हुशार टीनएज मुलं. हॉलिवूडच्या बाहेर कधीही असं कोणी भेटण्याची सुतराम शक्यता नाही. हे लोक नेहमी फक्त स्मार्ट, अगदी निरुत्तर करण्याजोगं बोलतात. त्यांच्या चेहऱ्यावर काही व्यंग वगैरे नसतं किंवा ते गोची होईल असं काहीही करत नाहीत. वास्तवात अशी माणसं असती, तर त्यांनी किट कार्सनवर सत्ता गाजवली असती. पण सगळ्यांनाच माहीत असतं, की हे दाखवतात ते खरं नसतं. म्हणूनच मला टीव्हीवरचं हे खोटं जग बघायला फारसं आवडत नाही. मी काही एकदम हुशार नाही, पण मला एवढं तरी समजू शकतं. यामुळंच मला 'द इअरलिंग'चा शोध लागला. यात खऱ्या माणसांसारखी माणसं आहेत. उगीचच पुस्तक चकाचक आणि आकर्षक करण्याच्या नादात मूळ गोष्टच तद्दन खोटी वाटायला लागेल असं केलेलं नाही. थोड्या वेळानं मी टीव्हीसमोरून बाजूला झालो आणि मला जरा बरं वाटलं. मग मी डीनने सांगितलं होतं त्याप्रमाणे कपडे ड्रायरमध्ये घातले.

टीन शो नंतर आम्ही वकिली केसेसवर आधारित कार्यक्रम बघितला. नंतर डॉक्टरांचा प्रोग्रॅम. नंतर साधारण दहाच्या सुमारास डीन उठला आणि त्यानं मला बघायचाय का वगैरे काहीही न विचारता फाटकन टीव्ही बंद करून टाकला. मला बघायचा नव्हताच, त्यामुळं फारसा फरक पडला नाही. तो म्हणाला, "सकाळी लवकर उठायला पाहिजे. तुझी गाडी भंगारात द्यायचीये ना."

"होय."

गुड नाईट वगैरे म्हणण्याची तसदीही न घेता तो जिन्यावरून पाय वाजवत वर निघून गेला. कुऱ्हाड डोक्यात घालणाऱ्या खुन्यानं तरी थोड्या मॅनर्स पाळल्या असत्या असं तुम्हाला नक्की वाटेल पण डीनची बातच और होती. एकदा असं वाटलं की तो ह्या मॅनर्सच्या फंदातच पडणार नव्हता. मी हॉलमधून हळूच आवाज न करता बाहेर आलो. तिथं डीनची बॅट अजूनही तशीच उभी केलेली होती. मी ती सोफ्यापाशी आणली. गरज पडल्यास मला ती पटकन मिळेल अशा बेतानं अगदी हाताशीच ठेवली. मग दिवा मालवून मी सोफ्यावर आडवा झालो. कालच्यासारखंच मला पांघरूण वगैरे काहीही मिळालेलं नव्हतं. डीननं कसलीही विचारपूस केलेली नव्हती. आता आखलेल्या बेतानुसार तो मला मारण्यासाठी कधी खाली येतोय याचा विचार करत मी आढ्याकडं बघत स्वस्थ पडून राहिलो. मी असा वाट बघत असताना ते बाबा आदमचं घड्याळ दर पंधरा मिनिटांनी हळू आवाजात टोले देऊन मला सोबत करत होतं. मी स्वत:वर खुनी हल्ला होण्याची वाट बघत थांबलो होतो,

ऐकायला विचित्र वाटतं पण माझ्या मनाच्या एका कोपऱ्यात अजूनही वेडी आशा होती, की असलं काही घडणार नाहीये. माझं एक मन दुसऱ्या मनाला सांगत होतं, 'तू चुकतोयस. तो मागच्या अंगणातला खड्डा हा ड्रेनेजचा फुटका पाईप शोधून बदली करण्यासाठी खणला असणार. ज्यानं त्याला काहीही त्रास दिलेला नाही, अशा एका संपूर्ण अनोळखी माणसाला डीन कशाला ठार मारेल? आणि मी जर केव्हाही इथून निघून जाऊ शकतो, तर तो वार अंगावर होण्याची वाट कशाला बघायची? अंधारातून येणारा शॉटगनचा आवाज आणि उजेड कोणत्या क्षणी होतोय ते बघत बसायचं, पण कशासाठी?

तरीही मी तेच केलं. तो शॉटगन घेऊन खाली आला तर मला त्याची चाहूल नक्की लागेल असं मी स्वत:ला बजावत राहिलो. तो मला तिथं त्या सोफ्यावर तरी नाहीच मारणार. सोफाही मोडेल आणि सगळीकडं रक्त उडून त्याचा हॉल खराब होईल. आपल्या घराचा अभिमान वगैरे नसला तरी त्याला असला उपद्व्याप कशाला करावासा वाटेल? युद्ध काळात करतात तसंच तो करेल. बंदुकीच्या धाकानं आपल्या शत्रूला त्याच्या थडग्यापाशी घेऊन जायचं आणि तिथं आपल्याकडं पाठ करून उभं करायचं. मग मागून पाठीत गोळी घातली, की तो तोल जाऊन पुढं कोलमडतो तो बरोबर त्याच्यासाठी खणलेल्या खड्ड्यातच. मागं साफ करण्याजोगं काहीही उरतच नाही. तो माझ्या नरड्यावर बंदुकीची नळी टेकवेल आणि मला बाहेरच्या खड्ड्यापर्यंत घेऊन जाईल. या मधल्या वेळातच मला काहीतरी हालचाल करावी लागणार होती.

'तो तो तो...' अकरा वाजले तरी तो खाली आला नाही. तो येणारच नव्हता. मी मनाशीच बोललो. हे माझ्याच मनाचे खेळ आहेत ह्या विचारानं मला एकदम सुटल्यासारखं वाटलं. डीनच्या बाबतीत असा काहीतरी विचार मनात येऊ दिला, म्हणजे मी अगदीच मूर्ख होतो. तो जरी जगातला सर्वात उत्तम माणूस नसला तरी तो एक थंड डोक्याचा माथेफिरू खुनीही नव्हता. आणखी पंधरा मिनिटं गेल्यावर माझी खात्री झाली आणि मी स्वप्नांच्या दुनियेत हरवलो. तो सोफा काही खूप स्वच्छ नव्हता, पण छान मऊमऊ होता आणि मुख्य म्हणजे मला मिळालेली उशी एकदम बरोबर झाली. आजूबाजूला कसलेही तरंग न उमटवता एखाद्या शांत तलावात शिरावं तसं हळूहळू झोपेनं मला घेरलं.

"ओडेल?"

त्या तलावात आता माझ्या बाजूला डीन अवतीर्ण झाला होता; पण तो तिथं कसा काय पोचला?

"ओडेल?"

मला खाडकन जाग आली. तो माझ्या डोक्याशी उकिडवा बसला होता आणि माझ्या कानाशी तोंड आणून कुजबुजत होता!

माझा एक हात सोफ्याच्या बाजूला खाली लोंबकळत होता आणि तिथंच हात सहज पोचेल अशा बेतानं ठेवलेली ती बॅट होती. नकळतच माझा हात त्या बॅटच्या दिशेनं पुढं झाला आणि मी बॅट उचलली. माझ्या डोक्यात धोक्याच्या घंटा वाजत होत्या आणि कुणीतरी म्हणत होतं, 'मार त्याला. त्याला मार.' अंधारात डीन माझ्याकडं अगदी विचित्र नजरेनं बघत होता. खिडकीतून बाहेरच्या उजेडाची एक तिरीप येत होती. 'हा आत्ता मध्यरात्री इथं माझ्या उशाशी असा उकिडवा बसून काय करतोय? आणि महत्त्वाचं म्हणजे माझ्या कानात असा कुजबुजतोय कशाला?' त्याच्या बाजूला जमिनीवर ठेवलेल्या शॉटगनपेक्षा मला ह्याचीच जास्त भीती वाटली. बंदूक काही त्याच्या हातात नव्हती हे माझ्या फायद्याचं होतं. मी उठत असताना तो सांगत होता, ''मी कसला तरी आवाज ऐकला बहुतेक.'' मी बॅट उगारली. कोणीतरी घरात घुसलं होतं. तळमजल्यावरनं त्याचा आवाज आला होता. त्यामुळं हे असहाय बाळ मदतीसाठी मला उठवायला आलं होतं म्हणे. काय पण फुसकं नाटक... अंधारात वीज पडावी तशी खाडकन माझी बॅट खाली आली. ती त्याच्या डोक्यात बसली तेव्हा 'ठाक' असा एक विचित्र आवाज आला.

तो वर तोंड करून माझ्याकडं बघत होता. मी आता उभा राहिलो होतो. तो अवाक झाला होता. मी असा बॅट वगैरे परजून तयार असेन असं त्याच्या मनातही आलं नव्हतं. त्यानं माझ्या कानात फुसफुस केल्यामुळं मला बेसावध पकडायची संधी निसटून गेल्याचं त्याच्या लक्षात आलं. खरं तर त्यानं मी अंदाज केला होता तसं बंदुकीच्या नळीनं ढोसून मला उठवायला हवं होतं. पण आता आपला दुष्ट हेतू साध्य करायला त्याला उशीरच झाला होता. बेसावध असताना डोक्यावर फटका बसल्यामुळं तो धाडकन उलटा मागं पडला. पडताना त्याचे डोळे सताड उघडे होते.

मी पुन्हा बॅट उगारली. माझ्या डोक्यात घणाचे घाव बसत होते आणि रक्त उसळत होतं. छातीतली धडधड तर प्रमाणाबाहेर वाढली होती. मला वाटलं आता माझं काळीज बाहेर पडणारे. डीनची हालचाल थांबली होती. मी वर्मी मारलं होतं बहुतेक. तो अगदी निपचित पडला होता. बहुधा मेला असावा. त्यानं फक्त पायजमा घातला होता. अंगात शर्ट, बनियन काहीच नव्हतं. त्याची छाती हलताना दिसत होती. म्हणजे तो जिवंत होता. फक्त बेशुद्ध पडला होता एवढंच. मी त्याला एकच फटका लगावला होता. तो देखील सोफ्यावरून उठता उठता, म्हणजे पूर्ण शक्तीनिशी नाहीच. बॅटनं ठोकून काढायला ही उठतानाची अर्धवट स्थिती काही चांगली नव्हती. यानं तो बेशुद्ध झाला हे ठीक होतं. त्याची बंदूक तिथंच बाजूला होती. मी ती उचलली आणि खोलली. आत गोळीच नव्हती. हा बावळट असा रिकामी बंदूक घेऊन मला मारायला खाली का आला? मी त्याला मारण्यापूर्वी तो म्हणाला होता, की त्यानं कसला तरी आवाज ऐकला होता. चोरच असावा, पण

तरीही रिकामी बंदूक चोराच्या पुढ्यात काय कामाची? का तो त्याला फक्त घाबरवणार होता? हूल देणार होता? का मला त्या खड्ड्यापर्यंत नेणार होता? पण मग तो मला मारणार कशानं होता? हे गणित काही जुळत नव्हतं.

त्याला श्वास घ्यायला बहुतेक त्रास होत होता. तो शुद्धीवर आल्यावर हा काय प्रकार आहे ते मी त्याला विचारणार होतो. थोड्या वेळानं माझी धडधड कमी झाल्यावर मी विचार करू लागलो. मला संपूर्ण शक्तीनिशी जरी मारता आलं नसलं, तरी मी त्याला बऱ्यापैकी जोरात मारलं होतं. त्याला असं मारल्याबद्दल मला आता थोडं वाईटही वाटू लागलं होतं. पण तो असा मध्यरात्री बंदूक घेऊन माझ्या कानात कुजबुजायला लागल्यावर मी तरी दुसरं काय करावं अशी त्याची अपेक्षा होती? कुणालाही झोपेतून उठवायची ही कुठली मूर्खासारखी पद्धत होती? सगळा दोष त्याचाच होता. मी तरी असाच विचार केला. आता पुन्हा मी झोपू तर शकणारच नव्हतो. डीन सोफ्याच्या बाजूलाच तर पडला होता. विचित्र आवाज करत त्याच्या छातीचा भाता वरखाली होत होता. मग मी जाऊन पाणी पिऊन आलो. मला चक्क रडावंसं वाटत होतं. किती विचित्र होतं हे. मी रडलो देखील. आत्तापर्यंत मी कुणालाही नुसत्या माझ्या हातांशिवाय कशानंही मारलं नव्हतं आणि ते सुद्धा त्यांनी माझी खोडी काढल्यावरच. याला मात्र मी बॅटनं मारलं होतं. असा विचार केला तर ही खरंच खूप वाईट गोष्ट होती. कुऱ्हाडीनं मारणं किंवा सरळ गोळीच घालणं हे आणखीनच वाईट होतं. पण तरीही बॅटचा हल्लासुद्धा वाईटच होता.

त्याच्या श्वासाचा आवाज ऐकणं मला सहन होईना, म्हणून मग मी त्याला उचललं आणि वर त्याच्या खोलीत नेऊन कॉटवर आरामशीर झोपवलं. मग तिथला दिवा मालवून मी खाली आलो. माझ्या डोक्यात विचारांचं मोहोळ उठलं होतं. आता नाहीतरी झोपेचा दिलासा मिळणं कठीणच होतं. मी 'द इअरलिंग'ची काही पानं वाचायचा प्रयत्न केला, पण वाचलेलं काहीही माझ्या डोक्यात घुसत नव्हतं. म्हणून मग मी तेही सोडून दिलं. शेवटी मी बाहेरच्या आरामखुर्चीत बसून रातकिड्यांचे आवाज ऐकू लागलो.

तीन

कोंबड्याच्या आरवण्यानं मला जाग आली. मी आरामखुर्चीत गाढ झोपलो होतो. तो मूर्ख कोंबडा चक्क माझ्या अंगावर चढला होता आणि माझ्या कानाशी फडफड करून ओरडत होता. भीतीनं मला हार्टअ‍ॅटॅक आला असता. घाबरून मी एवढ्या जोरात उडालो की त्यामुळं तो कोंबडासुद्धा भ्यायला आणि कलकलाट करत पायऱ्या उतरून पळून गेला. काही क्षण गेल्यावर मी जरा शांत झालो आणि मग सावकाश आत गेलो. तेव्हा त्या घड्याळात पाचचे ठोके पडत होते.

वर डीनच्या खोलीत जाऊन पाहिलं तर तो अजूनही बेशुद्धच होता किंवा गाढ झोपेत होता. नक्की सांगणं कठीण होतं. त्याला तिथंच लघवी झाली होती, पण मी काही त्याचे खराब झालेले कपडे बदलणार नव्हतो. मी हे कपडे बदलताना तो उठला असता म्हणजे मग त्याला कदाचित असं वाटलं असतं की तो असा असहाय स्थितीत असताना मी त्याच्याशी घाणेरडे चाळे करत होतो.

त्याला तसंच सोडून मी त्याच्या डोक्याकडं नीट पाहिलं. जरा हातानं चाचपलं. बॅट जिथं बसली तिथं छानपैकी टेंगुळ आलं होतं, पण रक्त नव्हतं. म्हणजेच मी त्याला फार जोरात मारलं नव्हतं. माझ्या मनावरचा भार जरा हलका झाला आणि मी नाश्ता बनवायला खाली आलो. डीनच्या रात्रीच्या बावळटपणासाठी मी त्याला माफ करायला तयार होतो आणि तो खायला तयार असता तर मी त्याच्यासाठी नाश्ता सुद्धा बनवला असता.

दोन घास पोटात गेल्यावर मला खूपच बरं वाटलं. बेकन, अंडी, टोस्ट यापेक्षा जास्त चांगलं काय असू शकत होतं? बेकन आणि हॅम. डीनच्या भाषेत पिगमीट. तो हे खात नव्हता. मग हे ब्री मावशीसाठी आणलेलं असणार. ती फ्लोरिडाहून कधी परत येणार होती कोण जाणे. याविषयी डीन काहीच बोलला नव्हता. कदाचित आजच घरी आली असती. हा विचार मनात आल्यावर आता पुढे काय करायचं, हा भुंगा मला सतावू लागला. मी पुन्हा वर जाऊन डीन उठला आहे का, खायला

येणार आहे का ते बघितलं. पण अजूनही तो तसाच होता आणि अजून थोडा वेळ तरी तो उठण्याची चिन्हं नव्हती. म्हणून मग मी बाहेर आलो आणि एकूण परिस्थतीचा विचार करू लागलो.

गवत कापण्याच्या त्याच्या वेळापत्रकाप्रमाणं आज त्याला चार ठिकाणी जायचं होतं. पण कालच्या प्रमाणं आजही तो हे काम करण्याच्या स्थितीत नव्हता. डीनचं डोकं ठिकाणावर नव्हतं आणि तो कामावर जाऊ शकत नव्हता. दोन्ही दिवशी त्याच्या गैरहजेरीला एकापरीनं मी जबाबदार होतो. म्हणून आजही त्याचं अर्धवट राहिलेलं काम पूर्ण करणं माझ्यावरच पडलं.

त्याला मारल्याबद्दल मी निदान एवढं तरी करू शकत होतो. त्यानं आपल्याच मूर्खपणानं हा मार ओढवून घेतला असला, तरीही मी या सगळ्याकडं याच दृष्टीनं बघत होतो. किचनमधला पसारा आवरून झाल्यावर मी ट्रक बाहेर काढला आणि त्या दिवसाची कामं आटपायला निघून गेलो. किचनमधल्या टेबलावर मी डीनसाठी एक चिठ्ठी लिहून ठेवली. तो उठल्यावर हे काय चाललंय असं त्याला वाटायला नको म्हणून मी सगळं व्यवस्थित लिहून काढलं.

थोडा वेळ गेल्यावर, साधारण दुपार व्हायला आल्यावर मी वॉलमार्ट इथं थांबलो आणि माझ्यासाठी हवाईमधले लोक वापरतात तसली एक मोठी हॅट घेतली आणि एक शॉर्ट पँटपण घेतली. उन्हापासून आणि घामापासून मला माझा बचाव करायचा होता. मी स्लीपर्सपण घेतल्या, कारण ते काउबॉयचे बूट शॉर्ट पँटवर फारच विचित्र वाटत होते. तुम्ही टॉपलेस मॉडेल असलात आणि आणि मायक्रो शॉर्टस घालत असलात तर गोष्ट वेगळी होती. सगळं मिळून चाळीस डॉलर्सपेक्षा कमी खर्च झाला. मॅकडोनाल्डमध्ये जेवून मी फटाफट कामं संपवली. मग मी एका पब्लिक टेलिफोनजवळची डिरेक्टरी मिळवली आणि सैन्य भरती केंद्राचा पत्ता शोधला. ते लिंकन अॅव्हेन्यूवर होतं.

मी सरळ तिथं गेलो. पण तिथल्या खिडक्यांना आतून चुना मारला होता. म्हणजे डीन सांगत होता ते बरोबर होतं. ती डिरेक्टरी जुनी होती. फेकून द्यायच्या लायकीची. पण फोन बूथमध्ये जुनीच डिरेक्टरी असते. खात्री करून घेण्यासाठी मी तिथल्या शेजारच्या हार्डवेअरच्या दुकानात गेलो आणि या भरती केंद्राबद्दल विचारलं. तिथला माणूस म्हणाला की हे ऑफिस आता इथून मॅनहॅटनला हलवलं गेलंय. हे कॅलिस्टोपेक्षा खूपच मोठं गाव आहे. कॅन्सासमधलं मॅनहॅटन. न्यूयॉर्कचं नाही. मी जेव्हा सैन्यात जायचं ठरवलं, तेव्हा असं काही होईल याचा मी विचारच केला नव्हता. पण जर डीननं मला आणखी थोडे दिवस काम करू दिलं, तर मी थोडे पैसे साठवून बसनं मॅनहॅटनला जाऊन सैन्यात भरती होऊ शकलो असतो.

घरी परत येताना एक तपकिरी रंगाची कॅडिलॅक भरधाव वेगानं माझ्यापुढं गेली. त्या गाडीमुळं उडालेला धुरळा माझ्या अंगावर बसू नये म्हणून मला त्या ट्रकच्या काचा वर कराव्या लागल्या. डीनच्या अंगणात पोचेपर्यंत मी पुन्हा त्या गाडीबद्दल विचारही केला नाही. पण मग बघितलं तर ती गाडी त्या अंगणातच उभी होती आणि एक माणूस घराच्या पुढच्या दरवाजापाशी उभा होता. मी ट्रक गॅरेजमध्ये नेला आणि बाहेर पडायला मुद्दाम वेळ लावला. मला वाटलं एव्हाना डीन बाहेर येऊन त्या माणसाशी बोलायला लागला असेल. पण तो बाहेर आला नव्हता. तो माणूस मागं वळून माझ्याकडं बघत होता. पण मग डीन कुठं होता? आत्तापर्यंत तो उठायला हवा होता. कदाचित काल जे घडलं, त्यामुळं तो चिडला होता आणि त्याला कोणाशीही बोलायची इच्छा नव्हती, म्हणूनच तर तो दारावरची घंटा वाजली तरी दार उघडत नव्हता.

मी पुढं झालो. तो माणूस मला पायऱ्यांवरच भेटला. "मिस्टर लोरी?" त्यानं विचारलं. आता काय उत्तर द्यावं यावर मी क्षणभर विचार केला. मगाशी मी म्हटलं ना, मी पटकन संवाद साधू शकत नाही ते हे असं. फक्त आत्ता हे घडायला तसंच कारण होतं. डीनची तब्येत नक्की कशी आहे, कितपत गंभीर आहे, तो अजूनही बेशुद्धच आहे की काय, ह्याची मला कल्पना नव्हती. तो जर खरंच अजूनही शुद्धीवर आलेला नसला, तर हे सीरीयस होतं. आलेला गृहस्थ कोण होता, कशाला आला होता, तो काय एखादा फालतू विमा एजंटसुद्धा असू शकत होता. मला काहीच माहीत नव्हतं. त्याला कालच्या रात्रीचा विचित्र प्रकार सांगण्याची गरजच काय होती? मला ते सगळं त्याला बिलकूल सांगायचं नव्हतं. मी आपला नुसताच त्याच्याकडं बघत राहिलो. माझा मेंदू भराभर काम करत होता. विचार उलटसुलट धावत होते. मग मी त्याला विचारलं, "कोण आपण? काय काम होतं?" या परिस्थितीत त्याच्या प्रश्नाला माझा हा प्रतिप्रश्नअगदी बरोबर ठरला. मी अगदी सौजन्यानं बोलत होतो. तो मला डीन समजत होता, पण मीच डीन आहे हे मी कबूल केलं नव्हतं.

त्यानं शेकहँडसाठी हात पुढं केला. तो एकदम वरच्या पायरीवर उभा होता आणि मी एकदम खालच्या. त्यामुळं मला थोडं वाकावं लागलं. तो वयस्कर दिसत होता. साधारण साठीचा असावा. त्याचे केस रुपेरी असले तरी दाट होते आणि व्यवस्थित कापलेले होते. त्यानं मिशीपण ठेवली होती. चांगला सूटबूट घातला होता. त्यानं वापरलेल्या सेंटचा छान वास येत होता. मला एकदम आठवलं की मी गेल्या दोन दिवसांत दाढीच केलेली नाही. माझे दाढीचे खुंट तसेच होते. त्यात आणखी भर म्हणजे दिवसभर उन्हात काम केल्यामुळं मी घामेजलेलो होतो. "चेट मर्चंड," तो म्हणाला, "आपण रस्त्यात क्रॉस झालो बहुतेक. ट्रकच्या दारावरचं नाव पाहिल्याचं लक्षात राहिलं माझ्या. आज छान हवा आहे. कसं काय झालं तुझं आजचं काम?"

"ठीकच झालं माझ्या मते."

मी पायऱ्या चढून वर आलो आणि दरवाजा उघडला. कोणत्याही क्षणी डीन आळोखे पिळोखे देत बाहेर येईल आणि पुढचं बघून घेईल मला अजूनही वाटत होतं. पण अर्थातच असं काहीही घडलं नाही. पुन्हा मलाच या गृहस्थाला आत बोलवावं लागलं. मी त्याला सरळ किचनमध्येच घेऊन गेलो आणि बसायला सांगितलं. सकाळी मी तिथला पसारा आवरला होता याचं मला फार बरं वाटलं. मग मला वाटलं की मी त्याला हॉलमध्ये न्यायला हवं होतं. पण आता त्याला उशीर झाला होता. हॉलमध्ये खूप पसाराही होता, त्यामुळं झालं ते एकापरीनं बरंच झालं असं मला वाटलं. मी पण त्याच्यासमोर बसलो. आता त्याला पाणी विचारायला हवं होतं. नाही तरी मलाही तहान लागलीच होती. पण हे सगळं नंतर. डीन या माणसाला ओळखत नव्हता हे उघड होतं. म्हणजेच याचं फारसं महत्त्वाचं, खूप वेळाचं काम नसणार. मला अजूनही तो विमा एजंटच वाटत होता. सकाळी मी डीनसाठी लिहून ठेवलेली चिठ्ठी तिथेच होती. मी ती घाईनं उचलली आणि चुरगाळून टाकली.

चेट गाड्याकडे बघून प्रसन्न हसला आणि म्हणाला, "मिसेस वेन आज घरी आहेत का?"

आता ही कोण बया, मी विचार करू लागलो. मग माझी ट्यूब पेटली की मिसेस वेन म्हणजे ब्री मावशी असणार. आता ह्या घरगुती प्रश्नांची उत्तरं डीननं द्यायला पाहिजे होती. पण हा कुठे उलथला होता?

"ती फ्लोरिडाला गेलीये सुट्टीला."

"फ्लोरिडाला सुट्टीला," तो म्हणाला, "छानच प्रदेश आहे. निसर्गसौंदर्य बघण्यासारखं आहे."

"मी पण जाणारे तिथं एकदा. 'द इअरलिंग', पुलित्झर पुरस्कार मिळालेलं पुस्तक, ती गोष्ट फ्लोरिडात घडते. फक्त खूप खूप वर्षांपूर्वी."

"हो. मस्त पुस्तक आहे ते. मी पण लहानपणी वाचलंय."

आता त्याच्यासमोर मला नर्व्हस वाटायला लागलं होतं. त्याचं काय काम होतं?

"हां तर मग," तो कामाचं बोलू लागला, "मिसेस वेन घरी नाहीयेत याचं मला खरं तर आश्चर्य वाटतंय. पण ठीके आता. आपणही दोघं बोलून काय ते ठरवू शकतो. मी तुला डीन म्हटलं तर चालेल ना?"

"हो. हो." त्यानं मला डोनाल्ड डक म्हटलं असतं तरी मला चाललं असतं. त्यानं काय फरक पडणार होता?

"तू मला चेट म्हण. आता मी इथं का आलो ते. अरे डीन, तुझी मावशी तुझ्याशी याबद्दल काही बोललीये का?"

मी आढ्याकडे नजर लावली आणि आठवायचा प्रयत्न करत असल्याचं नाटक केलं.

''नाही.''

''नवल आहे. पण असू दे. आमचा जो काही पत्रव्यवहार झालाय, त्यावरून मला वाटलं की तुमचं याविषयी काही बोलणं झालं असावं.''

''नाही बुवा. माझ्याशी ती काहीही बोललेली नाही.'' हे बाकी संपूर्ण सत्य होतं. खोटं न बोलताही लोकांना खोटं सांगता येतं हा नवीन शोध मला लागला होता. मी पूर्वी असा काही विचार केला नव्हता आणि आता माझं मलाच ह्याचं खूप आश्चर्य वाटलं.

''ठीके मग. आपण सुरुवातीपासूनच सुरू करू या, कसं?''

''ठीक आहे.''

''डीन, मिसेस वेनना तुझ्याबद्दल कळकळ वाटते. मी काळजी किंवा चिंता म्हणालो नाही. पण तुला नीट समजावे म्हणून हा शब्द वापरलाय. ह्या सच्च्या ख्रिश्चन बाईंना तुझ्या भवितव्याविययी आस्था आहे. सॉरी, मी आता थोडं नाटकी बोलणारे. पण त्यांना तुझ्यातल्या त्या देवाच्या अंशाबद्दल, तुझ्या आत्म्याबद्दल कळकळ आहे.''

''हं हं.''

''मिसेस वेननी आमच्या खात्याशी संपर्क साधला होता आणि तुझ्याविषयीची त्यांची भावना व्यक्त केली होती. विशेषत: डीन, तुझ्या आयुष्यातल्या हल्लीच्या घटनांबद्दल. तुझं आंतरिक आयुष्य. तुझं मन, आत्मा वगैरे. डीन, मला वाटतं मला काय म्हणायचंय ते तुला कळतंय.''

मी मान हलवली. डीन माझ्याशी त्याचं मन, आत्मा असलं काहीही बोलला नव्हता. आम्ही माझ्याकडची कॅप्टन मॉर्गनची बाटली संपवली, तेव्हा जास्त करून आपला म्हातारा कसा फालतू होता, माझी आई तिच्या तरुणपणीच गेली हे किती वाईट झालं, त्याची आई दुसऱ्या कुणाबरोबर तरी पळून गेली आणि पुन्हा कधीही त्याला भेटली नाही, एवढंच नाही तर ती स्वत:च्या बहिणाला, ब्रीमावशीला सुद्धा नंतर भेटलेली नव्हती, पत्र-फोन काहीही केलेलं नव्हतं, कुटुंब असं उद्ध्वस्त होणं किती शरमेचं आहे, अशा टाईपच्या गप्पा मारल्या होत्या.

''मी कशाबद्दल बोलतोय त्याचा तू अंदाजसुद्धा करू शकणार नाहीस डीन.''

''नाही सर. त्यानी याचा काहीही उल्लेख केलेला नाही. मला म्हणायचंय, तिनं.''

''मग मी सगळं स्पष्टच करून सांगतो. तुझ्या मावशीने आमच्या खात्याकडे, आपल्याला काळजी वाटते हे बोलून दाखवलं होतं. तुला आमची संस्था तरी माहितीये ना? बॉर्न अगेन फाउंडेशन.''

हे नाव ओळखीचं वाटत होतं. रात्री उशिरा टीव्हीवर धार्मिक कार्यक्रम लागतात किंवा त्वचेची काळजी घ्या टाईप प्रोग्रॅम असतात त्यात कधीतरी मी एका काळ्याभोर तेलकट केसवाल्या माणसाला तावातावानं बोटं रोखून, शिरा ताणून बोलताना ऐकलं होतं. काय बरं नाव होतं त्याचं?

''प्रीचर बॉब.'' मला एकदम आठवलं.

''हो. लोक त्याला त्याच नावानं ओळखतात.'' चेट म्हणाला, ''अर्थात ऑफिसमध्ये. म्हणजे त्याला ऑफिस म्हणायचं झालं तर. आम्ही त्यांना नुसतं बॉब म्हणतो. त्यांनाही हेच नाव आवडतं. अनौपचारिक आणि अवडंबर नसलेलं. रॉबर्ट जेरोमी मिनिस्ट्रीज हे आमचं खरं संपूर्ण नाव आहे. पण आज आत्ता आपण या तपशिलात शिरायची गरज नाही डीन. आपण इथे तुझ्याविषयी बोलायला बसलो आहोत.

''आता डीन, तुला मी कशाबद्दल बोलतोय याची थोडी तरी कल्पना असणारे. तू फक्त थोडं वेड पांघरून बघतोयस असं मला वाटतं.''

कोणीही मला कधी खूप हुशार वगैरे म्हटलेलं नव्हतं. मला हरभऱ्याच्या झाडावर चढवून तो माझ्या गळ्यात काही तरी मारण्याचा प्रयत्न करतोय अशी शंका मला यायला लागली होती. मी अजिबात हुशार वगैरे नाहीये त्यामुळं त्याच्या अशा बोलण्यानं माझा संशय पक्का झाला. तो हसतमुखानं बघत होता. तरीही काहीतरी गडबड आहे हा किडा माझ्या डोक्यात वळवळू लागला. मी काहीही न बोलता फक्त छान हसून त्याच्याकडे पाहिलं. मी स्मार्ट आहे असं त्याला का वाटतंय, ते त्यानंच सांगायचं होतं. मी, म्हणजे त्याच्या मते डीन, तो मला थोडा सुद्धा हुशार वाटला नव्हता. असामान्य बुद्धिमत्ता तर खूपच दूरची बात होती.

''डीन, आता मी सरळ मुद्यालाच हात घालतो. मिसेस वेननी आम्हाला कळवलं होतं की, तू आपल्या फादरवरचा विश्वास मोडीत काढायला निघाला आहेस आणि इस्लाम धर्म अंगीकारणार आहेस.''

मी त्याच्याकडे बघतच राहिलो. तो हे काय बडबडत होता? डीन तर माझ्याशी मुसलमान होण्याबद्दल वगैरे काहीच बोलला नव्हता. ते लोक डीनसारखे दिसत नाहीत. त्याचा तो 'बॅड टू बोन टीशर्ट' असलं काही ते वापरणं शक्य नाही, ते दारू सुद्धा पीत नाहीत हे पण जगजाहीर आहे. पण डीन प्यायला होता आणि फक्त एखादा घोट नाही, तर भरपूर घेतली होती त्यानं. कशाचाच ताळमेळ लागत नव्हता. काय बोलावं ते मला समजेना. हे सगळं अगदी कॉमेडी होतं. पण चेट माझ्याकडे निरखून पाहत होता. मी काहीतरी प्रतिक्रिया व्यक्त करावी अशी त्याची अपेक्षा होती. तो गेल्यावर मी डीनला उठवणार होतो आणि हा काय प्रकार आहे ते खडसावून विचारणार होतो.

''तू अजूनही असा अविचार करायचा बेत करतोयस डीन? मी अतिशय तीव्र शब्दांत तुझा धिक्कार करतो. तुझ्यापुढे तुझं संपूर्ण आयुष्य पडलंय आणि असं

असताना तू तुझ्या अमर आत्म्याला इतकी जबर शिक्षा करतोयस. नुसत्या या विचारानंच माझ्या जिवाचा थरकाप होतोय. पुन्हा एकदा नीट विचार कर.''

मी तेच तर करत होतो. आता मला एकेक गोष्ट आठवायला लागली. तो म्हणाला होता की, तो डुकराचं मांस खात नाही. इस्लाम धर्मात डुक्कर हा प्राणी निषिद्ध मानला गेलाय, हे पण सगळ्यांना माहीत आहे. म्हणजेच चेट जे सांगत होता त्यात तथ्य होतं.

''हो.'' मी म्हणालो.

चॅटचा चेहरा पडला. तो खूप अपसेट झालेला दिसत होता. जणूकाही मी त्याला सांगितलं होतं की, मी कुत्र्याची छोटी पिल्लं पोत्यात घालून बुडवून आलोय. त्याला उगीचच असा मनस्ताप दिल्याबद्दल मला खरंतर वाईट वाटलं. कारण मी कुठे इस्लाम धर्म स्वीकारणार होतो? तो वर निवांत झोपलेला प्राणी आपल्या मावशीला, प्रीचर बॉबना आणि चेटला सतावत होता. डीन उठल्यावर मी त्याला याचा जाब विचारणार होतो. असं एकदम मुसलमान होण्यात काय मतलब होता? एक तर तुम्ही अरबसुद्धा नाही, मग धर्मांतर कशाला हवं होतं? अमेरिकन माणसांचा धर्म ख्रिश्चन आहे हे सगळ्यांना माहितीये. मी काही नित्यनेमाने चर्चमध्ये जात नाही, माझा बाप पण जात नसे. मी त्याचंच अनुकरण केलं. इतर लोकांसारखा माझा चर्चशी फारसा संबंध आला नाही, पण तरीही मी सरळ सांगू शकत होतो, धर्मांतर हा डीनचा शुद्ध वेडेपणा होता. चेट अस्वस्थ झाला, तर त्यात नवल नव्हतं.

''डीन, तू सगळ्या बाजूंचा पूर्ण विचार करतोयस ना?''

''होय सर. मी करतोय.''

''इतका महत्त्वाचा निर्णय घेताना आपल्या आजूबाजूच्या लोकांच्या भावनांचाही विचार कर. आपण फक्त तुझ्या आत्म्याबद्दल बोलत नाहीओत. तुझ्या या निर्णयाचा तुझ्यावर मनापासून प्रेम करणाऱ्या मिसेस वेनवर काय परिणाम होईल? तुझी आई गेल्यापासून त्यांनीच तुला लहानाचा मोठा केलाय, तुझ्यासाठी खस्ता खाल्ल्यात. तुझ्यावर इतकी माया करणाऱ्या या बाईच्या मनाला किती यातना होतील, त्यांच्या मनस्तापाचं कारण नाही व्हायचंय ना तुला, व्हायचंय का डीन? तुझ्या या अशा घिसाडघाईच्या टोकाच्या विचारांच्या नुसत्या कल्पनेनंच मला आणि बॉबला किती दुःख होतंय. त्यानं स्वतः मला इथं पाठवलं आणि तुझ्याशी बोलायला सांगितलं. त्यामुळं तुझा विचार बदलतोय का, तुला तुझी चूक उमगतीये का, ते बघू या म्हणाला. का तुझा निर्णय पक्का आहे? इस्लामी अधिकाऱ्यांकडून तुला पुढच्या सूचना मिळाल्यात का? या एरियात हे इतक्या पटकन होईलसं वाटत तरी नाहीये. बरोबर आहे ना माझं डीन?''

''या एरियात हे क्वचितच घडतं.'' मी सहमती दर्शवली. एक तरी खरी गोष्ट बोलल्यावर मला जरा बरं वाटलं. चेटला सुरुवातीलाच मी डीन नाहीये हे सांगितलं

नाही, ही घोडचूक केली असं आता मला वाटायला लागलं. पण आता वेळ निघून गेली होती. मी घड्याळाचे काटे उलटे फिरवू शकत नव्हतो.

"डीन, तू मला एक सांग. इस्लाममध्ये असं काय आहे जे तुला ख्रिश्चन धर्मात मिळणार नाही, त्यात तुला विशेष काय आवडलं?"

मला उत्तर देता आलं नाही. अजूनही वरच्या मजल्यावरून काहीही आवाज येत नव्हता, म्हणून मग मला वाटलं की कदाचित डीन कुठेतरी बाहेर गेला असावा. तो सकाळपासून असा झोपून कसा राहील? पण मग गाडीशिवाय तो बाहेर तरी कसा जाईल?

"मिसेस वेन म्हणाल्या होत्या की तुझ्या लहानपणी तुमच्या घरी काही प्रॉब्लेम्स होते. नकळत्या वयात तुला काही भयंकर गोष्टींना सामोरं जावं लागलं. म्हणून मग डीन मला असं वाटतंय, की तू जे काही करायचं ठरवतोयस, ती तुझी सुप्त मनातली या न सुटलेल्या समस्यांवरची प्रतिक्रिया आहे. खूप पूर्वीपासूनच तू त्यांच्याबरोबर चर्चला जाणं सोडून दिलंस. त्यांचा चर्चवरचा गाढा विश्वास तिळमात्रही कमी झाला नाही म्हणून तू त्यांना शिवीगाळही केलीस. हे असं खाजगी कारण आहे. हो ना डीन? प्रभूचं अचूक मार्गदर्शन मिळालं नाही, तर आपल्या मनात वादळ घुमायला लागतं. योग्य व्यक्तीजवळ आपलं मन मोकळं केलं ना, तर आपल्या मनातलं हे वादळ शमतं. असंच घडलंय का तुझ्या बाबतीत? तुला वाटेल, की मी एकदम तुझ्या खाजगी गोष्टीत नाक खुपसायला लागलो; पण यात तुझा दोष नाहीये. आपल्या सुप्त मनातील भावनांइतकं खाजगी दुसरं काहीही नसतं. डीन, या गोष्टींचा आपापसात संबंध आहेच किंवा मला म्हणायचंय, की यांचा संबंध नाहीये. अगदी नैसर्गिक आणि अजरामर अशा सच्च्या विश्वासापासून तू स्वत:ची नाळ तोडलीस. सगळ्यांच्याच श्रद्धेबद्दल मला आदर आहे. इतर धर्मातल्या, भिन्न संस्कृतीतल्या, सगळ्यांनाच आपापल्या विश्वासानुसार, श्रद्धेनुसार वागायचा अधिकार आहे. आपली श्रद्धास्थानं ठरवायचा हक्क आहे. आपण अमेरिकेत राहतोय. हे राष्ट्र ख्रिश्चन धर्माच्या तत्त्वांवर उदयाला आलं आहे. या शेकडो-हजारो वर्षांच्या परंपरा मोडीत काढणं हा अक्षम्य अपराध आहे. डीन बेटा, तुला समजतंय का मी काय म्हणतोय ते?"

"हं, हां."

"मग जरा गांभीर्यानं या सगळ्याचा पुन्हा विचार कर."

त्याच क्षणी माझ्या मनात एक विचार चमकून गेला. डोक्यावर मार बसल्यानंतर पूर्ण सावध होण्यापूर्वीच डीन त्या अंगणातल्या खड्ड्यापाशी गेला असला, तर तो आत पडला बिडला तर नसेल? मग तसं जर असेल, तर तो इथं टेबलाशी बसून चेटशी या सगळ्या भंकस प्रकाराबद्दल बोलणार कसा हे या आधी माझ्या डोक्यात

कसं नाही आलं? खड्ड्यात त्याचा तोल गेला, तेव्हा त्याचं डोकं पुन्हा आपटलं असेल, तर आत्ता त्याला माझ्या मदतीची आवश्यकता असणार. नक्कीच.

"एक्सक्यूज मी!"

मी ताडकन उठलो आणि त्या मागच्या दारातून बाहेर पडलो. त्या खड्ड्यापाशी येऊन बघतो तर तो रिकामा होता. आत कुणीही पडलेलं नव्हतं. मला वाटलं होतं तसलं काहीही झालेलं नाहीये हे बघितल्यावर मला खूप हायसं वाटलं. पण मग हा गेला कुठे? मी तसाच परत घरात आलो आणि वरच्या मजल्यावर गेलो. मी सकाळी बाहेर पडलो तेव्हा डीन जसा झोपला होता, अगदी तसाच तो तिथं कॉटवर झोपलेला होता. मी जवळ जाऊन त्याला ढोसलं, तो ढिम्म हलला नाही. मला सत्य परिस्थती कळली, पण माझा त्यावर विश्वास बसत नव्हता. मी त्याच्या नाकापाशी कान नेऊन नीट ऐकायचा प्रयत्न केला. पूर्ण शांतता होती. डीन मेला होता. मी सकाळी निघालो तेव्हा तो जिवंत होता. नंतर कधीतरी त्याला मृत्यूनं गाठलं असणार. म्हणजे सबंध दिवस तो तसाच पडला होता. परत आल्यावर मला कळणार होतं की तो आता या जगात नाहीये.

अरे देवा! आता मी काय करणार होतो? मी खोलीतल्या खोलीत गोल गोल चकरा मारल्या. फिरता फिरता मी हाताची घडी काय घालत होतो, मध्येच हात लांब काय करत होतो, तर मध्येच उठाबशा काढत होतो. माझे वेडे चाळे चालू होते. त्यावेळी मी नक्की काय काय केलं, माझ्या मनात काय आलं हे सगळं आठवणं कठीण आहे. मी डीनवर केलेल्या त्या बॅटच्या वाराचा पूर्ण फटका आता मला बसला होता.

मी किती वेळ असा भिरभिरलो कोण जाणे. मग एकदम मला आठवलं की खाली चेट बसलाय. त्याला या डीनकडनं त्याच्या प्रश्नांची उत्तरं हवी आहेत. एक मात्र झालं, की डीन ख्रिश्चन म्हणूनच मेला होता. त्यानं धर्मांतर करण्यापूर्वीच सगळं आटोपलं होतं. म्हणजे या धर्मातल्या समजुतीनुसार त्याचा आत्मा स्वर्गात गेला असणार. मुसलमानांचा जिथे कुठे जातो तिथे नसणार गेला. तिथे म्हणे प्रत्येक माणसाच्या सेवेला निदान चार-पाच तरी मुली हजर असतात. कदाचित त्याला तिथं जायला जास्त आवडलं असतं. पण आता सगळ्यालाच उशीर झालाय. तो ख्रिश्चन म्हणूनच गेला. ख्रिश्चन असताना त्याचा खून झाला असं म्हणायला हवं. म्हणजे स्पष्टच बोलायचं झालं तर. पण मी असं स्वच्छ म्हटलं नाही. माझी गाडी बंद पडली तेव्हापासून या क्षणापर्यंत सगळं नाहीसं व्हावं, एखादं फडकं फिरवून पुन्हा संपूर्ण पाटी कोरी करावी, असं मला वाटलं.

खाली किचनमध्ये चेटनं उठण्यासाठी आपली खुर्ची मागं सरकवल्याचा आवाज मी ऐकला. तो वर येता कामा नये. त्यानं डीनला बघता कामा नये. तो

मेलाय, त्याचा खून झालाय हे त्याला कळलं तर सॉलिड गोची होणार होती. म्हणून मी अगदी हळूहळू खाली गेलो. माझं विचारचक्र मात्र जोरात फिरत होतं. परत परत माझी गाडी एकाच मुद्याशी येत होती. आता मी स्वत: डीन असल्याची जी बतावणी केलीय, त्यापासून मागं हटणं शक्य नाहीय. मी अजून तरी फारसं खोटं बोललेलो नव्हतो. पण इथून पुढं मी एक अक्षरही बोललो नाही, तरी मी खोटाच ठरणार होतो. मी केवळ हाच विचार करत होतो.

तो हॉलमधल्या त्या बाबा आदमच्या घड्याळासमोर उभा असलेला मला दिसला. "छान जुना पीस आहे." तो म्हणाला. डायलवरची नक्षी नीट दिसावी, म्हणून तो पढं झुकून काचेला नाक लावून बघत होता. "कधीपासून आहे हे तुमच्या खानदानाकडे?"

"पन्नास-साठ वर्षं तरी झाली असतील माझ्या मते."

पहिलं खोटं. आता या काळ्याकुट्ट गुपितामुळं माझं आयुष्यच पूर्णपणे बदलून जाणार होतं. ह्या अचानक बसलेल्या जबरदस्त धक्क्यातून मी अजून पुरता सावरलो नव्हतो. मी चेटला मारून त्या खड्ड्यात पुरतोय असं काही तरी माझ्या डोळ्यांसमोर तरळत होतं. पण त्याला तर माझ्या गुपिताची कल्पनाही नव्हती, मग त्याच्यापासून मला कसला धोका होता? कसलाच नाही. कशाचाच अर्थ लागत नव्हता. म्हणून मग मी चेटला मारलं नाही. माझ्यात झालेला बदल त्याच्या लक्षात येण्यापूर्वी तो इथून पटकन गेला तर बरं असं मात्र मला वाटत होतं. जणूकाही माझ्या गळ्यात कुणीतरी 'खुनी' अशी पाटी अडकवली होती किंवा माझ्या डोळ्यात वेडाची झाक आली होती, जी त्याला सहज दिसली असती.

"डीन, सगळं ठीक आहे ना बाबा?"

"हो हो. काही प्रॉब्लेम नाहीये."

"ज्या तऱ्हेनं तू झटकन बाहेर गेलास, मला वाटलं काय झालं एकदम."

"छे छे. कुठे काय, काही नाही."

"ठीके मग. ज्या कारणासाठी मी इथं आलो त्याविषयी आपण बोलत होतो. ते अर्धवटच राहिलंय. पुढचं बोलू या का?"

"हो चालेल ना."

आम्ही दोघांनी थोडा वेळ एकमेकांकडे नुसतंच बघितलं. मग चेट म्हणाला "आपण परत किचनमध्ये जाऊ या का? का तुला हॉलमध्येच बरं वाटतंय?"

"मला काही फरक पडत नाहीये. कुठंही बसू या."

आम्ही दोघंही सोफ्यावर बसलो. हे जरा चुकलंच. मी आरामखुर्चीत बसायला हवं होतं. म्हणजे मग मला त्याच्या एवढं जवळ बसावं लागलं नसतं. मला माहीत होतं की, थोड्याच वेळात तो वडीलकीच्या नात्यानं माझा हात हातात घेणार होता.

माझा फारच पुळका आल्यासारखं दाखवणार होता. मला हे नको होतं. मला तो इथून चालता व्हायला हवा होता.

"आता हे बघ डीन," तो म्हणाला, "या निर्णयासंदर्भात तुझ्या मनात नक्की काय आहे ते सगळं मला प्रामाणिकपणे आणि खरंखरं सांग. केवळ धार्मिक गोष्टी पटत नाहीत किंवा तसल्याच काही कारणासाठी तू धर्म बदलतोयस, असं मला वाटत नाहीये. आणखीन पण काहीतरी कारणं असणारेत. मला आणि बॉबला असा संशय आहे, की तू भावनेच्या भरात काहीतरी ठरवून बसलायस आणि ज्या समजुतींवर लहानाचा मोठा झालास, त्या समजुती सोडून टोकाची भूमिका घेतोयस. खरंच असं काही आहे का डीन? तुला काय वाटतं? काही व्यक्तिगत प्रॉब्लेम? परस्पर नातेसंबंध हा मुद्दा आहे का? का एखादी मुलगी? यापैकी कशाविषयीही असलं तरी तू माझ्याशी बोलू शकतोस. तुला बोलायचंय का?"

"आयला, अजिबात नाही."

माझे शब्द ऐकल्यावर त्याचा चेहरा थोडा कठोर झाला. माझ्या तोंडून शिवी गेली असेल. ही धर्म धर्म करणारी माणसं या बाबतीत खूप हळवी असतात. त्यांना हे अपमानास्पद वाटतं. मला शब्द जपून वापरायला हवेत आणि एकदम नम्रपणे बोलायला हवं. "सध्या तरी मला काही कोणी मैत्रीण नाहीये. त्यामुळं हा प्रश्नच येत नाही." मी म्हणालो. मी सहकार्य करतोय, असंच त्याला वाटायला पाहिजे होतं.

"एकही नाही? तू चांगला कमावता, हट्टाकट्टा मुलगा आहेस डीन. तुझ्या आयुष्यात एकही तरुणी नाही; आश्चर्य आहे. पूर्वी तरी तुला कुणाबद्दल काही वेगळं वाटलं असेल ना? म्हणजे मी असं गृहीत धरतोय. बरोबर आहे ना माझं?"

"हां. बरोबर आहे. मी काही गे वगैरे नाहीये."

"एकतरी चांगलं ऐकलं. समलिंगी संबंध हा घृणास्पद प्रकार आहे. तुलाही हेच शिकवलं गेलं असणार. आता मी सरळच बोलणार आहे. थोडं खाजगीसुद्धा. पण मी सॉरी वगैरे म्हणणार नाहीये." त्यानं क्षणभर विचार केला आणि मग माझ्याकडे रोखून बघत विचारलं, "बेटा, तुला काय डाचतंय?"

चांगला प्रश्न होता. मी पण स्वत:ला अनेकदा हा प्रश्न विचारला होता. मी कोणत्याच साच्यात बसू शकत नव्हतो असं मला वाटायचं, त्याचं काहीतरी कारण तर असायलाच हवं होतं. असा सहा-साडेसहा फुटी माणूस जर लहान मुलासारखं वागायला लागला तर त्याला वेडंच ठरवण्यात येईल. कोण त्याला आदरानं वागवेल? कोणीही नाही. म्हणून मग मी काहीही बोललो नाही. आमचा संवाद संपल्यातच जमा होता.

"डीन."

"हुं."

"तुला मला काही सांगायचंय का?"

"मला काहीही बोलायचं नाहीये. आपलं बोलणं संपलंय."

तो थोडासा त्रासला. वैतागला. "याचा अर्थ काय?"

"मला अंघोळ करायचीये. घामट झालोय मी."

"हो. बरोबर आहे. तू दिवसभर उन्हात काम केलंयस. मिसेस वेनना तुझा खूप अभिमान वाटतो. तिनं तुला ट्रक आणि ती मशीन्स घेऊन दिल्यावर धंद्यात जम बसण्यासाठी तू किती मेहनत घेतलीस याबद्दल प्रश्नच नाही. असं काम केल्यामुळं तू तिचं मन जिंकलंस!"

"आणि आता तुम्हाला जायला हवंय."

पुन्हा एकदा त्याचा चेहरा कठोर झाला, पण ते दिसू नये म्हणून त्यानं आटोकाट प्रयत्न केले. आम्ही नुसतंच एकमेकांकडे बघत राहिलो. मग तो उठून उभा राहिला. मी पण उठलो. तो आता निघतोय याचं मला हायसं वाटलं. आता मी शांतपणे बसून, अचानक उद्‌भवलेल्या या गंभीर परिस्थितीतून मार्ग कसा काढायचा ते ठरवू शकत होतो. पण मला हवं होतं तसा तो काही लगेच दरवाजाकडे वळला नाही. मला आता राग यायला लागला होता. इथं आता त्याच्या उपस्थितीची गरज नव्हती. घरात मी आणि वर तो मुडदा, एवढं पुरेसं होतं. तो वरचा प्राणी जिवंत असताना त्याला लागली नसेल एवढी जागा तो आता व्यापत होता. ज्याचा खून होतो तो दसपटीनी मोठा होतो आणि समस्या शतपटीनी वाढते. वर असा एक राक्षस होता आणि चेट तर हलायला तयार नव्हता.

"डीन, बहुतेक मी तुझ्याकडे चुकीच्या प्रकारे आलो असेन, माझी वेळ चुकली असेल. मला वाटलं होतं की मिसेस वेन मला इथं भेटतील. मी ठरवलं होतं त्या प्रकारे आपलं संभाषण पुढे गेलं नाही ही माझीच चूक आहे. दिवसभर राबल्यावर तुला स्वच्छ अंघोळ करून चार घटका शांतपणे बसायचंय हे मी समजू शकतो. मी आता निघतो पण एक विनंती आहे डीन, प्लीज मला पुन्हा एकदा तरी इथे येऊ दे आणि तुझ्या बेताबद्दल, त्याच्या परिणामांबद्दल तुझ्याशी बोलू दे."

"ठीके."

त्याची बडबड थांबावी आणि दाराच्या दिशेनं तो हलावा म्हणूनच केवळ मी हो म्हटलं. तो जर आणखी एक मिनिटभर जरी थांबला असता, तरी मी सगळं खरंखुरं त्याला सांगून मोकळा झालो असतो आणि मनसोक्त रडलो असतो किंवा असंच काहीतरी लहान मुलासारखं विचित्र केलं असतं.

तो दारापाशी पुन्हा थांबला आणि त्यानं आपला हात पुढे केला. "डीन, हा एका सच्च्या दोस्ताचा हात आहे. मला माहितीये तुला आत्ता हे मान्य नाहीये पण हे सत्य आहे. जगातल्या प्रत्येकाला एका सच्च्या दोस्ताची कधी न कधी गरज भासते आणि

ईश्वराखालोखाल तू मलाच तुझा मित्र मानावंस असं मला वाटतं. माझं बोलणं कदाचित तुला खूप उद्धटासारखं वाटेल, पण हे खरं आहे. हे कायम लक्षात ठेवावंस. जाता जाता मी तुला हा विचार देऊन जातोय. तू मला आत येऊ दिलंस, माझ्याशी बोललास, त्याबद्दल धन्यवाद.''

माझ्याशी शेकहँड करून तो दाराबाहेर पडला. पायऱ्या उतरून पुढे गेला. मी जाळीच्या दारातून बघत होतो. आपल्या गाडीत बसून तो अखेर गेला. थोड्याच वेळात त्याच्या गाडीमुळे उडालेला धुरळादेखील खाली बसला. डीन सोडल्यास आता पुन्हा मी एकटा होतो. मला खरंतर पुन्हा वर जायला हवं होतं पण मी भेदरलो होतो. तिथं जाऊन पुन्हा त्याचं दर्शन घेण्याची माझी छाती नव्हती. डीननं आपल्या आयुष्याचा पुरता गुंता केला होता आणि मीच उलट एका घावात त्याचे सगळे प्रश्न सोडवले होते असा एक विचार माझ्या मनात येऊन गेला, पण हे चूक होतं. केवळ मला वाटणाऱ्या अपराधीपणामळे हे असलं काहीतरी माझ्या डोक्यात येत होतं.

मी धड विचारही करू शकत नव्हतो. एखादा पेग पोटात गेला असता, तर माझं डोकं जरा चाललं असतं. मी सरळ तो ट्रक पुन्हा बाहेर काढला आणि गावात पोचलो. अर्ध्या वाटेत आल्यावर मला आठवलं की मी दाराला कुलूपच घातलं नाहीये. एवढंच नाही, तर ते साधं ओढूनही घेतलेलं नाहीये, इतका मी या सगळ्यामुळे बावचळलो होतो.

डीनच्या घरातून निघून गावात शिरताना दुकानांची जी पहिली ओळ लागे, त्यात एक फ्रीडम लिकर नावाचं दुकान बघितल्याचं मला आठवत होतं. म्हणून मग मी तिथं गेलो. जवळ गेल्यावर मला तिथंच बाजूला फॅन्सी फ्री बुटीकसमोर चेटची गाडी उभी असलेली दिसली. तो मोबाइलवर कोणाशी तरी बोलत होता. त्याचं माझ्याकडे लक्ष नव्हतं आणि मलाही तेच हवं होतं. म्हणून मग मी त्या गल्लीच्या दुसऱ्या टोकाला गाडी पार्क केली आणि मागच्या दारानं त्या फ्रीडम लिकरमध्ये शिरलो. थोड्या वेळानं कॅप्टन मॉर्गनचे दोन बुधले आणि कूअरची सहा डबडी घेऊन मी बाहेर पडलो. आता माझ्यात आणि या कॅप्टनमध्ये थोडी गंभीर चर्चा होणार होती.

चार

माझ्यापुढं काय वाढून ठेवलंय त्याचा मी संपूर्ण आढावा घेतला. डीन कधीही परत येणार नव्हता. तो संपला होता. जे घडलं त्यात त्याचा दोष असला किंवा तो एक अपघात असला, तरी ते माझ्या हातून घडलं होतं. मला मॅनहॅटनला जाऊन सैन्यात दाखल व्हायचं होतं पण माझ्या गाडीनंही डीनसारखाच राम म्हटला होता. ब्री मावशी कधीही घरी परतू शकत होती आणि तो चेट पुन्हा पुन्हा येऊन लेक्चर देऊन माझं डोकं खाणार होता. माझ्याकडे डीनचे थोडे पैसे होते. आता तसं बघितलं तर ते माझेच होते. भर उन्हात ती मशीन्स मीच तर चालवली होती, आणि डीनच्या शरीराला घाण वास मारायला लागला होता.

कॅप्टनबरोबर मी एक बेत आखला. डीनचा ट्रक वापरून मी माझी डबडा गाडी इथून दूर घेऊन जाईन. ती लांब कुठंतरी सोडून देईन आणि तिची नंबरप्लेट, डॅशबोर्डवरचा व्हेइकल आयडेंटीटी नंबर सगळं काढून टाकेन म्हणजे मग गाडीवरून माझा माग काढता येणार नाही. इतक्या जुन्या गाडीसाठी कोणी एवढी तसदी घेणार नाही. पण घेतलीच तर? मग तो ट्रक परत आणून गॅरेजमध्ये जसा होता तसा पार्क करेन. नंतर चेटसाठी एक चिठ्ठी लिहून पुढच्या दारापाशी ठेवेन. त्यात लिहीन की मी कायम ख्रिश्चनंच रहायचं ठरवलं आहे आणि सल्ल्याबद्दल धन्यवाद. मग सरळ हे घर सोडून निघून जाईन. चालत चालत कॅलिस्टो गाठेन आणि तिथून मॅनहॅटनची बस पकडेन, म्हणजे माझे प्रॉब्लेम्स संपतील. अगदी साधा असल्यामुळे मला हा बेत खूप आवडला. ब्रीमावशी परत आल्यावर तिला डीनची सडकी बॉडी सापडेल आणि घरात दुसरं कुणीच नसेल. तिला म्हातारीला हा जबरदस्त धक्का असेल हे खरं आणि मला याबद्दल थोडी शरमही वाटत होती; पण मी तरी या बाबतीत दुसरं काहीच करू शकत नव्हतो.

अजूनही एक रहस्य उलगडलेलंच नव्हतं. डीननं मागच्या अंगणात तो एवढा मोठा खड्डा कशाला खणला असेल? ह्याचं उत्तर शोधण्यासाठी मी त्याचे खण

धुंडाळले. मला तिथे मुस्लीम धर्मासंबंधी काही पुस्तकं सापडली. 'अंडर द बॅनर ऑफ प्रोफेट आणि स्वोर्ड ऑफ इस्लाम' एका हिरव्या कव्हरमधलं कुराण. त्यावर सोनेरी जरीकाम केलेलं होतं. याचाच अर्थ ब्रीमावशीनं त्या प्रीचर बॉबला जे लिहिलं होतं ते खरं होतं. डीन खरंच धर्मांतर करणार होता. मी मान झटकली. त्याला कोणता धर्म स्वीकारायचा होता याच्याशी माझं काहीच देणं घेणं नव्हतं. म्हणून मग मी ती सगळी पुस्तकं जिथं होती तिथं ठेवून दिली.

बरीच रात्र झाली होती. मी सकाळपासून भरपूर काम केलं होतं. वर दारू ढोसली होती आणि धड जेवलोही नव्हतो. त्यामुळं आता मला प्रचंड भूक लागली होती. फ्रीजमध्ये फारसं काही शिल्लक नव्हतं म्हणून मग मी खाली तळघरात जाऊन पहिल्या रात्रीसारखंच आणखी एक टीव्हीपुढचं डीनर काढायचं ठरवलं. मला तिथलं दिव्याचं बटण सापडायला थोडा वेळ गेला. ते जिन्याच्या बाजूलाच होतं. दिवा लावून मी जिना उतरलो. नेहमी तळघरात असते तशीच खाली खूप अडगळ होती. एका कोपऱ्यात एक डीप फ्रीजर होता. त्याला वर उघडणारं दार होतं. आत तसले जेवणाचे पदार्थ ठासून भरले होते. भाज्याही होत्या. पिझ्झाही होता. निवडायला खूप वाव होता म्हणून मग मी सगळं उलटं सुलटं करून बघायला सुरुवात केली. पिझ्झाची खोकी, मटारचे डबे बाजूला करून खाली काय आहे ते मी बघत होतो आणि मला तिथं एकदम केस दिसले.

मला वाटलं की डीन किंवा जास्त करून त्याची मावशी विग वापरत असेल आणि एरवी त्याला कीड लागू नये म्हणून तो इथं ठेवला असेल. पण कोणीही असा पांढरा विग वापरत नाही. उलट आपले पांढरे केस झाकण्यासाठी, खास करून बायका, काळा विग वापरतात. नक्की काय प्रकार आहे ते बघण्यासाठी मी तो हातात घेतला आणि उचलला पण तो हलेना. कदाचित थिजल्यामुळे तो दुसऱ्या कशाला तरी चिकटला असेल असं मला वाटलं. मी जरा जोर लावला पण तरीही काहीच उपयोग झाला नाही. म्हणून मग मी त्याच्या आजूबाजूची मक्याची काही पॅकेट्स बाजूला केली आणि मला तो न हलण्याचं कारण कळलं. तो विग एका डोक्याला बसवलेला होता. म्हणजेच तो विग नव्हताच. ते खरे केस होते. मी भानावर आलो तेव्हा तळघराच्या दुसऱ्या कोपऱ्यात होतो मग मी धीर एकवटून पुन्हा एकदा फ्रीजरमध्ये डोकावलो.

संशयाला जागाच नव्हती. तिथं एक बाई होती. तिच्या शरीराभोवतीची सगळी पॅकेट्स मी बाहेर काढली. आत एक गाउन घातलेली लहानखुरी बाई मला दिसली. तिच्या हातापायांची घडी घातलेली होती, जणूकाही ती एखाद्या कॉटच्या बाजूला प्रार्थना म्हणण्यासाठी वाकली होती आणि म्हणता म्हणता एकदम पडली. ब्रीमावशी फ्लोरिडाला गेलेलीच नव्हती, हे आता स्पष्ट झालं होतं. ती एका थंड हवेच्या

ठिकाणी पोचली होती. मी दातओठ खाऊन तिला उचललं. ती लहानशी असल्यामुळं मी तिला सहज उचलू शकलो आणि मग तिचे हातपाय असे घडी केल्यासारखे का ठेवलेत ते मला कळलं. तिचे पाय पोटाशी घेतलेले होते आणि तिच्या पोटातून बरंच रक्त आलेलं होतं. आता मला सत्य काय ते समजलं होतं. त्याचं असं झालं होतं, डीननं आपल्या ब्रीमावशीच्या पोटात गोळी घातली होती. ती बहुतेक त्याच्या बंदुकीतली शेवटची गोळी होती. आता ह्या बॉडीची विल्हेवाट कशी लावायची, त्याचा विचार करायला वेळ मिळावा म्हणून त्यानं ती बॉडी इथं लपवली होती. मग त्यानं अंगणात खड्डा खणून तिला पुरायचं ठरवलं. वर खुराडं ठेवलं की झालं, असं असं त्याला वाटलं असावं. तहानेनं व्याकूळ होऊन मी इथं मदत मागायला आलो, त्याच सुमारास त्यानं हा उद्योग केला असणार. मग मला पहिल्यांदा तो वेडा वाटला यात नवल नव्हतं.

पण त्यानं तिला का मारलं असावं? हे आता मला आता कधीच कळणार नव्हतं. माझ्या अंदाजाप्रमाणं तो मुसलमान होणार होता याविषयी तिनं त्या प्रीचर बॉबला कळवलंय, हे तिनं त्याला सांगितलं असणार आणि त्यामुळं त्याचं डोकं फिरलं असणार.

आता हे कळल्यावर डीनला मारल्याबद्दल मला वाटणारी अपराधी भावना थोडी कमी झाली. तो खुनी होता पण आता माझी आणखीनच गोची झाली होती. या मावशीचं प्रेत सापडल्यावर मी आधी ठरवलेला बेत पत्त्यांच्या बंगल्यासारखा कोसळला होता. आता माझ्यासमोर एक सोडून दोन बॉडीज होत्या. मी काय करणार होतो? मी पुन्हा मावशीबाईंना फ्रीजरमध्ये ठेवलं. पूर्वीसारखी सगळी पॅकेट्स तिच्याभोवती लावून टाकली. फक्त एक चीज सुप्रीम पिझ्झाचं पॅकेट माझ्या रात्रीच्या जेवणासाठी बाहेर ठेवलं. वर जाऊन मी ते ओव्हनमध्ये गरम करायला ठेवलं. फ्रीजरमधून काढून सरळ ओव्हनमध्ये ठेवल्यामुळं त्याला भरपूर वेळ लागणार होता, पण मी याचा विचार करण्याच्या पलीकडं पोचलो होतो. खालचा हा शोध लागल्यावर माझी भूक मेली होती. आता परिस्थिती पालटली होती आणि मला पूर्णपणे वेगळा विचार करावा लागणार होता. माझी गाडी अगदी इथंच बंद न पडता आणखी काही मैल जरी पुढं गेली असती, तरी माझ्या बाबतीत हे काही घडलंच नसतं. बरोबर डीनच्या दारासमोरच माझं इंजीन बंद पडलं. हे विचित्रच होतं. नियती माझ्याशी उंदीरमांजराचा जीवघेणा खेळ खेळत होती.

पण आता यासाठी रडण्या-भेकण्यात काहीही अर्थ नव्हता. जे घडलं ते पुसता येणार नव्हतं. मला दुसराच काहीतरी विचार करून मार्ग काढायला हवा होता. डीन आणि ब्रीला ते जिथं होते तिथं तशाच अवस्थेत सोडून देणं जास्त चांगलं होतं. मग जेव्हा केव्हा कुणी त्यांच्या विजेच्या मीटरचं रीडिंग घ्यायला किंवा आणखी कोणत्या

कारणानं तिथं आला असता, तेव्हा असं दिसलं असतं की डीननं ब्रीला मारलं आणि फ्रीजरमध्ये ठेवलं. तिला पुरण्यासाठी त्यानं खड्डाही खणला होता पण त्याची गोळी लागण्यापूर्वी ब्रीनं त्याच्या डोक्यावर मारलेला फटका वर्मी बसला, त्यामुळं त्याच्या मेंदूत रक्तस्त्राव झाला. डॉक्टरांच्या कार्यक्रमात कधीकधी दाखवतात तसं प्रत्यक्षात घडलं. त्यामुळं तो आपला पुढचा बेत तडीस नेऊ शकला नाही. हे पटण्यासारखं होतं; पण यासाठी हे उघडकीला येण्यापूर्वी मी इथून खूप लांब पोचायला हवं होतं. हा प्रकार सगळ्यात पहिल्यांदा चेटच्या लक्षात येऊन चालणार नव्हतं. नाही तर त्यानं पोलिसांना, स्वतः डीन असल्याची बतावणी करणाऱ्या एका सहाफुटी माणसाबद्दल नक्कीच सांगितलं असतं. त्यातून मग शोधाशोध सुरू झाली असती. त्यामुळं चेटसाठी दरवाजापाशी चिठ्ठी लिहून ठेवायची, की त्याच्या आणि प्रीचर बॉबच्या मार्गदर्शनामुळं माझा आत्मा वाचला. ही माझी पहिली मात्रा बरोबर लागू पडली असती. चिठ्ठी वाचून तो आनंदात तोपेकाला परत गेला असता.

किचनमध्ये पिझ्झाचा खमंग वास पसरला. माझ्या पोटातल्या कावळ्यांना पिल्लं झाली, पण पिझ्झाच्या पॅकेटवरील सूचनांनुसार जर तुम्ही फ्रीजमधला गारेगार पिझ्झा नॉर्मल टेंपरेचरला न आणता डायरेक्ट ओव्हनमध्ये ठेवला असेल, तर अजून दहा मिनिटं तरी तो भाजायला हवा होता. म्हणजे मला अजून दहा मिनिटं थांबायला हवं होतं. वेळ घालवण्यासाठी मी वर डीनच्या खोलीत गेलो आणि तिथल्या खिडक्या सताड उघडल्या. मग घराच्या पश्चिमेकडच्या सगळ्या खिडक्या उघडल्या. कॅन्सासमध्ये पश्चिमेकडूनच छान वारा येतो. वरच्या मजल्यावर हवा जर खेळती राहिली असती, तर डीनच्या बॉडीचा घाण वास जरा कमी झाला असता. रात्रभर या वासात राहाणं मला शक्यच झालं नसतं. त्याचं तोंड उघडं पडलं होतं आणि कितीही वेळा प्रयत्न केला तरी बंद होऊ शकत नव्हतं. म्हणून मग मी तो नाद सोडून दिला. एवढी एक गोष्ट सोडली, तर तो अगदी शांत झोपल्यासारखा दिसत होता. पश्चिमेकडच्या ताज्या हवेची झुळूक आली आणि तो घाण वास कमी व्हायला सुरुवात झाली असं मला वाटलं. पण एकंदरीत असं सांगणं कठीणच होतं. कारण आत्ता घरात पिझ्झाचा खमंग वास दरवळत होता.

डीनच्या खोलीतला दिवा मालवून मी खाली उतरणारच होतो, तेवढ्यात मला एका गाडीचा आवाज ऐकू आला. काही सेकंदासाठी मी एकदम गोठलो. मग मी कोण आलंय ते बघायला धावत खिडकी गाठली. मला वाटलं आपल्या परमेश्वराची उरली सुरली इच्छा पूर्ण करण्यासाठी तो लगेच परत आलाय की काय. पण ही चेटची गाडी नव्हती, तर दुसरीच कुठली तरी छोटीशी गाडी होती. गाडी अंगणात येऊन थांबली, तरी अंधारात मला ती नक्की कोणती गाडी होती ते कळलं नाही. खरं तर मला भीती वाटायला हवी होती. कोणीही या परिस्थितीत घाबरलंच असतं

पण त्या दिवशी सकाळपासून इतक्या गोष्टी घडल्या होत्या, की मला आता कशाचंच काहीही वाटेनासं झालं होतं. म्हणून मग मुंडी कापलेल्या कोंबडीसारखं थैमान न घालता मी अतिशय शांतपणे योग्य गोष्ट केली. डीनला उचललं, कॉटच्या बाजूला खाली ठेवलं, कॉटवरची चादर वर करून त्याला कॉटखाली ढकललं आणि चादर पुन्हा व्यवस्थित खाली सोडली. डीन पटकन सापडू नये म्हणून शक्य ते सगळं काळजीपूर्वक केल्यावर नंतर मी तिथे एक सेकंदही वेळ काढला नाही. आता पुढं आणखी काय काय होणार होतं कोण जाणे. आपले हृदयाचे ठोके जरा नॉर्मल व्हावेत म्हणून मी स्वत:लाच समजावलं. तेवढ्यात पुढच्या जाळीच्या दारावर टकटक झाली आणि एखाद्या निष्पाप माणसासारखा मी दार उघडायला पुढे झालो.

तिथं एक बाई उभी होती. पोलीस किंवा ट्रॅफिक हवालदार असावी. तिनं युनिफॉर्म घातला होता; पण हॅट नव्हती हॉलमधल्या प्रकाशाची जी तिरीप बाहेरपर्यंत जात होती, त्यात मला एवढंच दिसू शकलं. मी दार उघडलं. ती सरळ माझ्याकडेच बघत होती. तिच्या नजरेत संशय होता. कदाचित माझ्या अपराधी भावनेमुळं मला तसं वाटत असावं. मी बाहेरचा दिवा लावला आणि स्पष्टपणे तिला विचारलं, ''बोला, काय हवंय आपल्याला? मी काही मदत करू का?'' म्हणजेच परिस्थिती माझ्या काबूत होती.

''तू कोण आहेस?'' तिनं मला उलटं विचारलं. ती चांगली अंगापिंडानं भरलेली होती. इतर मुलींसारखी सुकडी नव्हती. तीसेक वर्षांची असावी. केस उलटे वळवून मागं पिनेनी घट्ट बांधले होते. त्यामुळं ती पुरुषी दिसत होती. पण लेडी पोलिसांना नोकरीसाठी असंच करावं लागे. तिनं 'गुड इव्हिनिंग सर, मला जरा चौकशी करायची होती' असं काहीही म्हटलं नाही. खरं तर समोरचा कसाही असला तरी पोलीस अशीच सुरुवात करतात.

''काय?''

''च्यायला, तू आहेस तरी कोण? आणि इथं माझ्या भावाच्या घरात काय करतोयस?''

ती पहिल्यांदाच हे भावाबद्दल बोलली, हे बरं झालं. नाही तर मी आपलं मीच डीन आहे हे पालुपद चालू ठेवलं असतं. ती सख्खी बहीण होती म्हटल्यावर चेट जसा फसला तशी ती फसली नसती. मी पटकन विचार केला, ती पोलीस आहे. म्हणजे मी सांगितलेल्या नाव-गाव यासाठी ती पुरावा म्हणून आयकार्ड वगैरे काहीतरी मागणार. माझ्याकडे फक्त माझं स्वत:चंच आयकार्ड होतं.

''ओडेल.'' मी हिय्या करून म्हणालो. डीनची बहीण हजर झालीये आणि ती नेमकी पोलिसात आहे. मला ह्याची अपेक्षा नव्हती आणि हे व्हायलाही नको होतं. तिच्या

कमरेला पिस्तूल लटकवलेलं नव्हतं. म्हणजे कदाचित ती आत्ता एवढ्या उशिरा ड्युटीवर नसणार. पण त्यानं काय फरक पडणारे? ती पोलीस आहेच. यावेळी या घरात अशा परिस्थितीत न बोलावताच पोलीस येणं म्हणजे जरा जास्तच झालं होतं.

"काय म्हणालास?"

"ओडेल डीफस."

तिनं ऐकून घेतलं आणि मग डीन कुठाय म्हणून विचारलं.

मी यावर विचारच केला नव्हता. या प्रश्नाला उत्तर द्यायला आधीपासून तयारी करून कोण बसलं असतं? मी तिला जरा नीट निरखलं. ती कितपत हुशार आहे, तिला भानगडींचा वास येऊ शकेल का, याचा अंदाज घेतला. ती दिसायला चांगली स्मार्ट होती. आकर्षक म्हटलं तरी चालेल. युनिफॉर्ममधूनही तिचं उफाड्याचं अंग लपत नव्हतं किंवा कदाचित त्या घट्ट युनिफॉर्ममुळंच असं दिसत असेल. तो पोलीसचा युनिफॉर्म नव्हता. रंग वेगळाच होता. ट्रॅफिक हवालदाराच्या पोशाखापेक्षा थोडा जास्त गडद होता.

"तो इथं नाहीये." मी वेळ काढण्यासाठी म्हणालो.

"ठीके. मग ब्री कुठाय?"

"फ्लोरिडाला गेलीये. सुट्टीला. डीननंच सांगितलं."

"दरवाजा उघड आणि जरा बाजूला हो."

हे तिनं अशा अंदाजानं सांगितलं की बाजूला शेण असतं आणि तुमचा पाय त्यात पडणार असता, तरीही तुम्ही तिच्या आज्ञेचं ताबडतोब पालन केलं असतं. ही काही कोणी बुजगावणं नव्हती. मी जाळीचं दार उघडलं आणि माझ्याकडे संशयानं बघत बघत ती आत आली. एखादा किरकोळ प्राणी तिच्या या कटाक्षानंच अस्वस्थ झाला असता, पण मी आधीच डोकं लढवून डीनला नीट लपवू शकलो होतो. त्यामुळं मी निवांत होतो. आता ही बया पोलीस तर होतीच, शिवाय त्याची बहीण निघाली होती. या पार्श्वभूमीवर तर मी त्याला लपवलं हे माझं सुदैवच म्हणावं लागेल. मला वाटलं की, आता संशयावरून ती व्हॅक्यूम क्लीनर घेऊन आख्खं घर पिंजून काढेल.

ती माझ्यापुढून सरळ किचनमध्ये गेली, त्यामुळं मला तिला मागून न्याहाळता आलं. पट्ट्यानं आवळलेल्या कंबरेमुळं तिचे नितंब प्रत्यक्षात होते त्यापेक्षाही मोठे वाटत होते. आत गेल्यावर तिनं आजूबाजूला पाहिलं. तिला पिझ्झाचा वास आला असावा. "पिझ्झा तयार आहे." ती म्हणाली. मग मी ते बायकांसारखे विचित्र गुलाबी मोजे घालून गरमागरम पिझ्झा बाहेर काढला. थोडा थंड होण्यासाठी मी तो ओट्यावर ठेवला. त्यावरचं चीज अजून रसरसत होतं. एवढ्यात खाता आलंच नसतं. मी ते मोजे काढून टेबलावर फेकले.

"ठीक. आता हा सगळा नक्की काय प्रकार आहे ते सांग." ती म्हणाली.

"प्रकार?"

"डीन कुठाय ते तू अजून मला सांगितलं नाहीयेस."

"तो काल गेला. पण आपण कुठे जातोय ते त्यानं मला सांगितलं नाही."

"त्याचा ट्रक तर इथंच आहे. मग तो कसा काय गेला?"

"तो दुसरा एक जण आला होता. त्याच्याबरोबर त्याच्या गाडीनं गेला."

"ती हिरवी पाँटिॲक होती का?"

"बहुतेक." मी चान्स साधला.

हे खपलं असावं. कारण तिनं पुन्हा मला माझं नाव विचारलं.

"ओडेल डीफस. वायोमिंगचा."

"तू डीनला कसा काय ओळखतोस?"

आता इथं प्रामाणिकपणाच महत्त्वाचा होता, कारण माझ्या गोष्टीतले बारकावे ती आपल्या पोलीसी पद्धतीनं पडताळून पाहू शकली असती आणि माझा खोटेपणा समोर आला असता. "माझी गाडी बंद पडली होती, म्हणून मी डीनकडे मदत मागितली. तो म्हणाला की गॅरेजमध्ये आण, मग बघतो. पण त्याला जमलं नाही. आता माझी गोची झालीय हे लक्षात आल्यावर त्यानं मला इथं राहू दिलं. डीन खूपच चांगला आहे. त्यानं मला खायलासुद्धा घातलं आणि आमची दोस्ती झाली. मग हा माणूस त्याला घ्यायला आला. निघण्यापूर्वी डीन म्हणाला, की तो नाहीये तोपर्यंत मी त्याचं गवत कापायचं काम करावं. मी हे केलं तर तो मला पाचशे डॉलर्स देईल एवढं सांगून तो गेला. तो काही दिवसांसाठी जातोय म्हणाला, पण शनिवार-रविवारपूर्वी नक्की परत येतो असं सांगितलंय त्यानं."

"आलेलाच बरा." ती इतकं ठासून म्हणाली, की जर तो नाहीच येऊ शकला तर? मला डीनची कीवच आली. मग मला आठवलं की तो तर मेलाय. म्हणजे ही पोकळ धमकी ठरणार होती.

"तुम्ही आत्ताच भेटलात आणि तरी त्यानं तुला इथं राहायला दिलं. एवढंच नाही, तर त्याचं कामही करायला सांगितलं असं म्हणतोयस ना तू."

ती ज्या आविर्भावात बोलत होती ते ऐकून मलाच हे सगळं बेगडी वाटायला लागलं, एकच पाय असलेल्या मांजरानं धावण्याची शर्यत जिंकल्यासारखं.

"मलाही खरं तर याचं आश्चर्यच वाटलं होतं पण डीन मनानं चांगला आहे. पटकन समोरच्यावर विश्वास टाकतो."

"मूर्खपणा. तो पराकोटीचा भित्रा आहे. स्वार्थी आहे आणि थोडा माथेफिरूपण आहे. तुझ्या लक्षात नाही आलं?"

"अं. नाही. मला तर तो एकदम चांगला वाटला. त्यानं माझी गाडी दुरुस्त व्हावी म्हणून खटपट केली पण तिचा पूर्ण खटाराच झालाय. त्यामुळं ती पुन्हा सुरू

झालीच नाही ही गोष्ट वेगळी. त्यानं दिलेल्या पाचशे डॉलर्समध्ये मी ती दुरुस्त करून घेईन आणि आपल्या मार्गाला लागेन कसा.''

''मी आधी फोन केला होता पण कुणी उचलला नाही, म्हणून मग मी स्वत: आले.'' ती म्हणाली.

मी दारू आणायला गेलो होतो तेव्हाच नेमका तिचा फोन आला असणार. मी परत आल्यापासून तरी फोन वाजलेला ऐकला नव्हता. मी काहीच बोललो नाही. मी सांगितलेली गोष्ट पूर्णपणे पटण्यासारखी नसली, तरी आता तिच्या मानेवरचं संशयाचं भूत थोडं तरी उतरलं होतं असं मला वाटलं. तसं पाहिलं तर ती म्हणाली त्याप्रमाणं डीन विक्षिप्तच होता. सर्वसामान्य माणूस जसा वागेल, जे करेल ते न करता जे करणार नाही ते त्यानं हमखास केलं असतं. त्यामुळं या माझ्या गोष्टीतही तिला तथ्य वाटायला हवं होतं. अजूनही, अगदी शोधायलाच गेलं तर यात काही बाबींना आधार नव्हता, पण एकंदरीत बरं होतं.

ती म्हणाली की, ''आज एकानं मला फोन करून सांगितलं की त्यानं कुणातरी अनोळखी इसमाला डीनचा ट्रक चालवताना पाहिलं. मग मला जरा काळजीच वाटली.''

''हो वाटणारंच.''

''त्यानं माझ्यासाठी काही काढून ठेवलंय का? आणि हो माझं नाव लोरेन.''

''निरोप म्हणायंचय का?''

''किंवा एखादं पॅकेट. असं काही मला द्यायचं बोललाय का?''

''नाही बुवा. हां. फक्त एवढं म्हणाला होता की, त्याची बहीण कदाचित येईल. तुझं नाव नाही सांगितलं. तसा तो घाईतच होता.''

''त्या पोंटिॲकमधला माणूस कसा होता दिसायला, जरा सांग.''

''मी काही त्याला बघितलं नाही. तो घरात आलाच नव्हता. त्याची गाडी आली. मग डीनच बाहेर जाऊन त्याच्याशी काही तरी बोलला. मग थोड्या वेळानं आत येऊन त्यानं मला हे सांगितलं. हे सगळं काल रात्री तर झालं.''

''आणि तू इथं एकूण किती दिवस आहेस?''

''याच्या आधी एक-दोन दिवस, माझं आणि डीनचं चांगलं जमलं.''

''बरं झालं. साधारणपणे लोकांना तो आवडत नाही. तू पिझ्झा केलायस तो खायला, का आपला नुसताच वास घ्यायला?''

''झालाय बहुतेक तो आता. तू खाणारेस का थोडासा? लोरेन?''

''मी काय फक्त बोलायचं म्हणून बोलत नव्हते.''

तिनं कपाटातल्या दोन बशा काढल्या. मग ड्रॉवरमधला पिझ्झा कटर काढला. ती एखाद्या माहीतगाराप्रमाणं वावरत होती. साहजिकच होतं म्हणा, हे तिच्या भावाचंच तर घर होतं. आम्ही पिझ्झा खायला सुरुवात केली. जणूकाही हे आम्ही रोजच करत होतो.

“ॲडेल, तू नक्की काय काम करतोस?”

“ओडेल. ॲडेल हे मुलीचं नाव असतं.”

“सॉरी. ओडेल.”

“माझी गाडी दुरुस्त झाली की मी दाखल होणारे.”

“कशात दाखल होणारेस?”

“सैन्यात.”

“काय? वेडा बिडा आहेस का? हे काय भलतंच?”

“लढाई चालू आहे ना? मग त्यांना माणसांची गरज आहे.”

“असेल. पण तूच तिथे मरायला जायला हवंस असं कोण म्हणतंय? तू दुसरं काही तरी कर ना, असा आपला माझा सल्ला आहे.”

“मी काही फार शिकलेलो वगैरे नाहीये. पदवी नाहीये माझ्याकडे. त्यामुळं मला फारसा वावही नाही.” मी म्हणालो.

“म्हणून मग जिवंत राहायचं किंवा मरायचं हा काय पर्याय झाला का?”

“तुझं स्वत:चं मत काहीही असू शकतं.”

“तुझं बहुतेक बरोबर आहे. पण तुझ्या आईनं परवानगी दिलीये का?”

“तिचा याच्याशी काहीही संबंध नाहीये. मी एकवीस वर्षांपेक्षा मोठा आहे आणि नाही तरी ती केव्हाच वारलीये.”

“अरे सॉरी. हे बघ मी कधीकधी सरळसोट बोलून मोकळी होते. खरं तर मला जरा सावकाश पायरीपायरीनं विचारायला हवं. पण मी आहे ही अशी आहे. तुला दुखवायचं नव्हतं मला.”

“ते ठीके.”

“पिझ्झा छान आहे.”

“खालच्या फ्रिजरमध्ये असलं खूप काही ठेवलंय डीननं.”

माझ्या तोंडून हे गेलं आणि माझी चूक माझ्या लक्षात आली. तसं हे अगदी निरुपद्रवी असं सत्य वाक्य होतं. पण मी बेसावध झालो होतो आणि मला याचं कारणंही माहीत होतं. ही लोरेन. ती मला मी वेडा असल्यासारखं वागवत होती, तरी मला आवडली होती पण ही तिची पद्धत होती, असं ती आधीच म्हणाली होती म्हणून मग मी या गोष्टीकडे दुर्लक्ष केलं. ती दिसायला एवढी सुंदर नसती तर मला ह्याबद्दल वेगळं काहीतरी वाटलं असतं. पण जेव्हा समोरची व्यक्ती तुमच्या दृष्टीनं सुंदर असते तेव्हा असंच घडतं. तुम्ही पूर्ण पागल बनता. माझ्या बाबतीत तरी असं घडतं. मी आपलं खाण्यात मग्न असण्याचं नाटक केलं. म्हणजे आणखी काहीतरी नको असलेलं बोलून मी स्वत:ची गोची करून घ्यायला नको.

“ब्री घरी कधी येणारे?” तिनं विचारलं.

''मला माहीत नाही. डीन काही बोलला नाही.''

''हां. पण ती येईपर्यंत तुला इथून जायला हवं. अनोळखी माणसं अशी इथं राहिलेली तिला नाही आवडत. ब्री स्वत:ही जरा विचित्रच आहे. घरात काहीही बदल झालेला तिला खपत नाही. प्रत्येक गोष्ट ठरावीक पद्धतीनंच करायची तिची सवय आहे. तू सांगतोयस, तसा तू डीनचा मित्र असलास तरी तुझं काही इथं जमायचं नाही.''

बोलण्यावरून वाटत होतं की, अजून तिचा माझ्या सांगण्यावर विश्वास बसलेला नाहीये. याचाच अर्थ मी अतिशय सावधपणानं वागायला हवं होतं. तिला अजूनही संशय होता. पुढे एकदम तिनं विचारलं, ''फ्लोरिडात कुठेशी?''

''मला काय माहीत? डीन म्हणाला की मायामी आणि फोर्ट लॉडरडेल, पण त्यातलं नक्की कुठं ते काही त्यानं सांगितलं नव्हतं. नंतर लगेचच तो घाईघाईत निघून गेला ना.''

''फोर्ट लॉडरडेलला ब्रीच्या शाळेतल्या काही मित्रमैत्रिणी आहेत आणि शिवाय तिला सगळ्या पर्यटनस्थळांना भेट द्यायला पण आवडतं. माझ्याकडे तिनं पूर्वी पाठवलेली काही कार्ड आहेत. डिस्नी वर्ल्ड, एप्कॉट सेंटर अशी. तिला सी वर्ल्डतर खूपच आवडतं.''

''अं हो.''

''थोडक्यात काय, तर इथे पथारी पसरू नकोस.''

''ठीके.''

''नक्की त्यानं काही पॅकेट किंवा निरोप दिला नाहीये?''

''नाही.''

''डीन अगदी असा आहे ना, कधी कधी तुम्ही त्याच्यावर पूर्णपणे विसंबू शकता, तर कधी कधी अजिबात नाही. एका आठवड्यापूर्वी तुमचं त्याचं जे नातं असेल तेच पुढच्या आठवड्यात असेल याची खात्री नाही. त्याचे मूड्स प्रचंड बदलतात. तू त्याच्याशी काही वाद घातला नाहीस ना?''

''नाही. आमचं छान जमलं.''

''कदाचित तुझ्या संगतीनं तो असा चांगला वागला असेल. डीन कोणाशी मैत्री करू शकत नाही आणि केलीच तर निभावू शकत नाही. मैत्री करताना त्याच्या कायम बदलणाऱ्या मूड्सचा अडथळा निर्माण होतो. मग सगळा गोंधळच गोंधळ. तू जर आणखीन थोडे दिवस राहिलास तर मग तुलाही कळेल. पण ब्री घरी परत आली की तुला हे जमणार नाही.'' तिनं पिझ्झाचा आणखी एक तुकडा उचलला. लोरेन चांगलीच भुकेजलेली होती. ''किती शरमेची गोष्ट आहे,'' ती म्हणाली, ''डीनला एका चांगल्या दोस्ताची गरज आहे. आत्तापर्यंत तरी त्याच्याबरोबर फक्त

मीच आहे आणि त्याचं आणि माझं नेहमी पटतंच असं नाही. तू काही इथं फार दिवस राहणार नाहीयेस तरी मी तुला हे सगळं का सांगतीये कोण जाणे. ही आमची कौटुंबिक बाब आहे. आपल्या घरगुती जबाबदाऱ्या काहीही झालं तरी पार पाडाव्याच लागतात. घरासाठी म्हणून तुम्ही जी कामं करता ती जर इतर कोणाच्या बाबतीत करायची कधी वेळ आलीच, तर आपण ते सरळ धुडकावून देऊन मोकळे होऊ. पण आपल्या कुटुंबाची गोष्ट वेगळी असते. तुझ्या घरी कोण कोण आहे?''

''फक्त मी आणि माझे बाबा. आमचंही आपापसात जमत नाही.''

''शरमेची गोष्ट.'' ती म्हणाली पण ते आपलं वरवरचं होतं. सौजन्य म्हणून म्हटलेलं.

''ओडेल, तुझी उंची किती आहे?''

''सहा तीन.''

''आणि वजन?''

''काय माहीत, असेल दोनशे काहीतरी.''

''मला वाटतं दोनशे दहा असणार. माझा वजनाचा अंदाज बरोबर येतो.''

''मला डब्यात किती गोट्या असतील ते बरोब्बर सांगता येतं. एकदा ही स्पर्धा होती. डब्यात किती गोट्या आहेत ते ओळखायचं होतं. माझा अंदाज सगळ्यात जवळचा ठरला होता. मला बक्षीससुद्धा मिळालं होतं.''

''काय बक्षीस मिळालं?''

''एक पिशवीभर काहीतरी सटरफटर वस्तू. ते वादळ आलं होतं ना, त्यानंतर लोकांच्या मदतीसाठी न्यू ऑर्लिन्स क्लिनअप फंड उभारला होता. त्यासाठी होती ती स्पर्धा. भाग घेण्यासाठी दहा सेंट फी होती. मी भरले होते ना पैसे.''

''किती शिकलायस?''

''मी काही बारावीसुद्धा पास नाहीये म्हटलं ना मघाशी.''

''तू सैन्यात भरती व्हावंस म्हणजे विनोदच आहे. बारावी पास नसलास, तरी तुला इतर कुठंतरी चांगलं काम मिळू शकेल. फक्त कुणाला जाऊन भेटायचं ते तुला माहीत हवं.''

''मी काही शेतात कापणी वगैरे करणार नाहीये. ते मेक्सिकन लोकांचं काम आहे. त्यात तुम्ही हात घातलेला त्यांना चालत नाही. मी याचा अनुभव घेतलाय. ही अशा प्रकारची कामं त्यांना स्वत:लाच करायची असतात. अर्थात यात त्यांचाही दोष नाहीये म्हणा, आणि शेतकऱ्यांचाही नाहीये. शेतकऱ्यांना कमी पैशांत काम करून मिळतं. त्यामुळं त्यांनाही ते बरं असतं. विचारण्यात सुद्धा अर्थ नाहीये. मी बघितलंय ना.'' मी म्हणालो.

“म्हणजेच तू चुकीच्या जागी शोध घेतलास. मी म्हणतीये की आणखी वेगळ्या प्रकारची कामं आहेत की.”

“कोणत्या प्रकारची? पेट्रोल पंपावर हवा भरण्याची?”

“तुरुंगातला सुरक्षारक्षक. गावाच्या दुसऱ्या टोकाला आता एक मोठा तुरुंग बांधलाय. ‘कॅलिस्टो स्टेट पेनिटेनिअरी’ दीडेक वर्षांपूर्वीच सुरू झालाय. एकदम नवीन आहे. सगळ्या नवीन सोयी सुविधा, कुलपं कड्या, क्लोज सर्किट टीव्ही, कॅमेरे. तू म्हणशील ते सगळं आहे. कसं वाटतंय ऐकायला?”

“मी या अशा गोष्टीचा कधी विचारच केला नव्हता.” मी म्हणालो आणि हे खरं होतं.

“त्यांना या कामाला चांगली भरभक्कम माणसंच लागतात. अशी माणसंच तिथं काम करू शकतात. तिथं आलेले लोक— कैदी अट्टल गुन्हेगार असतात. त्यांच्यावर जरब बसवावी लागते. नाहीतर ते तुम्हाला कधीच गुंडाळून ठेवतील. तुम्ही शेरास सव्वाशेर असलंच पाहिजे. एवढा एकच मार्ग असतो. लुकड्या सुकड्या काडीपैलवानांना हे झेपणारच नाही. आता तू! त्यांनी तुला नुसतं पॅसेजमधून येताना बघितलं तरी त्यांच्या लक्षात येईल, की तुझ्याशी पंगा घेणं भारी पडेल. तू या कामासाठीच पैदा झालायस असं म्हण हवं तर. मी पाहिजे तर याबद्दल माझ्या बॉसशी बोलेन. तुला नीट लिहिता वाचता येतं ना?

“मला वाचायला आवडतं.” मी म्हणालो.

“मग काय, टाकू तुझ्यासाठी शब्द? तुझ्या नावावर काही गुन्हेगारीची नोंद नाहीये ना?”

“छे. मी सगळे कायदेकानू पाळतो.”

“छान. इथे सुरुवातीला पगार फारसा चांगला नाहीये. पण तू जर पटापट शिकलास, नीट काम करून दाखवलंस, तर तुला घसघशीत वाढ मिळेल. नोकरीला लागल्यापासून मी एक क्लास वर गेले सुद्धा. याआधी मी सेफवेमध्ये होते. उन्हाचा त्रास नसलेल्या ठिकाणी काम करायचं.” हे ती हसत हसत बोलत होती, त्यामुळं मला वाटायला लागलं की तिला मी आवडलो असणार. जर तुम्हाला एखादा माणूस आवडला नसेल तर तुम्ही त्याच्यासाठी नोकरी कशाला बघायला जाल.

“थँक्यू.”

“एवढ्यात आभार मानू नकोस. तुला अजून नोकरी मिळालेली नाहीये. मिळाली तर करशील ना पण?”

“नक्की.” मी म्हणालो. म्हणजे मला जर कॅलिस्टोमध्येच राहता आलं असतं, तर अर्थातच मी इथं राहू शकणार नव्हतो. घरात दोघं जण मरून पडले होते आणि

त्यातल्या एकाला तर मीच मारलं होतं. पण आम्ही नुकतेच भेटलो होतो आणि तरीही ती माझ्यासाठी इतकं करायला तयार होती हा तिचा चांगुलपणा होता. म्हणतात ना, त्याप्रमाणे माझी तिच्यावर चांगली छाप पडत होती. या विचित्र परिस्थितीतही, म्हणजे घरात डेड बॉडीज असताना सुद्धा, तिच्यासमोर मी बावचळलो किंवा भांबावलो नव्हतो. याबद्दल मी स्वत:चीच पाठ थोपटून घेतली. मी इतक्या थंड डोक्यानं हे करू शकतोय याचं माझं मलाच नवल वाटत होतं. आणखी एक गोष्ट माझ्या लक्षात आली होती. लोरेनला मी आवडत होतो हे उघड दिसत होतं याला कारण देखील होतं. एरवी जेव्हा मी एखाद्या मुलीशी बोलायचो, तेव्हा माझ्याविषयी तिला सांगण्यासारखं माझ्याकडे काहीही नसायचं. यामुळं संभाषणाची गाडी पुढं सरकायचीच नाही आणि मग ती मुलगी अस्वस्थ व्हायची. पण लोरेन बोलकी होती. आमच्या बोलण्याचा धागा तीच पुढं नेत होती. मला फक्त शांतपणे ऐकायचं आणि तिनं विचारलेल्या पोलिसी खाक्याच्या थेट प्रश्नांना उत्तरं द्यायची एवढंच काम होतं. माझी उत्तरंही तयारच असायची, कारण मी बहुतांशी खरंच बोलत होतो. जे काही थोडं फार खोटं होतं तेही अतिशय सफाईनं येत होतं. पूर्वी कधी माझ्यावर अशी पाळी आलेली नव्हती, तरीही मी ज्या शिताफीनं वागत होतो ते दाद देण्याजोगं होतं. माझा आत्मविश्वास बळावला. खरंतर हा धोक्याचा इशारा समजायला हवा होता; पण माझे हात पिझ्झावर तुटून पडत होते आणि नजर लोरेनवर खिळली होती.

ती एकदम उठली आणि पुन्हा एकदा त्या घट्ट युनिफॉर्ममधलं तिचं तारुण्य माझ्यावर आघात करून गेलं. "मी जरा वर जाऊन बघते. डीननं माझ्यासाठी काही काढून ठेवलंय का ते," ती म्हणाली. "तो ठेवणार होता, पण डीनवर भरवसा ठेवण्यात काही अर्थ नाही. तू बस, तुझा पिझ्झा संपव ओडेल."

बोलता बोलताच ती वर गेली. वर डीनच्या खोलीत ती करत असलेली खुडबुड मला खाली ऐकू येत होती. ड्रॉवर्स उघडत होती, बंद करत होती. मग त्याचं तिथलं ते मोठं जुनाट कपाट उघडलं. माझा घास हातातच राहिला होता. बरं झालं मी त्याला तिथं कोंबलं नव्हतं. भावाचं प्रेत कॉटखाली आहे आणि ही तिथंच काहीतरी धुंडाळतेय. मी अस्वस्थ झालो. तुम्ही जर ईस्टर एगसारखं कसलं तरी पॅकेट वगैरे शोधत असाल, तर तुम्ही कॉटखाली बघणारच. त्या विचारामुळं मला खायला सुचेना. कधी एकदा ती खाली येतीये असं झालं मला. तशी ती धिप्पाड होती, आणि घर खूपच जुनं होतं. अर्थात तिच्या वजनामुळं वरच्या मजल्यावरच्या फळ्या कुरकुरत होत्या. त्यामुळं तिच्या वरच्या हालचाली खाली स्पष्ट ऐकू येत होत्या. ती खाली येईपर्यंत काही खरं नव्हतं. तिला जे काही हवं होतं ते सापडलं नाही. नाद सोडून ती तशीच खाली आली, पण ती नाराज झालेली दिसत होती.

“तो आल्या आल्या त्याला मला फोन करायला सांग, नक्की. हे अतिशय महत्त्वाचं होतं आणि त्यानं पुन्हा एकदा बावळटपणा केलाय. आता त्यानं जर माझं काम केलं नाही, तर त्याला आमच्या सर्कलमधून काढून टाकीन असं मी सांगितलंय असं त्याला सांग. त्याला कळेल मी काय म्हणतीये ते. कोणताही बिझनेस ह्या अशा माणसाबरोबर होत नसतो. मग तो माझा सख्खा भाऊ असला तरी काही उपयोग नाही असं मी म्हणाले हे त्याला सांग.”

“ठीके.”

तिनं माझ्याकडे एकटक बघितलं. “ओडेल, तू मला सगळं सांगितलंयस ना? कारण आपल्या मावशीच्या घरात ती स्वत: घरी नसताना कोणत्यातरी अनोळखी माणसानं दार उघडावं हे जरा विचित्रच आहे. यात तुझा काही डाव नाहीये ना?”

“छे. माझा कसला डाव!”

“जी लोकं माझ्याशी सीधी वागतात त्यांना त्याचा पश्चात्ताप नाही होत. पण जर कुणी माझ्याशी पंगा घेतला, तर ते पुन्हा असं काही करू शकणार नाहीत एवढं मी नक्की बघते. ऐकतोयस ना तू ओडेल?”

“हो ऐकलं ना. आणि नोकरीसाठी थँक्स लोरेन.”

तिची माझ्यावरची नजर थोडी सौम्य झाली. तिनं आपले कपडे ठाकठीक केले. कमरेचा पट्टा नीट बसवला. माझं लक्ष होतंच. मी तिच्या कमरेकडे बघतोय आणि मला ते बघायला आवडतंय हेही तिला कळलं. यात मी काहीही लपवत नव्हतो. तिनं जर कमरेला पिस्तूल लटकवंल तर, हा विचार माझ्या मनात आला आणि दुसऱ्याच क्षणी अंगात काहीही न घालता फक्त कमरेला पिस्तूल लटकवून ती उभी आहे असं चित्र माझ्या नजरेसमोर आलं. काही सेकंदातच मी खूप उत्तेजित झालो.

“ठीके तर मग चांगल्या सभ्य गृहस्थासारखा मला दारापर्यंत सोडतोस का?”

माझ्या कपड्यातून माझी उत्तेजित अवस्था दिसावी अशी माझी बिलकूल इच्छा नव्हती, पण असं टेबलाशीच ढिम्म बसून राहणंही शोभलं नसतं म्हणून मग मी अर्धवट उभा राहिलो आणि हात टेबलावरच ठेवून झुकल्यासारखं केलं. मी टेबलाआड माझं शरीर लपवण्याचा प्रयत्न करत होतो. पण मग टेबलाचा आधार सोडून मला दाराकडे जावं लागलं. माझी अवस्था तिच्या ताबडतोब लक्षात आली. “काय सुंदर शॉर्टस आहेत.” ती म्हणाली.

“मी गवत कापताना वापरण्यासाठी घेतल्यात.” माझा चेहरा शरमेनं लाल झालेला माझा मलाच जाणवत होता.

“तुला शोभून दिसतात. सगळ्यांना दिसतातच असं नाही.”

"हं. हां."

ती छद्मीपणे हसली आणि मला आणखीनच लाज वाटली. "न धडपडता मला दरवाजापर्यंत पोहोचवू शकशील ना?" तिनं हा जोक मारला होता असं मला वाटलं.

"नक्की."

आम्ही दारापाशी पोचलो. ती वळली आणि मला म्हणाली, "तुला भेटून बरं वाटलं ओडेल."

"मलाही लोरेन."

"बहुतेक पुन्हा भेटू आपण. तू डीनला मात्र लगेच फोन करायला सांग."

"हो सांगेन."

तिनं जाळीचं दार उघडलं. मी तिच्या पाठोपाठ बाहेर पडणार, तेवढ्यात ती आणखी काहीतरी सांगायला एकदम थांबली आणि मी बेसावध असल्यामुळे अचानक तिच्या अंगावर आपटलो. ती वळली असल्यामुळं माझ्याकडे तिचं तोंड होतं. मी सरळ तिच्या छातीवरच धडकलो. माझ्यासाठी हा मोठाच शॉक होता आणि हे तिलाही कळलं होतं. "ओडेल, हे घर जुनं आहे आणि खूप मोठं पण आहे. इतकं चिकटून उभं राहायची गरज नाहीये."

"माझा तो हेतू नव्हता."

"मी सांगणार होते की, माझा फोन नंबर तिथं फोनजवळ भिंतीवर लिहिलेला आहे. माझ्याकडे तुझं काही काम असलं तर फोन कर."

"बरं."

"आता गाडीपर्यंत येण्याची गरज नाही. परत कुठंतरी आपटलास तर काहीतरी मोडशील."

"बरं."

"तू अगदी कमी बोलतोस ओडेल."

"हो."

तिनं आपलं हसू कसंबसं दाबलं, पण त्यामुळं तिच्या घशातून विचित्र आवाज निघाला. जे घडलं होतं त्यामुळं मला अगदीच बावळटासारखं वाटायला लागलं. तिनं जर तिचे कपडे माझ्या पुढ्यात ठाकठीक केले नसते, पट्टा नीट केला नसता, तर माझ्या मनात हे भलभलते विचार आलेच नसते आणि मग हे रामायण घडलंच नसतं. पण जे व्हायचं ते होऊन गेलं होतं. मी आता या बाबतीत काहीही करू शकत नव्हतो.

लोरेन पायऱ्या उतरून गाडीकडे गेली. गाडीत बसता बसता तिनं मागे पाहिलं. पण मला हात केला नाही, मग मी पण तिला बाय केलं नाही. तिची गाडी बाहेर पडली आणि मी पुन्हा किचनमध्ये आलो. लोरेन गेल्यावर आता मी जरा शांतपणे

नीट विचार करू शकलो असतो. आता तर परिस्थती आणखीनच बिकट झाली होती. ही बया इथं उपटेल असं मला स्वप्नातसुद्धा वाटलं नव्हतं पण ती आली होती आणि आता मी काय करणार होतो?

तेवढ्यात मला एक आयडिया सुचली. डीन आणि ब्री दोघांनाही लांब कुठंतरी घेऊन जायचं आणि कुणालाही सापडणार नाही अशा ठिकाणी लपवायचं, म्हणजे माझ्याकडे कुणीही बोटं दाखवणार नाही. यामुळं मला विचार करायला थोडा वेळ मिळाला असता. हे असं घरात डेड बॉडीज असताना वावरण्यानं अंगावर काटाच येत होता पण ह्या बॉडीज लपवायच्या तरी कुठं? पटकन आठवण्याजोगी जागा म्हणजे डीननं खणलेला तो खड्डा. पण तो वापरला तर तिथं ओबड धोबड दिसलं असतं आणि उकरलेल्यापैकी शिल्लक माती लक्षात येण्यासारखी होती. पण तरीही हे चाललं असतं. मी ती माती थोडीथोडी करून पसरून टाकली असती आणि खड्ड्यावर खुराडं ठेवलं असतं. डीननं असंच तर ठरवलं होतं. जर कॅलिस्टोच्या आजूबाजूचा भाग माझ्या ओळखीचा असता तर मला एखादी चांगली जागा सुचली असती, पण असं काही नव्हतं म्हटल्यावर आता पहिलाच बेत बरा होता असं म्हणावं लागलं असतं.

डीनला खाली अंगणात आणण्यासाठी मी वर गेलो. मी ब्रीला अगदी सहज वर आणू शकलो असतो. पण मला आधी डीनचा प्रश्नसोडवायचा होता वरपासून साफसफाईला सुरुवात करून खाली यायचं असं काहीतरी माझ्या मनात आलं असेल किंवा मग त्याला बॅटनं फटकावून मारल्याबद्दल आणि नंतर जे घडलं त्यामुळं माझ्या मनात जी अपराधीपणाची भावना निर्माण झाली होती त्यामुळं असेल, मी आधी डीनकडे गेलो. वर हवा खेळती राहिली होती. लोरेनलाही कसला वास आला नव्हता हे माझं भाग्यच होतं. त्याला बाहेर काढण्यासाठी मी कॉटपाशी वाकलो.

या इथं सगळ्याला कलाटणी मिळाली. मी कॉटवरची चादर वर केली, तेव्हा मला त्याच्या डोक्याशी असलेल्या बुटांच्या आत एक पाकीट पडलेलं दिसलं. मी त्याला तिथं ढकललं तेव्हा एकतर मी अतिशय घाईत होतो आणि तेवढ्यातच खाली लोरेनच्या गाडीचा आवाज आला होता. त्यावेळी मला हे पाकीट दिसलं नव्हतं एवढं खरं. हे पाकीट इथं असं का पडलं असावं याचा मी विचार केला. मग मात्र माझ्या जागी दुसरं कुणीही असतं तर त्यानं जे केलं असतं तेच मीही केलं. मी ते पाकीट बाहेर काढलं आणि उघडलं. आत काय होतं माहितीये? नोटा. नोटांची थप्पी. मी ते पैसे मोजले. बरोब्बर दोन हजार डॉलर्स होते. ठीक आहे. लोरेन हेच शोधत होती हे माझ्या लक्षात आलं. पण हे पैसे होते तरी कसले?

मी तिथंच कॉटपाशी बसून यावर विचार करत होतो. डीनला खाली न्यायचंय हे मी क्षणभर विसरूनच गेलो. तेवढ्यात एखाद्या फिल्मचं रीळ रिवाइंड

करून पुन्हा उलगडावं तसं झालं. पुन्हा एका गाडीचा आवाज मला ऐकू आला. मला वाटलं काहीतरी विसरल्यामुळं पुन्हा लोरेनच परत आली असेल. मी ते पाकीट होतं तिथं तसंच ठेवून दिलं आणि चादर नीट केली. मी खरंतर खूप घाबरलो होतो, पण माझ्या चेहऱ्यावरून माझी अस्वस्थता लक्षात येणार नाही ही खबरदारी घेऊनच मी खाली आलो.

मी पुढच्या दाराशी पोचायच्या आतच मला समजलं की लोरेन परत आलेली नाहीये. कारण ह्या गाडीचा आवाज वेगळा होता. ही अमेरिकन गाडी होती. गाडी बाहेर येऊन थांबली, तोपर्यंत मी बाहेरचा दिवा लावला आणि एकदम दचकलो. ही लोरेननं वर्णन केलेली हिरवी पाँटिअॅक गाडी होती. डीन या गाडीतून गेला का, असंच तर तिनं विचारलं होतं. ड्रायव्हर खाली उतरला आणि पायऱ्यांजवळ आला. डीनऐवजी एका अनपेक्षित अनोळखी माणसाला दरवाजाशी बघून तो थबकला. पण मग तो तसाच वर आला. साधारण पस्तिशीचा हडकुळा असा माणूस होता तो. त्याचे समोरचे केस विरळ होते. पण मानेवर मात्र कॉलरपर्यंत पोचण्याइतके लांब होते. त्यानं क्षणभर संशयानं माझ्याकडे बघितलं आणि मग लोरेनसारखंच विचारलं की बाबा तू कोण आहेस?

"ओडेल." मी म्हणालो.

"डीन कुठाय?"

"आत्ता घरी नाहीये."

त्यानं माझ्याकडे पाहिलं आणि मग माझ्या मागच्या हॉलमध्ये नजर फिरवली. बहुतेक आत्ता एवढ्यात डीन तिथं टपकेल आणि मला खोटं पाडेल, असं त्याला वाटलं असावं. "हो पण मग आहे तरी कुठं?"

"बहिणीकडे गेलाय. त्यानं काही मला नीटसं सांगितलं नाहीये."

"पण मग तू कोण आहेस?"

"ओडेल."

"तू डीनचा कोण आहेस? भाऊ वगैरे?"

"फक्त मित्र."

हे ऐकून त्याला काही फारसं बरं वाटलं नव्हतं. "तो माझ्यासाठी घरी थांबणार होता. तो लगेच परत येणारे का?"

"त्याच्या बोलण्यावरून तरी वाटलं नाही. काहीतरी घरगुती प्रॉब्लेम झालाय."

"म्हणजे काय? त्याची मावशी? तिला काय हार्ट अॅटॅक आला की काय?"

"नाही नाही. ब्री फ्लोरिडाला गेलीये सुट्टीला."

"छा. तो इथे भेटणार होता. त्यानं मला द्यायला म्हणून काही दिलंय का? तू त्याचा किती जवळचा मित्र आहेस?"

"आमची चांगली घनिष्ट मैत्री आहे. डीनची आणि माझी."

"हां. आहे का?"

"काय आहे का?"

"मला द्यायला काही काढून ठेवलंय का?"

त्याला वैताग यायला लागला होता. तो बहुतेक ड्रग्ज वगैरेच्या लफड्यातला असावा, म्हणजे वाटत तरी होता. गळ्यात एक वादी, त्यात एक कोळ्याचं पदक, नजर चंचल आणि भिरभिरणाऱ्या हालचाली. डीन बेशुद्ध पडला, त्याआधी त्याचीसुद्धा अशीच अवस्था होती. ते दोघे सारखेच होते. मी जर लहान चणीचा असतो तर डीन इथं नाहीये हे बघून हा माझ्यावरच चढला असता हे नुसतं त्याच्याकडं बघूनच माझ्या लक्षात आलं.

"साधारण काय प्रकारचं?"

"हे भगवान! पैसे. आमचं ठरलं होतं त्याप्रमाणं."

अच्छा. म्हणजे लोरेन जे पैसे शोधत होती, ते त्याला हवे होते. आता हा गुंता काय आहे यावर मी विचार केला. माझ्या मते ह्याच्या ऐवजी ते पैसे लोरेनकडेच जायला हवे होते. कारण मला ती खूप आवडली होती आणि हा अजिबात नाही.

"तुझं नाव काय आहे?" मी विचारलं.

"हा काय प्रकार आहे? तुझ्या मायला, तू काय माझी परीक्षा घेतोयस काय?"

तो एकदम घाबरलाच आणि मला त्याचं कारण देखील कळलं. मी पोलीस आहे असं त्याला वाटतंय. मी सहा फूट तीन इंच उंच आहे आणि माझे केस त्यांच्यासारखेच अगदी बारीक कापलेले आहेत. मागच्या आठवड्यात कालोरॅडोमध्ये कापले. किंवा तो मला सोल्जर समजला असावा. आर्मीतला हा टीशर्ट आणि शॉर्ट्स हा माझा भूमिगत अवस्थेतला पोशाख वाटला असेल.

"पण तो इथं असणार होता," तो पुन्हा तेच म्हणाला. "काही प्रॉब्लेम असता, तर तो मला फोन करणार होता. तू डीनला नीट ओळखत असशील, तर मी काय म्हणतोय ते तुला कळेल."

त्याला माझा संशय आलाय हे मला कळणं म्हणजे त्याच्या मते म्हणजे मला चॅलेंज करण्यासारखं होतं. मला तर तो फुटायला पाहिजे होता, म्हणजे मी ते बॉडी पुरण्याचं ठरवलेलं काम करू शकलो असतो. त्याला जे हवं होतं ते देऊन टाकलं असतं तर तो कायमचा गेला असता ही कल्पना मला जास्त चांगली वाटली. नाहीतर तो पुन्हा आला असता. हे सगळं आता बेकायदेशीर व्हायला लागलं होतं हे मला जाणवलं. पण माझा नाइलाज होता.

"हो. त्यानं ठेवलंय खरं काहीतरी." मी म्हणालो.

"हो का, मस्त. बरं झालं. तू ते मला देतोयस का कसं?"

“पण ते योग्य व्यक्तीच्याच हातात पडायला हवं.”

“हे भगवान! ठीके, मी डार्को आहे.”

“डार्को?”

“डॉनी. पण पिक्चरसाठी माझं नाव आहे डार्को.”

“कोणतं पिक्चर?”

“च्यायला. तू काय पिक्चर बघत नाहीस का? डॉनी भडवा डॉर्को. कळलं?”

नक्की कुणाला पैसे द्यायचे आहेत हे मला माहीत आहे का, हे बघण्यासाठी काही तो खोटं नाव सांगत नव्हता. असं असतं तर त्यानं काहीतरी जॅन किंवा मग फ्रॅंक असलं नाव सांगितलं असतं. डॉनी डॉर्को नसता म्हणाला.

“इथंच थांब.”

मी वर जाऊन पैसे आणले आणि त्याला दिले. हे पैसे काही माझे नव्हते, तरी ते असे त्याला देताना मला वाईट वाटलंच. पण हे देणंच सगळ्यात बरं होतं. त्यानं ते मोजले आणि “आलोच.” म्हणून गाडीकडे गेला. डिकी उघडून त्यानं एक पॅकेट बाहेर काढलं आणि ते घेऊन तो परत आला. एका पेपरमध्ये गुंडाळलेलं आणि सगळीकडून टेप लावून चिकटवलेलं असं ते गुडकं होतं. त्याचा आकार साधारण लंच बॉक्सएवढा होता. आता त्याला पैसे मिळाले होते आणि मी पोलीस नाहीये याची खात्री झाली होती, म्हणून त्याचं अवघडलेपण कमी झालं होतं.

“डीनला सांग, की पुढच्या वेळी मला तो स्वत: इथे भेटायला हवाय. कोणीतरी अलाणा फलाणा नाही चालणार.”

“सांगेन.”

गाडीत बसून तो निघून गेला. आता आणखी कोण टपकतंय की काय हे बघत मी थोडा वेळ तिथल्याच आरामखुर्चीत बसून राहिलो. पण कुणीही आलं नाही. यालाच म्हणतात परिस्थितीशी जुळवून घेणं. मला हे छान जमतंय हे माझ्याही आत्ताच लक्षात आलं. रात्र बरीच झाली होती. दिवसभर माझा कामाचा पिच्चा पडला होता. दिवसभरात अनेक अक्रीतंही घडली होती. बऱ्याच अनपेक्षित गोष्टी घडल्या होत्या. त्यामुळं मी अगदी थकून गेलो होतो. उद्या सकाळी लवकर उठून डीन आणि ब्रीचं काय ते बघू या असं मी ठरवलं. स्वच्छ अंघोळ करून मी झोपायला गेलो. इथली पहिली रात्र मी सोफ्यावर काढली होती. दुसरी बाहेरच्या आरामखुर्चीत. म्हणून आज व्यवस्थितपणे कॉटवर झोपायला हवं होतं. मग मी ब्रीच्या पलंगावर ताणून दिली. साधारणपणे म्हाताऱ्या बायकांच्या खोलीत असतो, तसा तिच्या खोलीत सेंटचा घमघमाट होता. पण मला चाललं. आपण जसजसे म्हातारे होतो तसतसा आपल्या अंगाला घाण वास मारायला लागतो असं या थेरड्यांना वाटतं की काय कोण जाणे!

पाच

रात्री थकल्याभागल्या अवस्थेत जे प्रश्नएकदम बिकट वाटतात, तेच प्रश्नरात्रभर मस्त झोप झाल्यावर सकाळी आपण ताजेतवाने असताना इतके बिकट वाटत नाहीत. जे घडलं त्यामुळं मला रात्री भयानक स्वप्न वगैरे पडायला हवी होती असं तुम्हाला वाटेल, पण तसलं काहीही झालं नाही. याचाच अर्थ माझ्या मनात एक अपराधीपणाची भावना आहे असं जे मला वाटत होतं, तसं काही नव्हतं. घडल्या गोष्टींचा आढावा घेतला तर मी काही कुणी खलनायक वगैरे ठरत नव्हतो. मी डीनच्या डोक्यात बॅट घातली खरी, पण त्याला जीवे मारण्याचा माझा हेतू नव्हता. मी एवढ्या जोरात मारलंही नव्हतं. तो कशानं मेला ते मला कळलंच नव्हतं. मी मारल्यानंतर त्याच्या डोक्यात काहीतरी केमिकल लोचा झाला असणार. पण हे माझ्यामुळं नव्हतं झालं. यात माझा दोष नव्हता. म्हणजे मला तरी असं वाटत नव्हतं. ही सुटकेची भावना चांगली होती. पण आता जर मी दोघांनाही पुरलं— डीनला आणि ब्रीला, तर मला खूप अपराधी वाटलं असतं. मी खूप दुष्टपणा करतोय असं काहीसं मनाला लागून राहिलं असतं. मला हे व्हायला नको होतं. असं कुणाला आवडलं असतं?

जर त्यांना पुरलं नाही, तर मी या दोन मुडद्यांचं काय करणार तरी काय होतो? यातून सहीसलामत कसा सुटणार होतो? विचार करत मी तसाच अंथरुणात लोळत पडून राहिलो. वर छतावर हळूहळू उन्हं येऊ लागली होती. मी नेहमीच सकाळी लवकर उठतो आणि कॉटवरून खाली उतरण्यापूर्वी माझं विचारचक्रही भराभर चालतं. ब्रीचं तिथल्या टेबलावरचं घड्याळ सकाळचे सहा अठरा झाल्याचं दाखवत होतं. मला एवढ्यात उठायची गरज नव्हती. अजून थोडावेळ असंच लोळत लोळत विचार करायला हरकत नव्हती.

एवढ्या विचारानंतर मला उपाय सापडला. एक नवीन कल्पना सुचली. मी कोणालाच पुरायचं वगैरे नाही. मी लोरेनला सांगेन की, नाश्त्याला काहीतरी खायला

आणायला म्हणून मी तो फ्रीजर उघडला आणि तिथल्या वस्तू वर खाली करून बघताना मला अचानक ब्री दिसली. साहजिकच मला सॉलिड धक्का बसला. तेवढ्यात मला एकदम सडका वास आला. ब्री तर फ्रीजरमध्ये होती. म्हणजे हा तिचा वास नव्हता. म्हणजे हा दुसरा कसला तरी वास असणार. इथे आणखीन काहीतरी कुजलेलं आहे म्हणून मग मी शोधलं तर मला तिथे कॉटखाली डीन सापडला. पण असं सांगून पचणार नाही. कारण मी लोरेनला आधीच सांगितलंय, की डीन त्या हिरव्या पॉंटिॲकवाल्या माणसाबरोबर कुठेतरी गेला. डीनचा प्रॉब्लेमच झालाय. निदान ब्रीबाबत तरी स्पष्टीकरण देता येईल. डीननं तिला मारलं असं वाटू शकेल. नाहीतरी त्यानंच मारलंय आणि मग तो त्या गाडीवाल्याबरोबर पळाला. यात आता आणखी एक गोष्ट म्हणजे काल त्या गाडीवाल्यानं दिलेलं पॅकेट मला लोरेनला द्यायचंय. म्हणजे ती खूश होईल. ती जे शोधत होती ते तिला मिळेल. ती पैसे नव्हती शोधत, तर हे पॅकेट हवं होतं तिला. आता मला सगळं कळलं होतं. पण जर तो, डॉनी डॉर्को गाडीवाला, ते पॅकेट घेऊन काल रात्री आला होता, तर मग त्याच्याबरोबर गेलेला डीन परत कसा आला नाही? शिवाय वासावरूनही लोरेनला कळेल की डीनला मरून बराच वेळ झालाय. ही थाप खपणार नाही. मला पुन्हा विचार करायला हवा.

मी अस्वस्थ झालो. प्रश्नसुटतच नव्हता. शेवटी मी उठलो. हवेत बऱ्यापैकी गारवा होता. आत्ता लगेच तो अंगणातला खड्डा भरून टाकायचं मी ठरवलं. नाहीतर मला डीनला तिथं पुरायचा मोह होईल आणि मग मात्र मी गुन्हेगार ठरेन. मला पंधरा-वीस मिनिटं लागली तो खड्डा बुजवायला. खूपच ओबडधोबड दिसत होतं तिथं. ही माती नीट सपाट व्हायला थोडे दिवस तरी लागलेच असते, पण त्यावर खुराडं ठेवलं म्हणजे खाली फारसं कुणाचं लक्ष गेलं नसतं. डीननं हाच बेत आखला होता. मग मी त्याची ही इच्छा पूर्ण केली. ओढत ओढत ते खुराडं बरोब्बर त्या मातीच्या ढिगाऱ्यावर ठेवून दिलं. या हालचालींमुळं आतल्या कोंबड्या मात्र पिसाळल्या आणि एकदम कलकलाट करू लागल्या, पण एकंदरीत छान झालं. खुराडं उचलल्याशिवाय ढिगारा दिसलाच नसता. हा उपद्व्याप कोण कशाला करायला करेल? कोणीही नाही. अजूनपर्यंत ते खुराडं जिथं होतं तिथं खुराडं ओढल्याच्या खुणा आणि कोंबड्यांची शीट साठली होती. पण हे साहजिकच होतं. त्यात कोण लक्ष घालेल? माझा विचार चालू होता.

हे झालं, पण डीनचं काय करायचं ते समजत नव्हतं. सुपातल्या माशीसारखी समस्या होती ही. मी डीनच्या खोलीत गेलो तर तिथं भयानक दुर्गंधी येत होती. डीननं विधी करून ठेवले होते. मेलेल्या माणसानं हे कसं काय केलं ते मला विचारू नका. त्या खोलीत उभं राहावत नव्हतं. मी कपाटातून आणखी एक चादर काढली आणि जमिनीवर पसरली. मग कॉटखालून डीनला बाहेर खेचून काढला आणि त्या

चादरीत गुंडाळला. मग घरातला वास जाण्यासाठी हे गाठोडं खांद्यावर घेऊन मी गॅरेज गाठलं. मी त्याला गवताच्या गंजीत झोपवलं. तिथं कुणीही त्याला शोधायला गेलं नसतं किंवा त्याचा वासही आला नसता. मी तो खड्डा आधीच बुजवला होता हे एक बरं झालं. नाहीतर वास येऊ नये म्हणून मला त्याला तिथं पुरायचा मोह झाला असता. आता पुन्हा खड्डा खणायचा प्रश्नच नव्हता. आता दुसरं काहीतरी सुचेपर्यंत तरी तो गॅरेजमध्ये राहू शकत होता.

गॅरेजमध्ये आलोच होतो, तर मी त्या दिवसाचं गवत कापायचं वेळापत्रक बघितलं. त्या दिवशी सकाळी अकरा वाजेपर्यंत कोणाचंच काम नव्हतं. माझा बेत तडीला जाण्याच्या दृष्टीनं, म्हणजे निदान त्याचा सुरुवातीचा भाग, हे उत्तम होतं. मी अंघोळ करून कपडे मशीनमध्ये टाकले. तो खड्डा बुजवताना आणि नंतर डीनला गॅरेजमध्ये नेताना मी घामाघूम झालो होतो. नंतर मी लोरेनला फोन केला. मला खरं तर जाम भूक लागली होती. पण ती येईल तेव्हा जर घरात नाश्त्याचा खमंग वास दरवळला असता तर पंचाईत झाली असती. कारण ब्रीला फ्रीजरमध्ये अशा अवस्थेत बघून मला जबर धक्का बसल्याचं भीती वाटल्याचं नाटक मी तिच्यापुढं करणार होतो. मी पुन्हा एकदा सगळ्याची उजळणी केली आणि तिनं सांगितल्याप्रमाणं तिचा नंबर फिरवला. थोडा वेळ रिंग वाजल्यावर तिनं फोन उचलून हॅलो म्हटलं. आत्ताशी सात वीसच झाले होते. म्हणजे मी बहुतेक तिला झोपेतून उठवलं होतं.

"अगं लोरेन, मी बोलतोय." मी म्हटलं.

"कोण?"

"मी, ओडेल."

"ओडेल?"

"हो. कशी आहेस?"

"ओडेल, काय हवंय तुला?" तिचा सूर त्रासिक होता. म्हणजे मी नक्कीच तिला उठवलं होतं.

"माझ्याकडं एक चांगली बातमी आहे आणि एक वाईट बातमी आहे. तुला आधी कोणती ऐकायचीय?"

"वाईट." ती म्हणाली. मला आश्चर्य वाटलं. जास्ती करून लोकांना चांगली बातमी आधी ऐकायची असते. म्हणजे मग वाईट बातमीचा तेवढा परिणाम होत नाही. कारण चांगल्या बातमीचा थोडा तरी दिलासा असतो. पण शेवटी प्रत्येक माणसाची रीत वेगळी.

"हां. पण तू चांगली बातमी आधी ऐकायला हवीस."

"सांग कुठलीही." ती अजूनही तशाच आवाजात बोलत होती.

"सकाळी जाग आल्यावर मी सहज आपला बाहेर अंगणात गेलो, तर तिथे

एक पॅकेट ठेवलेलं होतं. मग मला वाटलं की तू काल रात्री शोधत होतीस, तेच ते पॅकेट असणार. तू पॅकेटच म्हणाली होतीस ना, तेच तर हे नसेल, असं आपलं माझ्या मनात आलं.''

''पॅकेट?''

''दाराच्या बाहेरच. टेप लावून मस्तपैकी गुंडाळलेलं.''

''तू उघडून बघितलंस का?'' आता ती पूर्ण जागी झाली होती. तिच्या आवाजाला एक धार आली होती. म्हणजे आता तिचं माझ्या बोलण्याकडं पूर्ण लक्ष होतं.

''नाही.''

''उघडू नकोस. मी तिथं पोचेन तेव्हा मला, ते तुला जसं मिळालं तशाच स्थितीत दिसायला हवं. पण ते तिथं आलं कुठून?''

''मी पण हाच विचार करत होतो. रात्रीतून कुणीतरी आणून ठेवलं असणार. मला नेहमीच गाढ झोप लागते. मी झोपलेलो असतानाच हे आलं असेल.''

''मी येईपर्यंत ते दुसऱ्या कुणाला दिसणार नाही अशा ठिकाणी उचलून ठेव. मी लगेच येतेच आहे.''

''बरं.''

मी पुढे काही बोलायच्या आत तिनं फोन ठेवून दिला. यावरून पॅकेटसाठी ती किती उतावीळ झाली होती ते दिसून आलं.

वाईट बातमी ऐकायलाही ती थांबली नाही. मी पण फोन ठेवला. आता मला पैसे कसे सापडले आणि मी त्या डॉनी डॉर्कोशी काय बोललो ते सगळं सांगायची गरज नव्हती. हे लक्षात आल्यावर मलाच माझ्या हुशारीचं कौतुक वाटलं. सगळं सांगायची पाळी आली असती तर मात्र गोची झाली असती. सक्काळी सक्काळी आखलेले बेत सुरेखच असतात.

पंधरा-वीस मिनिटांत ती येऊन हजर झाली. तिच्या अंगावर तसाच युनिफॉर्म होता. गुड मॉर्निंग किंवा बाकी काहीही न बोलता ''कुठाय ते?'' असं तिनं फाटकन विचारलं.

मी ते किचनमधल्या कपाटात ठेवलं होतं. आता तिनं विचारल्यावर ते बाहेर आणलं. ते उघडलेलं नाही, तिला हवं होतं त्याप्रमाणं जसंच्या तसंच आहे हे बघून हायसं वाटल्याचं तिच्या चेहऱ्यावर स्पष्ट दिसलं. तिनं ते उलटसुलट करून पाहिलं. मग मला ते सकाळी जाळीच्या दरवाजाजवळ कसं सापडलं ही कथा पुन्हा सांगायला लावली. तिला हे पॅकेटचं असं अचानक सापडणं हा भाग आवडलेला नव्हता. ही गोष्ट पचण्यासारखी नव्हतीच. हे गूढ वाटणं साहजिकच होतं. काही लोकांना अशा अनाकलनीय गोष्टींमुळं अस्वस्थ व्हायला होतं. मी अस्वस्थ झालो नव्हतो कारण मला याच्यात गहन गूढ असं काही वाटत नव्हतं. बात खतम करण्याच्या दृष्टीनं उचललेलं हे एक सीधंसाधं पाऊल होतं.

''मला नाश्ता करायचाय,'' पॅकेट खाली ठेवत ती म्हणाली, ''तुझी काही हरकत नाही ना?''

''नाही. पण एक प्रॉब्लेम आहे.''

''आता आणखी काय? तू सगळे पदार्थ संपवले नाहीयेस ना? फ्रीजर अगदी ठासून भरलाय म्हणाला होतास तू.''

''फ्रीजरमध्येच प्रॉब्लेम आहे. मी तुला हीच वाईट बातमी देणार होतो. पण तू मध्येच पटकन फोन ठेवून दिलास आणि हे सांगायचं राहूनच गेलं.''

''बंद पडला असेल तर इलेक्ट्रिशियनला बोलाव. फक्त तो येईपर्यंत झाकण बंदच ठेव, म्हणजे आतली थंड हवा आतच राहील.''

''नाही, फ्रीजर छान चालू आहे. पण तिथं त्या गोठवलेल्या खाद्यपदार्थात एक वेगळीच गोष्ट आहे. ती गोठलीये पण खाद्यपदार्थ नाहीये!''

''ओडेल, तुझ्यामुळं माझं डोकं भणभणायला लागलंय. काय प्रॉब्लेम आहे त्या दळभद्री फ्रीजरचा?''

''त्यात ब्री आहे.''

मी तिच्यावर बारीक लक्ष ठेवून होतो. ती विचार करत होती. फ्रीजरमध्ये ब्री आहे म्हणजे? आणि तिची ट्यूब पेटली. फक्त तिला ते पटत नव्हतं.

''ब्री?'' तिचा आवाज एखाद्या लहान मुलीसारखा येत होता. मला तिचा हा पैलू माहीत नव्हता. तिचा हा नाजूक आवाज मला खूप आवडला.

''नाश्त्यासाठी काहीतरी काढावं म्हणून मी खाली गेलो होतो,'' मी विचारपूर्वक ठरवल्यासारखं बोलू लागलो. ''पिझ्झाखेरीज दुसरं काही मिळतंय का ते बघायला मी तिथल्या वस्तू वरखाली केल्या. सकाळी पिझ्झा खाणं बरोबर नाही वाटलं मला, पण तिथे फक्त जेवणातले पदार्थ होते. काही सॉसेजेस वॅफल्स मिळाले तर मला हवं होतं, तेव्हा मला ती दिसली. कसं सांगावं ते मला कळत नाहीये, पण ती मेलीये. आय ॲम सॉरी.''

मी जर तिला सांगितलं असतं की छपरावर एक उडती तबकडी उतरलीये, तर तिचा चेहरा कसा झाला असता, तसा तिचा चेहरा झाला. नंतर तिनं जे केलं ते मात्र मला एकदम अनपेक्षित होतं. तिनं खाडकन माझ्या थोबाडीत दिली. ती अंगापिंडानं चांगलीच आहे हे मी आधीच सांगितलंय, त्यामुळं मला सॉलिड जोरात लागलं.

''भडव्या, मला असल्या थापा मारू नकोस.''

मी काही तिला उलट मारलं नाही. एकतर ती बाई होती आणि शिवाय तिला तेव्हा जबरदस्त धक्का बसला होता. त्यामुळं तिला माफ करायला हरकत नव्हती. पण पुन्हा तिनं मारायला हात उगारला, तर ती थप्पड चुकवायला मी तयार होतो. पण ती नुसतीच माझ्याकडे बघत बसली. बहुतेक मी खरं सांगतोय का याचा अंदाज

घेत होती. मी सांगत होतो त्यातला बराचसा भाग खराच होता. मग नक्की काय प्रकार आहे ते स्वत: पाहावं म्हणून ती धावत खाली तळघरात गेली. मी होतो तिथंच उभा राहिलो. या कौटुंबिक दु:खाच्या मामल्यात मला पडायचं नव्हतं. ही तिची खाजगी बाब होती. मग अपेक्षेप्रमाणं मला तिची छोटीशी किंकाळी ऐकू आली. थोड्या वेळानं ती वर आली आणि तिनं माझ्याकडे रोखून बघितलं. ''ह्यात तुझा काही सहभाग आहे का?'' एकदम थंडपणे खालच्या आवाजात तिचा प्रश्नआला. तिचा चेहरा ओढलेला होता.

''नाही. मला फक्त ती तिथे सापडली.'' हे संपूर्ण सत्य होतं.

''मग हे डीनचं काम.'' एका खुर्चीत स्वत:ला झोकून देत ती म्हणाली. ती एकटक समोरच्या टेबलाकडं बघत होती.

''अरे देवा. तो गेला आणि जाता जाता हे केलं त्यानं. पुन्हा ॲटॅक आला त्याला. त्या भरात केलं त्यानं.'' तिनं माझ्याकडे पाहिलं. ''जाताना त्याच्याकडे काही सामान वगैरे होतं का? एखादी बॅग किंवा पिशवी?''

''नाही. फक्त अंगावरचे कपडे होते. आता त्याच्या खिशात काही असलं तर मला नाही माहीत.''

''मग बरोबर आहे,'' ती स्वत:शीच म्हणाली. ''त्यानं पैसे घेतले आणि... मग तो पॅकेट द्यायला परत आला. हे भगवान, डीन, हा लोचा कशाला केलास? सगळा सत्यानाश करायची काही गरज होती का?''

तिला त्याचा भयंकर राग आला होता. काय करावं? कुणाची बाजू घ्यावी हे न कळून मी गप्प राहिलो. लोरेनचा चेहरा पांढराफटक पडला होता. तिचं तोंडही उघडं होतं. पण याही स्थितीत ती आकर्षक दिसत होती. डीनसारखी नव्हती दिसत.

''तुला अजून नाश्ता करायचाय का?''

''नाही. मला नाश्ताबिश्ता काही नकोय. जरा गप बस. मला विचार करू दे.''

''ठीके.''

माझ्या पोटात कावळे कोकलत होते. तरी मी तिच्या इच्छेखातर चूप बसलो. टेबलाच्या दुसऱ्या बाजूला बसून एकदा छताकडे तर एकदा भिंतीकडे बघत राहिलो. लोरेन या सगळ्या घोळाचा विचार करण्यात दंग होती. शेवटी तिनं माझ्या नजरेला नजर देत म्हटलं, ''तू मला मदत करायला हवीस ओडेल.''

''बरं.''

''आता मी तुला या लफड्याच्या बाहेर नाही ठेवू शकत. तुला गावात हा ट्रक चालवताना अनेकांनी पाहिलंय. त्याच्या वतीनं तू इतरांचं गवत कापण्याचं कामही केलंयस. त्यामुळं आता तू एकदम नाहीसा नाही होऊ शकत. मला खरं तर मनापासून असंच वाटतंय, की तू इथून निघून जावंस. अदृश्य व्हावंस. विश्वास ठेव

माझ्यावर पण आता असं काही नाही घडू शकत. डीननं मूर्खपणा करून ठेवलाय. तो पुन्हा पागल झाला आणि तिचा जीव घेतला त्यानं. तो असा आहे म्हटल्यावर तिनं त्याला इथं राहू द्यायलाच नको होतं!''

डीन कसा चक्रम होता ते आता लोरेन सांगायला लागली. शाळेपासूनच तो असा होता. त्याला मित्र कुणीही नव्हते. नोकरीच्या ठिकाणीही त्यानं तमाशे केले होते म्हणून मग ब्रीमावशीनं त्याला हा धंदा काढून दिला होता. धंदा चांगला चालला होता, पण या मशीनच्या मागे असलेला माणूस वेडसर, विक्षिप्त होता आणि त्याचं हे रूप कधीही बाहेर येऊ शकलं असतं हे फार थोड्या लोकांना माहीत होतं. तो ड्रग्ज घ्यायचा. सगळ्या प्रकारची. ती सांगत होती, यामुळं त्याचं वेड कमी तर झालं नाहीच, उलट आणखीनच वाढलं. त्याचे आणि ब्रीचे खूप वाद व्हायचे. त्यानं भक्तीमार्गाला लागावं, येशूचा आधार घ्यावा, अशी तिची इच्छा होती. ब्री खूप श्रद्धाळू होती. ती नेहमी ते रात्री उशिरा दाखवण्यात येणारे टीव्ही शोज बघायची. त्या चेट आणि प्रीचर बॉबला मदतीसाठी बोलावलं गेलं यावरून मी हे ताडलं होतंच. पण मी हे लोरेनला सांगू शकत नव्हतो. सगळ्यात कडी म्हणजे ती म्हणाली की, डीनला सेक्ससंदर्भात काहीतरी प्रॉब्लेम होता. तो पूर्ण गे असावा. समलिंगी संबंधांची ओढ असणारा असावा, असं मला तिच्या बोलण्यावरून वाटलं. फक्त तो हे स्वत:शीसुद्धा कबूल करत नव्हता.

''त्यानं तुझ्याबाबतीत काही केलं का?''

''नाही. हां पण पहिल्या रात्री त्यानं मला मध्येच उठवलं होतं. त्याला वाटलं की घरात कुणीतरी घुसलंय. प्रत्यक्षात तसं काही नव्हतं.''

''मग काय झालं?''

''हं, काही नाही. तो परत झोपायला गेला. फक्त त्यानं अशा प्रकारे मला मध्यरात्री उठवलं त्याचं मला नवल वाटलं. कानाशी तोंड आणून कुजबुजत होता. खरं सांगायचं तर तेव्हा माझी जाम तंतरली होती. कुणालाही हे असं उठवत नाहीत. आता झोपलेल्याला भीतीनं हार्टअ‍ॅटॅक यावा अशी इच्छा असेल, तर बात वेगळी. मला आलाना.''

''जुळतंय हे,'' ती म्हणाली. ''त्याला अशी तुझ्यासारखी उंचनिंच, बळकट मुलंच आवडत. डीनच्या स्वत:च्या अंगकाठीच्या विरुद्ध. पण ऐक, हा भाग कुणालाही सांगू नकोस. इथे जे घडलं त्याच्याशी याचा काहीही संबंध नाहीये.''

''बरं.''

''आता लगेच मी पोलीस चीफला फोन करणार आहे. तो माझा चांगला मित्र आहे. त्यामुळं तो फारसे प्रश्नविचारणार नाही. पण ओडेल एक लक्षात ठेव, या परिस्थितीमुळं तू संशयाच्या चक्रात सापडणारेस. तुला समजतंय ना ओडेल?''

''अं हो.''

"म्हणजे तुला सत्य सांगताना थोडं वगळून सांगावं लागेल. कळतंय का तुला?"

"हो कळतंय ना. पण वगळायचं कसं?"

"मला असं म्हणायचंय की, डीननं तुला उठवलं, तो तुझ्या कानात कुजबुजला ते सोडून. मग तो त्या हिरव्या गाडीवाल्याबरोबर गेला आणि मुख्य म्हणजे हे पॅकेट इथं कुणीतरी ठेवलं हे तू कुणालाही सांगणार नाहीयेस."

"पण का सांगायचं नाही?"

"मी सांगते म्हणून. माझ्यावर विश्वास ठेव. हे सांगितलंस तर सगळेच, फक्त डीन नाही, तर सगळेच गोत्यात येऊ. तू सुद्धा. सगळ्यात जास्त लोचा माझा होईल. म्हणून."

"असं कसं होईल?"

"हे भगवान! होईल एवढंच लक्षात ठेव. आता नीट कान उघडे ठेवून ऐक ओडेल, तुला मी आवडते का?"

"अं, हो."

"छान. कारण तू सुद्धा मला आवडतोस. पण तू जर हे कुणाला सांगितलंस या पॅकेटबद्दल, खास करून पोलीस चीफला कळलं तर मला तुरुंगाची हवा खायला लागेल. तुला वाटतंय का, की मी जेलमध्ये जावं म्हणून, ओडेल?"

"नाही."

"तर मग ती हिरवी पॉटिॲक गाडी आणि हे पॅकेट याविषयी तोंड शिवून टाक म्हणजे बाकी सगळं सुरळीत होईल. पोलीस फक्त आता डीनच्या मागे लागतील. तो फार दूर नाही जाऊ शकणार. त्याला कुणी मित्र नाहीयेत आणि तसा तो खास हुशारही नाहीये. हे देवा, डीन!"

तिनं हातांनी आपलं डोकं गच्च दाबून धरलं आणि थोडा वेळ तशीच बसून राहिली. माझं पोट भुकेनं गुरगुरत होतं पण तिला ते ऐकू आलं नसावं. मला नाश्ता करायचा होता पण खाली तळघरात एका बाईचा मुडदा सापडला म्हणून पोलीस येतील, तेव्हा जर मी सॉसेजेस वॅफल्स बेकन खात बसलो आणि बाजूला वाफाळलेली कॉफी असेल तर कसं दिसेल? बरं नक्कीच दिसणार नाही. त्यामुळं मला हा त्याग करावाच लागणार होता. फक्त माझ्या एकट्यासाठी नाही, तर लोरेनसाठी. जे घडलं त्याचं दुःख तिच्या चेहऱ्यावर दिसत होतं. त्यामुळं माझ्या मनाला वेदना होत होत्या आणि म्हणून मग मी थोडं सत्य वगळावं असं तिला वाटत असेल, तर मी तसंच करणार होतो.

"ओडेल," ती म्हणाली, "डीन इथून कसा गेला याबद्दल तू जे काही सांगतोयस ना, ते आपल्याला नीट ठरवायला लागेल. हे असं घडलं, ऐकतोयस ना नीट?"

"हो. ऐकतोय."

"सोमवारी रात्री दहाच्या सुमारास तू आणि डीननं बाहेर एका गाडीचा हॉर्न ऐकला. तू बाहेर पोर्चमध्ये गेलास. बघतोस तर तिथं थोड्या लांब अंतरावर एक गाडी उभी होती. अंधारात तुला गाडीचं मॉडेल कळलं नाही. आत कोण होतं तेही तुला दिसलं नाही. हे फार महत्त्वाचं आहे. पण डीन मात्र हे रोजचंच असल्यासारखा त्या गाडीतल्या माणसाशी किंवा माणसांशी बोलायला पुढं गेला. मग परत येऊन त्यानं तुला सांगितलं की त्याला काही दिवसांसाठी बाहेर जावं लागणार आहे. तर तो परत येईपर्यंत तू त्याचं गवत कापण्याचं काम वेळापत्रकानुसार करशील का? तू हो म्हणालास, कारण अगदी तुटपुंज्या ओळखीवरही तो तुझ्याशी चांगला वागला होता. मग काहीही सामान सुमान न घेता डीन त्या लोकांबरोबर गेला. हा सामानाचा तपशील लक्षात ठेव. कारण ते त्याच्या खोलीची झडती घेतील आणि त्याच्या दाढीच्या सामानासारख्या रोज लागणाऱ्या वस्तू तिथंच आहेत हे त्यांच्या लक्षात येईल. त्यामुळं हे पक्कं ध्यानात ठेव की तो अंगावरच्या कपड्यांनिशीच गेला. हे विचित्र वाटेल, पण याला पुरावा मिळेल. फक्त डीन पकडला गेला आणि त्यानं आपल्या जबानीत काही वेगळं सांगितलं तर पंचाईत होईल. ते तर तो सांगेलच. आपण फक्त प्रार्थना करू शकतो की तो कधीच सापडू नये. कदाचित त्यांना तो सापडणारच नाही. मला हे बोलायला देखील खूप वाईट वाटतंय पण डीन इतका माथेफिरू आहे की झाल्या गोष्टीचा पश्चात्ताप होऊन कदाचित आत्महत्यासुद्धा करेल!"

मला वाटलं की ती आणखी काहीतरी सांगेल, पण तिचं सांगून झालं होतं.

"ओडेल, हे तुला नीट सांगता येईल ना?"

"सोपं आहे की एकदम. नक्की येईल."

"ठीक तर मग," ती उठत म्हणाली, "मी आता चीफ वेबला फोन करते. तुझं चक्र नीट काम करतंय ना ओडेल?"

"चक्र?"

"मी सांगितल्याप्रमाणं तुझं विचारचक्र फिरतंय ना? इथं काय काय घडलं? काय काय नाही घडलं?"

"अगदी पक्कं."

"अँडी वेब काही मूर्ख नाहीये. तो तुला शब्दात अडकवायचा प्रयत्न करेल तयार राहा."

"हो. मी तयारच आहे."

"ठीक तर मग."

तिनं फोन उचलला आणि नंबर फिरवायला सुरुवात केली. "चीफ वेब" ती म्हणाली, "लोरेन लॉरी. जरा अर्जंट काम आहे म्हणून सांगा." काही सेकंद गेल्यावर ती पुढं बोलायला लागली, "अँडी, जरा प्रॉब्लेम झालाय. मी ब्रीमावशीच्या

घरी आलीये आणि ती वारली. खून झालाय तिचा. अँडी, ती फ्रीजरमध्ये आहे! फ्रीजरमध्ये. हो. आणि डीन दोन दिवसांपासून गायब आहे. बरोबर. अँडी, प्लीज, पेपर टीव्हीवाल्यांना नाही सांगितलंस तर बरं होईल. निदान पोस्टमार्टेम आणि बाकीच्या गोष्टी होईपर्यंत तरी. करशील एवढं माझ्यासाठी प्लीज?''

जसं घडलं तसंच संभाषण झालं असावं. तिच्या मनासारखं. कारण फोन ठेवण्यापूर्वी ती दोन-तीनदा थँक्यू म्हणाली. मग तिनं ते पॅकेट उचलून माझ्या पुढ्यात ठेवलं. ''माझ्या हातात काये माहितीये का?'' तिनं विचारलं.

''एक पॅकेट?''

''चूक. माझ्या हातात काहीही नाहीये. कारण इथं कुणीही, कोणतंही पॅकेट आणून दिलेलं नाहीये. शिरतंय का डोक्यात? पॅकेट कधीही अस्तित्वातच नव्हतं. हे सगळ्यात महत्त्वाचं आहे. कायम मनाशी ही खूणगाठ बांधून ठेवलीस, तरच आपली मैत्री टिकेल.''

''मैत्री टिकली, तर मला आवडेल ते.''

''छान. मलाही आवडेल. प्रत्येकालाच दोस्ताची गरज असते. विशेषत: असा काही लोचा होतो तेव्हा. तेव्हा मित्रानंच सावरून घ्यायचं असतं. आपला दोस्त पोलिसांच्या भानगडीत अडकणार नाही ना, हे बघायचं असतं. एकदा का आपण त्यांच्या कचाट्यात सापडलो तर जय रामजीकी. मी काही जणांच्या बाबतीत हे घडताना पाह्यलंय. आता डीनची सॉलिड गोची झालीये!''

ती पुन्हा टेबलाशी बसली. मला वाटलं की ती आता रडतीये की काय. पण नाही, ती रडली नाही. काही वेळ पॅकेटकडे बघत बसली. ती सैरभैर झाली होती. पुढं कुठं जावं, काय करावं ते तिला सुचत नव्हतं. मग ती मला म्हणाली, ''मी हे माझ्या गाडीत नेऊन ठेवते. आता हे किचनमधून नाहीसं झालं की तुझ्या डोक्यातूनही नाहीसं व्हायला हवं. अगदी कायमचं. कळलं ना ओडेल?''

''कळलं.''

आणि ती गेली. ती बाहेर पडल्याबरोबर मी बिस्किटांचा डबा उघडला आणि एकदम तीन-चार बिस्किटं तोंडात कोंबली. एव्हाना मला प्रचंड भूक लागली होती. मी आणखीन तीन-चार बिस्किटांचा घास घेतला. तेवढाच जिवाला आधार. नाहीतर आता भुकेनं कळवळायला होत होतं. हे तोंडात टाकल्यामुळं पोलीस येऊन गेल्यानंतर व्यवस्थित जेवण मिळेपर्यंत तरी तग धरता आला असता.

शेवटचा घास जेमतेम चावून मी बिस्किटांचा रिकामा पुडा सिंकखालच्या कचऱ्याच्या डब्यात टाकत असतानाच लोरेन परत आत आली. तिचा चेहऱ्यावर दु:ख आणि ताण दोन्ही दिसत होतं. मग मी माझ्या थोबाडावरही तेच भाव आणले. म्हणजे वेबला संशय यायला नको. तेव्हा मी असा विचार करत होतो की, जर लोरेन आणि मी एकमेकांच्या

मदतीनं यातून सुटू शकलो तर आम्ही जवळ येऊ. वाइटातून चांगलं निघतं म्हणतात ते असं. आता एकदा मनानं जवळ आल्यावर पुढं काय काय घडेल ते कसं सांगता येईल? खरं तर ती मोठी होती, तरी मला तिच्याविषयी असं वाटत होतं. मला वाटत होतं की आम्ही एकमेकांसाठीच जन्मलो आहोत. म्हणजे असं माझ्या मनानं घेतलं होतं. मग वयाकडे दुर्लक्ष करता येणं शक्य होतं. लोरेनलाही असंच वाटत असेल असं नाही. विशेषत: आत्ता तिच्या पुढ्यात इतर अनेक गोष्टी वाढून ठेवल्या होत्या. पण मी मोकळाच होतो. आमच्या दोघांबद्दल मी जितका जास्त विचार करत होतो तितकं मला त्या पॅकेटचे विचार मनातून काढून टाकायला मदत होत होती. त्यात काहीतरी बेकायदेशीर होतं एवढं मला कळलं होतं. म्हणजेच ती काहीतरी चुकीचं करत होती. अरे पण जाऊ दे ना, इथे कोण एकदम बरोबर वागतंय. मी हे पण सोडून द्यायला तयार होतो. शेवटी प्रेम आंधळं असतं हेच खरं.

आयुष्यात आनंद मिळणार असेल, चार चांगले दिवस येणार असतील, तर या बाईच्या काही चुकांकडे काणाडोळा करायला मी तयार होतो. माझा सैन्यात जाण्याचा बेत मी केव्हाच रद्द केला होता. तिचं बरोबर होतं. डीनही तेच म्हणाला होता. लोरेन जर मला तुरुंगातल्या वॉचमनची नोकरी मिळवून देऊ शकली असती, तर इराकमधली ही जिवावर बेतणारी जोखीम अंगावर घेण्यात शहाणपण नव्हतं. या कामाला मरण नव्हतं. कारण गुन्हेगार गुन्हे करणारच होते. त्यांना शिक्षा होणारच होती आणि मग त्यांच्यापासून बाहेरच्या माणसांचं रक्षण व्हावं, ते तुरुंगातून पळून जाऊ नयेत म्हणून तिथे गार्ड्सही लागणारच होते. हे म्हणजे सोन्याहून पिवळं होतं. एखाद्या वेड्यानंच हा जॉब नाकारला असता आणि मी वेडा नव्हतो.

वीसेक मिनिटांत पोलिसांच्या दोन गाड्या आणि एक ॲम्ब्युलन्स घराशी येऊन पोचली. त्यांनी सायरन वाजवला नव्हता. कारण इथं तशी काही घाई नव्हती. गाडीवरचे रंगीत दिवेही याच कारणासाठी लावले नव्हते. सगळ्या गाड्या एकदम अंगणात आल्यावर तिथं चांगलीच गर्दी झाली. त्यांच्यापैकी ॲंडी वेब कोण हे सहज कळत होतं. तो धिप्पाड होता. माझ्याइतका नाही, पण होता. पंचेचाळिशीचा असेल. पोलीस चीफनं जसं दिसायला हवं तसाच तो दिसत होता. हुशार आणि दणकट. त्याच्यातले हे दोन्ही गुण एकत्र जाणवत होते. त्याच्याबरोबर आणखी तीन पोलीस होते.

मी वरच दाराशी उभा राहिलो, तर लोरेन त्याच्याशी बोलायला खाली उतरून पुढे झाली. आश्चर्य म्हणजे नुसता शेकहँड न करता त्यानं तिला मिठीही मारली. खुनाचा तपास करायला आलेल्या पोलिसाकडून हे असलं काही अपेक्षित नव्हतं. पण तिनं सांगितलं होतं की त्यांची चांगली मैत्री आहे. त्यामुळं चाललं होतं ते ठीक होतं. इतर पोलिसांनी यांच्याकडे आपलं लक्षंच नाहीये असं दाखवलं. मग सगळे

जण घरात आले. लोरेननं 'डीनच्या ओळखीचा' अशी माझी त्या चीफशी ओळख करून दिली. बाई हुशार होती. ओळखीचा म्हणजे मित्राइतका जवळचा नाही. आता डीनबद्दल मी काही गोष्टी सांगू शकलो नसतो तरी वांधे नव्हते. कारण मी फक्त ओळखीचा होतो. प्रश्नोत्तरांच्या वेळी याची चांगलीच मदत होणार होती.

आम्ही सगळेच तळघरात गेलो. अँडीनं मला विचारलं, "हां. आता सांग बरं काय काय झालं? तुला ती कशी सापडली?"

मग मी सांगितलं. मी बोलत असतानाच दोन पोलीस फ्रीजरमधल्या ब्रीच्या बॉडीचे फोटो काढत होते. फोटो काढून झाल्यावर अँडीनं त्यांना पिझ्झाची पॅकेट्स बाहेर काढून नंतर तिलाही बाहेर काढायला सांगितलं. त्यांनी तसं केलं. त्यापूर्वी बाकीचं सामान हलवल्यावर पुन्हा थोडे फोटो काढले गेले. बॉडी बाहेर काढताना मात्र त्यांनी अतिशय काळजीपूर्वक काम केलं आणि मेलेल्या माणसाबद्दल चक्क थोडा तरी आदर दाखवला. टीव्हीवर दाखवतात तसे त्यांनी रबरी हातमोजेसुद्धा घातले होते. तिला बाहेर काढल्यावर त्यांच्या लक्षात आलं की तिच्या शरीरावरची बंदुकीची जखम दिसू नये म्हणून तिचं शरीर असं दुमडून ठेवलं गेलंय. त्यांनी एकमेकांकडे बघितलं आणि काहीही न बोलता ही खुनाची केस असल्याचं मान्य केलं. फ्रीजरजवळ खाली ठेवलेल्या ब्रीच्या शरीराचे त्या पिझ्झा आणि मटारच्या पॅकेट्सच्या गराड्यातले आणखी फोटो काढले गेले. मग ॲम्ब्युलन्सवाले पुढे झाले आणि त्यांनी तिला पोस्टमार्टेमसाठी घेऊन जायला म्हणून स्ट्रेचरवर ठेवलं. वर जाऊन अँडीला माझ्याशी बोलायचं होतं म्हणून मग आम्ही वर आलो.

अँडी आणि आणखी एका पोलिसानं मला हॉलमध्ये नेऊन बसवलं. "ओडेल," तो म्हणाला, "हा आहे डिटेक्टिव्ह सार्जंट विन. तू इथं आल्यापासून आज सकाळी तू खाली गेलास आणि तुला ती दिसली तिथपर्यंत काय काय झालं ते सगळं आम्हाला हवंय. शांतपणे विचार कर आणि नीट आठवून सांग. काहीही सोडून देऊ नकोस. तुला अगदी क्षुल्लक वाटलं, कामाचं नाही असं वाटलं, तरी ते महत्त्वाचं ठरू शकतं. आता कोणती गोष्ट महत्त्वाची ठरेल हे आम्ही आधी सांगू नाही शकत."

मी साधारण पंधरा मिनिटं बोललो असेन. माझ्या गाडीनं दिलेला दगा, मग डीननं मला घरात घेतलं, खायला घातलं इ. इ. फक्त हे सगळं रविवारी झालं असं मी सांगितलं नाही, तर शनिवारी रात्री झालं असं म्हणालो. यामुळं आम्हाला एकमेकांची ओळख व्हायला एक दिवस जास्त मिळाला. या दिवसभरात झालेल्या गप्पांमुळं त्याचा माझ्यावर विश्वास बसला आणि त्यानं तो परत येईपर्यंत मला त्याचं गवत कापायचं काम करायला सांगितलं. या जास्तीच्या एका दिवसामुळं हे सगळं स्पष्ट करणं मला सोपं गेलं. मी विचार केला, की आम्ही खरं केव्हा भेटलो ते संगितलं तर एवढ्याशा ओळखीवर डीननं मला काम दिलं ह्यावर त्याचा विश्वास

बसणार नाही. त्याला हे खरं वाटणं महत्त्वाचं होतं. मी बोलत असतानाच ॲम्ब्युलन्स गेल्याचा आवाज मी ऐकला, म्हणजे ब्री एकदाची घराबाहेर पडली होती.

माझं सांगून झाल्यावर अँडी बराच वेळ माझ्याकडे नुसता रोखून बघत होता. मग तो म्हणाला, "ही गोष्ट हजम नाही होत ओडेल. फक्त दोन दिवसांच्या ओळखीवर एखादा माणूस तुला त्याचा धंदा सांभाळायला सांगेल? काहीही सामानसुमान न घेता तो अचानक निघून जाईल? बरं तो कुणाबरोबर गेला, तेही तुला दिसलं नाही. कोणत्या गाडीतून तेही नाही?"

"मलाही तेव्हा ते विचित्र वाटलं होतं," मी म्हणालो, "पण खरंच असंच घडलं. गवत कापायला मला आवडलं हेही खरं. तो माझ्याशी नीट वागला, हे मला पुरेसं होतं. त्याच्या गिऱ्हाइकांनी दिलेले पैसे अजून माझ्याजवळ आहेत. मी तुम्हाला दाखवू शकतो. दोन दिवस मी काम केलं पण त्यापैकी एक पैही मी खर्च केलेली नाही."

"दोन दिवस? मला वाटलं तो सोमवारी रात्री गेला म्हणजे तू फक्त मंगळवारी, एकच दिवस काम केलंस."

मी फटाफट विचार केला. आता खरं सांगितलं तरच त्याला पटेल असं मला वाटलं. "पण मी सोमवारीदेखील त्याचं काम केलं. रविवारी रात्री तो खूप प्यायला होता. त्यामुळं सोमवारी त्याला त्रास होत होता. त्याच्यासारख्या बारकुड्या माणसानं इतकी प्यायला नको होती. पण त्यानं घेतली. सोमवारच्या कामामुळं त्याचा माझ्यावर विश्वास बसला आणि तो गेल्यावर मंगळवारीही मी काम करेन असं त्याला वाटलं. कारण मी हे काम करू शकतो हे मी त्याला सोमवारी दाखवून दिलं होतं. त्याचे पैसे हे इथे माझ्याकडे आहेत."

"ओडेल, तुझ्यावर कुणीही कसलाही आरोप करत नाहीये. आम्हाला फक्त संपूर्ण गोष्ट जाणून घ्यायचीये. डीन त्याच्या मावशीबद्दल काही बोलला होता का? ती त्याला आवडत नाही वगैरे?"

"हां. तो एवढं म्हणाला होता, की त्यांचे कशा कशावरून वाद होतात."

"कशावरून?"

"अं. अं. धर्म वगैरे!"

"धर्म?"

"कारण त्याला मुसलमान व्हायचं होतं. असं तो म्हणाला."

"मुसलमान?"

"डीनला ख्रिश्चन म्हणून राहायचं नव्हतं. मग तो धर्म बदलून मुसलमान व्हायचा विचार करायला लागला. तो म्हणाला की, त्याची मावशी कडवी ख्रिश्चन होती. तिचा याला विरोध होता. हा गवत कापायचा धंदा तिनं त्याला काढून दिला होता, त्यामुळं त्याला धर्मांतराची परवानगी नाकारायचा तिला अधिकार होता असं तिला वाटे."

"तू ही काही वादावादी ऐकलीस का?"

"नाही सर. त्यानं मला सांगितलं की ब्रीमावशी फ्लोरिडाला गेलीये. या बाईला मी कधी भेटलोच नाही. आजच एकदम पाह्यलं."

त्यांचा माझ्यावर विश्वास बसत नव्हता हे मी सांगू शकत होतो. मला थोडी भीती वाटली आणि जरा रागही आला. मी जास्तीत जास्त दहा टक्के खोटं बोलत होतो आणि ते असं दाखवत होते की मी नव्वद टक्के खोटंच सांगतोय. मग परिस्थिती थोडी निवळावी म्हणून मी आणखी थोडं खरं सांगायचं ठरवलं. "त्याच्या खोलीत भरपूर पुस्तकं आहेत. मुस्लीम पुस्तकं. त्यानं मला दाखवली ती. तो म्हणाला की, मीही मुसलमान व्हायचा विचार करायला हवा, कारण ख्रिश्चन धर्मात बऱ्याच चुकीच्या गोष्टी आहेत. मुसलमानांचं बरोबर आहे. सगळेच जण त्याच्यासारखे मुसलमान झाले तर ठीक, नाहीतर अमेरिकेचं काही खरं नाही असं तो म्हणाला."

"मग तू त्याला काय सांगितलंस?"

"मी म्हणालो की मी अमेरिकन आहे याचा मला अभिमान आहे. मी नियमितपणे चर्चमध्ये वगैरे जात नसलो तरी इतर धर्मांपेक्षा ख्रिश्चन असणंच चांगलं आहे."

"मग काय झालं? तो चिडला असेल ना?"

"नाही तो चक्क हसला आणि म्हणाला माझं चुकतंय. एक दिवस मला माझी चूक कळेल आणि मग मला पश्चात्ताप होईल. इतरांनाही होईल."

"इतर कोण?"

"तो स्पष्ट काही बोलला नाही. बहुतेक ख्रिश्चन म्हणायचं असेल त्याला."

"तो काही धमकी देत होता का?"

"नाही, धमकी नाही."

"या सगळ्या धर्माच्या बाता करताना तो एकदाही खुन्यासारखा स्वत:च्या मावशीचा खून करून तिला खालच्या फ्रीजरमध्ये ठेवल्यासारखा वागला नाही? त्याच्या बोलण्यातून तुला काहीही जाणवलं नाही?"

"नाही बुवा. तो असा काही वेगळा वागला असता, तर माझ्या लक्षात आलं असतं ना. हे मुस्लीम धर्माचं सोडलं तर तो अगदी नॉर्मल वागत होता. ती पुस्तकं त्याच्या शेल्फमध्ये आहेत."

त्यानी विनला खूण केली आणि विन वर गेला.

"ओडेल, तुला ताण आलेला दिसतोय. रिलॅक्स."

"मी काहीतरी चूक केलीये असं लोकांना वाटलेलं मला नाही चालत."

"कोणीही काहीही म्हणत नाहीये."

"पण ती गाडीतली इतर माणसं, ती जेव्हा पेपरमध्ये हे वाचतील तेव्हा त्यांना

तर वाटेलंच ना. ते माझा सूड उगवायला परत येऊ शकतात.'' हे मला बरं सुचलं असं मला वाटलं.

''तू तर म्हणालास की तू त्यांना बघू शकला नाहीस. किती जण होते तेही तुला कळलं नाही. कदाचित तिथे एकच जण असेल.''

''असेलही, पण तो ते त्याचे भाऊ आहेत असं म्हणाला. पण आता मला लोरेननी सांगितलं की ते दोघंच आहेत. त्यांना आणखी भाऊ बहीण नाहीये.''

''भाऊ?''

''होय सर. तो जेव्हा परत माझ्यापाशी आला आणि आपल्याला जायचंय असं म्हणाला तेव्हा... त्याचे भाऊ त्याला बोलवत आहेत आणि तो त्यांना नाही म्हणू शकत नाही असं त्यानं सांगितलं.''

''हे भावांचं तू आधी नाही सांगितलंस. लोरेनही तू तिला असं काही सांगितल्याचं बोलली नाही.''

''त्याचं काय आहे... मला हे सांगायला विचित्र वाटलं. शरम वाटली. हे आपण ख्रिश्चन चूक आहोत वगैरे... आपला भाऊ असं बोलला हे तिला ऐकायला आवडलं नसतं ना.''

''अच्छा, म्हणजे तुला असं म्हणायचंय, की त्या गाडीत काही मुसलमान मुलं होती म्हणजे तुला तसं वाटतंय.''

''ते कोण होते ते काही मला माहीत नाही. फक्त तो म्हणाला की ते त्याचे भाऊ आहेत आणि त्याला जायला लागतंय, तर मी काही दिवस त्याचं गवत कापायचं काम करेन का.''

अँडी विचार करू लागला पण त्याची माझ्यावरची नजर हटली नव्हती. थोड्या वेळानं विन काही मुस्लीम पुस्तकं घेऊन खाली आला आणि त्यानं ती अँडीला दाखवली. विननं रबरी हातमोजे घातले होते. पण अँडीनं नव्हते घातले. म्हणून त्यानं पुस्तकांना हात लावला नाही. आता ही पुस्तकं पुरावा म्हणून वापरली जाणार हे मला कळून चुकलं. नावं दाखवून विननं तो गठ्ठा एका प्लॅस्टिकच्या पिशवीत ठेवला आणि तो ती पिशवी घेऊन गेला. आता पुन्हा अँडी आणि मी दोघंच उरलो.

''ओडेल,'' तो म्हणाला, ''तुला काय वाटतंय, डीन दहशतवादी होता का? याचा अर्थ कळतोय ना तुला?''

''नक्कीच. दहशतवाद वगैरे सगळ्यांनाच माहितीये. नऊ-अकरा... ते दहशतवादी होते.''

''बरोबर. तुला असं म्हणायचंय का, की डीन अशा एखाद्या गटात सामील व्हायचा विचार करत होता?''

मी आधीच हे 'भाऊ' प्रकरण सांगून बरंच खोटं बोललो होतो. डीन वाईट होता

असंही सांगितलं होतं. अर्थात आता काही फरक पडत नव्हता, कारण तो तर मेला होता. पण हे अँडीला माहीत नव्हतं. म्हणून मग माझ्याशी चांगलं वागलेल्या माणसावर मी उगाच आरोप करतोय असं त्याला वाटायला नको म्हणून मी म्हणालो, ''नाही. असं काही मी म्हणणार नाही. तो फक्त एवढंच म्हणाला, की त्याला त्याच्या भावांबरोबर जायचंय.''

एखाद्या मेलेल्या खुन्याबद्दल खोटं बोललं तर चालतं का? मी स्वत:लाच हा प्रश्नविचारत होतो. कारण मला अपराधी वाटायला लागलं होतं. मी पॅकेटबद्दल बोलत नाहीये, ठरल्याप्रमाणंच सांगतोय, हे सगळं मी लोरेनसाठी करतोय, आम्ही पुढचं आयुष्य एकत्रितपणे आनंदात घालवावं यासाठी हे चाललं होतं असं मला स्वत:ला बजावावं लागत होतं. मी डीनच्या पाठीमागे त्याच्यावर चिखलफेक करत होतो तरी माझ्या बोलण्यात तथ्य होतं. तो तर मेला होता. त्याला स्वत:ला या गोष्टीचं अजिबात वाईट वाटणार नव्हतं. पण मग मला अपराधी का वाटत होतं? कदाचित मी अजून नाश्ता केला नव्हता म्हणून मला असा त्रास होत होता. सकाळचं पहिलं खाणं हे माझ्या दृष्टीनं अतिशय महत्त्वाचं होतं. दिवसभराची एनर्जी मिळते त्यातून. हे खाणं जर बरोबर झालं नाही तर मग जेवणापूर्वी मध्येच भूक लागते आणि तुम्ही नको ते पदार्थ चरत राहता. शेवटी असं वागणाऱ्या लहान थोर सगळ्यांचंच वजन आटोक्याबाहेर जातं आणि मग पुढचे प्रॉब्लेम्स सुरू होतात.

अँडी उठून उभा राहिला. ''चल जरा तुझी गाडी बघू या.'' तो म्हणाला म्हणून मग मी पण उठलो आणि आम्ही गॅरेजमध्ये आलो. मला तिथं जायचं नव्हतं. त्याला घेऊन तर अजिबात नाही. कारण तुम्हाला माहितीये तिथं गवतात कोणाला टाकलं होतं ते. पण मी शांत राहिलो. विनपण आला तिथं. ते दोघं माझी गाडी तपासू लागले. विननं त्याच्या डायरीत माझ्या गाडीचा नंबर टिपला. तो नंबर आता ते तपासतील आणि ही गाडी खरंच माझीच आहे का ते शोधतील हे माझ्या लक्षात आलं. ती माझीच होती. मीच पैसे भरले होते. गाडीचे पेपर्स, रजिस्ट्रेशन, विमा सगळं व्यवस्थित होतं. यात काहीही प्रॉब्लेम नव्हता. आणखी एक चांगली गोष्ट म्हणजे डीनचा बिलकूल वास येत नव्हता. त्याला चांगलं उंचावर लपवलं होतं. पण उन्हाळा असल्यामुळं त्याची बॉडी लवकरच पूर्णपणे सडणार होती आणि मग वास मारणार होता. त्याची कायमची विल्हेवाट लावण्याच्या दृष्टीनं मला विचार करायला हवा होता.

''उघड चल.'' गाडीकडे बघत अँडी म्हणाला. मी गाडी उघडली. मग त्यानं मला ती सुरू करायला सांगितली. चित्रविचित्र आवाज काढून इंजीन बंद पडलं. त्यानं मला उतरायला सांगितलं आणि विन स्वत: गाडी चालू करून बघू लागला, पण काही केल्या ती चालू झालीच नाही. ही माणसं आता मी सांगितलेली गाडी बंद पडल्याची कथा खरी आहे का ते स्वत: तपासत होती. आत्तापर्यंत तरी सगळं बरं

चाललं होतं. मी खोटं बोलतोय असं वाटण्याजोगी एकही गोष्ट त्यांना सापडली नव्हती. त्यांनी गाडीत थोडीफार खुडबुड करून बघितली. ग्लोव्हबॉक्समध्ये काय आहे ते बघितलं. मग डीनच्या ट्रकवरून नजर फिरवली. पण तिथं काही सापडेल असं त्यांना वाटत नसावं असं मला वाटलं. आम्ही परत बाहेर अंगणात आलो आणि अँडीनं मला जरा थांबायला सांगितलं. त्याला लोरेनशी बोलायचं होतं. आत्तापर्यंत ती बाकीच्या दोन पोलिसांबरोबर बोलत होती.

अँडी आणि विन परत घरात गेले आणि मी तिथेच जरा पाय मोकळे करत आता आणखी कुणी गॅरेजमध्ये जातंय का ते बघत राहिलो. पण कुणीही गेलं नाही. मग मी फिरत फिरत घराच्या मागच्या बाजूला गेलो. ते लोरेनशी बोलणारे दोन पोलीस आता मागे शोधकार्य सुरू करत होते. आज सकाळपर्यंत ते खुराडं जिथं होतं ती जागा जरा वेगळी दिसत होती. एक जण तिकडेच चाचपून बघत होता. मग त्यानं दुसऱ्याला बोलावलं आणि काहीतरी सांगितलं. काय ते मला ऐकू आलं नाही. कदाचित मी तिथं होतो आणि जरी मी माझं लक्ष नाही असं दाखवलं तरी मला उगीच काही ऐकू येऊ नये म्हणून ते मुद्दामहून हळू आवाजात बोलले असावेत. नंतर ते दोघंही त्या खुराड्यापाशी गेले आणि दोघांनी दोन्ही बाजूंनी धरून ते उचलायचा प्रयत्न केला! ते बघून माझ्या काळजाचा ठोका चुकला. पाय थरथरायला लागले. थोडक्यात काय तर मी भयंकर घाबरलो.

त्यांनी खुराडं सरकवलं. खालची उखरवाखर ताजी माती एखाद्या नव्यानं बुजवलेल्या थडग्यासारखी दिसत होती. फक्त दिसत होती, ते खरंखुरं थडगं नव्हतं. मनात पाप नसलेला एखादा माणूस जसं हे बघून पुढे होईल, तसाच मी पुढे झालो आणि म्हटलं, "हे नुकतंच बुजवलेलं दिसतंय. कुणीही ओळखू शकेल." ज्यानं अपराध केला असेल तो असं बोलूच शकणार नाही. सहज जाता जाता मुद्दाम काही केलं जातंय हे लक्षात येणार नाही अशा प्रकारे त्यांचा माझ्यावरचा संशय दूर करण्याची ही माझी पद्धत होती.

"बरोबर. आम्हालाही तसंच वाटतंय." त्यांच्यापैकी एकजण म्हणाला. दुसरा घराकडे जायला निघाला. मी त्या ढिगाऱ्याच्या जवळ जाण्यासाठी थोडा पुढे झालो. पण मला त्या पोलिसानं अडवलं. "मागे हो." तो म्हणाला, "हा पुरावा आहे."

"पुरावा?"

"इथं कुणाला तरी किंवा काहीतरी पुरलं असावं आणि त्या काही कोंबड्या नक्कीच नसणारेत."

मी आश्चर्याचा धक्का बसल्याचं नाटक केलं. मला यासाठी ऑस्कर मिळायला हरकत नव्हती. "मी पैजेवर... मी पैजेवर सांगतो तिथं डीन असणार."

"तुला असं वाटतंय?"

''पैजेवर. तो किंवा मग दुसरं कुणीतरी.''

''असेलही कदाचित.''

आम्ही त्या ढिगाऱ्याकडे बघत होतो आणि आजूबाजूला त्या कोंबड्या माती उकरत होत्या. आमच्या तिथं असण्याचा त्यांच्यावर काहीही परिणाम झाला नव्हता. तेवढ्यात अँडी, विन, तो दुसरा पोलीस आणि लोरेन तिथं आले. आम्ही सगळे ढिगाऱ्यापाशी उभे राहिलो. ''हे नुकतंच बुजवलंय,'' अँडी म्हणाला, ''फोटो काढा आणि मग खणून बघा.''

कॅमेरावाल्या पोलिसांनी फोटो काढले आणि मग ते खणण्यासाठी फावडं वगैरे शोधू लागले. सकाळी काम झाल्यावर मी ते भिंतीशीच उभं करून ठेवलं होतं. त्यामुळं ते त्यांना लगेच सापडलं. एका पोलिसानं आपलं जाकीट उतरवलं आणि तो बाह्या सरसावून खणू लागला. बाकी सगळे जण उत्सुकतेनं बघत होते. मी पण ते खणण्याचं काम बघता बघता हळूच इतरांकडे पाह्यलं तर सगळे, अगदी लोरेनसकट सगळे माझ्याकडेच बघत होते. माझ्या लक्षात आलं, की त्यांना वाटतंय की मी खड्डा खणला आणि डीनला मारून तिथं ठेवलं वर खुराडं आणून टाकलं. त्यांना असं वाटणं अगदी साहजिक होतं पण माझ्याबद्दल त्यांना असं वाटावं यामुळे मी मात्र अस्वस्थ झालो. ''मी हे केलेलं नाहीये'' मी मुद्दामच मोठ्यांदा आणि ठामपणे म्हणालो. पण माझं मला सुद्धा हे ऐकताना यातला फोलपणा जाणवत होता. एखाद्या उपद्व्यापी मुलानं फुटक्या दिव्यापाशी उभं राहून मी दिवा फोडला नाही असं म्हटल्यासारखं.

''तू केलंयस असं कोणीही म्हणत नाहीये.'' अँडी म्हणाला, पण त्याच्या बोलण्यात दम नव्हता. मी खूप अस्वस्थ झालो होतो. पण ते बाहेर दिसू देत नव्हतो. असं काय केलं होतं मी, फक्त एक खड्डा तर बुजवला होता. पण आता हे चार पोलीस आणि लोरेनसुद्धा, नेमकं तिथंच उभं राहून माझ्याबद्दल नाही नाही त्या शंका घेत होते. पोलिसांचं एकवेळ जाऊ दे, पण लोरेन माझ्याकडे अशा दृष्टीनं बघत होती ह्याचं मला फार वाईट वाटत होतं. पहिला पोलीस दमला आणि मग दुसरा पुढे सरसावला. हां हां म्हणता ते त्या खड्ड्याच्या तळाशी पोचले. तिथली माती घट्ट होती. सहजासहजी फावड्यात येत नव्हती. यावरून हा तळ आहे हे कळत होतं. अर्थात तिथं काहीही नव्हतं. मला याचं आश्चर्य वाटणं शक्य नव्हतं. पण इतरांना चांगलाच धक्का बसला. आता ते माझ्याकडे दुर्लक्ष करत होते. माझा संशय घेण्यात त्यांची चूक झाली होती हे त्यांच्या लक्षात आलं होतं आणि हे फार चांगलं होतं.

''ह्याला काही अर्थ नाहीये.'' विन अँडीला म्हणाला. खरं तर अँडीही बुचकळ्यातच पडला होता. लोरेन तर माझ्या नजरेला नजर द्यायचं टाळत होती. मी तिच्या भावाला त्या खुराड्याखाली पुरलंय असं मनात आल्याबद्दल आता तिला शरम वाटत असावी.

"मला तुझे हात दाखव ओडेल," अँडी म्हणाला. मी दाखवले. त्यानी माझे तळहात आपल्या हातात घेऊन चाचपून बघितले. मग हात पालथे करून नखं बघितली. सकाळी लोरेनला फोन करण्यापूर्वी अंघोळ करताना मी छोट्या ब्रशनं माझी नखं साफ केली होती. माझ्या हाताला घट्टे वगैरे पडले नव्हते. कारण मी गवत कापताना वापरायचे रबरी मोजे वापरून तो खड्डा बुजवला होता आणि मग पुन्हा ते मोजे ट्रकमध्ये ठेवून दिले होते.

"बुजवून टाका." तो म्हणाला. पहिल्या पोलिसानं पुन्हा फावडं उचललं. पण आता त्यात मघाची उत्सुकता नव्हती. अँडी मला म्हणाला, "किती वेळापूर्वी तो खड्डा खणला असेल ओडेल तुझ्या मते?"

"पाच मिनिटांपूर्वी."

"आम्ही खणला त्याआधीचं विचारतोय मी. ढिगारा लपवण्यासाठी तिथं ते खुराडं ठेवलं गेलं पण त्यावर कोंबड्यांची शीट पडलेली नव्हती."

"छ्या. ह्या कोंबड्या म्हणजे ना, मी बघितलंय, त्या अगदीच थोडा वेळ त्या खुराड्याच्या आत जात असतील. ते दार बघितलंत ना कसं मोडलंय ते? या कोंबड्यांना हवं तेव्हा त्या आत बाहेर करू शकतात. त्यांना आत डांबून नाही ठेवता येत आणि त्यांना नसेल वाटत आतच बसावं म्हणून. मी कोंबडा असतो तर मला बाहेर सबंध अंगणभर भटकायला आवडलं असतं. या एवढ्याशा खुराड्यात कोण बसणार? जाऊ दे. डीन म्हणाला होता, की त्याला इथे एक भयंकर साप दिसला आणि म्हणून मी मागच्या अंगणात जाता कामा नये. माझे ओले कपडे वाळवण्यासाठी मी मशीनचा ड्रायरच वापरावा. मागच्या अंगणातल्या दोरीवर ओले कपडे वाळत घालण्यासाठीसुद्धा तिथे पाय टाकू नये. मला साप चावला असता तर त्याची पंचाईत झाली असती. म्हणजे मी त्याला जबाबदार धरून कोर्टात वगैरे खेचलं असतं असं त्याला वाटत होतं. अर्थात मी असलं काहीही केलं नसतं. मी काही तसला माणूस नाहीये."

तो खड्डा बुजवण्यात मग्न असलेला पोलीस सोडला, तर बाकी सगळे मी वेडा असल्यासारखं माझ्याकडे बघत होते आणि मी तर खरं सांगत होतो. म्हणजे बघा लोकांना खऱ्याखोट्याची किती पारख आहे ते. माणसं एकमेकांना समजूच शकत नाहीत हे मात्र अगदी खरं.

अँडीनं डोकं खाजवलं आणि मला म्हणाला, "तुझं काय म्हणणं आहे, डीननं हा खड्डा खणला आणि नंतर स्वत:च बुजवून टाकला?"

"मला माहीत नाही, कारण मी स्वत: त्याला असं काही करताना बघितलेलं नाही. मी हे केलं नाही एवढंच मला माहीत आहे. पण हे नुकतंच कुणी तरी केलेलं असणार, कारण तिथली माती तर ओली होती. पूर्वी केलेलं असतं तर माती एव्हाना वाळली असती ना."

माझ्या अशा दोषारोपाच्या बोलण्यानं मी माझी मान अडकवून घेतोय असं कदाचित तुम्हाला वाटेल, पण माझ्या जागी असलेला कुणीही स्वत:वर ठपका येईल असं बोलेल असं त्यांच्या स्वप्नातही येणार नव्हतं. यामुळे मी त्यांच्या दृष्टीनं जास्त निष्पाप ठरलो असतो, खरा होतो त्यापेक्षाही.

लोरेन म्हणाली, ''वरच्या खुराड्यामुळं ऊन अडलं गेलं आणि म्हणून तिथली माती ओली दमट राहिली आणि कोंबड्या तिकडे फिरकल्याच नाहीत त्यामुळं शीट पडण्याचा प्रश्नच नाही, असं होऊ शकतं.''

''हो, पण तरीही एका प्रश्नाचं उत्तर मिळत नाहीये की एखादा माणूस असं थडगं खणेल आणि मग ते न वापरता तसंच परत बुजवून कशाला टाकेल.''

''कदाचित डीननं ब्रीला पुरण्यासाठी खणला असेल हा खड्डा, पण मग काही कारणानं त्यानं आपला बेत बदलून तिला फ्रीजरमध्ये ठेवलं असेल.'' त्यांचं लक्ष पुन्हा डीनकडे वळवण्यासाठी लोरेन खूप प्रयत्न करत होती. डीन संशयितरीत्या गायब होता. अँडी अजूनही त्या खड्ड्यात पडणाऱ्या मातीकडेच बघत होता आणि पोलिसी पद्धतीनं विचार करत होता. म्हणजे हे कुणी केलं असावं आणि का?

''मी ही केस होमलँडकडे द्यायचा विचार करतोय.'' तो विनला म्हणाला.

''का?''

''हे मुसलमानी संबंध. मला हे बरोबर नाही वाटत.''

''हे जरा संदिग्धच आहे असं नाही वाटत?''

''धार्मिक वादातून आपल्या मावशीचा खून करण्यापर्यंत जर एखाद्याची मजल जात असेल, तर तो दहशतवादी होऊ शकेल. तो जिथं कुठं गेला, तिथून परतही आलेला नाही. समविचारी लोकांबरोबर असणार तो. असा एखादा गट जवळपास कार्यरत असला तर ते होमलँडला माहीत असेल.''

''इथं?'' विनचा सूर असा होता की, अँडीच्या मते कॅन्सासमधल्या कॅलिस्टोमध्ये पऱ्या आहेत.

''का नाही?''

आता होमलँड यात आलं. हे प्रकरण मोठं होतं. डीननं कसली तरी सुरुवात केली होती आणि मी माझ्या दहा टक्के खोट्या बातांनी त्याला खतपाणी घातलं होतं. पण आता परतीचा मार्ग बंद झाला होता. मी विचार केला की, मी आता डीनची बाजू घ्यायला पाहिजे. सगळेच त्याच्या विरुद्ध विचार करत होते. तेव्हा मी असलं काही बोललो तर पुन्हा एकदा माझं मन साफ आहे हे सिद्ध होईल. ''डीन दहशतवादी नसणार. तो चांगला दिलदार आहे. आता त्यानं माझ्यावरच कसा भरवसा ठेवला बघा ना. तो मला फारसा ओळखतही नव्हता, तरी त्यानं मला स्वत:चा गवत कापायचा धंदा सांभाळायला सांगितला. ह्यात संपूर्ण

विश्वास होता, कोता स्वभाव नव्हता. दहशतवादी तर कोत्या मनोवृत्तीचे असतात.'' मी म्हणालो.

अँडीनं माझ्याकडे कटाक्ष टाकला आणि तो म्हणाला, ''आपल्या मावशीला मारण्याइतका क्रूर तर तो होताच. का एवढं क्रौर्य तुला पुरेसं नाही वाटत ओडेल?''

हे असं काहीतरी बोलतोय म्हणजे मी मूर्खच असलो पाहिजे असं त्यांना वाटतंय हे मला त्यांच्या चेहऱ्यावर दिसत होतं. पण माझ्या दृष्टीनं त्यांना असं वाटणं चांगलंच होतं. त्यामुळं त्यांचं लक्ष दुसरीकडे वेधलं जात होतं. माझा हाच बेत होता आणि मी रचलेल्या या सापळ्यात ते अलगद अडकले होते. आमच्या संभाषणाची गाडी यापुढे जाऊच शकत नव्हती.

खड्डा बुजवून झाल्यावर पोलिसांनी निघायची तयारी केली. डीनची बंदूक त्यांनी एका प्लॅटिकच्या पिशवीत घालून आपल्याबरोबर घेतली होती. अँडी बराच वेळ लोरेनशी बोलला आणि मग माझ्याकडे वळला. ''ओडेल, या सगळ्या प्रकरणात तू महत्त्वाचा साक्षीदार आहेस. त्यामुळं तुला काही दिवस इथंच राहावं लागेल. आम्हाला तुला आणखीन काही प्रश्नविचारायचे असल्यास तुला हजर व्हावं लागेल. स्पेशल एजंट लवकरच पुन्हा एकदा तुझ्याशी बोलतील, पण तोपर्यंत सांगायचं राहून गेलंय असं जर तुला आणखी काही आठवलं तर केव्हाही मला फोन कर. अगदी बारीकसारीक गोष्ट सुद्धा महत्त्वाची असू शकते.''

''या खुराड्याचं काय? मी ते पुन्हा त्या ढिगाऱ्यावर ठेवू का?''

''नको. आत्ता आहे तसंच राहू दे.''

ते पोलीस आपापसात बरंच बोलत होते. मग आपापल्या गाड्यांत बसून ते निघून गेले. लोरेन आणि मी त्या जाणाऱ्या गाड्या बघत उभे होतो. त्या दिसेनाशा झाल्यावर ती माझ्याकडे वळली आणि म्हणाली, ''चांगलं केलंस ओडेल. तू नाटक अगदी बरोब्बर केलंस. तू इतका अपराधी चेहरा करून उभा होतास, की क्षणभर मला पण वाटलं की तू खरंच तिथे कुणाला तरी पुरलंयस. पण तिथं तर काहीच सापडलं नाही. तू अगदी बावळट दिसत होतास. सुरेख एकदम छान.''

''मला कामाला जायचंय. अकरा वाजता पोचायचंय गवत कापायला.''

''तुला हे चालू ठेवावंसं वाटतंय?''

''डीन जेव्हा परत येईल तेव्हा मी धंदा चांगला सांभाळला म्हणून खूश होईल. नाही तर त्याची गिऱ्हाइकं तुटतील. मग त्याला पुन्हा पहिल्यापासून सुरुवात करावी लागेल.'' मला वाटलं की डीन अजून जिवंत आहे अशाच प्रकारे त्याच्याबद्दल बोललेलं चांगलं, फसवं बोलणं.

''ओडेल,'' ती म्हणाली, ''तू खूप चांगला आहेस. पण तुलाही माहितीये आणि मलाही माहितीये की डीन काही हे गवत कापायला परत येणार नाहीये.

म्हणजे तो जरी परत आला तरी त्यानं ब्रीचा खून केलाय. कळलंय ना तुला? तू त्याची बाजू घेऊन बोललास हे आवडलं मला, पण हे सूर्यप्रकाशाइतकं स्पष्ट आहे की हा खून त्यानंच केलाय आणि आता तो त्या दहशतवाद्यांबरोबर फरार झालाय. पुढं काय होईल, भगवान जाणे. पण तू आपला गवत कापत राहा. ते थांबवायचं काहीच कारण नाहीये. मी त्या तुरुंगातल्या नोकरीचं नक्की करेपर्यंत ते पैसे तुला उपयोगी पडतील. तुला अजूनही ती नोकरी हवीये ना?''

''अर्थात.''

''हा सगळा धुरळा खाली बसल्यावर आपलं सगळ्यांचं नेहमीचं आयुष्य सुरू होईल. त्यासाठी नोकरी लागेल. पापी पेटके वास्ते आणि डोक्यावरच्या छपरासाठीही. तुलाही हेच हवंय ना?''

''एक कायमस्वरूपी नोकरी, बास. एवढंच पाहिजे आहे मला.''

''मी यात तुला मदत करू शकेन असं वाटतंय,'' तिनं वळून घराकडे बघितलं. ''आता ही माझी जागा आहे. काही दिवसांपूर्वी ब्रीनं मला सांगितलं होतं, की तिनं मृत्यूपत्र केलंय. त्यात तिच्या पश्चात तिनं हे घर माझ्या आणि डीनच्या नावावर केलंय. आता मला नाही वाटत की डीन त्याचा हिस्सा घ्यायला परत येईल.'' तिनं एक सुस्कारा सोडला. तिला किती वाईट वाटत होतं ते दिसत होतं. अशा प्रेमळ माणसांशी दोस्ती करणं चांगलं असतं. ''मी इथं राहायला येईपर्यंत तू इथंच राहून इथली देखभाल केलीस तर मला खूप बरं होईल. आता ही बातमी बाहेर फुटली, की केवळ उत्सुकतेपोटी खुनाची जागा बघायला इथं बघ्यांची गर्दी होईल. बातमीदारांच्या फेऱ्या सुरू होतील. हे सगळं सांभाळायला जमेल तुला?''

''मी फक्त एकच सांगेन, मला याबाबतीत काहीही बोलायचं नाहीये.''

''हे सगळ्यात उत्तम होईल.'' बोलता बोलता तिनं माझ्या हातावर आपला हात ठेवला. ''मला खरंच मनापासून हे आवडलं ओडेल, त्या पॅकेटसंबंधी आणि बाकीचंही. आता ही बातमी प्रसिद्ध झाल्यावर जी प्रश्नांची झोड उठेल, तिला सामोरं जाताना मला तुझ्यासारख्या साथीदाराची गरज भासेल. त्याशिवाय मी हे करूच नाही शकणार.''

''काहीच प्रॉब्लेम नाही. मला लोकांना मदत करायला आवडतं.''

तिनं आपला हात काढून घेतला. ''मला कामावर जायला पाहिजे. आधीच उशीर झालाय, पण काय झालं ते सांगितल्यावर चालेल उशिरा गेलेलं. तू इथं मला किती मदत करतोयस ते मी सांगणारे त्यांना आणि ओडेल, हे सगळं एखाद्या प्रमुख साक्षीदाराच्या साक्षीसारखं महत्त्वाचं ठरेल. त्यांच्या मनावर बिंबेल. त्यामुळं कदाचित तुला नोकरी मिळणं सोपं जाईल. म्हणजे असं व्हावं असं मला वाटतंय.''

''ठीक आहे.''

''मी तुला रात्री फोन करेन.'' गाडीत बसता बसता ती म्हणाली.

तिची गाडी दिसेनाशी होईपर्यंत मी बघत राहिलो आणि मग किती वाजलेत ते पाह्यलं. माझं घड्याळ अगदी स्वस्तातलं होतं, दोन डॉलर्स पंच्चाण्यव सेंट्सचं, पण चांगलं चालत होतं. अजून गवत कापायच्या पहिल्या कामाला जवळ जवळ एक तास अकरा मिनिटे बाकी होती. मग मी सगळ्यात आधी काय केलं असेल, तर डीनची बेसबॉलची ती बॅट चांगली साबण लावून चोळून चोळून धुतली. न जाणो त्याला गुन्ह्याचा काही पुरावा चिकटून राहिला असेल तर नुसत्या डोळ्यांना नाही दिसणार पण ती सीएसआयची माणसं हुशार असतात. त्यांच्याकडे लेझर बीम वगैरे काय काय असतं. उगीच भानगड नको. नंतर मी त्या गॅरेजमध्ये गेलो आणि ते गवत कापताना वापरायचे हातमोजे पुन्हा घातले आणि डीनला खाली उतरवलं. त्याचा आता खूपच वास यायला लागला होता. त्याला मागच्या अंगणात नेलं आणि हलकेच खाली ठेवलं. मग मी पुन्हा फटाफट तो खड्डा उकरला. आता इतक्या वेळा वरखाली झाल्यामुळे ती माती एकदम मोकळी झाली होती. जेव्हा खड्डा पूर्ण रिकामा झाला, तेव्हा मी डीनला तिथं ठेवलं आणि वर माती लोटून पोलिसांनी जसा बुजवला होता तसा तो खड्डा बुजवून टाकला. आता आयुष्यात पुन्हा खड्डा खणावा लागला नाही तर बरं असं मला झालं, इतका मी पकलो होतो या प्रकारानं.

ह्या अंगमेहनतीच्या कामानं प्रचंड भूक लागल्याचं मला पुन्हा जाणवलं. त्या बिस्किटांच्या अर्ध्या पुड्यानं काय होणार होतं? काहीतरी ब्रेकफास्ट घ्यावा म्हणून मी तळघरात गेलो तेव्हा माझ्या लक्षात आलं की या शोधाशोधीत पोलिसांनी ती बाहेर काढलेली पॅकेट्स पुन्हा आत ठेवलीच नव्हती. फ्रीजरचं झाकणही उघडंच होतं. त्याची मोटर या भारानं तापली होती. काय हा बेजबाबदारपणा! मला ब्ल्यूबेरी वॅफल्स हवे होते. ते मी उचलले आणि बाकीचं पूर्णपणे वितळण्यापूर्वी पुन्हा आत टाकून दिलं आणि ते झाकण बंद केलं. झाल्या प्रकारानं मी खूप चिडलो होतो. पण मग मी ते मनातून काढून टाकायचं ठरवलं. जेव्हा गोष्टी आपल्या मनाप्रमाणे घडत नाहीत तेव्हा असंच तर करायचं असतं.

खाऊन मी पटकन अंघोळ केली आणि सीध्यासाध्या माणसासारखा कामावर निघालो. यावेळी मी डीनकडच्या कवटीच्या की-चेनमधल्या चावीनं दाराला कुलूप लावलं. उगीच कुणीही आत घुसायला नको. आल्या दिवसाला सामोरं जाण्यासाठी ही चांगली महत्त्वाची गोष्ट होती.

सहा

त्या दिवशी मी एकूण पाच ठिकाणची कामं संपवली. मला बरं वाटत होतं. मी जर हे गवत कापायचं काम करत राहिलो, तर लोरेन तिथं राहायला येईल तेव्हाही मी तिथंच असेन. म्हणजे मग तिथं आम्ही दोघंच असू. राजाराणीसारखे. मला हेच हवं होतं. माझं तिच्यावर प्रेम होतं. आजचा दुसरा आणि तिसरा जॉब करताना मला याची खात्री पटली होती. त्यामुळं सगळं छान दिसायला लागलं होतं. डीन समलिंगी, खुनी, मुस्लीम दहशतवादी होता हे वाईट होतं. पण मी याबाबतीत काय करू शकत होतो? चीफ वेबकडे मी त्याची तरफदारी केली होती आणि माझ्या हातात तेवढंच होतं. आता मला डीनचा विचार करायचा नव्हता. आता फक्त लोरेन. डीन म्हणजे जर काळा ढग असेल, तर लोरेन ही त्या ढगाची सोनेरी कड होती. आज सकाळी मी पटापट विचार करत गेलो आणि त्याची तिच्यावर चांगली छाप पाडली होती. मी केलं ते तिला आवडल्याचंही तिनं सांगितलं होतं. शिवाय तिनं मला इथंच राहायला सांगितलं होतं. तपास चालू असताना मी नाही तरी दुसरीकडे कुठे जाणार होतो म्हणा. पण नाइलाज होणं आणि तिनं आपणहून राहायला सांगणं ह्यात खूप फरक होता. गवत कापण्याचे आज मला दोनशेचाळीस डॉलर्स मिळाले. मग मी घरी गेलो. डीनच्या जागेला आता मी माझं घर म्हणत होतो. माझी खुशी चेहऱ्यावरून ओसंडत होती. पण अंगणात चॅनेल सेव्हनची गाडी बघितल्यावर माझा आनंद मावळला. दोन माणसं माझी वाट बघत होती. मी गॅरेजमध्ये ट्रक उभा केला आणि बाहेर आलो. त्यांनी एकदम माझ्यावर झडपच घातली. त्यांच्यापैकी एकाकडे कॅमेरा होता तर दुसऱ्या बाईकडे माईक.

ती माईकवाली बाई म्हणाली, ''सर इथं आज सकाळी जे घडलं त्याविषयी तुम्ही आम्हाला काय काय सांगू शकता?''

''काहीही नाही.''

"तुम्ही या प्रॉपर्टीचे मालक आहात का? मागच्या बाजूला आम्ही एक नुकतंच बुजवलेलं थडगं पाह्यलं. याबद्दल तुम्हाला काय म्हणायचंय?"

"ते थडगं नाहीये, खड्डा आहे. पोलिसांनी तो आधीच खणून बघितलाय आणि बुजवलाय. त्यात काहीही नाहीये. तुम्ही पोलिसांना विचारा."

"आम्ही तुम्हाला विचारतोय."

"तिथं मागे बहुतेक गुन्हा घडला असावा. तिथं पोलिसांनी पिवळी टेप लावलीये. तुम्ही बघू शकता. गुन्ह्याची जागा असल्याशिवाय उगीचच लावतील का?"

हे बोलणं एकदम चपखल होतं. पण ते तेवढ्यावर थांबले नाहीत.

"आम्हाला असं कळलंय की इथं एका बाईचा खून झालाय आणि तिची बॉडी तळघरातल्या फ्रीजरमध्ये सापडलीये. याबद्दल तुम्हाला काय म्हणायचंय?"

"नो कॉमेंट."

तिच्या साईडनं मी पायऱ्यांकडे वळलो पण ती माझ्याबरोबर चालू लागली. तिला जरासं पळायला लागत होतं. कॅमेरावालाही सोबत आलाच. ते पिच्छाच सोडत नव्हते आणि ह्याचा मला वैताग यायला लागला होता. "सर चॅनेल सेव्हनला कळलंय की या एरियात एक दहशतवाद्यांचा अड्डा आहे. म्हणजे असं म्हटलं जातंय. तर लोकांचा हा ग्रह आणि इथे घडलेला खून यात काही परस्पर संबंध आहे. असं तुम्हाला वाटतंय का?"

"नाही. माझ्या माहितीप्रमाणे तरी नाही."

मी पायऱ्या चढायला लागलो तर तेही माझ्या मागोमाग आले. फक्त कॅमेरावाला त्याच्या वायरमध्ये अडखळला आणि पडला. पडता पडता त्यानं आपला कॅमेरा कुठे आपटू नये म्हणून प्रयत्न केला. त्याचा धडपडण्याचा आवाज ऐकून ती बाई काय झालं ते बघायला मागे वळली. मला पटकन आत जाऊन दार लावून घ्यायला एवढा अवधी पुरेसा होता. त्यांनी दरवाजा ठोकायला आणि मला हाका मारायला सुरुवात केली. पण आता मी त्यांना आणखी प्रश्नविचारायची संधीच देणार नव्हतो. मी मागच्या बाजूला जाऊन ते थडगं बघितलं. ते तर जसं होतं तसंच दिसत होतं. म्हणजे ते अजून तिथं पोचले नव्हते तर. पण त्यांना रात्रीच्या त्यांच्या शोसाठी पुरेसा मसाला मिळाला होता आणि लोरेनला हे आवडणार नव्हतं.

आणखी वीसेक मिनिटं ते बाहेर ताटकळत राहिले आणि आता ते निघणार तेवढ्यात आणखी एक गाडी तिथे येऊन पोचली. हे चॅनेल नाइनचे लोक होते. दोन्ही टीम्स आपापसात काहीतरी बोलल्या मग सेव्हनवाले निघून गेले आणि नाइनवाल्यांनी दार ठोकायला सुरुवात केली. "हॅलो सर. आम्हाला कळलंय की तुम्ही आत आहात. इथं जे घडलं त्याविषयी आम्हाला काय सांगू शकता? सर?"

"मला काहीही माहीत नाहीये." मी आतूनच ओरडलो.

"त्या दुसऱ्या लोकांना तुम्ही काय सांगितलं? आम्हालाही ते जाणून घ्यायचा अधिकार आहे."

"मला जे काही माहीत आहे ते सगळं मी तुम्हाला सांगेन, पण हजार डॉलर्सच्या बदल्यात."

"सर चॅनेल नाइन असली चेकवाली पत्रकारिता नाही करत."

"ठीक आहे. मला कॅश चालेल."

"हे असलं काही होत नसतं सर. माझी खात्री आहे की तुम्हालाही हे माहितीये."

"पन्नास डॉलर्स."

जरा वेळ मी थांबलो. तर त्यानं चक्क दहाच्या दोन आणि वीसची एक नोट दाराखालून आत सरकवली. मी नोटा उचलल्या, दरवाजा उघडला आणि त्या बाहेर भिरकावून दिल्या. "आता तरी भेजात शिरलं का, की मला काहीही माहीत नाहीये ते."

धाडकन दार बंद करून मी कडी सरकवली. त्यांच्या बोलण्याचा आवाज मला ऐकू येत होता. गग ते पायऱ्या उतरल्याचा आवाज आला. आता ते कुठे जातील ते माझ्या लक्षात आलं होतं. मी मागच्या खिडकीतून बघितलं. तर ते आपले कॅमेरे आधी त्या थडग्यावर आणि मग घरावर रोखत होते. मग बहुतेक त्यांना अशी नुसती वाट बघण्याचा कंटाळा आला असावा किंवा त्यांच्या बातम्यांची वेळ झाली असावी पण ते गेले आणि थोड्या वेळानं चॅनेल ट्वेल्व्हचे लोक येईपर्यंत मला शांती लाभली.

फोनची घंटा वाजली. मी ती तशीच वाजू दिली. मला वाटलं की, हेही बातमीदारच असणार. मुलाखत घ्यायला कधी येऊ ते विचारायला फोन केला असणार. पण असा फोन वाजत राहिला तर डोक्यात जातो. म्हणून मग शेवटी मी तो उचलून कानाला लावला पण काहीच बोललो नाही. हे जरा बातम्यावाले असले तर त्यांना माझा आवाजही ऐकायला मिळणार नव्हता.

"ओडेल?"

"अरे लोरेन."

"कसा काय गेला तुझा दिवस?"

"ठरलेल्या सगळ्या ठिकाणचं गवत कापलं मी. दोनशे चाळीस कमावलेत. तुला देऊ का मी ते आता? आता घराबरोबर डीनचा हा धंदापण बहुतेक तुझ्या नावावर झाला असेल... म्हणजे त्याला काही झालं तर असंच होईल ना, त्याला काही होऊ नये पण..."

"ठेव तुलाच खर्चाला. तुझी कमाई आहे ती ओडेल."

"ठीक."

"जेवलास की नाही?"

"आत्ताच तर घरी आलोय." बघा पुन्हा... घर.

"हां पण आता खाली त्या फ्रीजरपाशी नको जाऊस. विचित्र वाटेल. मी बर्गर्स घेऊन येतीये, चालेल ना? तुझ्यासाठी दोन घेतलेत. तू मोठा आहेस ना माझ्या राजा, तुला जास्त खायला हवं. हो की नाही?"

"बरं."

माझा राजा. हे नक्की प्रेमच होतं. दुसरं काय असणार होतं?

"तिथे कुणी काही प्रश्नविचारायला वगैरे आलं होतं का नाही?"

"दोन टीव्हीवाले. पण मी काहीही सांगितलं नाही. फक्त नो कॉमेंट्स एवढंच म्हणालो."

"शाब्बास. छान अंघोळ कर, स्वच्छ हो. मी येतेच थोड्या वेळात."

"हो."

तिनं फोन ठेवला. माझी कानशिलं तापली होती. माझा राजा... हे फारच फास्ट आणि चांगलंच गंभीर होत चाललं होतं. पण म्हणतात ना, सच्चं प्रेम असेल तर असंच होतं. काळोख्या आकाशात लख्खकन चमकणाऱ्या विजेसारखं... कडाड्... माझ्या आयुष्याला आकार यायला लागला होता आणि हे सगळं कशामुळे, तर माझी गाडी बंद पडल्यामुळे. वाइटातून चांगलं निघतं म्हणतात ते असं. मी या नव्यानं वाहणाऱ्या वाऱ्यावर स्वार व्हायला उत्सुक झालो होतो.

सकाळी धुतलेले कपडे मी बाहेर वाळत टाकले. मग अंघोळ केली. माझी सगळ्यांत चांगली जीनची पँट आणि टाईट टीशर्ट घातला. त्यातून माझी बॉडी मस्त उठून दिसत होती. लोरेनला पॅकेट हवं होतं ना? हे घे सिक्स ॲब्स डार्लिंग! मी डीनचा स्टिरिओ लावला आणि झिंग आणणाऱ्या गाण्यावर एकटाच नाचलो. हे गाणं बजावणं करणारे लोक फारशी अक्कल नसली, तरी लाखो कमावतात. कसं काय जमतं त्यांना? आरशात मी स्वत:ला न्याहाळत होतो. कदाचित मी माझा कोच आणि बाप सांगत होता तसं फुटबॉलच्या मागे लागायला पाहिजे होतं. मग मी स्वत:लाच बजावलं की फक्त चांगलं धिप्पाड शरीर असलं की खेळात चमकता येतं असं नाही. त्यासाठी तुम्हाला त्या खेळानं झपाटून टाकायला हवं. माझं तसं काही झालं नव्हतं. त्यामुळं मी वर्षाला निदान दोन मिलिअन आणि नायकेबरोबर सात आकडी कॉंट्रॅक्ट गमावलं. पण मी फुटबॉलपटू असतो तर लोरेनला भेटलो नसतो. यालाच नियती म्हणतात किंवा नशीब किंवा दोन्हीही.

तिच्या गाडीचा आवाज आला, तेव्हा मी तिच्या स्वागताला दारात उभा होतो. तिच्या हातात एक मोठी ब्राउन पेपरची पिशवी होती आणि ती तेलकट झालेली दिसत होती. माझं पोट गुरगुरायला लागलं.

“हाय ओडेल.” तिनं मला हात केला. युनिफॉर्ममध्येही ती खूप छान उत्साही दिसत होती.

“हाय.”

आम्ही सरळ किचनमध्येच गेलो आणि खायला सुरुवात केली. मी एवढं चवीनं कधीच जेवलो नव्हतो. लोरेननं तिच्या तुरुंगातल्या दिवसभराच्या कामाबद्दल सांगितलं. डीन, ब्री आणि घडलेल्या एकूण सगळ्या दु:खद प्रकाराविषयी बोलून बोलून कंटाळाच आला होता नाही तरी. तुरुंगात क्लोज सर्किट टीव्ही होता. त्यामुळं सगळीकडे लक्ष राहत असे आणि सगळं टिपलं जात असे. त्यामुळं कैदी आपापसात माऱ्यामाऱ्या करू शकत नव्हते. त्यातूनही काही झालंच, तर अधिकाऱ्यांकडे पुरावा तयार असायचा. याला ती ‘प्रिव्हेंटीव्ह डिटेक्शन— गुन्हा होऊच नये म्हणून घेतलेला शोध’ असं म्हणत होती. काही जास्तीचे अगदी छोटे कॅमेरे पण लावले होते पण कैद्यांना त्याविषयी काहीही माहिती नव्हती. फक्त गार्ड्सना माहिती होती आणि त्यांना याचा फायदा होत होता.

त्या दिवशी काय झालं होतं की, तुरुंगातला सगळ्यात मस्तवाल कैदी स्टोअर रूममध्ये गेला. तिथं दुसरं कुणी नव्हतं. त्यामुळं त्याला वाटलं की आपल्याला कुणीही बघत नाहीये. तिथं तो लागला बायकी चाळे करायला. एक हात कमरेवर आणि एक हात बाजूला धरून चालायला लागला. हे करताना तो मॉंटेसरीतलं एक गाणं म्हणत होता- ‘आय ॲम अ लिटिल टीपॉट, शॉर्ट ॲंड स्टाउट, हिअर इज माय हॅंडल, हिअर इज माय स्पाउट’ परत परत तीच ओळ. एखाद्या मुलानं स्टेजवर बागडावं तसलं नाचकाम करत होता. गार्ड्सनं सगळं रेकॉर्ड केलं आणि नंतर ते बघताना प्रत्येक वेळी हसून गडाबडा लोळायची वेळ आली होती. तिथल्या कॅमेरावाल्याने सगळ्यांसाठी याच्या कॉपीज काढून द्यायचं प्रॉमिस केलं होतं. याचा एक फायदा म्हणजे यापुढे गार्ड्स त्या माणसाला हवं ते करायला भाग पाडू शकत होते. ऐकलं नाही तर रेकॉर्डिंग सगळ्यांना दाखवू म्हटलं की काम झालं असतं.

“मूर्ख कुठला,” लोरेन म्हणाली, “आता आम्ही नुसतं टीपॉट म्हणायचा अवकाश, की तो पायावर लोटांगण घालेल. आमच्या हातात किती प्रभावी शस्त्र आलंय याची तुला कल्पना नाहीये. हां, अरे मी तुझ्यासाठी कॉनर्सकडे शब्द टाकलाय. तोच माणसं कामावर ठेवतो आणि काढतोसुद्धा. लवकरच तो तुला भेटायला बोलावेल, कारण इथलं सगळं सांगितल्यावर त्यांना तुझी दया आलीये. ह्या टीव्हीवाल्यांनी तुला खूप जास्त नाही ना पिडलं?”

“लोचट होते ते. खोदून खोदून विचारत होते पण मला जमलं त्यांचा हल्ला परतवायला. चीफ वेबनं त्यांना उगीच सांगितलं हे सगळं.”

“असं काही घडलं की त्यांना कळवणं हे त्याचं कामच आहे. त्याला

पब्लिकला सांगायला नको? लोकशाही आहे ही. पूर्वी रशिया आणि तसल्या कुठल्या कुठल्या देशांत गुपितं असायची. लोकशाहीत प्रत्येकाला प्रत्येक गोष्ट माहीत असते. एक मात्र होईल, यापुढे ही माणसं त्यांना हवी असलेली माहिती पोलीस स्टेशनवरून घेतील. तिथं त्यांना ऑफिशियल स्टेटमेंट मिळेल.''

''हे चांगलं आहे. मला इथं कुणीही यायला नकोय.''

''मी सुद्धा नकोय? मी इथं येऊ शकते. चालेल ना?''

''अर्थात. हे तुझंच तर घर आहे. आता डीन...''

''बोल बोल.''

''आता डीन या जगात नाहीये म्हणजे...''

''जगात नाहीये?'' तिच्या कपाळावर आठ्या आल्या आणि माझ्या लक्षात आलं की मी बेसावधपणे काहीतरी पचकलोय. खरं तर असं होता कामा नये हे मी स्वत:ला बजावलं होतं. ''मला वाटलं की तू म्हणशील त्याचा शोध चालू आहे. आता अँडीनं होमलँडला कळवलंय म्हटल्यावर चांगली सर्कस होणारे. पण तुला तो मेलाय असं का वाटतंय?''

''नाही, मी असा विचार नको होता करायला. मी असं का म्हणालो कोण जाणे. सॉरी, मी असं बोललो त्याबद्दल.''

''त्यानं भरपूर गोंधळ घातला असेल. सॉलिड भानगडी केल्या असतील, पण तरीही तो माझा भाऊ आहे. पोलिसांनी त्याला पिसाळलेल्या कुत्र्यासारखी गोळी घालून मारलेलं मला नाही चालणार.''

''नाही नाही.''

''पुन्हा असलं काही बोलू नकोस. ब्रीचं झालं तेवढं पुरेसं आहे. ती गेलीच, पण डीनच्या बाबतीत मी असा विचारसुद्धा मनात आणू नाही शकत.''

''कदाचित ते त्याला पकडतील आणि तुरुंगात टाकतील. मग तू त्याला रोज भेटू शकशील. त्याची काळजी घेऊ शकशील. मी तिथं नोकरीला लागलो तर मलाही त्याला काय हवं नको ते बघता येईल. आपण दोघं मिळून त्याला सांभाळू शकू.''

तिनं मान हलवली. ''तो जर पकडला गेला, तर त्याच्यासाठी काय वाढून ठेवलेलं असणारे हे त्याला माहितीये... एकांतवास. हेच येईल त्याच्या नशिबी. तुरुंगातल्या कुणालाही दहशतवादी आवडत नाहीत आणि आता त्याला हेच लेबल चिकटणार आहे. एक साधा खुनी म्हणून जगणं सोपं असेल, पण दहशतवादी म्हटलं तर कुत्रा त्याचे हाल खाणार नाही. डीन हा एकांतवास सहन करू शकेल असं नाही वाटत मला. थोड्याच दिवसांत ठार वेडा होईल तो. पण आपण ह्या वाईट गोष्टीविषयी का बोलतोय? मला काहीही बोलायचं नाहीये यावर. आता हा विषय एकदम बंद.''

"बरं."

तिनं थोडा वेळ आपल्या हातातल्या बर्गरकडे पाहिलं. मग एकदम म्हणाली, "तुला माहितीये ओडेल, मला तुझ्याविषयी सगळ्यात जास्त काय आवडतं?"

"नाही बुवा."

हे खरंच आहे. मला माहीत नव्हतं. पण माझी उंची, भरदार छाती असंच काहीतरी असणार. सगळ्याच बायकांना रुंद खांदे आवडतात. लोरेनलासुद्धा तेच आवडत असणार. मी विचार करत होतो.

"तू माझ्याशी कधीही वाद नाही घालत. हे भगवान, मला त्याचा जाम राग येतो. पुरुषांना नेहमीच वाटतं की त्यांचंच बरोबर असतं. जर कधी चुकून बायकांनी काही वेगळा मुद्दा मांडला, तर अक्षरश: तुटून पडतात त्यांच्यावर. पण तू असं काही करत नाहीस, बरोबर ना?"

"बहुतेक नाही."

"त्यामुळंच आपलं जमेल. तिथली माझ्याबरोबर काम करणारी माणसं काही एवढी वाईट नाहीयेत, पण तुम्ही एखाद्याबरोबर एक रात्र काढली, की झालं. त्याला वाटतं आता तुम्ही त्याच्या मालकीच्या झालात. तुम्ही काय करायचं काय नाही, हे आता तोच ठरवणार."

माझा काहीतरी गोंधळ होत होता. ती नक्की काय म्हणत होती, ती जर माझ्याबरोबर झोपली तर पुढे आमच्यात प्रॉब्लेम येईल, म्हणून मग आम्ही एकत्र न झोपलेलंच बरं, हा धोका पत्करूच नये असं? हे वाईट होतं. का तिला असं म्हणायचं होतं की, ती माझ्याबरोबर झोपायला तयार होती कारण मी तसा नव्हतो आणि नंतरही तसा वागणार नाही याची तिला खात्री वाटत होती? असं असलं तर ही चांगली खबर होती. का तिच्या म्हणण्याचा अर्थ असा होता, की ती इतर गार्ड्स वगैरेंबरोबर झोपली होती आणि नंतर त्यांनी तिला असं वागवलं होतं? हे सगळ्यात भयानक होतं. मला हे विचारायचं होतं पण मी विचारू शकत नव्हतो. तुम्ही असलं काही सरळ तोंडावर नाही विचारू शकत. मला ती आणि तुरुंगातले तिचे मित्र यांच्याबद्दल विचार करायला आवडत नव्हतं. जेवढ्या लवकर मी त्यांच्यात सामील होईन तेवढं बरं.

"तू कामावर जाताना पिस्तूल घेऊन जातेस का?"

"छे. शक्यच नसतं. आत असताना तरी शक्यच नसतं. आमचं पिस्तुल खेचून घेऊन ते आमच्यावरच वापरतील ना. फक्त बाहेरच्या सुरक्षारक्षकांकडे बंदूक असते. वरच्या टॉवरवर काम करणारे आणि काही ठरावीक एरियातले. काही दंगाधोपा झाला तर वापरण्यासाठी हत्यारं असतात, पण रोज पिस्तूल वगैरे काही आमच्या नजरेला सुद्धा पडत नाही. बात पिस्तुलाची नाहीये. वेळ आणि प्रत्येक विभाग यांच्या

वेळापत्रकाची आहे. तुम्हाला एक खबरदारी घ्यावी लागते की, कधीही एका ठिकाणी खूप कैदी एकत्र येणार नाहीत हे बघायचं. कधी कधी असं होतं आणि गंभीर परिस्थिती निर्माण होते. खास काही कारण घडतं असंही नाही पण दंगा सुरू होतो आणि मग लॉकडाउन करावं लागतं. कुणालाच आवडत नाही ते. कैद्यांना अगदी छोट्या मेन जागेत एकत्र फिरता येतं. म्हणजे त्यांना एकटं वाटत नाही आणि बांधून घातल्यासारखं होत नाही. जर त्यांना त्यांच्या बराकीतच ठेवलं तर डांबल्यासारखं होतं. ते चिडतात. असं डांबल्यामुळं त्यांचं खच्चीकरण होतं. यातून काहीच साध्य होत नाही. पीनल मॅनेजमेंटमध्ये हल्ली हेच शिकवतात. सगळं मानसशास्त्रावर आधारित आहे. प्रत्येकाचा आत्मसन्मान जपला पाहिजे.''

''अच्छा.''

मी काय विचार करत होतो माहितीये? कमरेला फक्त एक पिस्तूल लटकवलेली, युनिफॉर्म न घातलेली लोरेन. अंगात काहीच न घातलेली. माझ्यावर याचा पुन्हा मागच्या वेळेसारखाच परिणाम होऊ लागला.

''काय झालं ओडेल, तू या बर्गर्ससारखा वितळायला लागलायस.''

''आपल्या कामात हे लोक चांगले आहेत ना. मग ते जेव्हा डीनला पकडतील, तेव्हा त्याला एकांतवासात ठेवल्यावर तो वेडा होईल?''

''डीननं स्वत:साठी खड्डा खणून ठेवलाय. आता जे होईल ते त्याला भोगायला पाहिजे,'' ती म्हणाली, ''पहिल्यापासूनच तो स्वत:ला त्रासदायक होईल असं वागायचा. लहान असताना सुद्धा तो पुष्कळ वेडेपणा करायचा. ब्री रागानं वेडीपिशी व्हायची. काहीतरी पेटवून द्यायचा, चोऱ्या करायचा. एकदा तर तो एका मांजराला छळत असताना ब्रीनं त्याला पकडलं.''

''मांजराला?''

''आमच्या एका शेजाऱ्यानं त्याला दुसऱ्या एका आठ वर्षांच्या मुलाबरोबर घाणेरडे चाळे करताना पकडलं होतं. त्यामुळं डीनला खूप शिक्षा झाली. तेव्हा तो चौदा वर्षांचा होता बहुतेक. आणखी थोडा मोठा असता, तर त्याची शिक्षा वाढली असती. ही त्याची पहिली अटक होती, पण हा काही त्याचा शेवटचा लैंगिक गुन्हा नव्हता. त्या रात्री तो तुझ्या कानात कशासाठी कुजबुजला असेल असं तुला वाटतं?''

''कदाचित असलंच कारण असेल. मी मात्र घाबरून सोफ्यावरून उडालो होतो.''

''असं अनपेक्षित घडल्यावर तू उडणारच. आपल्या प्रिय व्यक्तीबरोबर अंथरुणात असताना हे कानात कुजबुजणं वगैरे ठीके. पण समलिंगी दहशतवादी समोर असला तर कठीण आहे.''

हा मांजराचा छळ आणि काहीतरी पेटवून देणे अशा बोलण्यामुळे मी थंड पडत

चाललो होतो. डीन माथेफिरू होता यात शंकाच नव्हती आणि तो मला, त्याच्या डॉनी डॉर्कोबरोबरच्या ड्रग्जच्या व्यवहारात आणि दहशतवादी कारवायांमध्ये सामील करू पाहत होता. काय हिम्मत होती बघा त्याची.

"एवढं काय होतं त्यात?" हा प्रश्नमाझ्या तोंडून पटकन सटकला.

"कशात काय होतं? तू म्हणजे ना कधी कधी विचित्रच बोलतोस."

"त्या पॅकेटमध्ये."

ती खायची थांबली आणि रागानं धुमसत तिनं माझ्याकडे पाहिलं. ती म्हणाली, "इथं कोणतंही पॅकेट नव्हतं. ओडेल, तू आणि मी आपण दोघांनी हे केव्हाच ठरवलंय."

"म्हणजे आता यापुढं इथं कोणतंही पॅकेट येणार नाहीये तर. हो ना?"

यावर तिला क्षणभर विचार करावा लागला. "ठीक आहे. नाहीतरी मी तुझ्याशी या विषयावर बोलणार होतेच. असं बघ, जर तू इथे कायमचा राहिलास, भाडेकरू म्हणून, तुला इथली देखभाल करावी लागेल. स्वच्छता, दुरुस्ती, टपाल वगैरे. दर मंगळवारी डीनचा एक मित्र काहीतरी आणून देतो ते घेऊन तुला त्याचे पैसे द्यावे लागतील. तू एवढंच करायचंरा. पॅकेट घेऊन पैसे देणं. या आठवड्याचं वेळापत्रक बिघडलं. कारण डीन अचानक निघून गेला. पण ठरल्याप्रमाणं पॅकेट पोचवलं गेलं. एक प्रकारे हा डीननं दिलेला निरोप आहे की, आता यापुढं तो इथे नसणार. त्यामुळं काहीतरी वेगळी व्यवस्था करावी लागेल. हे द्यायला दुसरं कोणी नाही तर खुद्द डीनच आला असावा. पण तरी तो पॅकेट द्यायला घरात आला नाही, बाहेरच्या बाहेरच गेला."

"डॉनी डॉर्को."

तिनं बराच वेळ माझ्याकडे रोखून पाहिलं. मी पुन्हा तेच केलं होतं. बावळटपणा आणि पचकणं. पण या बाईनं मला खूप डिस्टर्ब केलं होतं. माझ्या समोरच तर बसली होती ती आणि यामुळं मी धड विचारही करू शकत नव्हतो.

"डॉनी कोण?"

"डॉर्को."

"असा एक पिक्चर होता. तू कुठे ऐकलंस हे नाव?"

"मी बघितला असणार."

"पण त्यामुळं तुला आत्ता इथं हे नाव आठवलं नसतं. मंगळवारी रात्री कोण येणारे ते काही डीननं तुला सांगितलं होतं का? पण तू तर म्हणालास की तू त्याला पाहिलंच नाहीस."

"मी फक्त हिरवी पॉंटिॲक गाडी बघितली. कदाचित डीननं हे नाव घेतलं असेल. मला नाही आठवत."

ती अजूनही संशयानंच माझ्याकडे बघत होती. "तू माझ्यापासून काहीही लपवत नाहीयेस असं समजतीये मी. तू जर असं काही केलंस, तर आपली दोस्ती नाही होऊ शकणार. दोस्तीत विश्वास हा सगळ्यात महत्त्वाचा असतो."

"मी लपवत नाहीये. मला आत्ता एकदम आठवलं. डीन म्हणाला होता की... त्याचा मित्र डॉनी डी येणार आहे आणि तो आला की मी बाहेर जावं हे उत्तम. त्यांचं काहीतरी खाजगी होतं म्हणे. तरी मी खिडकीतून डोकावलो होतो, तेव्हाच मला ती गाडी कोणती होती ते कळलं. आणि जेव्हा त्यानं डॉनी डीचं नाव घेतलं, तेव्हा मी विचारलं की हे असलं कसलं नाव आहे? तेव्हा त्यानं मला हे डॉनी डॉर्को पिक्चरचं नाव सांगितलं. बहुतेक त्या माणसाला हा सिनेमा आवडला असावा, असं आपलं मला वाटलं."

तिनं पुन्हा खायला सुरुवात केली. वेफर्स खाता खाता ती म्हणाली, "तुला थोडीशी उत्सुकता वाटणं साहजिकच आहे."

"हो ना. ह्या दर मंगळवारी येणाऱ्या पॅकेटमध्ये असतं तरी काय एवढं?"

"बघ आता. मला याचीच तर काळजी वाटते. आता डीनच्या मेहरबानीनं एवढा गोंधळ झाल्यावर पुढच्या मंगळवारी ते येईल तरी का? हे डॉनीच्या कानावर जाणारच. कदाचित त्यामुळं तो घाबरून जाईल. घड्याळाच्या काट्यासारखं नियमितपणे आलंच पाहिजे हे पॅकेट. नाहीतर मग ती लोकं विचारतील ना की, का आलं नाही यावेळेला म्हणून."

"काय असतं त्या पॅकेटमध्ये?"

तिला मी हाच प्रश्नआता तिसऱ्यांदा विचारत होतो. खरं तर त्यात काय असतं ते मला चांगलंच माहीत होतं. एकच गोष्ट असू शकली असती त्यात.

"सुटका." ती म्हणाली, "दुसऱ्या महायुद्धाच्या वेळी रेडक्रॉसतर्फे युद्धकैद्यांना अशी रिलिफ पॅकेट्स दिली जात. ऐकलं असशील ना तू? कॉफी चॉकलेट्स असं काहीबाही घातलेली घरगुती पॅकेट्स. जर्मनांना ज्या गोष्टी मिळत नसत त्या पुरवल्या जात. रिलिफ."

"म्हणजे यात कॉफी आणि चॉकलेट्स आहेत."

"लोकांना आवडतील, सुटका झाल्यासारखं वाटेल अशा गोष्टी."

"मग हेमेरॉइड क्रीमपण असेल."

"मस्करी नाहीये."

"जर यापुढंही मी पॅकेट घ्यायचं असेल, तर तू मला त्यात काय असतं ते सांगत का नाहीयेस?"

"तू काही अंदाज नाही बांधू शकतेस?"

"ड्रग्ज," मी म्हणालो. वाईट शब्द पटकन ओठावर येतात.

"बघ. तुला आधीच माहीत होतं."

"आणि तू ते तुरुंगात नेतेस."

"कोणीतरी न्यायलाच हवं."

"कैद्यांना आराम मिळावा म्हणून! कोणत्या प्रकारची ड्रग्ज?"

"सगळ्या प्रकारची. अफू, चरस, गांजा, तू म्हणशील ती. फक्त ॲसिड्स नाहीत. कारण ती घेतल्यावर विचित्र परिणाम होतो. माणसं वेडे चाळे करतात आणि मग सगळ्यांच्या लक्षात येतं. त्यामुळं त्याच्यावर बंदी आहे."

"म्हणजे तू आणि मी ड्रग्ज स्मगलर्स असणार आहोत?"

ती रागानं वेडीच झाली. "असं काहीही नसणारे. मी आणि डीन, लोकांना काय हवं ते पुरवतो, एक प्रकारची सेवाच करतो आणि आम्हाला त्याचे पैसे मिळतात. एखाद्या छोट्याशा धंद्यासारखं आहे हे. कोणालाही काहीही प्रॉब्लेम नाही. हे सगळं तुला सांगून, मी खरंतर माझी मान अडकवून घेतीये. ओडेल, मी हे सगळं सांगितल्यावर आता तू मात्र मला दगा देऊ नकोस."

ती पुन्हा अस्वस्थ झाली. मला हे नको होतं. ती खूश राहावी, आनंदी असावी, अशीच माझी इच्छा होती. प्रेमात पडलेली माणसं आपल्या प्रेमाचा आनंद लुटतात तेव्हा त्यासाठी आधी मन ठिकाणावर हवं ना त्यांचं. माझा तरी हाच हेतू होता, तिचाही तोच असावा अशी मला आशा होती.

"हे एक गुपित आहे. आपलं गुपित."

"हां, आता छान बोललास." ती उत्साहानं म्हणाली, "लोक जेव्हा अशी गुपितं शेअर करतात, तेव्हा त्यांच्यातला नात्याचा धागा आणखी घट्ट होतो. असं झालं तर तुला काही प्रॉब्लेम नाहीयेना ओडेल?"

"जेवढा घट्ट तेवढा चांगला."

ती हसली. माझ्या बोलण्यावर अजून पर्यंत तरी अशा मनमोकळेपणे फारसं कुणी, खास करून बायका, हसल्या नव्हत्या. याचाच अर्थ आम्ही दोघांनी एकत्र येणं हेच भाग्यात होतं. गुन्ह्यातले भागीदार. लोरेन ड्रग स्मगलर होती, तर मी अपघातानं म्हणा, खुनी होतो. पण मी मुडदा लपवण्यात उस्ताद ठरलो होतो. त्यामानानं लोरेनचा गुन्हा फारसा गंभीर नव्हता.

"ठरलं तर मग." ती सुटकेचा नि:श्वास टाकत म्हणाली.

"हो. पण तू ते आत कसं नेतेस?"

"माझ्या ब्रा आणि पँटीज मधून."

"कुणीही संपूर्ण तपासणी करत नाही?"

"अर्थात तपासतात. कॅलिस्टो स्टेट तुरुंग हा अतिशय मॉडर्न सोयीसुविधा असलेला तुरुंग आहे. घडू नये अशी कोणतीही गोष्ट घडत नाहीयेना, हे बघण्यासाठी

तिथं सर्व प्रकारच्या तपासण्या आहेत. पण त्याचं काय आहे की, दर बुधवारी सकाळी ज्या फिमेल गार्डची ड्युटी असते, ती जेव्हा सगळ्या स्त्री कर्मचाऱ्यांची झडती घेते तेव्हा तिला काहीही सापडत नाही. त्यामुळं नंतर मला जेव्हा एका माणसाकडून पैसे मिळतात त्यातले थोडे मी तिच्या हातावर टिकवते. सगळेच खूश. फक्त ही पैशांची देवाण घेवाण कॅमेऱ्यासमोर होत नाहीयेना, एवढी खबरदारी घ्यायची. पण आम्हाला सगळ्यांनाच कॅमेरे कुठे कुठे आहेत ते माहीत आहे. त्यामुळं काहीच अडचण नाही. सगळा स्वच्छ कारभार.''

''हां हां.''

''तुला कसली तरी शंका येतीये. हे चांगलं नाही असं काहीतरी वाटतंय तुला.''

''हा काय प्रकार आहे ते मला माहीत नाही. यात किती जण सामील आहेत?''

''तू तिथं येईपर्यंत हे मी तुला सांगू शकत नाही. कॉनर्सनं हो म्हटल्याशिवाय तू येऊही शकत नाहीस. काय माहीत, कदाचित तू कायमचा गवतच कापत बसशील आणि दर मंगळवारी रात्री डॉनी डीकडून पॅकेट घेण्याचं काम फक्त करशील. मी मात्र खूप पुढे जाऊन तुझ्यावर विश्वास टाकतीये. कारण तू आज डीनची बाजू सावरायचा प्रयत्न केलास. ह्यात काहीही अर्थ नाहीये हे माहीत असूनही त्याच्या बाजूनं बोललास. ह्या तुझ्या चांगुलपणामुळं मी हे सगळं तुला सांगतीये.''

''बरं.''

''आता असं बघ, ही ड्रग्ज कैद्यांना पुरवून त्यांना खूश केलं आणि त्यांच्याबरोबरच त्यांच्या घरच्या माणसांचं दुःख थोडं हलकं केलं तर आम्ही सगळेच आरामात जगू शकतो. जर हे केलं नाही, तर सगळ्यांनाच प्रॉब्लेम येऊ शकतो. असं जर झालं म्हणजे या गर्दुल्यांना आणि बेवड्यांना जे हवंय ते मिळालं नाही, तर तुरुंगात काय परिस्थिती निर्माण होईल याची कल्पना करून बघ. रोज नवनवीन कारणांवरून दंगेधोपे होतील, बेभान होऊन ते गचांडी धरतील एकमेकांची, परिस्थिती आमच्या हाताबाहेर जाईल आणि ही गोष्ट सर्व जण जाणून आहेत.''

''असा विचार केला तर जे होतंय ते चांगल्यासाठीच होतंय.''

''मला असाच विचार करायला आवडतो.''

मी पण जरा वेळ विचार केला आणि मग मला तिचा मुद्दा पटला. ''ठीके मग.''

तिनं घड्याळाकडे नजर टाकली. ''बातम्यांची वेळ झालीये.'' ती म्हणाली. म्हणून मग आम्ही हॉलमध्ये गेलो आणि टीव्ही लावला. टीव्हीवर नेहमीचंच ग्लोबल वॉर्मिंगमुळे लागणारे वणवे आणि येणारे पूर यांचं दळण चालू होतं. भरीला ठरावीक ठिकाणी दहशतवादी हल्ले होत होते. यामुळं लोरेन पुन्हा चिडली. ''ही माणसं ना,'' ती म्हणाली, ''आपण कुणाला मारतोय याचं काही पडलेलंच नाहीये

त्यांना. आपल्याच मुस्लीम जातभाईंना, लहान मुलं, आयाबहिणी यांना ठार करतोय याचं काहीही वाटत कसं नाही? या एका गोष्टीसाठी मी डीनला कधीही माफ करणार नाही. काहीही कारण नसताना तो आपणहून या लफड्यात गेला. मांजराला छळणं वेगळं पण हे असं निरपराध माणसांना मारणं हे अगदी... हे बिलकूल अमेरिकन नाहीये.''

''बरोबर आहे तुझं.''

''मला डीनचे हे विचार कधीच समजू शकणार नाहीत.''

''तो स्वत:च गोंधळून गेलाय.''

''पण या वेळी मात्र त्यानं अगदी हद्दच केली. मला ब्री आवडायची. तो तिच्याबाबतीत असं वागला, याला माफी नाही.'' ती हलक्या आवाजात हुंदके देऊन रडू लागली. सोफ्यावर तिच्या जवळ सरकायला आणि तिच्या खांद्यावर हात टाकून तिला जवळ घ्यायला मला आयतं कारण मिळालं. यात माझा हेतू फक्त तिला आधार देण्याचा होता. सेक्स वगैरे माझ्या मनात नव्हतं. म्हणजे अजून तरी. ती शांत झाल्याशिवाय मी हा विचार करू शकणार नव्हतो.

नंतर त्या सेनेटर केचमच्या भाषणाची बातमी होती. 'घाबरून गागे हटू नका. तोच त्यांचा हेतू आहे. आपला झेंडा काखोटीला मारून, शेपूट घालून आपण माघार घ्यायला हवीये' असं म्हणाला तो. 'पण फक्त पळपुटे आणि भित्रट लोकच असा विचार करतात.' म्हणजे डेमोक्रॅट्स म्हणायचं असणार त्याला. पुढे तो अमेरिकेत आपल्या घरात भेडसावणाऱ्या दहशतवादी हल्ल्यांच्या धमकीबद्दल बोलला. 'हे अमानुष दहशतवादी नक्की कोण आहेत ते माहीत नाहीये. ते काही डोक्याला कफन गुंडाळून किंवा विशिष्ट जातीजमातीचा पोशाख घालून येत नाहीत. पण आपण सावध राह्यलं पाहिजे. कारण ते आपल्या आजूबाजूला वावरताहेत आणि पुढच्या हल्ल्याची तयारी करताहेत.' सेनेटर केचमच्या भाषणावर लोरेन 'आमेन' म्हणाली. ''पुढच्या वर्षी मी यालाच मत देणार.''

पुढं एका ढोल्या बाईनं कुठली तरी दहा लाखांची लॉटरी जिंकली ते सांगितलं. तिचं हसणं थांबतच नव्हतं. पण ती म्हणाली की, याचा तिच्या रोजच्या आयुष्यावर काहीही फरक पडणार नाही. रोजच्यासारखीच उद्याही ती त्या मटण पॅकिंगच्या फॅक्टरीत कामाला जाईल. ''हो ना,'' लोरेन म्हणाली, ''पाच मिनिटांसाठी जाईल 'गेलास उडत' असं बॉसला सांगायला आणि त्याच पावली खाली उतरून मर्सिडीझचा डीलर गाठेल. नुसतं बघ तिच्याकडे. अशा एखाद्या सुरेख गाडीत ड्रायव्हिंग सीटवर अशी लठ्ठंभारती बसली तर कसं दिसेल.''

''जाड्या लोकांसाठी कोणती गाडी योग्य ठरेल?''

''काय माहीत. तुझा खटारा आहे ना बाहेर, तसलं काहीतरी बहुतेक.''

"थँक्स. तू मला नोकरी मिळवून दिलीस, की मला तो विकायचाय."

"हे बघ आलं."

बातमीदार सांगतोय की, कॅलिस्टोमध्ये एक खून झालाय. पोलीस डीन लिओनार्ड लोरी या सत्तावीस वर्षांच्या माणसाला शोधताहेत. डीनचा एक केसबीस वाढवलेला जुना फोटोपण दाखवला गेला. लोरेन म्हणाली, "त्याच्या पोलीस रेकॉर्डवरून मिळवलाय हा त्यांनी. नक्कीच. मी काही त्यांना कुठला फोटो दिलेला नाहीये. अरे हां. मला आठवण कर. माझ्याकडे ब्रीचा जो फोटो आहे, तो मला अँडीला द्यायचाय. त्याला पोलीस रिपोर्टसाठी हवाय."

"ठीक आहे."

बातमीत पुढं सांगत होते की, डीन एका दहशतवादी गटात सामील झालाय असा संशय आहे. पण त्याच्या या गटाचा या खुनाशी काही संबंध आहे का नाही, यावर पोलिसांनी प्रकाश टाकलेला नाही. या बातमीवरून असा समज होत होता की, कदाचित ब्रीला डीनच्या ह्या दहशतवादी गटाशी असलेल्या संबंधांविषयी कळलं म्हणून त्यानं तिला मारलं. कदाचित पोलिसांना असं म्हणायचंही नसेल. आता डीनला या कशामुळंही काहीही फरक पडत नाहीये. फक्त तो आपली बाजू मांडू शकत नाहीये, गैरसमज दूर करू शकत नाहीये हे वाईट आहे. त्यांच्या मते डीनकडे हत्यार आहे आणि तो धोकादायक आहे. जर तो कुणाला दिसला, तर त्याला हटकू नये. फक्त पोलीस किंवा एफबीआयला कळवावं की हा फरार गुन्हेगार तुम्हाला या ठिकाणी दिसला.

बातमी संपल्यावरही लोरेन काहीच बोलली नाही, म्हणून मग मी पण गप्पच राहिलो. आपल्या खुनी आणि दहशतवादी भावाची बातमी ऐकायला लागल्यामुळं ती अस्वस्थ झाली होती. त्यात भर पडायला नको होती. माझ्या प्रेमात बडून जाण्यासाठी तिचं मन थाऱ्यावर असायला हवं होतं. मी पेटलो होतो. मला घाई झाली होती, पण बाईचा मूड ठीक होईपर्यंत थांबायला हवं होतं. हे मी एका मासिकात वाचलं होतं आणि विश्वास ठेवावासा वाटत नसला तरी ते खरं होतं.

"चला, असं आहे तर." ती म्हणाली आणि चॅनेल्स बदलून तिनं एक कुठलातरी विनोदी कार्यक्रम लावला. त्यातला तो मुद्दाम पेरलेला हशा अशा प्रकारे ऐकवला जातो की, तुम्हाला वाटतं तुम्ही हसत नाही म्हणजे तुम्ही मूर्खच आहात.

"ओडेल, तुला हा कार्यक्रम आवडतो का?"

"अर्थात."

"हा माझा सगळ्यांत आवडता कार्यक्रम आहे. प्यायला काही आहे का?"

मी उरलेली कूअर्स आनि कॅप्टन मॉर्गन काढली आणि दोन ग्लास धुवून घेतले. मला वाटलं की लोरेन बहुतेक बाटलीतून डायरेक्ट बीअर पिणाऱ्यांपैकी असावी. पण तुम्ही अगदीच घायकुतीला आलेले, अट्टल पिणारे नसलात तर हार्ड लिकरच्या

बाबतीत असं कुणी करत नाही. मी किचनमधल्या एका ट्रेमध्ये सगळं छान मांडलं आणि वेटरसारखं स्टाईलमध्ये ते बाहेर आणून ठेवलं.

"हां, अशी सर्व्हिस पाहिजे," लोरेन खूश होत म्हणाली, "तू लग्न करशील, त्या व्यक्तीची चांगली बायको होशील."

मी भयंकर चिडलो. पुरुषानं एखादं साधं घरगुती काम केलं तर हे ऐकवलं जातं. पण मी जीभ चावून राग गिळला. नंतर मला मिळणाऱ्या तिच्या प्रेमाच्या फळावर माझा डोळा होता. त्यात कसलीही बाधा येता कामा नये. हे जेवढ्या लवकर होईल तितकं चांगलं. मी ग्लासात कॅप्टन ओतेपर्यंत लोरेननं कूअर्सची बाटली उघडली. मी ग्लास रिकामा करून बीअर हातात घेतली तेवढ्यात फोन वाजला आणि आम्ही एकमेकांकडे पाह्यलं. आम्ही दोघंही डीनच्या घरचे खरे रहिवासी नव्हतो. मग फोन कुणाचा असणार?

"आणखी कुणीतरी बातमीदार कदाचित." मी म्हटलं.

"मी आत्ता रिपोर्टर्सच्या प्रश्नांना उत्तरं नाही देऊ शकणार."

"पण आता खूप उशीर झालाय, म्हणजे ते नसणार."

"कुणी का असेना, मला फरक पडत नाही. माझा आजच्या दिवसाचा कामाचा कोटा संपलाय."

शेवटी मीच उठून फोन घेतला. "हॅलो?"

पलीकडून काहीच आवाज आला नाही, पण फोन चालू होता. तेवढं समजू शकत ना.

"हॅलो?"

"तू तोच माणूस आहेस का?" आवाजात थोडी ओळखीची झाक आहे असं मला वाटलं.

"हो. मी एक माणूस आहे."

"ज्याला मी ते पॅकेट दिलं तो माणूस."

"हो. मीच तो."

फोनवर डॉनी डी होता.

"हां ऐक. मी आत्ताच बातम्या पाहिल्या. हा काय प्रकार आहे?"

"डीननं घाणेरडं काम केलं."

"मलाही तेच वाटतंय." पुन्हा काही वेळ शांतता. "मग आता पुढे हे कसं काय चालू राहणारे?"

"काही फरक पडणार नाहीये. नेहमीसारखंच असेल. फक्त आता त्याच्याजागी मी आहे."

"आता यापुढे तिथं तू असणारेस?"

“बरोबर.”

“त्या बहिणीला, तिला माहितीये का हे?”

“माहितीये.”

“म्हणजे काही बदल नाहीये.”

“काहीही नाही.”

“पण त्यानं असं का केलं?”

“कोण जाणे, पण डीन जरा विचित्रच होता.”

“खरं आहे. मग आता तू आमचा माणूस आहेस तर.”

“हो मीच.”

“ठीके तर मग. भेटू या.”

त्यानं फोन ठेवला. मी परत हॉलमध्ये गेलो.

“कोण होतं?”

“डॉनी डी.”

“डॉनी डी?”

“आता डीन इथे नसणारे, मग कसं काय करायचं ते हवं होतं त्याला. म्हणून मग मी त्याला सांगितलं की काहीही फरक होणार नाही. फक्त डीनच्या जागी मी आलोय.”

“मग तो काय म्हणाला? चालणारे ना त्याला?”

“हो. न चालायला काय झालं? तो आता माझ्याशी व्यवहार करेल. दुसरं कोणी नकोय त्याला. म्हणजे त्याच्या सुरक्षिततेसाठी, असं तो म्हणाला. खूप माणसांची साखळी बनली, तर पटकन तुटण्याची शक्यता असते असं तो म्हणाला.”

“ते सगळं ठीक आहे, पण तो डीनबद्दल काय म्हणाला?”

“म्हणाला, की तो विचित्र होता.”

“मला सांग, की डीन त्यादिवशी त्याच्याबरोबर गेला, मग पुढं काय झालं? आता डीन कुठाय, ते काही त्याला माहीत आहे का?”

“नाही, म्हणजे नक्की नाही...”

बोलणं चालू असतानाच मी विचार करत होतो.

“म्हणजे काय? काय झालं? तो डॉनी म्हणजे इतका घाबरट आहे. कधी स्वत:चा फोन नंबरही देत नाही. नाही तर मी स्वत:च विचारलं असतं. पण मग काय झालं तरी काय?”

“तो म्हणाला की, पॅकेट मिळाल्यावर डीननं त्याला गावात कुठंतरी उतरवायला सांगितलं. डॉनी इथं आला तेव्हा त्याच्याकडे पॅकेट नव्हतं. तो घाबरला होता. त्याला सापळा रचल्याची शंका आली होती म्हणून मग तो पॅकेट न घेताच आला होता.

मग ते घ्यायला म्हणून डीन त्याच्याबरोबर गेला. वाटेत डीन उतरला. त्याला कुणाला तरी भेटायचं होतं. कुणाला ते काही बोलला नव्हता तो. डॅनीनं त्याला सोडलं आणि तो आपले दोन हजार घेऊन घरी गेला. आज आत्ता बातम्या बघितल्यावर त्याला वाटलं की डीन नक्की कुणाला भेटायला गेला असेल बुवा.''

''ते दहशतवादी?''

''शक्य आहे. एक बरं झालं, म्हणजे मी डीनच्या जागी आलोय हे त्याला चालणार आहे. फक्त मी म्हटलं तसं त्याला इतर कुणाशीही बोलायचं नाहीये. तो येईल तेव्हा माझ्या व्यतिरिक्त इथे दुसरं कुणी हजर नकोय त्याला.''

पाहिलंत! डॉनी आणि लोरेननं एकमेकांशी बोलायला नको होतं, नाहीतर आत्ता मी रचलेली गोष्ट सोडून तो तिला भलतंच काहीतरी सांगायचा आणि मग कळायला नकोत त्या गोष्टी तिला कळल्या म्हणजे मग आमच्या प्रेमकहाणीत अडथळे यायचे. मला हे करायला भाग पडत होतं याचं मला खूप वाईट वाटत होतं. पण कधीकधी आयुष्यात असा काही गुंता निर्माण होतो की तुमचा नाइलाज असतो.

''म्हणजे अजूनही आपल्याला पत्ता लागला नाहीये की डीन कुठे गेला ते.'' लोरेन पुन्हा अस्वस्थ झाली होती.

''हो ना. याविषयी आपण आणि डॉर्को अजूनही अंधारातच आहोत.''

डार्क आणि अंधार हा काही फारसा चांगला जोक नव्हता. तिनं आधी कॅप्टनचा आणि पाठोपाठ कूअर्सचा मोठा घोट घेतला. तिनं ती बाटली दोन बोटांत अशी पकडली होती की, जणू ती जन्मजात तिच्या शरीराचाच एक भाग होती. ती कशा प्रकारे बीअर ढोसत असेल याबद्दलचा माझा अंदाज खरा ठरला होता. तुम्ही जेव्हा आयुष्याचा बराचसा वेळ असा टपोरीगिरी करण्यात घालवता, तेव्हा तुम्हाला माणसाची इतपत तरी पारख होतेच. पण या डॉनीच्या फोननंतर आमच्या प्रेमाची संधी बहुतेक हुकली होती. भडवा साला उद्यापर्यंत थांबला असता तर काय माय व्यायली असती का त्याची? पण मी आधीच सांगितलं तसं आहे हे. या अशा गोष्टी घडतातच. अजूनही जर ती जास्त वेळ थांबली असती, भरपूर दारू प्यायली असती, तर काहीतरी होऊ शकलं असतं. पण ती आत्तातरी वैतागलेली दिसतीये. प्रेमाचा वगैरे मूड दिसत नाहीये तिचा.

आम्ही पुढची विनोदी सिरीअल बघितली, पण लोरेन अजिबात हसली नाही. मग मला वाटायला लागलं की, कदाचित या प्रेमाच्या मार्गावर माझी गाडी जरा जास्तच फास्ट जातीये. आजच तर सकाळी तिला कळलं की, आपल्या मावशीचा खून झालाय आणि हा खून आपल्या माथेफिरू भावानं केलाय. शिवाय तो मुस्लीम दहशतवादी असण्याची सुद्धा शक्यता आहे. ती अस्वस्थ होती यात आश्चर्य वाटण्यासारखं काही नव्हतं. याचं मुख्य कारण म्हणजे डीन तिच्या आणि या

डॉर्कोच्या तुरुंगातल्या ड्रग्जच्या लफड्यात सामील होता. पण आता केवळ माझ्यामुळं निदान हे चालू तरी राहणार होतं. एकामागोमाग एक अशा घटना अतिशय वेगानं घडत होत्या. यामुळं कदाचित तिला माझ्याबाबतीत 'एक मुलगा म्हणून' शांतपणे विचार करायला वेळच मिळाला नव्हता. तिच्यासाठी मी फक्त या व्यवहारातला एक भागीदार होतो. बाकीच्या गोष्टींना वेळ लागणार होता बहुधा. आत्ता मी पुढाकार घेऊन काही केलं तर ती भडकली असती, म्हणून मग मी नुसता तिथं बसून दारू पीत तिच्या आवडीचे कार्यक्रम बघत होतो. आम्ही काहीही बोलत नव्हतो पण ह्या अचानक घडलेल्या सगळ्या भयानक गोष्टींचा विचार तिच्या डोक्यात चालू होता हे उघड होतं.

मग साधारण नऊच्या सुमारास ती म्हणाली की, तिला निघायला हवं. आधीच उशीर झालाय, बरंच काही घडलं वगैरे. मी म्हणालो की मी समजू शकतो. मी तिच्याबरोबर गाडीपर्यंत गेलो. मला वाटलं निदान गुडनाइट किस तरी मिळेल. पण तसलं काही झालं नाही. उलट मला फक्त एक वॉर्निंग मिळाली, ''डोकं शांत ठेव ओडेल. तूही यात गळ्यापर्यंत अडकलायस तेव्हा सावध राहा. मी तुझ्यावर विश्वास टाकतीये, मला दगा देऊ नकोस.''

''नक्की सावध राहीन.''

''बाय.''

आणि ती गेली. माझी निराशा झाली, पण चलता है. आमच्या संबंधात प्रगती होण्यासाठी अशा अनेक रात्री येणार होत्या. मी बराच वेळ नुसत्याच चांदण्या बघत तिथं उभा राहिलो. थंड वारा सुटला होता. आता तरी माझं गाडं रुळावर येईल असं मला वाटलं.

सात

दुसऱ्या दिवशी मी सहा ठिकाणचं गवत कापलं आणि मला त्याचे तीनशे वीस डॉलर्स मिळाले. यातल्या तीन घरी डीनबद्दल विचारणा झाली. या लोकांनी रात्री बातम्या बघितल्या होत्या आणि फोटोवरून डीनला ओळखलं होतं, म्हणून आता त्यांना या खुनाचं पुढे काय झालं ते हवं होतं. मी काहीही माहिती पुरवू शकलो नव्हतो. तपास चालू असल्यामुळे मी या विषयावर काही न बोलण्याची शपथ घेतली आहे असं कारण मी दिलं होतं. त्यांची तोंडं बंद करायला हे पुरेसं होतं. पण एक-दोन म्हाताऱ्या बायका माझं काम पूर्ण होईपर्यंत खिडकीतून माझ्यावर नजर ठेवून होत्या. जणूकाही मी कोणी संशयित इसम होतो आणि डीनसारखा म्हाताऱ्या बायकांचा खून करत सुटणार होतो.

मी जिथं कामं केली तिथल्या पाचव्या घरातल्या, म्हणजे २३५८ विलोवुड इथल्या म्हातारबाबानं तर चक्क पोलिसांनाच फोन केला. त्याला वाटलं की डीननं केलेल्या खुनात मी सहभागी होतो. तिथलं अर्धं काम होतंय ना होतंय तोपर्यंत पोलिसांची गाडी पोचली तिथं. मग मी सगळं स्पष्ट केल्यावर त्यांना काय घडलं ते समजलं. कारण आतापावेतो कॅलिस्टोच्या संपूर्ण पोलीस डिपार्टमेंटला मी कोण, कुठला ते माहीत झालं होतं. म्हणून मग त्यांनी मला अटक वगैरे केली नाही. पण नंतर त्यांच्यापैकी एकाला हे सगळं त्या खडूस म्हाताऱ्याला समजावून सांगावं लागलं. त्यानंच फोन करून त्यांना बोलावून घेतलं होतं ना. या अशा काही म्हाताऱ्यांसारखं डोकं काम करेनासं होईपर्यंत मला जगायचंच नाहीये. त्यापूर्वीच मी एखाद्या ट्रकखाली मेलो तर फार बरं होईल असं मला वाटलं.

दिवसअखेर मी घरी गेलो. लोरेन येईल किंवा निदान फोन तरी करेल, असं मला वाटत होतं. असं झालं असतं तर मजा आली असती, पण अंगणात माझ्यासाठी चेट मर्चंड आणि त्याची ती भलीमोठी कॅडिलॅक गाडी उभी होती. त्याला बघितल्यावर माझ्या मनात घोळणारे लोरेनचे विचार कुठल्या कुठे निघून गेले. मला

वाटलं होतं की, त्यादिवशी डीन मेलाय हे कळल्यावर त्या धक्क्यापोटी मी त्याच्याशी खूपच उर्मटासारखा वागलो होतो. त्यामुळं तो एव्हाना तोपेकाला पोचला असेल. आता माझा लोचा झाला होता. मी त्याला सांगितलं होतं की, मीच डीन आहे. आता याचं पटेल असं कारण सांगणं मुश्कील होतं. मी ट्रकमधून उतरलो आणि तो पुढे झाला. मागच्या वेळेसारखाच तो अतिशय सभ्य आणि व्यवस्थित दिसत होता. मी त्याला खोटं सांगितलं म्हणून तो चिडला असेल असं मला वाटलं होतं, पण तो तर ठीक दिसत होता. कदाचित त्यानं बातम्या बघितल्याच नव्हत्या.

"हॅलो." तो हसत हसत म्हणाला.

"हाय चेट."

"माझं नाव तुझ्या लक्षात आहे तर. बरं वाटलं ऐकून. पण मी मात्र बहुतेक तुझं नाव विसरलोय." तो म्हणाला.

मी कसा खोटारडा आहे हे मला सांगण्याची ही त्याची अतिशय सभ्य आणि सौजन्यपूर्ण अशी पद्धत होती. म्हणजे त्यानं बातम्या बघितल्या होत्या तर. आता मी काय करणार होतो? तो हसतच होता. त्याचे ते सुरेख दात, बहुधा खोटे होते ते. पण मला मात्र त्याच्यासमोर असं बावळटासारखं उभं राहावं लागत होतं. मी काहीतरी थाप मारण्याचा विचार करतोय हेही त्याला कळलं होतं पण जणूकाही त्याला दुसरा काहीही उद्योगच नव्हता आणि दुनियेच्या अंतापर्यंत त्याला वेळ होता अशा प्रकारे तो स्वस्थपणे माझ्या पुढ्यात उभा राहून मला विचार करायला वेळ देत होता.

तो म्हणाला, "आपल्याला जरा शांतपणे काही बाबींवर चर्चा करायला हवीये. तुला काय वाटतंय?"

"शक्य आहे."

"छान. थंड पाणी पिऊन जरा घसा ओला करू या का?"

"ठीक आहे."

मी दरवाजा उघडला आणि मागच्या वेळेसारखेच आम्ही किचनमध्ये गेलो. मी पाण्याचे दोन ग्लास टेबलावर ठेवले. पण त्यानं त्याला हातही लावला नाही. मी माझ्या ग्लासातलं पाणी घटाघटा पिऊन टाकलं. चार पैसे कमवण्यासाठी कॅन्सासच्या रणरणत्या उन्हात असं जबरदस्त काम केल्यामुळं मला खूप तहान लागली होती.

"मग, मी काय तुला अजूनही डीनच म्हणू का?"

"मला नाही वाटत तसं."

"मग दोस्ता, तुझं खरं नाव काय आहे?"

"ओडेल. ओडेल डीफस."

त्यानं ते नीट ऐकलं. मग क्षणभरानं म्हणाला, "मागच्या वेळी तू डीन लोरी असल्याची बतावणी का केलीस ते मी विचारू शकतो का?"

''मी म्हणजे... मी डीनवर मेहरबानीच करत होतो.''

''मेहरबानी. काय मेहरबानी करत होतास?''

''खाजगी काम होतं त्याचं. एक-दोन दिवस मी म्हणजे तो असल्याचं नाटक करायचं होतं. तो कुठंतरी जाणार होता, तेव्हा त्याची कामं सांभाळायची होती. पण तो कुठं जाणार होता, कशाला जाणार होता ते काही त्यानं सांगितलं नव्हतं. फक्त त्यानं मला एवढं करशील का, असं विचारलं आणि त्याला मदत म्हणून मी ते केलं.''

''त्याची भूमिका वठवलीस असंच ना?''

''बरोबर.''

''अच्छा. एकंदरीत असं दिसतंय की, तो गेला आणि जाता जाता इतरांसारखीच तुलाही टोपी घातली. त्याच्याशी चांगल्या वागलेल्या सगळ्यांनाच फसवलं. अगदी स्वत:च्या मावशीला देखील. तिला तर मारूनच टाकलं. तुला याविषयी काय वाटतंय?''

''मला हे माहीत नव्हतं.''

''अर्थातच. तेव्हा नव्हतं, पण मग तुला कळल्यावर?''

''सॉलिड धक्का बसला मला.''

''मी कल्पना करू शकतो. आपण एका खुन्याला पळायला मदत केली हे समजलं तुला. धक्का तर बसणारच.''

''असंच झालं मला कळल्यावर.''

''आणि अजूनही तू इथेच आहेस.''

''ती म्हणाली की मी इथं राहून इथली देखभाल करावी.''

''कोण म्हणाली?''

''डीनची बहीण. तिच्यावर तर आघातच झाला. तिनं सांगितलं की इथलं सगळं जरा बघ आणि मी तेच करतोय.''

त्यानं पाण्याच्या ग्लासशी चाळा सुरू केला पण अजूनही तो पाणी प्यायला नव्हता. ''मला वाटतं पोलिसांनी तुझी चांगली उलट तपासणी घेतली असणार.''

''मी त्यांना सगळं सांगितलं. मी काहीच केलेलं नाहीये.''

''नक्कीच. असं कोणीच म्हणत नाहीये. तुला याच्यात अडकवलं गेलं.''

''हो, मला अडकवलं.''

''आणि आता सगळं सत्य कळल्यावर तुला डीन लोरीबद्दल काय वाटतंय?''

''वाईट वाटतंय. त्यानं मला यात गुंतवलं.''

''खोटारडा आणि फसव्या, शिवाय खुनी देखील. या भागातला डीन हा सर्वात दुष्ट प्राणी असणार आणि हे फक्त माझंच मत नसणार हे नक्की.''

"कदाचित."

"तुझं काय मत आहे? त्याचा खुनशी स्वभाव आणि आपल्या धर्मापेक्षा मुस्लीम धर्माकडे असलेला त्याचा ओढा याचा परस्पर संबंध असणारे?"

मी नुसतेच खांदे उडवले. चेटनं थोडा वेळ माझ्याकडे बघितलं. मग तो म्हणाला, "तुला यावर काहीच म्हणायचं नाहीये?"

"कदाचित तो ठार वेडा होता... असेल... फक्त वेडा असेल..." मी पटकन स्वत:ला सावरलं, "असा गुन्हा करून फरार झालाय म्हणजे."

"तुझं बरोबर असू शकेल ओडेल. मी ह्यावर बॉबशी बोलत होतो. बॉब म्हणजे रेव्हरंड जेरोमी. एक खुनी आणि इस्लामविषयीचं त्याचं प्रेम, हे एकत्र नांदताना बघून आम्हाला गंमत वाटली. त्या मिडल ईस्टमधल्या कडव्या जिहादींपेक्षा हे काही वेगळं नाहीये. तेही असेच मागचा पुढचा विचार न करता निरपराधांवर बेछूट गोळीबार करत सुटतात. हा पण त्यांच्यापैकीच एक आहे. धर्म आणि देश यात फरक असला तरी अमेरिकन आहे हा! हादरायलाच होतं ऐकून. तुला नाही असं वाटत?"

"अं, हो."

मी आणखी एक ग्लास पाणी घेतलं. मला अंघोळ करायची होती आणि मग खालच्या फ्रीजरमधल्या पिझ्झावर ताव मारायचा होता. नंतर लोरेनचा फोन येईपर्यंत शांतपणे 'द इअरलिंग्ज'चे एक-दोन चॅप्टर वाचायचे होते. तिचा आला नसता तर मग मीच तिला फोन केला असता. चेट स्वत:च्या विश्वात मग्न होता. आपले विचार बोलून दाखवून त्यावरची माझी प्रतिक्रिया जाणून घ्यायला उत्सुक होता. मी छानपैकी ऐकून घ्यायला तयार होतो. मी त्याच्याशी खोटं बोललो होतो म्हणून मग आता त्याच्यासाठी निदान एवढं तरी करणं भाग होतं. पिझ्झाला वेळ लागणार होता.

"मला वाटतं तू डीनच्या या मुस्लीम धर्माच्या ओढीबद्दल पोलिसांना सगळं सांगितलं असशील."

"सांगितलं ना. सगळं सांगितलं. त्याच्या कपाटातली मुस्लीम पुस्तकंही दाखवली. त्याच्या बंदुकीबरोबर ते ही पुस्तकंही घेऊन गेले."

ग्लासकडे बघत त्यानं मान हलवली. त्याला तहान काही लागलेली नव्हती.

"मी तुझी वाट बघत होतो ना ओडेल, तेव्हा मी फिरता फिरता मागच्या अंगणात गेलो होतो. टीव्हीवर त्यांनी ते थडगं दाखवलं होतं. तिथं कुणालाही पुरलेलं नाहीये. बरोबर?"

"नाही. पोलिसांनी ते उकरलं आणि पुन्हा बुजवून टाकलं. मी टीव्हीवाल्यांना ते सांगितलं होतं. पण तरीही त्यांनी तिथलं शुटींग केलं. बहुतेक त्यांना वाटलं असेल, की ते रिकामं का असेना पण प्रत्यक्ष दाखवलं तर त्यांच्या बातम्या खमंग बनतील."

"आणि तो खड्डा डीननं खोदला होता?"

"त्यानंच असणार. मी तरी नव्हता खणला. बहुतेक मावशीला पुरायला म्हणून खणला असेल, पण मग त्याचा बेत बदलला असणार म्हणून तसाच बुजवून टाकला असेल. तो किती माथेफिरू होता ते कळतंय ना यावरून... माथेफिरू आहे..."

"असंच झालं असेल. माणसं अशी का वागतात ते कुणाला समजू शकेल किंवा कोण स्पष्ट करू शकेल? हे लोक स्वत:सुद्धा नाही सांगू शकणार."

"बरोबर आहे."

"आणि आता तो कुठे गेलाय त्याची तुला अजिबात कल्पना नाहीये?"

मी मान हलवली. तोच तोच मुद्दा सहा-सात वेळा दळत रहायची चेटची सवय होती. डीनविषयी बोलण्याला, म्हणजे तो असा का होता, त्यानं काय केलं, का केलं, आता तो कुठे फरार झालाय या सगळ्याला माझ्या दृष्टीनं काहीही अर्थ नव्हता. तो एक माथेफिरू होता आणि आता त्याचा मुडदा अंगणात पुरला होता, बात खतम. हे असं चेटला, अँडीला, लोरेनला, त्या टीव्हीवाल्यांना सांगायला हवं होतं म्हणजे त्यांचे प्रश्नतरी थांबले असते. मग टीव्हीवर आपण यांना पाहिलंत का, असं विचारलं गेलं नसतं. नुसता टाइमपास साला. पण अर्थात मी असं बोलू शकत नव्हतो. इथं नेमकं काय घडलं ते गुपित मी कुणालाही सांगू शकत नव्हतो. इतरांना माहीत नसलेलं असं काही तुम्हाला माहीत असेल, तर तुम्हाला एक प्रकारची पॉवर मिळते असं म्हटलं जातं. पण मला मात्र यातनाच होत होत्या. माझ्याकडे ही माहिती नसती तर बरं झालं असतं. पण मला काय वाटतंय त्याला महत्त्व नव्हतंच. मला हे माहीत होतं बस.

"मला वाटतं आता तुम्ही तोपेकाला जाऊन हे सगळं प्रीचर बॉबना सांगाल."

"ओडेल, माझ्याकडे मोबाइल आहे."

"अच्छा अच्छा."

"रेव्हरंडना आणि मला इथल्या भागातल्या वाढत चाललेल्या दहशतवादी गटांच्या हालचालींविषयी काळजी वाटते. वरवर दिसतंय त्यापेक्षा कितीतरी अधिक प्रमाणात हे मुरलंय, संपूर्ण देश त्यांनी व्यापलाय असं आम्हाला वाटतं. त्यांची भूमिगत दले आहेत. इशारा मिळताच त्यांची कार्यवाही सुरू होईल. पुढच्या वर्षीच्या निवडणुका जसजशा जवळ येतील तसतशा ह्या हालचाली वाढतील. क्षणभर थांबून विचार कर, अगदी हजारो नाहीत तरी शेकडो डीन लोरी एका दिवशी उठतील आणि अमेरिकेच्या रस्त्यावर कतली सुरू होतील. हे होऊ देता कामा नये."

"सेनेटर जनजागृतीचं काम करतोच आहे, आपल्या अवतीभवती दडलेल्या या सावटाबद्दल सांगतोय. पण लोकं इतकी थंड आहेत, ढापणं लावून बसलीयेत की

भीती वाटते कधीकधी. गेल्या काही वर्षांत धोका किती वाढलाय याकडे मुद्दाम काणाडोळा करायचाय त्यांना. सेनेटर केचमचा संदेश मनामनात रुजवायला पाहिजे या हल्ल्यांच्या आणि अमानुषतेच्या कालावधीत.''

''डीनला त्याला मारायचं होतं.'' मी म्हणालो आणि चेटनं माझ्याकडे एकदम विचित्र नजरेनं बघितलं. त्याचा बहुतेक आपल्या कानांवर विश्वास बसत नव्हता. आत्ताच तर तो छुपा धोका आणि हल्ला याबद्दल बोलत होता.

''काय म्हणालास?''

''डीन आणि मी टीव्हीवर बातम्या बघत होतो. सेनेटर केचम, आत्ता तुम्ही बोलत होतात तसलंच काहीतरी भाषण देत होता आणि डीन फाटकन म्हणाला की, त्याला या सेनेटरला ठार मारायला आवडेल. नक्की शब्द काय होते बरं... कोणीतरी या भडव्याला मारायला हवं... असंच काहीतरी म्हणाला तो.''

''हे तू पोलिसांना सांगितलंस का?''

''अं, नाही. आत्तापर्यंत बहुतेक मी ते विसरून गेलो होतो. आत्ता आपण सेनेटर केचमबद्दल बोलत होतो तेव्हा मला अचानक आठवलं.''

''अरे देवा...'' चेट म्हणाला, ''तुला खात्री आहे ना ओडेल? शब्द न् शब्द आठवतोय ना नक्की?''

''हो असंच काहीसं म्हणाला होता तो. तेव्हा मी फारसं लक्ष नाही दिलं. मला वाटलं तो असंच काहीतरी बरळतोय. कधीकधी वैतागून माणूस काहीही बोलतो ना, तसं. एकदा मी एका माणसाला बोलताना ऐकलं की, तो त्या शेजारच्या कुत्र्याला मारणारे. का, तर तो सारखा कारण नसताना ठो ठो भुंकत राहातो म्हणून. पण त्यानं काही खरंच त्या कुत्र्याला मारलं नाही, तो फक्त म्हणाला तसं.''

हे खरं तर माझा बापच म्हणाला होता. पण चेटला तसं सांगावं असं मला वाटलं नाही. अचानक तो खूप ताण आल्यासारखा आणि काळजीत पडल्यासारखा दिसायला लागला होता.

''तू हे कुणाला तरी सांगायला हवं होतंस.'' तो म्हणाला.

''हो, पण मी विसरलो.''

''निवडणुका पार पडेपर्यंत सेनेटरच्या जीवाला या दहशतवाद्यांकडून धोका आहे. पोलिसांना कळवायला हवं. एफबीआय आणि होमलँडलासुद्धा. आणखी काही विसरला आहेस का तू?''

मी विचार केला. ''नाही बुवा. आणखीन काही विसरल्यासारखं वाटत तरी नाहीये.''

त्यानं खिशातून आपलं पाकीट काढलं. क्षणभर मला वाटलं की आत्ता ही महत्त्वाची माहिती पुरवल्याबद्दल तो मला पैसे देतोय. पण त्यानं एक बिझनेस कार्ड

काढलं आणि अतिशय गंभीर चेहऱ्यानं मला दिलं. "ओडेल, डीन लोरीविषयी तुला आणखीन काहीही आठवलं तरी मला लगेच फोन कर. तुझ्याकडे मोबाइल वगैरे आहे का?"

"नाही, कधीच नव्हता."

"ठीक आहे. तुला काही आठवलं तर जवळचा फोन बूथ गाठ लगेच. हे अतिशय महत्त्वाचं आहे, लक्षात ठेव."

"ठीक आहे."

"रॉबर्ट जेरोमी मिनिस्ट्रिज आणि बॉर्न अगेन फाउंडेशनचे वॉशिंग्टनमध्ये चांगले हितसंबंध आहेत. राजकारणातल्या अनेकांशी रेव्हरंडची व्यक्तिश: ओळख आहे. त्यामुळं तू मला जे काही सांगशील, ते प्रीचर बॉबमार्फत कॅपिटल हिलमधल्या काही मोठ्या माणसांपर्यंत लगेच पोचवता येईल. समजतंय ना मी काय म्हणतोय ते?"

मी ते कार्ड वाचलं. त्यावर फक्त चेटचं नाव आणि मोबाइल नंबर होता. त्याचा हुद्दा म्हणजे मॅनेजर किंवा सेल्स रेप्रेझेंटेटिव्ह असलं काहीही नव्हतं. वरच्या कोपऱ्यात एखादा क्रॉस असेल असं मला वाटलं होतं पण तोही नव्हता. अगदी घाईत असल्यासारखा तो आता पटकन उठला. "ओडेल, मी काही टाटा वगैरे म्हणणार नाही. फक्त पुन्हा भेटू या एवढंच म्हणेन."

"बरं."

"तू बस. मी जातो. मला वाट माहितीये."

तो बाहेर पडला आणि त्याची गाडी गेली. मी जरा शांतपणे विचार करून बघितला. सेनेटर केचमला गोळी घालेन असं डीन खरंच म्हणाला होता ना, हे आठवायचा मी प्रयत्न केला. तो खरंच म्हणाला होता, पण मी हे असं चेटसमोर बोलायला नको हातं. हे ऐकून तो एकदम सैरभैरच झाला. त्याला अशी भीती वाटली होती, की आता या सेनेटरवर खरंच दहशतवादी हल्ला होईल. पण असं काहीही होणार नव्हतं. डीन तर केव्हाच भूतकाळात जमा झाला होता. ह्या सगळ्याला आता खूप उशीर झाला होता. मी बोलून गेलो होतो. माझं तोंड फाटकं होतं आणि कधी ना कधी मला दगा देणार होतं. ते घट्ट बंद ठेवण्यातच भलं होतं. आता हे विचित्र त्रांगडं झालं होतं.

मी एक तासभर लोरेनच्या फोनची वाट बघितली. तिचा फोन काही आला नाही म्हणून मग मीच तिला केला. तिसऱ्या बेलला फोन उचलला गेला आणि कोणीतरी पुरुष हॅलो म्हणाला. मला हे अगदी अनपेक्षित होतं आणि त्यामुळं मी लगेच उत्तर देऊ शकलो नाही. तो परत हॅलो म्हणाला.

"कोण बोलतंय?"

"तुला कोणता नंबर पाहिजे?" त्यानं विचारलं.

"लोरेनचा."

"हां, ती बाथरूममध्ये आहे. तू थांबतोयस, का मी तिला फोन करायला सांगू?"

"मी थांबतो, पण तुम्ही कोण?"

"लोरेनचा मित्र. तू कोण आहेस?"

"मी पण मित्रच आहे."

"हे बघ, आलीच ती."

फोन खाली ठेवल्याचा आणि पुन्हा उचलल्याचा आवाज आला. "हॅलो?"

"मी ओडेल. तो कोण होता?"

"अरे तो कोल. तुरुंगातला कोल कॉनर्स. मी तुला त्याच्याबद्दल सांगितलं होतं. आठवतंय? तुला नोकरीसाठी इंटरव्ह्यूला बोलावण्याविषयी मी त्याच्याशी बोलतीये. तू नीट नम्रपणे बोललास ना त्याच्याशी ओडेल?" ती हसली आणि मला त्या माणसाच्या हसण्याचाही आवाज आला. तो छद्मीपणे हसतोय असं आपलं मला वाटलं.

"तो तिथं काय करतोय?"

"तुझ्याबद्दलच बोलतोय मी म्हटलं ना ओडेल, काय झालंय? तुझा आवाज चिडचिडल्यासारखा का येतोय?"

"काही नाही."

"ठीक आहे मग, काय हवं होतं?"

"रात्री आपण एकत्र जेवावं असं वाटत होतं मला."

"मलाही वाटत होतं, की कोल मला कुठेतरी पॉश ठिकाणी जेवायला नेईल. जिथे ओशट चमचे आणि पेपर नॅपकिन्स नसतील अशा हॉटेलात? पण कोलची चिंगूस म्हणून ख्याती आहे."

पुन्हा मला त्याच्या खिदळण्याचा आवाज आला. मला दोघांचाही गळा आवळावासा वाटला.

"पण तू त्याच्याबरोबर कशी काय जातीयेस?"

"तुला सांगितलं ना, आम्ही कामासंबंधी बोलतोय. तुझ्याविषयीसुद्धा. तुझ्या नोकरीचंही बोलतोय. आणखीन काही आहे?"

"नाही, मला नाही वाटत."

"चल तर मग, उद्या बोलू या."

"ठीक आहे..."

आणि तिनं फोन ठेवून दिला. थोडा वेळ मी कसलाही विचार न करता नुसताच हातातल्या फोनकडे बघत बसलो. मग फोन खाली ठेवून बाहेर मोकळ्या हवेत जावं म्हणून मी दारापाशी गेलो. दरवाजा उघडल्यावर मला तिथं खाली एक कार्ड पडलेलं दिसलं. नक्कीच चेटच्या खिशातून पडलं असणार. मी ते उचलून बघितलं तर त्यावर 'शेरॉन झायगलर, चॅनेल ट्रॅव्हल्व्ह न्यूज' असं लिहिलं होतं. खाली दोन फोन नंबर होते

आणि त्यापुढं तिनं, तुझ्याशी बोलायचंय, कधीही चालेल असं लिहिलं होतं. मी चेटबरोबर आत आलो तेव्हा बहुतेक या कार्डावर माझा पाय पडला असणार. मी ते फाडायलाच निघालो होतो. भोसडीचे साले, बारा नंबरवाले. काल इतर चॅनेलवाल्यांबरोबर यायचं होतं ना. ते आले नाहीत. आता मी कशाला बोलू. तेवढ्यात मला एक कल्पना सुचली. जर लोरेन त्या कोल कॉनर्सबरोबर कुठल्यातरी भारी हॉटेलात गेली असेल, तर मी या बाईची कंपनी का नाकारू? बघू तर खरं, तिला माझी कंपनी कशी वाटतीये.

ऑफिसची वेळ संपून बराच वेळ झाला होता म्हणून मग मी दुसरा मोबाइलचा नंबर फिरवला. एक-दोन रिंगनंतर तिकडून उत्तर आलं.

''हॅलो,'' तिचा आवाज एकदम सेक्सी होता. त्यामुळंच कदाचित हा टीव्हीवरचा जॉब मिळाला असेल तिला.

''अं हॅलो? कोण शेरॉन बोलतीये का?''

''हो मीच शेरॉन.''

''तुम्ही माझ्या इथे एक कार्ड ठेवलं होतंत आणि कधीही फोन करायला सांगितलं होतंत.''

''कोण बोलतंय?''

''ओडेल डीफस.''

''सॉरी?''

''ओडेल डीफस. तुम्ही माझ्या इथं कार्ड ठेवलं होतंत.''

''मी बरीच कार्ड्स वाटते. कशाबद्दल आहे हे?''

''मी डीन लोरीच्या घरी राहतोय सध्या. इथली देखभाल करायला.''

''ओह'' तिचा आवाज बदलला. ''माफ कर, मला तुझं नाव माहीत नव्हतं. माझ्या बरोबर काम करतो तो म्हणाला की तिथं कोणीतरी राहतंय, पण आम्हाला कुणालाच तुझं नाव माहीत नव्हतं. काय नाव काय म्हणालास तुझं?''

''ओडेल डीफस.''

''समजलं. तुला माझ्याशी बोलायचंय का ओडेल?''

''म्हणून तर फोन केला ना तुम्हाला. स्पेशल माहिती द्यायची होती.''

''खुनाविषयी?''

''दुसऱ्या एका खुनाविषयी. कदाचित होईलही हा खून. मोठा माणूस आहे.''

''कोणाचा खून होणारे ओडेल?''

''कुणाचा, काय, ते हवं असेल तर तुम्ही इकडे या, मग सांगतो. तुम्हाला वेळ नसेल तर हरकत नाही. मी दुसऱ्या चॅनेलवाल्यांना बोलावतो.''

''नको नको, मी लगेच येते. माझ्या कॅमेरावाल्याला घेऊन येते. त्यासाठी मला थोडा वेळ दे. आम्ही पोचतोच, पण तू मस्करी नाही ना करतेस?''

"काही मस्करी नाहीये. ही ब्रेकींग न्यूज आहे आणि ही मिळवणाऱ्या तुम्हीच पहिल्या असाल."

मी खोटं सांगत होतो. ती दुसरी होती. पहिला चेट होता पण हे तिला कळण्याचं काहीच कारण नव्हतं. चेट फार तर त्या प्रीचर बॉबशी बोलेल. मिडियावाल्यांशी नक्कीच नाही.

"ठीक आहे. तिथंच थांब."

तिनं फोन ठेवला आणि मला खूप बरं वाटलं. कोल कॉनर्सला माझ्यासारखं टीव्हीवर झळकण्याचा चान्स कुठं होता? अजिबात नव्हता. म्हणजे मग लोरेन या फालतू प्राण्याबरोबर वेगवेगळ्या हॉटेलात जेवायला जाणार नाही. तुरुंगात कदाचित ते माझ्या नोकरीविषयी बोलले असतील. कदाचित नसतीलही, पण कोणत्याही बाईला इतर कशाहीपेक्षा प्रसिद्ध माणसाबरोबर जायलाच आवडेल. मग तो कुरूप का असेना. त्याच्याकडे पैसा आणि प्रसिद्धी दोन्ही किंवा त्यापैकी एक असलं की झालं. एवढंच तर लागतं. मी कुठंतरी वाचलं होतं की, बाई याचा मोह टाळू शकत नाही. पूर्वी जेव्हा माणूस गुहेत रहायचा, तेव्हाही जो सगळ्यात चांगला शिकारी असायचा त्यालाच चांगली बायको मिळायची. जो पुरुष आपलं पोट भरू शकेल अशाच पुरुषाची निवड व्हायची. आता शिकारीतलं कसब नाही, तर प्रसिद्धी बघितली जाते. पण आकर्षकतेचा मुद्दा तसाच आहे.

अर्धा तास गेला असेल आणि मला त्यांच्या गाडीचा आवाज आला. मला बातमीदारांची व्हॅन येईल असं वाटलं होतं, ही तर खाजगी गाडी होती. पण त्यानं काय फरक पडत होता? एक काटकुळा माणूस पॅसेंजर सीटवरून खाली उतरला. त्याच्या खांद्यावर कॅमेरा होता. ड्रायव्हरच्या सीटवरून एक बाई उतरली. ते दोघं पायऱ्या चढून वर आले. बाईनं छान हसून शेकहँडसाठी हात पुढं केला. तिनं आपलं नाव शेरॉन आणि त्या कॅमेरावाल्याचं नाव ह्युई असल्याचं सांगितलं. मी त्यांना हॉलमध्ये घेऊन आलो. आम्ही तिथं आरामात बसू शकलो असतो. माझ्या अपेक्षेप्रमाणं ही शेरॉन दिसायला काही एकदम खास वगैरे नव्हती, पण यानंही फारसा फरक पडत नव्हता. पडद्यावर मी झळकणार होतो, काय झालं ते सांगणार होतो, लोरेन माझ्याकडे बघणार होती.

तो ह्युई कॅमेरा सेट करत असताना शेरॉन मला म्हणाली, "झाल्या प्रकाराबाबत मी अगदीच अंधारात आहे. त्यामुळं आधी मला जरा सांग, की तू कशा प्रकारची बातमी देणारेस?"

"डीन त्या त्याच्या मुस्लीम भावांबरोबर पळून जाण्यापूर्वी मला काय म्हणाला होता, ते सांगायचंय मला. ते काही त्याचे खरे भाईबंद नाहीयेत. त्याला फक्त एक बहीण आहे. पण तो ते आपले बांधव आहेत असं म्हणाला होता."

"कळलं मला, पण तो काय म्हणाला?"

“तो म्हणाला की, तो सेनेटर केचमला गोळी घालणार आहे.”

“तू मस्करी करतोयस.”

“नाही. तो अगदी स्पष्टपणे म्हणाला तसं. तुम्ही पाहिजे तर माझी लाय डिटेक्टर टेस्ट घ्या.”

“ठीक आहे. माझा विश्वास आहे तुझ्यावर. मला थोडी पार्श्वभूमी सांग ओडेल, तू डीनला कसा काय भेटलास, मग काय झालं, तुझ्या शब्दांत सांग सगळं.” ती कॅमेरामनकडे वळली. “तय्यार?”

“तयार.”

शेरॉननं एक मोठा श्वास घेतला आणि ती मला म्हणाली, “ओडेल आम्हाला सांग, तुझी आणि डीन लोरीची पहिली भेट कधी आणि कुठं झाली?”

आणि मी सांगायला लागलो. खऱ्याखोट्याची मी मस्तपैकी खिचडी पकवली. लोरेन, अँडी आणि चेटला मी जे सांगितलं होतं ते सगळं मी जसंच्या तसं हिला सांगितलं. मध्ये मध्ये प्रश्नविचारून शेरॉन मला माझी कहाणी आणखी स्पष्ट करायला लावत होती. मीही तिला जे हवं होतं ते सगळं खुल्लमखुल्ला सांगत होतो. शेवटी तिनं विचारलं, “डीननं असं कुठेतरी निघून जाण्यापूर्वी काही अगदी स्पष्ट स्वरूपाची धमकी वगैरे दिली होती का?”

“हो. तो तसं एकदा म्हणाला होता. ते असं की, त्याला सेनेटर केचमला गोळी घालायची आहे. कारण सेनेटर अमेरिकेत दडून बसलेल्या दहशतवाद्यांच्या मागेच लागलाय. त्यानं ही गोष्ट काही गुप्त ठेवलेली नाही. सेनेटरनं टीव्हीवरून सगळ्यांनाच तसं सांगितलं ना, म्हणून.”

“आणि तुला वाटलं की, सेनेटरच्या स्वत:च्या जीवाला धोका आहे म्हणून त्याला सावध करणं हे तुझं कर्तव्य आहे?”

“हो. बरोबर. मला असंच वाटलं. जगात इतकी मारामारी चालू आहे की, हे ताबडतोब थांबावं असं मला वाटतं. पण ते शक्य नाहीये.”

“त्याच्याकडं कुठलं हत्यार वगैरे आहे का? तुला काय माहीत आहे याविषयी?”

“नाही. त्याची बंदूक तर पोलीस घेऊन गेलेत. त्याच्याकडं आणखी एखादं हत्यार असलं तर मला माहीत नाही. अशा कामाला चांगला पॉवरफुल टेलिस्कोप बसवलेली रायफल लागेल.”

“आणि डीन लोरी काही, तो ही हत्या कधी करणारे वगैरे बोलला होता का?”

“आजपासून निवडणुकांपर्यंत कधीतरी.” हे मी चेटकडून उचललं होतं पण मला खात्री होती की, त्याची काही हरकत नसणार.

“या दहशतवादी मुद्याशी डीनची कितपत बांधिलकी आहे असं तुला वाटतं?”

"खूपच भक्कम. अगदी खोलवर. तो मला म्हणाला होता की, इस्लाममध्ये सगळ्या प्रश्नांना उत्तरं आहेत. आपल्याकडे नाहीयेत. म्हणून त्याला मुस्लीम व्हायचं होतं. त्याच्याकडं या विषयावरची पुस्तकं पण होती. त्यानं मला दाखवली होती."

"त्यानं तुला धर्मांतराचा आग्रह नाही केला ओडेल?"

"केला ना. त्यानं तसा प्रयत्न केला, पण मी बधलो नाही. एखाद्या हिरव्या कव्हरच्या पुस्तकावरून कसं वागायचं, काय बरोबर, काय चूक वगैरे शिकायचं नाहीये मला."

"मग तो तुझ्यावर भडकला असेल?"

"नाही. त्याला फक्त सेनेटर केचमचाच राग येत होता."

तिनं आणखी काही सटरफटर प्रश्नविचारले आणि मुलाखत संपली. ह्युईनं कॅमेऱ्याची जागा बदलली आणि आता तो शेरॉनवर फोकस केला. तिनं माझ्याकडं बघून मानेला काही झटके दिले. हा काय प्रकार होता, असं मी विचारल्यावर ती म्हणाली की, "हे रिॲक्शन शॉट्स होते. यामुळं संभाषण नीट सुरळीत पुढे जाईल. तू टीव्हीवर रिपोर्ट बघितलास ना, की तुला कळेल." तिनं आपल्या घड्याळावर नजर टाकली. "चला, फटाफट गेलो तर आपल्याला दहाचा स्लॉट मिळू शकेल. सुटू या."

ह्युईनं कॅमेरा आवरला आणि ते बाहेर पडले. जाताजाता शेरॉन म्हणाली, "थँक्स ओडेल. तुला आणखी काही आठवलं तर मला फोन कर."

"बरं."

आणि ते गेले. एखाद्या अँब्युलन्सला ॲक्सिडेंटच्या ठिकाणी पोचायचं असेल, तर ती कशी घाईनं जाईल, तशा स्पीडनं ते पळाले. आता सगळं संपल्यावर माझ्या मनात विचार आला की, मी हे जे केलं ते योग्य होतं का नव्हतं. जे कधीही घडणार नाहीये त्याबद्दल लोकांना सांगणं, त्यांच्यामध्ये उगीचच तणाव, घबराट निर्माण करणं कितपत बरोबर? पण मग मला वाटलं की, यात कुणाचंही नुकसान तर नाही होते. कुणी सांगावं, कदाचित लोरेनशी संबंध वाढवताना हे मला फायद्याचं ठरेल.

मी या सगळ्यात इतका वाहवत गेलो होतो की मी जेवायचंही विसरलो होतो. मग पटकन खाली जाऊन मी एक पिझ्झा काढला आणि ओव्हनमध्ये ठेवला. मला आता पिझ्झाचा कंटाळा यायला लागला होता, पण डीननं आणि मी पहिल्या दिवशी घेतलं तसलं टीव्ही डिनर आता शिल्लक नव्हतं. मला आधी कल्पनाच नव्हती, की मी एका सैतानाबरोबर जेवायला बसतोय. तेव्हा डीन भला वाटला होता, पण तो तर मेंढराचं कातडं पांघरलेला लांडगा निघाला. चक्क दहशतवादी. ती पुस्तकं आणि त्या पुस्तकांची कव्हरं याबाबतीतली म्हण खरी ठरते यावरून, एवढंच.

पिझ्झा बरा होता. डीप डिश मीट लव्हर्स. आणि मला खात्री आहे लोरेन आणि कोलनं मात्र काहीतरी छान खाल्लं असणार. मला अजूनही याचा राग येत होता. नीट विचार केला, तर ती हे माझ्या त्या तुरुंगातल्या नोकरीसाठीच तर करत होती. पण मी जळत होतो हे मात्र खरं. असं म्हणतात की, हा हेव्यादाव्याचा हिरवा राक्षस तुम्हाला काहीही चित्रविचित्र करायला लावतो. पण शेरॉनशी बोलणं हे काही विचित्र नव्हतं. मला जे माहीत होतं ते सांगणं हे माझं कर्तव्य होतं. म्हणजे सेनेटर केचमला काहीही झालं नसतं. तो पुढचा अध्यक्ष होण्याची शक्यता होती. मी अध्यक्षांचा जीव वाचवला होता असंच चित्र उभं राहिलं असतं. बरोबरच तर होतं ते.

दहा वाजेपर्यंत मी कसलाच विचार केला नाही. नुसता चॅनेल्स बदलत बसलो. आपण स्वत: टीव्हीवरच्या बातम्यांत येणं खूप रोमांचकारी असतं. म्हणजे पूर्वी कधी आलो नसलो तर. माझ्यासाठी तरी ही पहिलीच वेळ होती. एकदा योडेरमध्ये लोकल पेपरवाल्यांनी मला तिथल्या एका मुलाच्या आत्महत्येविषयी विचारलं होतं. त्याचं असं झालं— मी त्या जुन्या स्मशानभूमीतून घरी येत होतो. एकदम जुनाट, अगदी बाबा आदमची वगैरे थडगी होती तिथं. काही दगड तर वेडेवाकडे झुकलेही होते. त्यावरची नावंही वाचता येत नव्हती इतकी पुसट झाली होती. तेव्हा मी हा मुलगा तिथं पडलेला बघितला. त्याचा चेहरा काळानिळा झाला होता. मी हे कधीच विसरू शकणार नाही. दोन थडग्यांच्यामध्ये अगदी स्थिर पडला होता. त्यावरून मी ओळखलं की तो निश्चित मेलाय. माझी आई तेव्हा जिवंत होती. मी घरी जाऊन तिला सांगितलं. त्या छोट्याशा गावात एकच पोलीस होता. आईनं त्याला फोन केला. बातमी आली. हा मुलगा, अन्फर शीन नाव त्याचं, आपल्या मैत्रिणीशी भांडला होता. खूप वादावादी झाली होती. ती त्याला सोडून दुसऱ्या मुलाबरोबर गेली होती. अन्फरनं आपल्या आईच्या कुठल्या तरी औषधाचं प्रिस्क्रिप्शन चोरलं आणि त्या स्मशानभूमीत ती गोळ्यांची आख्खी बाटली रिकामी केली. तिथं कुणीही जात नसे. मग तो बातमीदार आला होता आणि त्यानं माझा इंटरव्ह्यू घेतला होता. मी बहुतेक अकरा वर्षांचा होतो पण ते टीव्हीसाठी नव्हतं. त्यामुळं त्याची याच्याशी तुलना करता येणार नाही. तेव्हा त्यांनी बातमीत माझं नावंही दिलं नव्हतं. नुसतं इथला एक स्थानिक मुलगा असं म्हटलं होतं.

बरोबर दहा वाजता अनाउन्सरनं सांगितलं की, डीन लोरी खून प्रकरणात एक नवीन सनसनाटी बातमी ऐकण्यासाठी तयार राहा. मी लगेच लोरेनला फोन केला, टीव्ही बघ हे सांगायला, पण तिचा फोन कुणी उचललाच नाही. म्हणजे ती बहुतेक अजूनही त्या प्राण्याबरोबर तुरुंगातल्या माझ्या नोकरीबद्दल चर्चा करत असणार असा अंदाज मी बांधला. मला वाटलं होतं की, माझी बातमी ही पहिली मोठी बातमी असेल, पण त्यांनी पहिल्यांदा चीनमध्ये झालेला भूकंप आणि त्यात हजारोंच्या

संख्येनं मृत्युमुखी पडलेल्या माणसांविषयी सांगितलं. खरंतर चीनमध्ये नेहमी पूर येतो आणि माणसं मरतात. पण त्या दिवशी भूकंपाचं निमित्त झालं. त्या भीषण वाताहतीचे आणि डेड बॉडीजचे फोटो दाखवले गेले. मग इतर काही घडामोडींची माहिती दिली गेली. मग जाहिराती सुरू झाल्या. पण ब्रेकपूर्वी पुन्हा एकदा त्यांनी सनसनाटी बातमीचा उल्लेख केला, म्हणून मग मी नाइलाजानं त्या शांपू आणि तसल्याच कसल्या कसल्या फालतू वस्तूंविषयी ऐकत बसलो. हे कधी एकदाचं संपतंय असं मला झालं होतं. ब्रेकनंतर परत इतर काही बातम्या दिल्या गेल्या. या बातम्यांचा माझ्याशी काहीही संबंध नव्हता. मी रागानं वेडापिसा झालो. त्या शेरॉनला बोलवायलाच नको होतं असं मला वाटलं. तेवढ्यात माझी बातमी समोर आली.

मी अगदी डोळ्यांत प्राण आणून काळजीपूर्वक, माझी काही चूक तर नाही ना झाली ते बघत होतो. मला काहीही सापडलं नाही. काही लोक कॅमेऱ्याकडे बघून बोलत नाहीत. मी ही चूकसुद्धा केली नव्हती. असं 'कहींपे निगाहें कहींपे निशाना' असलं काहीतरी बघताना जाम यडपटासारखं दिसतं, पण मी सरळ कॅमेऱ्याकडे बघून व्यवस्थित बोललो होतो. एडिटिंगमध्ये त्यांनी काही गोष्टी उडवल्या होत्या, पण एकंदरीत मी सांगितलेलं सगळं जसंच्या तसं दाखवलं गेलं. मी बोलत असताना मध्ये मध्ये शेरॉन मुंडी हलवताना दिसत होती. हे कसं जुळवलंय ते आता माझ्या लक्षात आलं.

तेवढ्यात फोन आला. लोरेनचा होता. मला वाटलं नव्हतं ती लगेच फोन करेल असं.

"ओडेल, मी तुला आत्ताच टीव्हीवर पाहिलं." ती म्हणाली.

"हो."

"तू सांगितलं नाहीस, की तुला बातम्यांत दाखवणार आहेत."

"काये की, या नवीन डेव्हलपमेंटच्या संदर्भात ते खास माझा इंटरव्ह्यू घ्यायला म्हणून आले."

"त्या सेनेटरविषयी? तो खरंच असं काही म्हणाला होता का? म्हणजे डीन?"

"हो. तो असं म्हणाला होता."

"पण तू हे मला आधी सांगितलं नव्हतंस असं कसं?"

"माझ्या डोक्यातून साफ गेलं ते. मग मला आठवलं डीन जे म्हणाला होता, ती तर महत्त्वाची बातमी होती."

"तू त्यांना या बाकीच्या गोष्टींविषयी काही संगितलं नाहीस ना?"

"कुठल्या बाकीच्या गोष्टी?"

"तो तुझ्याजवळ आला, कानात कुजबुजला वगैरे हे काही नाही ना सांगितलंस? ते फुटलं तर खूप शरमेची बाब होईल. विशेष करून ब्रीसाठी. ती बिचारी खूप जुन्या मतांची साधी बाई होती."

"पण... आता तिला हे कुठे समजणारे?"

"मला हे माहितीये ओडेल, पण मी म्हणतीये इतरांना कशाला कळायला हवंय हे. तो दहशतवादी होता याच्याशी ह्या गोष्टीचा काहीही संबंध नाहीये. हे खाजगी आहे. पब्लिकला कळायची गरज नाही. माझ्यावर उपकार करायला सांगतीये मी तुला, कळलं का?"

"बरं."

"यापुढं हे सगळं तुझ्या टोपीखाली झाकलेलंच राहील ना?"

"माझ्याकडं टोपी असेल तर!" मी जोक मारला. मग मला आठवलं की माझ्याकडं गवत कापताना घालायची टोपी होती. हे लोरेनला सांगावं असं मला वाटलं पण ती पुढचं बोलायला सुद्धा लागली होती.

"हां अरे, मी कोलशी तुझ्या कामाबद्दल बोलले. तो म्हणाला की, पुढच्या आठवड्यात याच दिवशी, म्हणजे पुढच्या शुक्रवारी, तुरुंगात येऊन त्याला भेट आणि बोल त्याच्याशी. मला तर वाटतंय की, तुझं इथे नक्की जमणार ओडेल."

"बरं. मी येईन."

"माझे आभार वगैरे मानशील ना?"

"मानेन तर."

"चल तर मग. तुला खरंच वाटतंय, की डीन सेनटर केचमला मारायचा प्रयत्न करेल म्हणून?"

"करेलही. तो व्यवस्थित माथेफिरू आहे. प्रयत्न करण्याइतपत वेडा तर आहेच."

तिनं एक सुस्कारा सोडला. "असं काही घडलं तर आमच्या नावाला कलंक लागेल. डीनचं नाव तर इतिहासाच्या पुस्तकात जाईल आणि आत्ता लोक जसे त्या जेएफकेच्या आणि जॉन लेनॉनच्या मारेकऱ्यांचा तिरस्कार करतात तसा डीनचा तिरस्कार करतील. याची झळ लागू नये म्हणून मला माझं नाव बदलावं लागेल. कदाचित मी लग्नबिग्न केलं तर हा प्रॉब्लेम सुटू शकेल."

"ही कल्पना एकदम मस्त आहे."

"अच्छा तर मग. तुला टीव्हीवर बघितलं एवढंच मला तुला सांगायचं होतं."

तेवढ्यात तिच्या इथून ग्लास किंवा बाटली फुटल्याचा आवाज आला.

"काय झालं?" मी तिला विचारलं.

"अरे ते मांजर रे, किचनमध्ये काहीतरी पाडलं वाटतं ओट्यावरून."

"तुझ्याकडं मांजर आहे हे मला माहीत नव्हतं."

"शेजारचं आहे, सध्या मी सांभाळतीये."

तिच्या मागं ते मांजर दारुड्यासारखं बरळताना मी ऐकलं.

"भेटू या ओडेल." लोरेन पटकन म्हणाली आणि तिनं फोन ठेवून दिला.

मी अगदी हलक्या हातानं फोन जागेवर ठेवला मला तो फुटायला नको होता. कदाचित आपलं मांजर परत नेण्यासाठी तो शेजारी आला असेल, पण त्या मांजराला लोरेनची प्रेमळ साथ सोडवत नसेल म्हणून मग ते धावलं असेल, कशावर तरी आपटलं असेल आणि काहीतरी फुटलं असेल. बहुतेक असंच झालं असणार तिच्या घरी. त्यामुळं आता याविषयी विचार करण्यात अर्थच नव्हता. नाहीतरी नुसता विचार करणं चागलं नसतं हे मी समजून चुकलो होतो. शेवटी विचार करकरून डोक्याला मुंग्या येतात आणि शेवटी काय खरं काय खोटं तेच कळेनासं होतं. त्यामुळं जाऊ दे. सोडून देणंच चांगलं.

कॅप्टनच्या मदतीनं मी तेच केलं.

परत फोन वाजला. मला वाटलं पुन्हा लोरेनच असेल, म्हणून मी तो पटकन उचलला. आता ते मांजर आपल्या घरी गेल्यावर सगळा पसारा आवरून झाल्यावर तिला एकटं वाटत असणार, म्हणून कंपनीसाठी तिनं मला फोन केला असणार. पण फोन लोरेनचा नव्हता.

"ओडेल?"

"अं, हो."

एका पुरुषाचा फोन होता.

"मी अँडी वेब. मला आत्ताच कळलं की तू रात्रीच्या बातम्यांत होतास आणि डीन लोरी सेनेटर केचमला मारायचा बेत करतोय असं काहीतरी सांगितलंस. बरोबर?"

"बरोबर."

"मला राहून राहून आश्चर्य वाटतंय, की हे तू काल मला कसं सांगितलं नाहीस. इतकी महत्त्वाची माहिती. तुला काय वाटलं ओडेल, केसचा तपास करणाऱ्या पोलीस अधिकाऱ्यापेक्षा टीव्हीवाल्यांना माहिती पुरवणं जास्त योग्य आहे? काय रे? असं काही डोक्यात आलं का तुझ्या ओडेल?"

"अं..."

"सत्य तरी आहे का हे? मग तू कालच्या त्या टीव्हीवाल्यांना कसं काही सांगितलं नाहीस? ते तुझ्या घरी आले होते असं मी ऐकलं."

"मी विसरलो... मग मला आठवलं."

"बरं... आता यापुढं जेव्हा तुला अशी कोणतीही महत्त्वाची माहिती आठवेल, तेव्हा तू मला फोन करायचास आणि माझ्याशी बोलायचंस, ओडेल. मला पुन्हा असं दुसऱ्या कुणाकडून तरी टीव्हीवर सांगितल्याचं ऐकायचं नाहीये. या केसच्या सगळ्या बाजू मला माहीत असायला हव्यात. मी ही माहिती काल होमलँड सिक्युरिटीला देऊ

शकलो असतो. तुला आता आठवलं आणि तू चुकीच्या माणसांना सांगितलंस. पण हे लोक आता मला विचारतील, की ही माहिती त्यांना का दिली गेली नाही. हे होमलँडवाले भारी असतात. असा बावळटपणा केलेला किंवा शेंडी लावलेली त्यांना चालत नाही. जेव्हा तुझी त्यांच्याशी गाठ पडेल ओडेल, तेव्हा माझ्याबाबतीत केलास तसा मूर्खपणा करू नकोस. समजतंय का तुला?''

''अं... हो.''

''भाडखाऊ साला.'' तो म्हणाला आणि त्यानं फोन आपटला किंवा कदाचित त्यानं हळूसुद्धा ठेवला असेल. सांगू नाही शकत, पण मला तरी वाटलं की त्यानं फोन आपटला. मी पोलीस चीफशी पंगा घेतला होता हे फार वाईट झालं होतं. मग आता हे दु:ख हलकं करण्यासाठी मला पुन्हा माझ्या जुन्या दोस्ताला, कॅप्टनला जवळ करावं लागलं.

आठ

दुसऱ्या दिवशी दुपारी जेवायच्या वेळी मी एका पेपरच्या स्टॉलवर गेलो, तेव्हा ह्या बातमीला त्या लोकांनी केवढं महत्त्व दिलं होतं ते मला बघायला मिळालं. पेपरच्या पहिल्याच पानावर डीनचा फोटो होता आणि बाजूला त्या सेनेटरचाही फोटो छापला होता. सेनेटरच्या फोटोभोवती एक गोल होता आणि फोटोवर एक फुली मारली होती. वर मोठ्या अक्षरात लिहिलं होतं, 'टार्गेट!' बर्गर खाता खाता वाचायला म्हणून मी एक पेपर विकत घेतला. मी शेरॉन झायग्लरला सांगितलेलं सगळं जवळ जवळ जसंच्या तसं छापून आलं होतं. बातमीत तिचं आणि माझं नावही होतं. माझं नाव पहिल्यांदाच पेपरमध्ये छापून आलं होतं. माझी छाती अभिमानानं भरून आली. माझ्यासाठी ही वेगळीच भावना होती. मन:स्थिती ठीक होईपर्यंत मी खायचा थांबलो. आता मी एक प्रसिद्ध व्यक्ती होतो!

खाणं झाल्यावर मी त्या पेपरच्या आणखी सहा-सात कॉपीज विकत घेतल्या. मग मी परत गवत कापायच्या कामाला गेलो. पेपरच्या पहिल्या पानावर नाव झळकल्यावर हे काम करणं मला बरोबर वाटत नव्हतं. गवत कापण्याच्या उद्योगाचा इतिहास जर कुणी लिहिला, तर मी त्यातला सर्वांत प्रसिद्ध माणूस असणार असं मला वाटलं आणि तसं बघायला गेलं, तर मी याच आठवड्यात या व्यवसायात शिरलो होतो. याला म्हणतात प्रगती.

चौथ्या कामानंतर मी ते मशीन ट्रकमध्ये ठेवत असताना माझ्या मागं एक गाडी येऊन उभी राहिली. पिवळट रंगाची कॅडिलॅक आणि ड्रायव्हरच्या सीटवर चेट. तो उतरला आणि सावकाश चालत चालत माझ्याजवळ आला. त्यानं आपलं जॅकेट काढून ठेवलं होतं यावरून तुम्ही सहज सांगू शकता, की तेव्हा खूपच उकडत असणार. कारण चेट म्हणजे असा होता की, कुणीतरी 'आता जॅकेट काढायला हरकत नाही' असं स्पष्ट सांगितल्याशिवाय तो ते काढणार नाही. अजूनही पटकन पाहिल्यावर तो मला एखाद्या बिझनेसमनसारखा वाटत

होता. धार्मिक अजिबात वाटत नव्हता. कदाचित त्याच्या सुटाचा आणि त्या कॅडिलॅकचा परिणाम असावा.

"धंदापाणी काय म्हणतंय, ओडेल?"

"छान आहे की. गवत आपलं सारखं वाढतच असतं."

"न्हाव्याला विचारलं तर तो ही असंच सांगतो." तो म्हणाला. बरोबरच तर आहे, न्हाव्यालासुद्धा एक प्रकारचं गवतच तर कापायचं असतं.

"तू बातम्यांत आलास."

"हो."

"मोठा प्रसिद्ध माणूस बनलास."

"अं... हो."

"पण गवत तर वाढतंच. ते कापायलाच हवं."

"बरोबर."

त्यानं माझ्या मशीन्सकडे आणि ट्रककडे बघितलं मग तो म्हणाला, "म्हणजे पुढचं नक्की काही कळेपर्यंत तू गवत कापायचं काम करत राहाणारेस?"

"मला दुसरं काम मिळेपर्यंत."

"दुसरं कुठलं काम ओडेल?"

"तुरुंगातलं. पुढच्या आठवड्यात भेटायचंय त्यांना. अपॉईंटमेंट मिळालीये."

"तिथं तुझ्याजोगं काय काम असणार?"

"गार्डचं काम. एकदम सोपं आहे म्हणे."

"आत्ताच्या या मोकळया हवेतल्या कामानंतर तुला ते काम करायला आवडेल? खात्री आहे तुला?"

"हां. आता हे गवत कापणं ठीक आहे. मला पैसाही बरा मिळतोय, पण करिअर म्हणून हे असलं काही करत राहणं माझ्या मनात नाहीये."

"मग तुझ्या मनात काय आहे तरी काय?" त्याला माझ्याबद्दल माहिती हवी होती.

"मी एकदा सैन्यात भरती व्हायचा विचार केला होता, पण मग हे गवत कापायचं काम आलं. या गावातलं ते भरती केंद्र बंद झालंय त्यामुळं आता सैन्यात जायचं असेल तर पार मॅनहॅटन गाठायला हवं. कॅन्सासमधलं मॅनहॅटन, न्यूयॉर्कचं नाही."

"हे काम जोखमीचं आहे. तुरुंगातल्या गार्डपेक्षा या कामात धोका आहे. हे काम स्वत:साठी तुला योग्य वाटतंय का ओडेल?"

"मी तिच्यासाठी ट्राय करून बघणार होतो."

"तुला माहितीये, बॉब आणि मी तुझ्याबद्दल बोलत होतो. म्हणजे, तुला नोकरीधंद्याच्या दृष्टीनं काही मदत करता येईल का वगैरे."

"ते ठीक आहे, पण मी काही चांगला प्रीचर वगैरे नाही बनू शकणार."

“आम्ही विचार करत होतो की, या गवत कापायच्या कामातच तुला काही मदत करता आली तर.”

“अच्छा?”

“आमच्या मते धंदा वाढवण्याच्या दृष्टीनं तुझ्याकडं एका महत्त्वाच्या गोष्टीची कमी आहे आत्ता.”

“ते मशीनवरच उभं राहून काम करता येतं ते मशीन?”

“आम्ही मोबाइल फोनचा विचार करत होतो.”

“अं... हो.”

“हे बघ ओडेल, एखाद्या नवीन गिऱ्हाइकाला गवत कापून हवं असेल, नियमितपणे, तर तो तुला फोन करेल. पण घरी तर फोन घ्यायला कुणीही नसतं. तुझ्याकडं मोबाइल असला तर थोड्याशा जाहिरातबाजीवर तू बाकीच्यांची कामं करत असतानाच नवीन गिऱ्हाइकं मिळवू शकशील. यानं खूप फरक पडू शकेल. तुला काय वाटतं?”

“बहुतेक बरोबर आहे तुमचं.”

“म्हणून मग बॉबनं आणि मी असा विचार केला, की तुला एक मोबाइल फोन घेऊन द्यायचा. फुकट.”

“फुकटात?”

“म्हणजे त्याचे पैसे आम्ही भरू, कॅशनं. आजच सकाळी मी बाजारात गेलो होतो. तेव्हा बघितलं की टोरेन्स रोडवरच्या टेलिफोन स्टोअरमध्ये मोबाइलचा सेल आहे. ह्या आठवड्यात चांगल्या किमतीला फोन मिळू शकेल, पण सेल मात्र उद्याच संपणार आहे. संपूर्ण आठवडाभर एवढं काम केल्यावर शनिवार-रविवारी हक्कानं आराम करायचा सोडून तुला मुद्दाम पुन्हा गावात कशाला यायला लावायचं? त्यापेक्षा आत्ता तुझं पुढचं काम सुरू होण्यापूर्वी तिथं जाता आलं आणि अजून तिथं चांगले फोन शिल्लक आहेत तोपर्यंतच एखादा घेता आला तर बरं. काय म्हणतोस मग ओडेल, तुला हवाय ना मोबाइल?”

“मी, मला... हो हवाय.”

त्यानं आपल्या पैशाच्या पाकिटातून काही नोटा बाहेर काढल्या.

“हं, हे चारशे डॉलर्स घे. यात तुला हवा तो पेमेंट प्लॅन मिळेल.”

त्यानं पैसे पुढे केले. आता नाही म्हणणं उद्धटपणाचं ठरलं असतं. मी मुकाट्यानं पैसे घेतले.

“नक्की ना चेट?”

“अरे मनापासून सांगतोय मी. तुझ्यासाठी हे अगदी आवश्यक आहे ओडेल.” त्यानं घड्याळ पाहिलं. “मला काही अर्जंट कामं आहेत, तुझा तू जाऊन फोन बघ.

बरेच प्रकार आहेत त्यात. हवा तो घेऊन टाक आणि बाकी सगळं झालं, तुझा फोन सुरू झाला, की पहिल्यांदा मला फोन कर. माझा नंबर आहे ना तुझ्याकडं?''

''माझ्या पाकिटात ठेवलाय.''

''चल तर मग. आता तुझा आणखीन वेळ घेत नाही. फोननं तुझं आयुष्यच बदलून जाईल. बघ, विश्वास ठेव माझ्यावर. मजा येईल तुला.''

तोंडानं टॉक असा आवाज काढून तो गाडीत बसला. मी मात्र तिथंच पैसे हातात धरून उभा होतो. जाता जाता त्यानं मला हात केला. पैसे खिशात ठेवता ठेवता माझ्या मनात आलं की हा चेट आणि तो बॉब, कुणी काका मामा असल्यासारखे माझी काळजी घेत होते आणि लोरेन पण माझी काळाजी घेत होती... बहुधा एखाद्या बहिणीसारखी. मी या कुणालाही निराश करणार नव्हतो.

मी लगेच चेटनं सांगितल्याप्रमाणं सरळ त्या टेलिफोन स्टोअरमध्ये गेलो. तिथं अनेक प्रकारचे फोन होते. साहेबाच्या टेबलावर असतो तसला भरपूर बटणं असलेला फोन होता, भिंतीवर टांगायचा होता, टेबलावरचा होता, लाल, पिवळे, हिरवे सगळ्या रंगातले. मला माहीत नव्हतं की फोन या रंगांचे पण असतात. एक फोन तर चक्क गुलाबी रंगाचा होता. पण तो बायकांसाठी असणार.

एक पोरगेलासा सेल्समन पुढे आला. त्यानं आपल्या बारीक कापलेल्या केसांना एवढं जेल लावलं होतं की प्रत्येक केस स्वतंत्र उमेदवारासारखा उभा होता. ''बोला, काय दाखवू?''

''मला फोन घ्यायचाय. तो आपल्या बरोबर कुठेही घेऊन जाता येतो ना, तसला.'' मी म्हणालो.

''या इकडे'' तो म्हणाला, ''या आठवड्यात आमच्याकडे सेल चालू आहे.''

त्या काचेखालच्या खणात डझनावारी मोबाइल फोन होते. रंगीबेरंगी तर होतेच, पण काहींवर चित्रंसुद्धा होती. तो मुलगा वेगवेगळ्या प्लॅन्सची माहिती द्यायला लागला. एका प्लॅनमध्ये दर आठवड्याला हे इतके कॉल्स फुकट असतात, दुसऱ्यात दुसरी काहीतरी सोय, तिसरा आणखी वेगळा. त्याची गाडी इतकी फास्ट चालली होती, की मला काहीही कळत नव्हतं. त्याची बडबड चालू असताना मी आपला फोन निवडत होतो. दोन फोन मला दिसायला बरे वाटले होते. पहिल्यावर बार्ट सिम्पसननं फोनचा स्क्रीन उचलून धरलाय असा फोटो होता. दुसरा सुंदर चंदेरी हिरव्या रंगाचा होता पण त्यावर काही कुणाचा फोटो नव्हता. मला बार्ट घ्यायचा मोह झाला, पण मग माझ्या मनात आलं की, लोकांना हा लहान मुलांचा फोन वाटेल. म्हणून मग मी मनाला आवर घातला आणि दुसऱ्या फोनकडे मोर्चा वळवला.

''तो तिथला.''

“नवीन फ्यूमात्सू नाइन ओ नाइनर” तो म्हणाला, “छान चॉईस. आम्ही याबरोबर एक पॅकेज देतोय. फर्स्ट टाईमर स्ट्रीम लाइनर. तुमचा फोन लगेच सुरू होईल.”

त्यानं मला त्या फोनबद्दल सगळं सांगितलं. तो कसा चालतो, मेसेज कसा पाठवायचा वगैरे. पुन्हा एकदा मला त्याचं बोलणं समजेनासं झालं पण मला माहीत होतं की, त्या फोनच्या खोक्यात एक छोटं बुकलेट असणार आणि त्या बुकलेटमध्ये तो आत्ता जे काही बडबडतोय ते सगळं दिलेलं असणार. मी ते सावकाशीनं वाचू शकेन. सगळ्यात चांगली गोष्ट म्हणजे या फोनमध्ये एक छोटासा कॅमेरापण होता. त्यावर आपण छोटी छोटी मूव्हिंग पिक्चर्स घेऊन हवी त्याला पाठवू शकत होतो. ही सगळी फंक्शन्स असलेला फोन मी निवडला. म्हणजे माझा चॉईस खरंच बरोबर होता. त्यानं माझा नाव, पत्ता वगैरे लिहून घेतला आणि पाच-दहा मिनिटांत फोन सुरू होईल असं म्हणाला. म्हणजे मग हा खऱ्या अर्थानं माझा होईल. ऑफिशियली माझा. मी त्याला पैसे दिले, पण तरीही माझ्याकडे थोडे सुट्टे पैसे उरले होते. चेटचा सगळाच अंदाज अगदी बरोबर ठरला होता. तो फोन माझ्या हातात एकदम फिट बसला होता. हा माझ्यासाठी योग्य ठरणार होता.

नंतर त्या स्वतंत्र उमेदवारानं मला रिंगटोन कसा सिलेक्ट करायचा ते दाखवलं. कुणाचा फोन आला, की कसा आवाज येईल. त्यात निवडीला खूप वाव होता. बिथोव्हनपासून एका लहान मुलाच्या ‘फोन घे ना गाढवा’ असं किंचाळण्यापर्यंत सगळं होतं. हे किंचाळणं मजेशीर होतं. पण मला नाही आवडलं. मला कुणी गाढव वगैरे म्हटलेलं आवडत नाही. मी लहान असताना आम्ही शाळेत ग्रीनस्लीव्हजचं जे गाणं म्हणायचो ती ट्यून मी निवडली. ‘कम कम कम अवे विथ मी, व्हेअर द ग्रास ग्रोज वाइल्ड अँड द विंड ब्लोज फ्री... कम कम कम अवे विथ मी, अँड आय विल बिल्ड यू अ होम इन द मिडो...’ पण यात कुणी ग्रीनस्लीव्हज वगैरे घातलेल्या नव्हत्या. तसा काहीही उल्लेख नव्हता. मग त्याला हे नाव कसं पडलं कोण जाणे.

“छान आहे.” तो सेल्समन म्हणाला. पण त्याला खरंच असं काही वाटत नव्हतं हे मी सांगू शकत होतो. कदाचित हा आवाज जरा जास्तच गोड आहे, म्हणजे फारसा कूल नाहीये असं त्याचं मत असावं. बहुतेक त्याचा फोन ओरडत असावा की, ‘उचल मेल्या, नाहीतर डोचकंच फोडतो आता.’

दुकानातून बाहेर पडल्याबरोबर मी चेटला फोन केला. माझ्या जाड्याजुड्या बोटांनी ती इवलीशी बटणं दाबणं खूपच कठीण होतं, पण मला जमलं आणि मी बटण दाबताच तो नंबर समोरच्या स्क्रीनवर दिसायला लागला. म्हणजे मी बरोबर नंबर फिरवतोय का नाही ते माझं मलाच कळत होतं. चेटनं लगेच फोन उचलला.

“हे चेट, मी ओडेल बोलतोय.”

"अरे ओडेल, फटाफट झालं की सगळं."

"तिथं सेल आहे तोपर्यंतच मला घ्यायचा होता. मी एक हिरवा फोन घेतलाय, चंदेरी हिरवा. मला वाटलं होतं त्यापेक्षा खूपच छोटा आहे तो."

"छोटं मॉडेल असेल तर तू शर्टच्या खिशातसुद्धा ठेवू शकशील. त्याचं वजनसुद्धा जाणवणार नाही. मी आता तुझा नंबर माझ्या डिरेक्टरीत स्टोअर करतोय."

"पण मी तुम्हाला माझा नंबर दिला नाहीये."

"आलेल्या प्रत्येक फोनचा नंबर इथं स्क्रीनवर दिसतो. डिजिटल टेक्नॉलॉजी आहे ही ओडेल. मस्त आहे हा प्रकार."

"हो. खरंच."

"चल, मजा कर. नवीन फोन आहे आणि कधीही काहीही बोलावसं वाटलं तर मला फोन कर."

"हो नक्की. आणि चेट फोनबद्दल थँक्स. मला खूप आवडला हा. प्रीचर बॉबना पण थँक्स सांगा माझ्या वतीनं, सांगाल ना?"

"सांगेन. चल बाय."

९८४६ साइफर्ट रोडवरचा माझा जॉब अर्धाअधिक झाला होता. माझ्याकडच्या या नवीन, एकदम मॉडर्न फोनमुळं मला मस्त वाटत होतं. तेवढ्यात माझ्या खिशातून मंजूळ आवाज यायला लागला. माझा फोन वाजत होता. बहुतेक परत चेटचाच फोन असणार. अजून तरी माझा नंबर फक्त त्यालाच माहीत होता. मी फोन हातात घेऊन टॉकचं बटण दाबलं पण त्या गवत कापायच्या मशीनच्या आवाजापुढं मला काहीही ऐकू येईना. मग मी मशीन बंद केलं. तेव्हा कुठं मला त्याचा आवाज ऐकू आला.

"ओडेल?" तो म्हणत होता.

"येस?"

"ओडेल डीफस?"

हा काही चेटचा आवाज नव्हता. हे दुसरचं कोणीतरी होतं.

"हं, हो."

"ओडेल, प्रथम माझी ओळख करून देतो. मी एजंट जिम रिकर, होमलँड सिक्युरिटी."

"हं, हो." अचानक माझ्या छातीत धडधडायला लागलं. होमलँड सिक्युरिटीचा फोन! पण मी तर त्यांना माझा नंबर दिलेला नव्हता. मग असं कसं काय?

"कसं काय चाललंय तुझं?" त्यानं विचारलं.

"ठीक आहे माझ्या मते."

"या लोरी केसचे आत्तापर्यंत आमच्याकडं आलेले सगळे डिटेल्स मी बघत

होतो,'' तो म्हणाला, ''तू काल रात्री शेरॉन झायग्लरला जे सांगितलंस, त्याबाबत आणखी काही सांगायचंय का? या पागल दिवान्याच्या डोक्यात काय चालू होतं, त्यावर प्रकाश टाकणारं असं आणखी काही आहे का?''

''अं... नाही.''

''कारण काय की ओडेल, इतर कुणालाही हे कळण्यापूर्वी आम्हाला माहीत होणं गरजेचं आहे. आत्ता या क्षणापासून तू फक्त माझ्याशी, कळतंय ना, फक्त माझ्याशी बोलायचंस. कोणत्याही टीव्ही न्यूज रिपोर्टरशी किंवा तुझ्या इथल्या स्थानिक पोलीस चीफशी नाही. नाहीतरी त्या पोलीस चीफला तू सेनेटर केचमबद्दल सांगितलं नाहीस, त्यामुळं तो भडकलाच आहे. यापुढं कोणतीही माहिती माझ्याखेरीज इतर कोणालाही द्यायची नाहीस. समजलं का?''

''हो कळलं. आता मला तुमचा नंबर लागेल.''

''तुझ्या स्क्रीनवर आलाय बघ. हॅशचं बटण दाब म्हणजे तुला इंडेक्स मिळेल. मग हा नंबर तुझ्या डिरेक्टरीत सेव्ह कर. तुझ्यासाठी हा सगळ्यांत महत्त्वाचा नंबर आहे ओडेल. जर डीन लोरीनं तुझ्याशी संपर्क साधला, तर तू मला ताबडतोब कळवलं पाहिजेस. मग तेव्हा दिवस आहे का रात्र ते बघत बसायचं नाही, कळलं?''

''अं, हो.''

''अजून तू माझा नंबर तुझ्या डिरेक्टरीत टाकला नाहीयेस.''

''मी प्रयत्न करतोय. माझी बोटं जाड आहेत.'' कानाशी फोन धरून त्याचं बोलणं ऐकत असताना ही बटणं दाबायची सर्कस करणं जाम कठीण होतं. ''हॅश... ठीक. आता ही डिरेक्टरी आली.''

''आता खाली जा आणि एंटर कर.''

''हो...''

''अरे बटण दाब ना ओडेल. तो फोन काही चावत नाही.''

''हं हे दाबलं. मला जमलं.''

''आता जे आय एम टाईप कर.''

''ही बटणं इतकी छोटी आहेत ना, ठीक आहे. केलं.''

''अभिनंदन.'' तो म्हणाला, पण तो माझी खेचत होता.

''तुम्हाला माझा नंबर कुठून मिळाला? मी फोन तर आत्ताच घेतला.'' मी विचारलं.

''त्या तारेवरच्या चिमणीनं माझ्या कानात सांगितला असणार,'' तो म्हणाला. ''ओडेल तुझा रिंगटोन बदल बुवा. माझ्या नऊ वर्षांच्या मुलीची आणि तुझी आवड मिळती जुळती आहे. तिच्यासाठी हा चालेल.'' आता त्याला माझ्या रिंगटोनबद्दल कसं कळलं?

"आता एकच लक्षात ठेव, तू फक्त मला विश्वासात घ्यायचंस. नक्की समजलंय ना हे तुला?''

"अं, हो.''

त्यानं फोन ठेवला. मी हातातल्या फोनकडे बघतच राहिलो. आता मी मोठ्या सर्कलमध्ये गेलो होतो एवढं मात्र नक्की. होमलँड सिक्युरिटीकडे माझा नंबर होता आणि माझ्याकडे त्यांचा. आता डीनविषयी कोणतीही माहिती मिळाली, की ती मी त्यांनाच द्यायची होती. दिवस-रात्र बघत बसायचं नव्हतं. पण अशी काहीही माहिती मिळणार नव्हती, कारण तो तर केव्हाच मेला होता. या जिम रिकरला पुढं काय होतंय ते हवं असेल तर प्रॉब्लेमच होणार होता.

डीन मेलाय हे मला माहीत आहे या गोष्टीचं मला मनापासून वाईट वाटलं. मी त्याला मारलंय यापेक्षा सुद्धा हे भयानक होतं. जिम रिकर निराश होणार होता. ती तारेवरची चिमणी त्याला नवीन काहीही, त्याला माहीत नसलेलं असं सांगणार नव्हती आणि त्याच्याकडची माहितीसुद्धा जास्त करून खोटीच तर होती. माझं गांडू नशीब होतं हे, माझ्या पाचवीला पुजलेलं. असे काही चुकीचे निर्णय, काही चुकीचं प्लॅनिंग, यामुळे हे घडत होतं. यापैकी काही निर्णय मी घ्यायला नको होते, पण काय होतं की, एखादी गोष्ट ठरवल्यावर ती बरोबर आहे का चूक हे समजण्यासाठी त्याचे परिणाम समोर यावे लागतात आणि तेव्हा मग तुम्ही परत मागे जाऊ शकत नाही.

संपूर्ण अमेरिकाभर डीन आणि त्याचा सेनेटरला मारायचा बेत हीच चर्चा सुरू होती. सगळ्यांना भुंगा लागला होता. सगळ्यांत जास्त काळजी सेनेटरला स्वत:ला वाटत असणार. बहुतेक त्याच्या बायकोनं सांगितलं असेल, "घरातच बसून राहा. दरवाजाच्या बाहेर पाऊल टाकलंस तर डीन लोरी तुला मारेल.'' पण तरीही तो बाहेर पडलाच, कारण देशाचा कारभार थांबू शकत नाही. त्यानं ज्या शौर्यानं, धीरानं या दहशतवादी धमकीचा सामना केला, काहीही झालं तरी काम बंद ठेवायचं नाही असं ठरवलं, ते बहुतेक तमाम जनतेला आवडेल आणि त्याला जास्तीत जास्त मतं मिळतील. पण डीन लोरी या जगातच नव्हता. संपूर्ण देशभरात मला एकट्यालाच हे माहीत होतं. जर मी खोटं बोलतोय हे उघडकीला आलं असतं तर माझी वाट लागणार होती हे शेंबडं पोर सुद्धा सांगू शकलं असतं. म्हणजे आता कोंबडी जशी आपल्या अंड्यांचं रक्षण करते, तसं मला हे गुपित जीवापलीकडे सांभाळावं लागणार होतं. फरक एवढाच होता की, कोंबडीला अंडी फुटायला हवी असतात, तर मला हे गुपित फुटून चालणार नव्हतं. कारण हे जर फुटलं असतं तर त्यातून एखादं पिल्लू बाहेर येणार नव्हतं, तर जे बाहेर येईल ते महाभयंकर असणार होतं.

मी फोन पुन्हा खिशात ठेवला. आता तो मला पूर्वीपेक्षा जड वाटला. मी विचार करत होतो, यातून सुटण्यासाठी मला तोंड बंदच ठेवायला हवं होतं. काही

काळानंतर जेसी जेम्स किंवा जॉन डिलिंजरच्या धमकीसारखं झालं असतं. हे दोघंही मेले होते. तसंच डीनच्या धमकीबाबत झालं असतं. हिवाळ्यातली गळलेली पानं जशी वाऱ्याबरोबर उडून जातात तसा हा धुरळाही खाली बसला असता. शांत राहायला हवं होतं. पुढंमागं मला तुरुंगात चांगला जॉब मिळाला असता. मग कदाचित लोरेननं माझ्याशी लग्न केलं असतं. ती मोठी होती हे खरं होतं पण दिसायला आकर्षक होती आणि मुख्य म्हणजे तिची फिगर छान होती. मला लग्न करायला हे पुरेसं होतं. माझा पगार चांगला असेल, तर त्यासाठी तिनं माझ्याशी लग्न केलं असतं. बायकांना पुरुषाच्या पगारातच तर रस असतो. पैसा नाहीये? मग फुटा! या गवत कापण्याच्या कामापेक्षा तुरुंगातला पगार खूपच चांगला असणार होता.

शुक्रवारी संध्याकाळी कामावरून परत जाताना खरं तर आनंदी वाटायला पाहिजे होतं. कारण आता दोन दिवस आराम करता आला असता. मजा करता आली असती. पण माझ्या त्या खटारा गाडीशेजारी हा ट्रक उभा करताना मी खूश नव्हतो. ट्रकमधल्या गवतानं भरलेल्या प्लॅस्टिक बॅग्ज काढून मी त्या अंगणातल्या भिंतीपासच्या ढिगात टाकल्या. आठवडाअखेर मित्रमंडळींबरोबर कुटुंबाबरोबर मजा करायची असते पण आत्ता मला ना फॅमिली होती, ना मित्र. घरी देखील कुणीही नव्हतं. इथं मी एकटाच होतो. डीन होता, पण त्याला धरण्यात अर्थ नव्हता.

गवताच्या बॅगा रिकाम्या करून मी आत गेलो आणि स्वच्छ अंघोळ केली. मग टेबलापाशी बसलो तेव्हा मला वाटलं की मला सिगारेट ओढायला मिळाली असती तर बरं झालं असतं. सिगारेट फुंकत बीअर ढोसायला ही उत्तम वेळ होती. माझ्याकडं दोन्हीही नव्हतं. कॅप्टनची एक पाव बाटली होती, पण ते प्यायला माझा मूड नव्हता. तेवढ्यात फोन वाजला. किचनमधला फोन. माझा नवीन मोबाइल नाही. मला एकदम हायसं वाटलं. तोपर्यंत मी नुसता भिंतीकडं एकटक बघत शून्यात नजर लावून बसलो होतो.

"हॅलो?"

"ओडेल, चीफ वेब."

"अं, हाय चीफ."

आता हा मला काहीतरी वाईट बातमी सांगणार असंच मला वाटलं. नाहीतरी त्याला मी आवडत नव्हतोच.

"शनिवारी काय करतोयस?" त्यानं विचारलं. मला आश्चर्य वाटलं.

मग माझ्या मनात आलं की सकाळी त्यानं मला सुनावलं याचं आता बहुधा त्याचं त्यालाच वाईट वाटलं असेल, म्हणून मग त्याची भरपाई करण्यासाठी त्यानं माझ्याशी चांगलं वागायचं ठरवलं असेल. म्हणजे त्याच्या फॅमिलीबरोबरच्या मस्त मेजवानीसाठी तो मला बोलावणार असेल.

“काही नाही चीफ, मी दिवसभर मोकळाच आहे.”

“छान. कारण मी माझ्या एका ऑफिसरला पाठवतोय. तो तुझ्या अंगणात व्हिडिओ शूट करेल.”

“काय?”

“तो दहाच्या सुमारास येईल.”

“व्हिडिओ शूट?”

“डीननं जे थडगं खणलं आणि बुजवलं ते आम्ही खणून पाहिलं आणि तिथं काहीही सापडलं नाही, हे रेकॉर्ड करण्यासाठी शूट करावं लागेल.”

“पण... तुम्ही आधीच केलंयत की हे... अजूनही तिथं काहीही नाहीये.”

“आम्ही ते टेप केलं नाही, असं म्हणतोय मी. घराची एकूण रचना पण शूट करावी लागेल. प्रत्येक खोलीत कॅमेरा घेऊन जायचं आणि खालपासून वरपर्यंत सगळं शूट करायचं.”

“पण कशाला?”

“ही केस होमलँड सिक्युरिटीची आहे ओडेल. त्यांना हवंय. त्यांना घराची रचना समजून घ्यायचीये. म्हणजे जर तशी वेळ आलीच, घराला वेढा द्यायची किंवा घरात घुसून या दहशतवाद्यांना पकडायची, तर कुठून आत घुसायचं, बॉम्बमुळं घरभर धूर पसरलेला असतानाही एका खोलीतून दुसऱ्या खोलीत कसं जायचं ह्याची आखणी करता येईल. त्यांना असं प्रशिक्षण दिलं जातं हल्ली.”

“पण इथं अशी हातघाईची लढाई करायची वेळच येणार नाही. त्यांना काय वाटतंय, डीन पुन्हा इथं घरी येऊन स्वत:ला अडकवून घेईल?”

“काय माहीत त्यांना काय वाटतंय ते. ते होमलँड सिक्युरिटीवाले आहेत. मी फक्त एक माणूस पाठवू शकेन. कारण शनिवारी आंतरशालेय बेसबॉल सामने आहेत. संपूर्ण राज्यातले खेळाडू येतील. ट्रॅफिकपासून सगळं बघायला हवं. त्यामुळे माझी माणसं तिथं अडकणार आहेत.”

“पण मग... जर फक्त एक माणूस कॅमेरा घेऊन येणारे, तर खड्डा कोण खणणार आहे?”

“तुला खणायचाय ओडेल. काही प्रॉब्लेम नाहीयेना?”

“अं... नाही.”

“अशा परिस्थितीत जेव्हा होमलँड सिक्युरिटीकडे केस जाते तेव्हा सगळं चित्रंच पालटतं. जर तू डीनच्या मुस्लीम होण्याविषयी काही बोलला नसतास, तर ही साधी खुनाची केस झाली असती. पण आता तो संशयित दहशतवादी आहे, त्यामुळं केसमध्ये बदल झालाय. व्हिडिओ शूट केलं नाही तरी चालणं आणि ते करायला लागणं हा फरक पडलाय. तुला खड्डा खणायला वेळ आहे म्हटल्यावर

बरं झालं. ओडेल, कॅलिस्टोच्या पोलीस डिपार्टमेंटला तू अशी फुकट मदत करतोयस याबद्दल थँक्स. उद्या दहा वाजता.''

आणि त्यानं फोन ठेवला. भडवा साला. कदाचित सेनेटर केचमला दिलेल्या धमकीमुळं होमलँडनं त्याची केस घेतली असणार किंवा मग चीफला त्यांच्याकडून ऐकून घ्यावं लागलं म्हणून त्याचा वचपा काढण्यासाठी चीफनंच चाव्या फिरवल्या असणार. काहीही असलं तरी माझ्यासाठी लोचाच होता. मी उगीचच छान अंघोळ वगैरे केली. आता मला पुन्हा मातीत हात घालून तो खड्डा खणून डीनला बाहेर काढावं लागणार होतं.

मला कधी पुऱ्या दुनियेवर एवढा वैताग येत नाही, पण आता फावडं आणि ते मोजे पुन्हा हातात घेताना मी जाम भडकलो होतो. इतके वेळा खड्डा खणून आणि बुजवून एखाद्या मुडद्याला असं हलवत राहणं फारच विचित्र होतं. तो खुनी असला म्हणून काय झालं, त्याचा तर हा अपमानच होता. कोणीही मेला आणि एकदा का त्याला मातीखाली गाडलं की तिथं तरी त्याला शांतपणे झोपू द्यावं. उगीचच त्याला पुन्हा पुन्हा बाहेर काढून असं डिस्टर्ब करू नये. झाल्या प्रकारानंतर डीनचं भूत नक्कीच पिसाटलं असणार.

रागानं मी एवढा धुमसत होतो की मी एखाद्या मशीनसारखा खड्डा खणला. हे एवढं काही मेहनतीचं काम नव्हतं. कारण पहिल्यांदा डीननं खणलं ते धरलं तर तीनतीनदा खणून ती माती अगदी भुसभुशीत झाली होती. पण मला फुकटच वेळ आणि श्रम घालवावे लागल्यामुळं मी पकलो होतो. मी डीनपर्यंत पोचेतो माझा राग पराकोटीला गेला होता. त्यामुळं मी त्याला अतिशय धसमुसळेपणानं वर काढलं आणि कसाबसा तोंडानं श्वास घेत, त्या गवताच्या गंजीपर्यंत नेलं. त्याचा अतिशय घाण वास येत होता. मी आत्तापर्यंत कधी असला वास घेतला नव्हता. हा माणूस चार दिवसांपूर्वी मेला होता आणि आता तो हे आख्ख्या जगाला सांगत होता. मी त्याला खाली ठेवलं आणि माझं मळमळणं कसंतरी आटोक्यात आणलं. मग त्या गवताच्या गंजीत मी थोडीशी जागा केली. आता त्याला तिथं ठेवणार, तेवढ्यात माझ्या लक्षात आलं की गवतात हा वास लपून राहाणार नाही. कदाचित त्या व्हिडीओवाल्याला वास येईल आणि मग सगळं पितळ उघडं पडेल.

डीनचा वास थांबवायला हवा होता. मग मी गवत भरायच्या प्लॅस्टिकच्या दोन पिशव्या घेतल्या आणि एक डीनच्या डोक्याकडून चढवली तर एक पायाकडून. डीनच्या गॅरेजमधून मी चिकटपट्टी आणली. त्या पिशव्या चिकटपट्टीनं अतिशय काळजीपूर्वक हवाबंद केल्या. उचलताना मी त्याला माझ्या छातीशी धरल्यामुळं माझ्या शर्टला आणि अंगाला येणारा वास सोडल्यास आता डीनचा वास अजिबात येत नव्हता. त्याला फक्त एका चादरीत लपेटणं ही काही फारशी चांगली कल्पना

नव्हती, पण आता काम झालं होतं. त्याला त्या गंजीत ठेवून मी वर गवताचा तीन फुटाचा थर रचला. मग मी पुन्हा आत जाऊन अंघोळ केली आणि माझे सगळे कपडे मशीनमधून धुवून टाकले. माझ्या अंगाला खूपच घाण लागली होती ती स्वच्छ झाली. एवढं झाल्यावर मी दोन थिन क्रिस्पी पिझ्झा गरम केले. डीप डिश पिझ्झा शिल्लक नव्हते. मला कधी नाही एवढी भूक लागली होती. आत्तापुरता तरी माझ्यापुढचा प्रॉब्लेम संपला होता.

तेवढ्यात मला आठवलं की मी तो मागच्या अंगणातला खड्डा बुजवायचा विसरलोय. मनातल्या मनात मी स्वत:ला खूप शिव्या दिल्या, चरफडलो. पुन्हा एकदा मागचं अंगण आणि खड्डा बुजवण्याचा कार्यक्रम. आता तो खड्डा दोन दिवसांपूर्वी बुजवल्यासारखा दिसत नव्हता. आत्ताच माती लोटलेली कळत होती. देवा आता तो व्हिडीओवाला पोलीस मंदबुद्धी असू दे आणि मी पुन्हा एकदा फावडं मारेपर्यंत तरी निदान हे त्याच्या लक्षातही न येऊ दे अशी प्रार्थना करण्यापलीकडं मी काहीही करू शकत नव्हतो. फक्त माझ्यात तेवढंसुद्धा त्राण नव्हतं. मी भयंकर दमलो होतो.

बराच उशीर झाला होता. मी परत एकदा अंघोळ केली आणि कपडे वाळत घातले. तोपर्यंत सूर्यास्त झाला. मग मी आत जाऊन बातम्या बघायला टीव्ही लावला. डीनला शोधण्यासाठी संपूर्ण पश्चिम इलाखा पिंजून काढत होते. तो डेंजरस आहे, दिसला तर जवळ जाऊ नका असा इशाराही दिला जात होता. जणूकाही त्याच्याकडं अँथ्रॅक्स वगैरे होतं. त्यांना कसंही करून त्याला पकडायचंच होतं. त्यामुळं त्याचा ठावठिकाणा सांगणाऱ्याला बक्षीसही जाहीर झालं होतं. एक लाखाचं. मी ह्या बक्षिसासाठी दावा करू शकत नव्हतो ही शरमेची गोष्ट होती. आधीच मी पुरता गाळात रुतलो होतो. त्यात मला आणखी खोल जायचं नव्हतं. मी लिहून देतो, की डीनला कधी वाटलं पण नसेल की त्याला एवढं महत्त्व, एवढा भाव मिळेल.

डीनला पुन्हा योग्य जागी पोचवण्याच्या श्रमानं मी इतका दमलो होतो, की टीव्ही बघता बघताच माझा डोळा लागला. अनेक जण असं झोपतात. मला जाग आली, तेव्हा टीव्हीवरचा माणूस मला सांगत होता, की चांगले दिवस येण्यासाठी मी स्वत:ला बदललं पाहिजे. जो देवाला शरण जातो. त्याला हे आपसूक मिळतंच. मी डोळे उघडून नीट बघितलं, तर समोर खुद्द प्रीचर बॉब होता.

तो काही देखणा वगैरे अजिबात नाही आणि तो तसं दिसायचा आवही आणत नाही. काही काही माणसं आपले केस रंगवतात, बत्तिशी चकाचक करतात आणि तुमच्या डोक्यात जातात. त्यांच्या मेकअपनं चक्क डोळे दिपतात. हा बॉब बहुतेक जे कपडे घालून झोपला होता, म्हणजे सूट होता त्याच्या अंगात, तेच कपडे घालून तसाच कॅमेऱ्यापुढं आला होता. झोपून उठला तेव्हा त्याच्या बाजूला एक रिकामी झालेली बाटली सुद्धा असणार. पण म्हणूनच लोकांना तो आपलासा वाटतो.

त्याच्यावर ते प्रेम करतात. तो कुणी शोकेसमधला प्रीचर नाही वाटत. हल्ली जास्त करून अशी मिस्टर चमको टाईप माणसं प्रीचर होतात. त्याच्याकडे बघून कल्पनाही येणार नाही, की तो कोट्यधीश आहे, तोपेकामध्ये त्याचं स्वतःचं बायबल कॉलेज आहे, तिथून बाहेर पडलेले ट्रेनी प्रीचर संपूर्ण जगभर जातात आणि लोकांमध्ये ख्रिश्चन धर्माचा प्रचार करतात, लोकांचं धर्मांतर घडवून आणतात, अमेरिकेतल्या पापी माणसांना योग्य मार्गावर येण्यासाठी मर्गदर्शन करतात. बॉब आणि त्याचा शिष्यगण उगीच आपला चॅपेल आणि भजनं यांचं अवडंबर माजवत नाही. इतर ठिकाणचे ते गाण्याबजावण्याचे प्रकार बघून वाटतं की आता थोड्या वेळात ऑस्कर ॲवॉर्ड्स जाहीर होतील. प्रीचर बॉबचा जामानिमा पूर्णपणे वेगळा आहे. एक छोटं साधं स्टेज, बायबल ठेवायला एक स्टँड, स्टेजवर आणखी कुणीही नसतं. इतर प्रवचनांच्या ठिकाणी लोक मधून मधून स्टेजवरच्या माणसांशी बोलतात. याला 'ख्रिस्ताविषयी चाललेला संवाद' असं म्हणतात. बॉब असलं काही करत नाही. तो जुन्या जमान्यातल्यासारखं एकदम मुद्देसूद आणि सोप्या भाषेत बोलतो. उगीचच वेगवेगळे लाईट इफेक्ट्स आणि इतर नाटकं नाहीत. बॉबची तशी पद्धतच नाहीये.

त्याच्या गळ्यात चेनमध्ये अडकवलेला त्याचा गांधीबाबा फेम चश्मा लोंबकळत असतो. तो बायबलमधला जो कुठला भाग शिकवत असेल तो भाग तो वाचून दाखवतो. ज्यूटेरॉनॉमी किंवा रिव्होल्यूशन्स. मध्येच थांबून तो चश्मा नाकावर चढवतो. चश्म्याच्या टोकाला लाल कांद्यासारखा एक छोटा दिवा आहे. मग एकदम खड्या स्वरात वाचायला सुरुवात होते. बॉबच्या चेहऱ्यात फारसा दम नसला, तरी ती कसर त्याच्या आवाजानं भरून काढली आहे. त्याच्या तोंडून देवच बोलतोय असं वाटतं. खर्जातला दमदार गंभीर आवाज, तो तुमच्या मनाला भिडतो. तुम्ही जरी अगदी धार्मिक वगैरे नसलात तरी त्या आवाजानं खेचले जाता आणि त्याचं बोलणं ऐकू लागता. एकदा का तुम्ही असे त्याच्या पकडीत आलात, की झालं. आयुष्यात तुमचं कुठं चुकलं, पुन्हा योग्य मार्गावर कसं यायचं आणि नव्यानं सुरुवात कशी करायची, ते तो सांगतो. अर्थात, येशूला शरण जाणं हा एकच उपाय असतो.

त्याच्या बोलण्यावर डोळे झाकून विश्वास ठेवावासा वाटतो. त्याच्या बोलण्याच्या स्टाईलमुळे सगळं कसं सोपं आणि एकमेव सत्य आहे असं जाणवतं. तुम्ही फक्त एवढंच करायची खोटी, की बॉबनं खास तुमच्यासाठी उघडून धरलेल्या चर्चच्या दरवाजातून आत पाऊल टाकायचं. मग पुढं केवळ निखळ आनंद असेल. कारण तिथून पुढं एका बाजूला येशू आणि दुसरीकडं बॉब असे दोघं तुमचं रक्षण करायला तुमच्या बाजूला सज्ज असतील. उरलेलं आयुष्य तुम्ही सुरक्षितपणे जगू शकाल. आता तो दानाबद्दल बोलतोय. तुमच्या उत्पन्नापैकी दहा टक्के उत्पन्न देवाला परत द्यायचं. येशूनं आपल्याला कायम साथ द्यावी असं वाटत असेल, तर रोजच्या

प्रार्थनेइतकंच हे आवश्यक आहे. खरं तर हा दानधर्माचा उपदेश सगळेच करतात, पण बॉबच्या तोंडून आपण हे ऐकतो तेव्हा ते पटतं. तो जेव्हा सांगतो की, तुम्ही दिलेली पै न पै अफ्रिकेतल्या गरीब मुलांना मदत करण्यासाठी खर्च होणार आहे आणि शिवाय तुम्हाला त्यावर टॅक्सही भरावा लागणार नाही, तेव्हा ते खरं वाटतं आणि नकळत तुमचा हात खिशाकडे जातो.

ह्या इतक्या बिझी माणसाला ब्रीमावशीसारख्या एका सामान्य बाईनं पत्र पाठवलं. त्याच्यासारख्या दुसऱ्या एखाद्या अतिमहत्त्वाच्या व्यक्तीनं आपल्या अपेक्षेप्रमाणं पत्राकडे साफ दुर्लक्ष केलं असतं. पण त्यानं तसं केलं नाही. डीननं धर्मांतर करण्याआधी सगळं हातातून निसटण्यापूर्वी त्यानं चेटला डीनशी बोलायला पाठवलं. आश्चर्याची गोष्ट होती की, केवळ एका माणसाला वाचवण्यासाठी त्यानं बाकी सगळी कामं बाजूला सारली आणि आपला अपमान होऊ शकतो हा विचारही केला नाही. माझ्यासारखे तुम्ही नेहमी चर्चमध्ये जाणाऱ्यांपैकी नसलात तरी यासाठी त्याला दाद द्यावीशी वाटली असती.

नेहमीप्रमाणं दम खायला म्हणून तो अर्धा क्षण बोलायचा थांबला. तिथल्या तिथं झुलून आपले विचार नीट मांडण्यासाठी तो शब्द जुळवू लागला. त्याच्यासमोरचे आणि घराघरातले प्रेक्षक त्याचा पुढचा मुद्दा ऐकायला अधीर झाले.

"आता या वेळचा विषय काय आहे?" त्यानं विचारलं आणि मग स्वतःच उत्तर दिलं, "दहशतवाद. हा भयानक शब्द दोस्तांनो, आपण दरवेळी बातम्यांमध्ये ऐकतो. दहशतवाद. माझ्या वेळी नाझीवाद होता, साम्यवाद होता, आता तसाच भयानक दहशतवाद आलाय. डिक्शनरीत दहाशतीचा अर्थ दिलाय, मनस्वी पराकोटीची भीती. अगदी विचार गोठवणारी भीती. अशी भीती रुजवणं, निरपराध नागरिकांची हिंसा करणं, सार्वजनिक मालमत्तेचा विध्वंस करणं, राजकीय शत्रूंना नेस्तनाबूत करणं, हे घडवून आणणारा एखादा गट असतो आणि आपली सत्ता निर्माण करणं हा त्यांचा हेतू असतो. थोडक्यात सांगायचं तर हे असं असतं. काय बरोबर ना मंडळी? पण मित्रांनो ही व्याख्या अपूर्ण आहे. यात दहशतवादाच्या दुसऱ्या बाजूला स्पर्शच केला जात नाही. ख्रिश्चन धर्माच्या विरुद्ध असलेली बाजू. ख्रिश्चन चर्च दहशतवाद अवलंबत नाही, पण इस्लाम धर्मात याचा अंतर्भाव आहे. अल्लाच्या नावावर खुल्लमखुल्ला हे केलं जातं."

"मला असं मुळीच म्हणायचं नाहीये की सगळे मुस्लीम दहशतवादी असतात. नाहीतर परिस्थिती आत्ता आहे त्यापेक्षा कितीतरी पटीनं भयानक झाली असती. पण मला असं म्हणायचंय की, आपल्या देवाच्या नावावर या धर्मातल्या काही लोकांनी हे संपूर्ण जग ही एक रणभूमी केली आहे. त्यांचा उद्देश काय आहे? आणि हे त्यांनी जाहीरपणे म्हटलंय, त्यांना जगातल्या प्रत्येकाला आपल्या विचारधारेत ओढायचंय.

सगळ्यांनी ते म्हणतात तस्साच विचार केला पाहिजे. कल्पना करा की, पृथ्वीवरच्या प्रत्येक स्त्री पुरुष आणि लहान मुलानं येशूकडे पाठ फिरवून केवळ मोहम्मद हा एकच प्रेषित होता हे मान्य करायचं. येशू नाही, मोहम्मद. या मोहम्मदवाल्यांची सवय काय, तर जो त्यांच्या वाटेत आडवा येईल, त्याला कापून काढायचं. ज्यावेळी तलवार हे नवीन अस्त्र होतं, तेव्हा तेव्हा ते असं करत. आता त्याजागी बंदुकीच्या गोळ्या आणि बॉम्ब आलेत. इस्लामनुसार आपण ते सांगतात तसंच वागलं पाहिजे, नाहीतर ते आपल्याला ठार मारणार. हे इतकं सोपं किंवा इतकं भयानक आहे. आम्ही सांगतो तसाच विचार करा, आम्ही करतो तशीच प्रार्थना करा, नाहीतर आम्ही तुम्हाला जीवे मारू. हा संदेश आहे या लोकांचा.''

बॉब थरथरायला लागला होता. त्याचा डोक्यात चढलेला राग तुम्हाला जाणवू लागतो. ''काय धाडस आहे.'' मग परत आपला मुद्दा ठसवण्यासाठी तो म्हणाला, ''काय धाडस आहे बघा मंडळी... आपण जगातल्या मुस्लिमांना सांगायला जात नाही, की आम्ही सांगतो तसा विचार करा, आम्ही करतो तशीच प्रार्थना करा. आम्ही फक्त सुचवतो, की आमचा मार्ग योग्य आहे. पण त्यांनी ऐकलं नाही, तर आम्ही काय लगेच त्यांना ठार मारायची धमकी देत नाही. त्यांची मतं आहेत, निवड आहे. मुळात हे विसरता कामा नये की तुम्ही स्वखुशीनं ख्रिश्चन धर्म निवडलाय. तुम्हाला ख्रिश्चन होण्यासाठी सक्ती, जबरदस्ती केलेली नाही किंवा कोणतंही आमिष दाखवलेलं नाही आणि तरीही हे माथेफिरू बंदुका, बॉम्ब वगैरे घेऊन सांगतात तसंच आम्ही करायचं आणि का? तर आपला जीव वाचावा म्हणून. पण वाचायचं कुणापासून? तर पिढ्यानपिढ्या निदान गेली दोन हजार वर्ष आपण सर्व जण जे आयुष्य जगत आलो, ज्या प्रकारे भक्ती करत आलो त्यापासून वाचायचं. दोन हजार वर्ष. लक्षात घ्या. इस्लाम एवढा प्राचीन नाहीये. इस्लाम धर्मापेक्षा ख्रिश्चन धर्म काही शतकांनी जुना आहे आणि तरीही हे लोक आम्हाला शिकवणार की, सत्याचा मार्ग कोणता ते.''

बॉब या दहशतवादाच्या बाबतीत खूपच धुमसत होता. ''आणि जर तुम्हाला असं वाटत असेल, की दहशतवादी म्हणजे ते तिकडं लांब कुठंतरी, मध्यपूर्वेत, डोक्याला फडकी वगैरे गुंडाळलेली माणसं आहेत, तर चांगलं लक्षात ठेवा, हे लोक इथं अमेरिकेतसुद्धा आहेत. ते अरबस्तानातून आलेले नाहीत. त्या वाळवटांतून आणि आग ओकणाऱ्या सूर्याच्या प्रदेशातून स्थलांतरित वगैरे झालेले नाहीत. अजिबात नाही. मी बोलतोय ते इथं जन्मलेल्या आणि इथंच या ख्रिश्चन संस्कृतीत लहानाचं मोठं झालेल्या अमेरिकन माणसांबद्दल. तुम्ही विचाराल, की हे कसं शक्य आहे? असं कसं घडू शकेल? इथला एक अमेरिकन मुलगा त्याला माहीत असलेला सत्याचा मार्ग सोडून देतो. आपल्या पूर्वापार परंपरा, लहानपणापासून आत्तापर्यंत त्यानं अनुभवलेल्या आपल्या परंपरा त्याला एकदम टाकून द्याव्याशा

वाटतात आणि इस्लाम धर्मावर त्याचा विश्वास बसतो हे कसं शक्य आहे? आता मी तुम्हाला सांगतो की याचं उत्तर फारसं आश्चर्यजनक नाहीये. जे खूप वर्षांपासून माझं बोलणं ऐकत आले आहेत त्यांना तर मुळीच नवल वाटणार नाही. सैतान, दुष्ट प्रवृत्ती, या नेहमी कुजबुजत असतात. मित्रांनो, जे मनानं दुबळे असतात, कमकुवत असतात, भरकटलेले असतात त्यांना हा आवाज खरा वाटतो. तो त्यांच्या मनात घर करतो आणि येशूपासून त्यांना दूर नेतो. होय मंडळी, हे असं होतं. त्याच्या एका इशाऱ्यासरशी तुम्ही ड्रग्ज घ्यायला लागता, लहान बालकांवर अत्याचार करायला लागता, तो तुम्हाला राक्षसी कृत्य करायला भाग पाडू शकतो. अगदी सर्वांत खालच्या पातळीवरसुद्धा नेऊ शकतो. समोरच्या व्यक्तीचा खून करायला लावू शकतो.''

बायबलशेजारी भरून ठेवलेल्या पाण्याचा ग्लास उचलून बॉबनं पाणी प्यायलं. ''आणि साधासुधा खुनी नाही. एक वेगळ्या प्रकारचा खुनी. कदाचित मानव जातीतला सगळ्यात हीन पातळीवरचा खुनी. जो आपल्याच कुटुंबीयांची हत्या करतो. त्याचं स्वत:चं कुटुंब. विचार करा. आता आपण कल्पना करू या, की एका फॅमिलीत आधीच काहीतरी वाईट घडलंय. एका बाईला तिच्या नवऱ्यानं टाकून दिलं, ते सुद्धा केव्हा, तर तिच्या गरोदरपणात. त्या मातेनं आपलं बाळ जन्माला आल्यावर त्याला सोडून दिलं. त्या बाळाचं आयुष्य अजून सुरूही झालं नाही, तर हे समोर आलं. भयंकर आहे हे, पण परिस्थिती टोकाला गेलेली नव्हती. त्या बाईची एक अविवाहित बहीण होती. त्या बहिणीनं आपला ख्रिश्चन धर्म निभावला दोस्तांनो, आणि त्या बाळाला पोटाशी धरलं. आपल्या स्वत:च्या मुलासारखं वाढवलं. ही सत्यकथा आहे. असं खरंच घडलंय. या इथं कॅन्सासमध्येच घडलंय. पण काही काळानंतर तो मुलगा मोठा झाल्यावर काय झालं माहितीये? तो मुलगा, आपल्या मावशीचा आदर्श समोर ठेवून एक सुजाण नागरिक बनला का? या मावशीनं त्याच्यासाठी खस्ता खाल्ल्या, आपलं सगळं आयुष्य वेचलं. त्यानं असं काहीही केलं नाही. या तरुण मुलाला सैतानाची बाधा झाली आणि तो उलटला. त्यानं आपला सांभाळ करणाऱ्या या मावशीचाच खातमा केला.''

समोरच्या प्रेक्षकांमधून हळहळण्याचे आवाज आले. आपले ओठ घट्ट आवळून, मान हलवत बॉब उभा होता. कॅन्सासमधल्या या शोकांतिकेचा साधा विचार केला तरी मनाला यातना होतात असं त्याच्या चेहऱ्यावरून दिसत होतं.

''आपल्या बंदुकीनं गोळी घातली तिला.'' पुन्हा एकदा सगळे चुकचुकले. आता मी कान टवकारून ऐकत होतो. ''नंतर यानं तिचा छिन्नविछिन्न मृतदेह घरातल्या फ्रीजरमध्ये ठेवून दिला. त्याची कशी विल्हेवाट लावायची यावर तो विचार करणार होता. याच प्रेमळ गुणी बाईनं त्याला वाचवलं होतं, छातीशी धरलं

होतं. आपण कोणत्या प्रकारच्या नौजवानाबद्दल बोलतोय? मी सांगतो तुम्हाला कोणत्या प्रकारच्या ते. त्याला सैतानानं एकदा नाही, तर दोनदा पछाडलं. दुसऱ्यांदा सैतानानं त्याला काय सांगितलं तेही मी सांगतो तुम्हाला. इस्लाम. त्यानं, या खुन्यानं इस्लाम धर्म स्वीकारावा असं त्या सैतानाचं मत होतं.''

तो अतिशय नाटकी पद्धतीनं बोलत होता. प्रेक्षकांमधून संतापाची जी लहर जात होती, त्यासाठी त्याला आपलं बोलणं थोडा वेळ थांबवावं लागलं. मग तो म्हणाला, ''एवढ्यावर तरी त्या सैतानाचं समाधान झालं का? नाही. पुन्हा एकदा, तिसऱ्यांदा या दुबळ्या मुलाच्या कानात सैतानानं काहीतरी सांगितलं. त्या मुलाला पुन्हा एकदा हातात शस्त्र घ्यायला लावलं आणि एका समाजसेवकाला, या देशानं बघितलेल्या अतिशय योग्य अशा नेतृत्वाला, वॉशिंग्टनला जाण्यायोग्य माणसाला ठार करायची आज्ञा केली!''

प्रेक्षक आता पूर्णपणे त्याच्या आधीन झाले होते. त्यांनी टाळ्या वाजवायला सुरुवात केली. बॉबनं सेनेटर केचमचं साधं नावही घेतलं नव्हतं पण तो कुणाबद्दल बोलत होता ते पब्लिकला कळलं होतं. त्यानं डीनचं नावसुद्धा सांगितलं नव्हतं. कदाचित कायद्याच्या दृष्टीनं तो डीनचं नाव घेऊ शकत नसेल, मला माहीत नाही. पण पब्लिक जर विचार करत असेल, की हा कुणाविषयी बोलतोय, हा कोण भरकटलेला माथेफिरू तरुण आहे, तर आता सगळ्यांना कळून चुकलं होतं की तो डीनविषयीच बोलत होता.

समोरचे लोक जरा शांत होईपर्यंत बॉब थांबला. मग तो पुढं बोलू लागला, ''आपल्या चांगल्या चांगल्या अध्यक्षांचा खून होतो. हे आता थांबायला नको का? राष्ट्र वाचवल्यावर गुलामांची सुटका केल्यावर लिंकनचा खून झाला. क्युबातला साम्यवादाचा राक्षस ताळ्यावर आणल्यावर ऐन उमेदीत केनेडी गेले. आता ह्याची पुनरावृत्ती नकोय आपल्याला.''

त्याला उघड उघड पाठिंबा मिळाला. काहींनी तर चक्क शिट्ट्या मारल्या. धार्मिक कार्यक्रमात असं काही क्वचितच घडत असेल. गेलेली जवानी परत येण्याचं कसलं तरी औषध म्हाताऱ्या माणसांना देऊ केलं तर ती माणसं जशी त्या सेल्समनला डोक्यावर घेतील, तसं पब्लिकनं बॉबला डोक्यावर घेतलं होतं. ''तर मित्रांनो आता,'' तो पुन्हा बोलू लागला, ''मला माहितीये की, आपण ज्याच्याविषयी बोलतोय तो अजून आपला अध्यक्ष झालेला नाहीये. निदान नोव्हेंबर ०८ पर्यंत तरी होणार नाहीये.'' तो हसत हसत म्हणाला. परत शिट्ट्या सुरू झाल्या. त्यानं हाताच्या इशाऱ्यानं सगळ्यांना गप्प बसवलं आणि म्हणाला, ''पण जे सांगायचंय ते तर स्पष्ट आहे. निराश न होता, दहशतवादाविरुद्ध आपली लढाई जोमानं चालू ठेवायला हवीय. कारण देशातलं सर्वोच्च पद मिळण्यापूर्वीच त्यांना धमकी

मिळालीये. ते उमेदवार आहेत हे ऑफिशियली जाहीर होण्यापूर्वीच धमकावलं गेलंय! ते सुद्धा सगळ्यात खालच्या पातळीवरनं. एका य:किंचित सामान्य व्यक्तीकडून. ही व्यक्ती कशी आहे, तर ज्या मावशीनं पालनपोषण केलं तिच्याच जिवावर उठणारी. ज्याच्याकडे सदसद्विवेकबुद्धी अजिबात नाहीये. एक अमेरिकन ख्रिश्चन म्हणून आपला जन्म झाला याबद्दल कृतज्ञता बाळगायची सोडून तो प्रकाशाकडे पाठ फिरवून अंधाराचा मार्ग चोखाळू लागलाय. लाखो लोकांचा आवडता माणूस, त्याला मारायचा बेत तो आखतोय. तशी शपथ घेतोय. आता त्याचं लक्ष्य झालेला माणूस बघा. तो अत्यंत विचारी आहे. धाडसी आहे. आल्या प्रसंगाला तोंड द्यायला तो डगमगत नाहीये. तो खंबीर आहे. उघड्यावर अथांग आकाशाखाली तो उभा आहे. वेळ आल्यावर तो देशभर फिरेल. तुमच्याकडे मत मागायला येईल आणि हा संपूर्ण वेळ हा तरुण खुनी अल्लाच्या नावावर त्याला मारू बघेल, पण तो यशस्वी होणार नाही. आपल्या सगळ्यांची प्रार्थना या माणसाच्या पाठीशी असेल. आपल्या देवाची छत्रछाया त्याला लाभली आहे.''

एकच जल्लोश झाला. कार्यक्रम संपल्यावर येतात ती टायटल्स आली, तरी टाळ्या ऐकू येत होत्या. पूर्वी कधीतरी मी हे असले कार्यक्रम बघितले आहेत पण असं कधी पाहिलं नव्हतं. तुमची एखाद्या गंभीर आजारातून सुटका करणं किंवा तुमच्या वेदना कमी करण्यासाठी उपाय सांगणं असला काहीही प्रकार नसतानाही सगळे एकदिलानं ओरडत होते. टाळ्या वाजवत होते. सेनेटरनं हा प्रोग्रॅम बघितला असेल का, आणि बघितला असेल, तर प्रीचर बॉबमुळं आपल्याला किती जास्त मतं मिळणार आहेत असा काही विचार त्याच्या मनात आला असेल का, असं आपलं माझ्या मनात आलं.

मी टीव्ही बंद केला. थोड्या वेळानं मला हवाहवासा ढगांच्या गडगडाटाचा आवाज आला. मला हा आवाज का हवाहवासा होता, तर आत्ता पाऊस आला तर मागच्या अंगणातली ती भुसभुशीत माती जरा घट्ट बसेल आणि मग तो खड्डा बुधवारी बुजवल्यासारखा दिसेल, शुक्रवारी नाही. उद्या तो व्हिडिओवाला पोलीस आला, की त्याच्या डोळ्यात धूळ फेकण्यासाठी हे आवश्यक होतं. जणू त्या प्रीचर बॉबनं माझी अडचण ओळखून, माझा गुन्हा लपवता यावा म्हणून पाऊस पाठवला होता. मी बाहेर जाऊन पश्चिमेला होणारा विजांचा कडकडाट पाहिला. गार वारा सुटला होता. वादळ इकडंच येत होतं. म्हणजे माझी सुटका होणार होती तर. आमेन.

नऊ

शनिवारची सकाळ. तो पोलीस अगदी वेळेवर हजर झाला. रात्रीच्या पावसामुळं तयार झालेल्या डबक्यातलं पाणी भसकन सगळीकडे उडवत त्याची गाडी आत आली. चंदेरी केसांचा, साधारण माझ्याच वयाचा बहुधा नवीनच भरती झाला असावा. त्यानं आपला कॅमेरा काढला. तो म्हणाला की, त्याला घरातल्या खोल्यांचे फोटो काढायचेत आणि ते बाहेरचं थडगं खणतानाचं शूटींग करायचंय. खरंतर या विकएंडला सुट्टी घ्यायची त्याची पाळी होती, पण चीफनं ऑर्डर दिल्यामुळं त्याला इथं येणं भाग होतं. अर्थात तो वैतागला होता. त्याला कशाचाच उत्साह नव्हता. म्हणजे असं त्याच्या बोलण्यावरून वाटत होतं.

मी त्याला मागच्या बाजूला नेलं आणि तो ढिगारा दाखवला. पावसामुळं तो ताजा वाटत नव्हता, तर बरेच दिवस तिथं असल्यासारखा दिसत होता. त्या पोलिसानं त्याचे आहे त्या स्थितीतले, पुन्हा फावडं खुपसण्यापूर्वीचे फोटो काढले. मग त्यानं जरा अपराधी चेहऱ्यानंच माझ्याकडं बघितलं. चीफनं त्याला सांगितलेलं असणार, की हे खणायचं काम मी करणार आहे म्हणून. मी फावडं उचललं आणि कामाला सुरुवात केली. त्याचं शूटींग सुरू झालं. थोड्या वेळानं तो म्हणाला, की माझं पूर्ण खणून होईपर्यंत तो घराचे फोटो काढून घेईल. तो मागच्या दारानं घरात गेला. मी आपला त्या वाढत्या उन्हात घाम गाळत होतो. तो भडवा चीफ साला!

वरची दोन-चार फूट माती पावसानं घट्ट झाली होती. ती माझ्या अंगाला आणि फावड्याला चिकटून बसत होती. त्यामुळं माझा खणायचा वेग मंदावला. आता आयुष्यात पुन्हा कधी फावडं म्हणून हातात धरायचं नाही, असा निश्चयच मी केला. मी जर कधी कुत्रा पाळला आणि समजा तो मेला, तर त्याला पुरायलासुद्धा मी फावडं उचलणार नव्हतो. आपल्यापैकी कोणी मेलं तर रेड इंडियन्स त्याला झाडाच्या फांद्यांमध्ये अडकवून ठेवत. प्राणी, पक्षी, कीटक यांना खाता यावं यासाठी. मी पण त्या कुत्र्याला तसंच केलं असतं. मी जसजसा खोलवर खणत गेलो तसतशी भुसभुशीत माती

लागायला लागली आणि खणणं सोपं गेलं, पण तोपर्यंत मी दमलो होतो. त्यामुळं अर्थात मला हे काम अजिबात आवडत नव्हतं. माझं अर्धअधिक खणून झालं तोपर्यंत तो पोलीस परत बाहेर आला. तो म्हणाला की त्याचे घराचे फोटो काढून झालेत. खरंतर तो फोटो काढणार होता म्हटल्यावर मी घरातला पसारा थोडा आवरायला हवा होता, पण आता त्याला उशीरच झाला होता.

तो आरामात सिगारेट फुंकत माझं काम बघत होता. मी पूर्णपणे पकलो होतो. तो मला सांगत होता की, त्याच्या दळभद्री डिपार्टमेंटकडं डीव्हीडी रेकॉर्डर घेण्यासाठीसुद्धा पैसे नाहीयेत. खरंतर त्याच्या हातात सोनीचा कॅमेरा होता, पण त्याच्या मते तो बाबा आदमच्या जमान्यातला होता. हे आत्ताचं स्पेशल शूटींग होमलँड सिक्युरिटीकडं परमनंट रेकॉर्डसाठी जाणार होतं. आता पुन्हा इथले फोटो काढले जाणार नव्हते. सेनेटर केचमला दिल्या गेलेल्या धमकीशी हे संबंधित होतं. त्या धमकीचा नाहीतरी फारच गवगवा झाला होता. आपली सुट्टी वाया गेली म्हणून तो चिडला असला, तरी हे इतकं महत्त्वाचं काम आपल्यावर सोपवलंय याचा त्याला अभिमानही वाटत होता असं दिसत होतं. बोलता बोलता त्याचं सिगारेट ओढणं चालूच होतं. मध्येच त्यानं मी खणत असलेल्या खड्ड्यात राख झटकली. फिटम्फाट म्हणून मला फावड्यातली माती त्याच्यावर उधळण्याचा मोह झाला, पण मी स्वत:ला आवरलं. नवीन असला म्हणून काय झालं, तो वर्दीतला पोलीस होता.

शेवटी एकदाचा मी त्या खड्ड्याचा तळ गाठला. खाली काहीही नव्हतं. त्यानं भराभर शूट केलं. होमलँड सिक्युरिटीला ही फिल्म बघायला खूप मजा येणार होती. मी खड्ड्याच्या बाहेर आलो. मग त्यानं त्या पूर्ण रिकाम्या खड्ड्याचे फोटो काढले. आता खड्डा बुजवतानाचे फोटो काढायची आवश्यकता नाही, असं तो म्हणाला. कारण खड्डा रिकामा होता, एवढंच त्याला ऑफिशियली सिद्ध करायचं होतं आणि तो पुरावा त्याला मिळाला होता. म्हणजे मी तो खड्डा बुजवायचा होता आणि हा निवांत निघून जाणार होता. पण मला यामुळं बरंच वाटलं. कारण खड्डा बुजवताना मला तिथं काहीतरी ठेवायचं होतं. माझ्या कामाचा हा भाग कुणी शूट करावा आणि होमलँड सिक्युरिटीला दाखवावा असं मला अजिबात वाटत नव्हतं.

त्याला पोचवायला मी अगदी गाडीपर्यंत गेलो. तो गाडीत बसून निघून गेला त्याची गाडी दिसेनाशी होईपर्यंत मी तिथेच थांबलो. मग मी डीनला गवताच्या गंजीतून बाहेर काढलं. प्लॅस्टिक बॅग्जचा चांगला उपयोग झाला होता फारसा वास येत नव्हता. माझ्या अंगाला आधीच भरपूर घाण लागली होती त्यामुळं मागच्या वेळसारखाच त्याला उचलून खांद्यावर टाकून घेऊन जायला मी तयार होतो. मी मोजून पाहिलं तर आत्तापर्यंत तो खड्डा पाच वेळा खणला गेला होता. पहिल्यांदा डीननं खणला ब्रीला पुरण्यासाठी, मग पोलिसांनी आत काय आहे ते बघण्यासाठी, मग

मी डीनला पुरण्यासाठी, मग परत मीच त्याला तिथून काढण्यासाठी आणि आज सकाळी या फोटो शूटसाठी. आता हे मात्र शेवटचंच ठरावं असं माझ्या मनात आलं.

मला आता डीनबद्दल जराही दयामाया वाटत नव्हती. त्याच्यामुळं सगळ्यांनाच अतिशय त्रास झाला होता. गडबड उडाली होती. मी काही परत त्या खड्ड्यात उतरून त्याला जसं ठेवायला पाहिजे होतं तसं नीट आत ठेवलं नाही. मी त्याला आत टाकून दिलं. तो कसातरी वेडावाकडा पडला तरी मी त्याला व्यवस्थित सरळ करायला गेलो नाही. खरंतर मेलेल्याशी असं वागू नये. थोडा तरी आदर दाखवावा, पण मला ते जमलं नाही. त्यानं ब्रीला त्या फ्रीजरमध्ये असंच कसंतरी कोंबलं होतं. त्यामुळं आता स्वत: मेल्यावर आपल्याला आदरानं वागवलं जावं अशी तो अपेक्षाच करू शकत नव्हता. प्रीचर बॉब डीनबद्दल बोलला होता ते बरोबरच होतं. माझंही त्याच्याविषयी तसंच मत होतं. मी भराभर माती टाकायला सुरुवात केली. मागे बघितलं तर माझं हे काम बघायला उत्सुक प्रेक्षकवर्ग जमला होता. त्या भिकारड्या कोंबड्या.

मी अंघोळ केली आणि जेवलो. मग माझ्या नव्या मोबाइलवरून लोरेनला फोन केला. का कोण जाणे पण मला वाटलं की मी तिला या आधीचा फोन किचनमधल्या त्या टिनपाट फोनवरून केल्यामुळं आमचं तेव्हा जमलं नसावं. आता हा नवा फोन काहीतरी करामत करून दाखवेल अशी मला आशा होती कारण आता मी वेगळ्या वेव्हलेंथवरून बोलणार होतो. याच विचारात मी तिचा नंबर दाबला.

''हॅलो?''

''हाय लोरेन, मी बोलतोय.''

''ओडेल, मी आत्ता तुलाच फोन करणार होते.''

''हो?''

''मी गावात जातेय ब्रीच्या फ्युनरलची तयारी करायला. शनिवारी ते लोक साडेबारालाच बंद करतात म्हणून मला जरा घाई आहे. मी एकटी ही सगळी व्यवस्था नाही करू शकणार. ओडेल, मला खूप प्रेशर आलंय. तू प्रीचर बॉबचा काल रात्रीचा कार्यक्रम पाहिलास का?''

''हो बघितला.''

''मला वाटलं होतं तसंच झालं. डीन म्हणजे आता तमाम पब्लिकच्या मनातला नंबर एकचा शत्रू बनलाय. यामुळं आमच्या कुटुंबाचं नाव सॉलिड खराब झालंय.''

''प्रीचर बॉबनं काही त्याचं नाव घेतलं नाही.''

''पण ते कुणाविषयी बोलताहेत हे सगळ्यांना कळलंच ना. सगळ्या पेपरमध्ये, टीव्हीवर बातम्यांत त्याचं नाव आहे. फोटो पण आहे. तू कुणाला ते समलिंगी संबंधांबद्दल सांगितलं नाहीयेस ना?''

''मी म्हटलं ना, मी सांगणार नाही म्हणून.''

"तसं झालं, म्हणजे हे जर लोकांना समजलं तर, मला ते सहनच होणार नाही."

"मी कधीही सांगणार नाही. मी वचन देतो."

"थँक्यू ओडेल. या सगळ्या प्रसंगात तू सच्च्या दोस्तासारखं वागतोयस. तू मला या फ्युनरलची व्यवस्था करायला मदत करशील ना? तिथं त्या फ्युनरल होमपाशी भेटतोस का मला?"

"हो, मी येतो तिथं."

"पाचव्या रस्त्यावर आहे ते. रेगीस गालबॉली फ्युनरल सर्व्हिसेस. मी निघतेय लगेच."

"ठीक."

तिनं फोन ठेवला. या नवीन फोनवरनं माझा आवाज काही वेगळा वाटतोय का, हे विचारायचं विसरलोच मी. नंतर विचारता येईल म्हणा. माझ्याकडची सगळ्यांत चांगली जिनची पँट आणि एक स्वच्छ शर्ट मी काढला. शर्टला कुठं काही लागलेलं नाहीये ना, हे मी तीनतीनदा तपासलं आणि कपडे बदलून ट्रक बाहेर काढला.

गावात पोचेपर्यंत मी लोरेनचाच विचार करत होतो. पुन्हा एकदा तिचा आवाज ऐकायला मिळाला होता. माझ्या अंगावर रोमांच का काय म्हणतात ते उभे राहिले होते. याचाच अर्थ मी तिच्या प्रेमात पार बुडलो होतो. तशी ती काही माझ्या कल्पनेतल्या माझ्याजोग्या मुलीसारखी नव्हती. लहानशी, बारीक आणि काळी. म्हणजे मी असा विचार केला होता. लोरेन थोराड होती, जाड होती आणि तिचे केस चंदेरी होते. म्हणजे अगदी विरुद्ध. माझ्या दृष्टीनं आदर्श बाई म्हणजे जरा प्रॉब्लेमच होता. आदर्श म्हणजे नक्की काय आणि एक प्रकारची जास्त चांगली, दुसऱ्या प्रकारची नाही, हे कशावरून? मी नाही सांगू शकत पण माझी आई लहानशी काटकुळी आणि काळी होती. म्हणजे कदाचित यामागं काहीतरी मानसिक कारण असू शकेल. उगीच जास्त खोलात न शिरलेलंच बरं.

मला असं म्हणायचंय की, लोरेनची भेट होण्यापूर्वी लग्नाच्या दृष्टीनं मी जेव्हा योग्य मुलीविषयी विचार करायचो तेव्हा काही मी माझ्या आईला डोळ्यांसमोर ठेवलेलं नव्हतं. असं करणं विकृत ठरलं असतं. खरंतर मी कोंडोलिझा राईसचा विचार केला होता. ती बहुधा माझ्यापेक्षा आणि लोरेनपेक्षाही मोठी असणार. गेली काही वर्षं माझ्या डोक्यात लग्नाचा विचार होता. मी हे कुणाला सांगितलं नव्हतं कारण कुणाचाही माझ्यावर विश्वास बसला नसता किंवा मग त्यांनी माझी टर उडवली असती, अपमान केला असता. फक्त कोंडी हीच या जगातली सगळ्यांत हुशार आणि सभ्य बाई आहे असं मला वाटायचं. आपल्या विमानातून सतत एका देशातून दुसऱ्या देशात फिरते आणि देशादेशांतले वाद मिटवते, जागतिक शांततेसाठी प्रयत्न करते. हे इतकं अवघड काम करताना देखील आपली फिगर व्यवस्थित

सांभाळते. गळ्यात एखादी मोत्यांची माळ आणि साजेसे कपडे घालते, सदा हसतमुख असते. तिच्या पुढच्या दातात एक फट आहे, ती तर मला फारच आवडते. मी पैजेवर सांगतो की, ती अतिशय नम्र असणार. स्वत:चा मोठेपणा बिलकूल मिरवत नसणार. काही काही राजकारणी पुढारी कॅमेऱ्यासमोर कसा भाव खातात! मुद्दाम पुढे पुढे करतात. उदाहरणार्थ सेनेटर केचमसारखे लोक. नाही, कोंडी तशा प्रकारची नाहीये आणि म्हणून मला तिच्याविषयी आदर आहे. पण नुसता आदर नाही, आपुलकी पण आहे. म्हणूनच तर काही जणांना कसं एखाद्या नटीशी किंवा गायिकेशी लग्न करावसं वाटतं, खरं पाहिलं तर या बायकांच्या घरातला झाडूवाला म्हणून सुद्धा ते शोभणार नाहीत पण त्यांची आपली इच्छा असते, तसं मला हिच्याशी लग्न करायची इच्छा होती.

अर्थात आता माझ्या आयुष्यात लोरेन आहे म्हटल्यावर मी कोंडोलिझाचा विचार करणं सोडून देईन. तसा प्रयत्न तरी नक्की करेन. आत्तापर्यंत मी हे बोललो नव्हतो कारण तशी गरज नव्हती. एखाद्या बाईविषयी तुम्ही काय विचार करता, हे अतिशय खाजगी असतं. आता मनातल्या मनात सुद्धा दुसरीचा विचार करून मी लोरेनला फसवणार नव्हतो. कोंडीविषयी मी गेले अनेक दिवस जसा विचार करायचो, तो आता बंद. बाय बाय कोंडी. मी आता दुसरीचा, म्हणजे लोरेनचा आहे. तेव्हा मला शुभेच्छा दे.

विचार करता करता मी गावातल्या पाचव्या रस्त्याजवळ पोचलोसुद्धा. तेवढ्यात ट्रकच्या रीअरव्ह्यू मिररमध्ये मला लाल निळे दिवे चमकताना दिसले. पोलीस! मी काय जास्त वेगात जात होतो? माझ्या मते नाही, पण आता त्यांचे दिवे लुकलुकताना दिसल्यावर तसंच पुढे दामटता येत नाही ना. मी ट्रक थांबवला आणि पोलीस जवळ येऊन काय झालं ते सांगायची वाट बघत बसलो. त्या गाडीतून कोण उतरतंय ते बघितल्यावर मात्र माझ्या अंगातून एक शिरशिरी गेली. तो चीफ वेब होता. तो माझ्या खिडकीजवळ आल्यावर मी अगदी सभ्यपणे खिडकीची काच खाली केली.

''गुडआफ्टरनून ओडेल.'' तो म्हणाला. त्याचं बरोबरंच होतं. गाडीतलं घड्याळ दुपारचे बारा वाजून तीन मिनिटं झाल्याचं दाखवत होतं. मला त्या गॉलबॉली फ्युनरल प्लेसपाशी लोरेनला भेटायची वेळ होत आली होती त्यामुळं यानं पटकन आटपलं असतं तर बरं झालं असतं.

''आफ्टरनून चीफ.'' मी छानपैकी हसत म्हणालो. माझं जर काही चुकलं असेल तर त्याला आणखी उचकवण्यात काही अर्थ नव्हता.

''सकाळी माझा माणूस आला होता ना?''

''होय सर, आला होता. बरेच फोटो काढले आणि मग गेला.''

''ओडेल, आपण थोडं बोलायला हवंय.''

''ठीक आहे.''

"डीन लोरीविषयी."

"चीफ, मला या विषयावर बोलावंसं नाही वाटत. मला खूप वाईट वाटतं. आता जी काही गडबड चाललीय ते बघून निराश व्हायला होतं."

"निराश? तुझा असा समज आहे की नैराश्य म्हणजे काय ते तुला माहितीये, पण तो खरा नाहीये. आपण बोललो की लक्षात येईल तुझ्या, निराशा कशाला म्हणतात ते."

"त्याचं काय आहे, आत्ता मला त्या फ्युनरल होमपाशी पोचायचंय. लोरेन येणारे तिथं. मावशीसाठी व्यवस्था करायचीये फ्युनरलची. तिला मी बरोबर हवा आहे ह्या कामात मदत करायला."

"अच्छा, असं आहे का? पण तरीही यापेक्षा बाकीच्या गोष्टी महत्त्वाच्या आहेत. म्हणजे, खुनाच्या केसमध्येसुद्धा पोलिसांना खोटी माहिती देणं वगैरे."

"अं?..."

"जरा मागचं आठव ओडेल. तू मला काय सांगितलं होतंस, की तू शनिवारी दुपारी या लोरीच्या घरी पोचलास. सांगितलं होतंस का नाही? तुझी गाडी बंद पडली होती असं म्हणाला होतास तू. नीट विचार कर."

मी बरोबर हेच सांगितलं होतं. खरंतर मी रविवारी पोचलो होतो. पोलिसांचे कार्यक्रम बघून एक गोष्ट माझ्या लक्षात आली होती, की जर तुम्ही त्यांना एकदा एक आणि एकदा एक असं सांगितलंत, तर त्यांना नक्की वाटतं की तुम्ही खोटं बोलताय आणि आधी तुमच्याविषयी किंचितशी जरी सहानुभूती असेल त्यांच्या मनात, तर तीही खलास होते. मी खोटंच बोललो होतो पण कुठल्याही वाईट हेतूनं नाही.

"शनिवारच होता तो." मी म्हणालो.

"तुला खात्री आहे याची?"

"हो नक्की."

"तू हे कोर्टात शपथेवर सांगशील?"

"कोर्टात?"

"नुसतं विचारतोय?"

"ठीक."

"तू मला सांगतोयस की, शनिवारची संपूर्ण रात्र तू डीन लोरीबरोबर त्याच्या घरी होतास."

"बरोबर."

"पण मी जरा तपास केला तर मला असं कळलं की, डीन शनिवारी रात्री दुसरीकडं कुठंतरी होता."

"हो का?"

“हो खरंच. साक्षीदार आहेत बरेच जण.”

“कसले साक्षीदार?”

“तो कुठं होता ते सांगणारे.”

“तुम्ही काय म्हणताय ते मला कळत नाहीये चीफ. वीस-पंचवीस मिनिटांत ते फ्युनरल होम बंद होईल. लोरेन तिथं माझी वाट बघतीये...”

“थांबू दे तिला. तू कधी ओकीडोकी कॅरिओकी बारमध्ये गेलायस?”

“कधी नाव पण ऐकलं नाहीये.”

“अच्छा. पण डीन गेला होता. आधी पण अनेकदा गेला होता आणि शनिवारीसुद्धा गेला होता. तो समलिंगींचा अड्डा आहे. ती सगळी पात्रं तिथं स्टेजवर जाऊन गातात. मागच्या शनिवारी डीन स्टेजवर चढून गायला होता ‘डू यू नो द वे टू सॅन जोसे.’ तुला माहितीये हे गाणं ओडेल?”

“भूले बिसरे गीतमध्ये ऐकलं असेल कदाचित.”

“त्या ओकीडोकी कॅरिओकीमध्ये त्या दिवशी जे लोक गेले होते, त्यांच्यापैकी एकाकडे डीव्हीडी कॅमेरा होता. त्यानं सहज गंमत म्हणून तेव्हाचं शूटींग केलंय. त्या कॅमेऱ्याच्या स्क्रीनवर कोपऱ्यात शूटींगची तारीख, वार, वेळ सगळं दिसतंय. यात काही घोटाळा करता येणं शक्यच नाही, कारण हे कॅमेऱ्यात आपोआप रेकॉर्ड होत असतं. डीन तेव्हा तिथं होता, तुझ्या बरोबर घरात नव्हता. तर मग आता तुला शनिवारच्या रात्रीबद्दल काय म्हणायचंय ओडेल?”

“अं... मग कदाचित तो रविवार असेल.”

“रविवार?”

“अं हो.”

“तुला काय म्हणायचंय? तू तुझी जबानी बदलतोयस?”

“मला वाटलं तो शनिवार होता. पण आता तुमच्याकडे जर ही फिल्म आहे, ज्यात तो दुसरीकडं कुठंतरी आहे असं दिसतंय, तर मग माझं चुकलं असणार. सॉरी.”

“सॉरी?” त्यानं त्याच्या गॉगलमधून बराच वेळ माझ्याकडं रोखून पाहिलं. “ओडेल, तू महामूर्ख आहेस, का सगळ्यांत हुशार आहेस याचाच विचार करतोय मी. मला कळतच नाहीये काही.”

मी हसण्याचा प्रयत्न केला, पण एखाद्या क्षयरोग झालेल्या माणसाच्या खोकल्यासारखा आवाज आला. “मी विसरलो असेन, पण मी मूर्ख नाहीये.”

“खरंच?”

“मी आणि डीन, आम्ही भरपूर प्यायलो होतो. आम्हाला जाम चढली होती. कदाचित त्यामुळं माझा शनिवार रविवारचा घोळ झाला असणार.”

“अच्छा. आणखीन काही?”

"हां, आता मी जर नियमित चर्चमध्ये वगैरे जात असतो तर गोष्ट वेगळी होती. मग त्या दिवशी मी चर्चमध्ये गेलो होतो म्हणजे तो रविवार होता, असं मला आठवलं असतं ना. पण मी काही नेमानं तिथं जात नाही म्हणून मला तो शनिवार वाटला असेल. का काय झालं? हे एवढं महत्त्वाचं आहे का?"

"महत्त्वाचं? तू काल रात्रीचा प्रीचर बॉबचा कार्यक्रम पाहिलास का?"

"हो..."

"संपूर्ण देशात या माथेफिरू खुन्याबद्दल संतापाची लाट उसळलीये; तो समाजातल्या एका मान्यवर नेत्याला मारायची धमकी देतोय म्हणून आणि तू विचारतोयस हे महत्त्वाचं आहे का? वेडाचं सोंग पांघरतोयस तू. हो की नाही?"

"नाही सर, तसं काही नाहीये."

"म्हणजे तू खरंच मूर्ख आहेस."

"नाही, मला म्हणायचंय की..."

"त्या दिवशी, रविवारी रात्री, तुमच्याबरोबर आणखी कुणी होतं का ओडेल? कुणी अल्लाके बंदे वगैरे, त्याच्या नावावर बॉम्ब बनवायचं सामान घेऊन आलेले. चुकीची माहिती देऊन त्यांना काय पाठीशी घालतोयस का तू?"

"अजिबात नाही. आम्ही दोघंच होतो. डीन आणि मी. आम्ही भरपूर कॅप्टन मॉर्गन ढोसली. मी शपथेवर सांगू शकलो असतो की तो शनिवार होता, पण कदाचित माझा काहीतरी गोंधळ झाला असणार."

"अगदी बरोबर. तुझं चुकीचंच आहे." त्यानं माझ्या कपाळावर आपलं बोट रोखलं. "हा घोळ होमलँड सिक्युरिटीला कळणार नाही असं मनातही येऊ देऊ नकोस. तू माझ्याशी खोटं बोल, सगळं जसंच्या तसं तिथं पोचेल. ओडेल, होमलँडवाल्यांना खोटारडी माणसं अजिबात आवडत नाहीत. असे लोक त्यांची मुद्दामहून दिशाभूल करण्याचा प्रयत्न करतात असं त्यांना वाटतं. हे होमलँडवाले म्हणजे शिकारी कुत्रा जसा भक्ष्याच्या मागे लागतो तसे सत्याचा पाठपुरावा करतात. तू खोटं बोलून सटकशील असं तुला वाटत असलं तर तो तुझा भ्रम आहे. हे कुत्रे तुझ्या मागावर असताना तर हे शक्यच नाही."

"बरं."

"म्हणजे तू आता ऑफिशियली तुझी जबानी बदलतोयस असंच म्हणायचंय ना तुला? कारण असं जर करायचं असेल तर तुला माझ्याबरोबर पोलीस स्टेशनला यावं लागेल आणि कॅमेऱ्यासमोर स्टेटमेंट द्यावं लागेल. होमलँडला सगळ्या गोष्टींचा पुरावा स्क्रीनवर दिसावा लागतो."

"फ्युनरल होमच्या कामानंतर मी हे केलं तर चालेल का?"

पुन्हा एकदा मला घाबरवण्यासाठी त्यानं माझ्याकडे रोखून बघितलं. मी खरंच हादरलो होतो. हा माणूस माझ्यावर इतका का भडकलाय तेच मला कळत नव्हतं.

“ठीक.” तो म्हणाला, “बरोबर दोन तासांच्या आत पोलीस स्टेशनवर पोच मग आपण बघू या, की तू खऱ्याखोट्याची कशी भेळ बनवतोयस ते.”

“मी काही भेळ वगैरे बनवत नाहीये चीफ. मला फक्त एवढंच म्हणायचंय की, कदाचित माझं चुकलं असेल.”

“दोन तास.” त्यानं मला बजावलं.

मी कुणीतरी क्षूद्र कीटक असल्यासारखं माझ्याकडं बघून तो आपल्या गाडीकडे गेला. हा संपूर्ण वेळ त्याच्या गाडीवरचे ते रंगीत दिवे चालू होते. म्हणजेच पोलिसांच्या गाड्यांची बॅटरी सॉलीड पॉवरफुल असणार. अशी वीज वापरायची तर असायलाच पाहिजे म्हणा. हे दिवे चालू होते त्यामुळं रस्त्यावरच्या जाणाऱ्या येणाऱ्या प्रत्येकाचं आमच्याकडे लक्ष जात होतं. ही माणसं जर माझ्या ओळखीची असती तर मला विचित्र झालं असतं पण नशिबानं यात माझ्या ओळखीचं कुणीही नव्हतं.

चीफ वेब हॉर्न वाजवत अतिशय वेगानं माझ्याजवळून गेला आणि पुढच्या कोपऱ्यावर वळला. मी पुन्हा ट्रक चालू केला आणि फ्युनरल होमचा रस्ता धरला. झाल्या गोष्टीचं मला खूप वाईट वाटत होतं. एकदम भूकंप बिकंप होऊन त्यात चीफ वेब गाडला गेला तर किती बरं होईल असं माझ्या मनात आलं. तो संपला असता म्हणजे माझ्या मागची कटकट गेली असती. मी एखादा फार मोठा गुन्हेगार असल्यासारखा हात धुऊन माझ्या मागे लागला होता तो. खरंतर मी काहीच केलं नव्हतं त्यामुळं मला जास्त वैताग येत होता.

मला ती जागा सापडेपर्यंत घड्याळात बारा चौदा झाले होते. दाराशीच व्यवस्थित कपडे घातलेली लोरेन एका जाड्या सूटवाल्याशी बोलत होती. ती माझ्यावर चिडली होती हे मला दिसत होतं पण त्या माणसाशी बोलताना तिच्या चेहऱ्यावरचं हसू मावळलं नव्हतं. मग ती माझ्यापाशी आली आणि तो बुवा त्याच्या ऑफिसमध्ये किंवा कुठंतरी गुडुप झाला.

“झाली का एकदाची दुपार? किती वाजलेत बघितलेस का?” तिनं विचारलं.

तिला वेळ सांगायला मी घड्याळात पाहिलं तर तिनं माझ्या मनगटावर फटका मारला. मला विचित्रच वाटलं तिचं वागणं. तेवढ्यात ती म्हणाली, “सगळं माझं मलाच निवडावं लागलं.”

“हो, पण सॉरी...”

“तुला इथं पोचायला भरपूर वेळ होता. मला वाटतं की तू रस्ता चुकलास.”

“नाही, मला थांबवलं.”

“कुणी? पोलिसांनी?” तिनं अविश्वासानं विचारलं.

“चीफ वेबनं. त्याचं म्हणणं आहे की मी खोटं बोलतोय.”

“काय?”

माझ्यात आणि वेबमध्ये जे बोलणं झालं ते मी तिला सांगितलं. मला पोलीस स्टेशनवर जाऊन मी डीनच्या बरोबर नक्की कधी होतो, शनिवारी का रविवारी, ते रेकॉर्ड करायचंय हेही सांगितलं कारण कॅरिओकीमध्ये कुणीतरी डीव्हीडी बनवलीये.

लोरेनला यातलं काहीही आवडलं नाही. ''आता तुला दारू चढली होती या गोष्टीशीच चिकटून राहा. इतर कशापेक्षा हे पटण्यासारखं वाटतंय. प्यायल्यावर लोक बराच घोळ घालतात. बरीच चढली असेल तर दिवस-रात्रीचीसुद्धा शुद्ध राहात नाही त्यांना.''

''बरं.''

''हे ओकीडेकी कॅरिओकीचं लफडंच वाटतंय. तो समलिंगींचा अड्डा आहे. मी डीनला सांगितलं होतं की तिथं कधीही जाऊ नकोस आणि तरीही हा तिथं जातो, कुठलंतरी भंकस गाणं म्हणतो आणि दुसरा कुणीतरी गे माणूस तिथं त्याच्या चाळ्यांची फिल्म घेतो. हे भगवान, टीव्हीवर हे दाखवता यावं म्हणून ते लोक किती पैसे मोजायला तयार होतील, कल्पना कर. मला वाटतं मला मळमळतंय...''

मला काय करावं ते सुचेना. माझ्याकडं हॅट असती तर मी तिला त्यात उलटी करायला सांगितलं असतं, पण शेवटी तिला हॅटची गरज पडली नाही. ती सावरली आणि म्हणाली, ''हा अँडी माझा बचपा काढण्यासाठी तुला छळतोय.''

''का?''

''का ते जाऊ दे. आमच्यातली खुन्नस फार जुनी आहे.''

''पण तू तर म्हणाली होतीस की तो तुझा जुना मित्र आहे म्हणून.''

''चल सोड ना ओडेल, पुलाखालून बरंच पाणी वाहून गेलंय. जेवायला जाऊ या. पण थांब जरा, ब्रीनं स्वत:साठी जे कॉफिन निवडलं होतं ते दाखवते तुला.''

''पण ती तर वारलीये. मग ती कशी निवडेल?''

''ती एका फ्युनरल प्लॅनचे पैसे भरायची, महिन्याला चाळीस डॉलर्स. केव्हाच सुरू केलं होतं तिनं.''

लोरेन मला ओळीनं मांडलेल्या कॉफिनजवळ घेऊन गेली. त्यातली काही खूप भारी होती. सोनेरी हँडलवाली, आत छान मऊ गादी असलेली. आता मेलेल्या माणसाला काही गादीची गरज नसते पण कदाचित मोठ्या आकाराचं कॉफिन भरगच्च दिसावं म्हणून असेल ही व्यवस्था. ''ते तिकडचं.'' एका कॉफिनकडे बोट दाखवत ती म्हणाली. ते फारसं मोठं नव्हतं आणि चकाचक पॉलिशही नव्हतं त्याला. ''पाच हजार. यात सगळे विधी आणि दफन पण आलं.''

''बाप रे, बरेच आहेत.''

''पैसे ब्रीच्या पॉलिसीमधून जातील. तुला आवडलं का हे?''

''ठीक आहे. नाहीतरी ती लहानखुरी तर होती.''

''तिला बघायचंय का तुला? या बाजूच्या खोलीत ठेवलंय. छान तयार करून.''

"नाही."

"का नाही? तुलाच तर ती सापडली. ओडेल, तू यात पुरता गुंतला गेला आहेस. तुला काय मेलेल्यांची भीती वगैरे वाटते की काय?"

हे बरंय. आजच सकाळी मी एक डेड बॉडी उचलली होती. मला अजिबात भीती वाटली नव्हती. फक्त या खोदाखोदीमुळं आणि मातीकामामुळं मी पकलो होतो, भडकलो होतो. पण हे तुम्ही तुमच्या खास मैत्रिणीला सांगू नाही शकत. त्यामुळं मी निमूटपणे तिच्या पाठोपाठ बाजूच्या खोलीत गेलो. ब्रीला चांगला ड्रेस घालून टेबलावर ठेवलं होतं. तिच्या पायात बूटसुद्धा घातलेले होते. मला ती सापडली तेव्हा तिच्या पायात बूट नव्हते. तिची ती सुरकुतलेली पावलं माझ्या नजरेसमोर आली त्यापेक्षा हे चांगलंच होतं. "पुढे ये ना." लोरेन म्हणाली म्हणून मग मी आणखी जवळ गेलो. ब्रीचा चेहरा जिवंत भासावा म्हणून तिला मेकअप पण केला होता. फ्रीजरमधून काढल्या काढल्या पहिल्यांदा तिच्या चेहऱ्यावर जो थिजलेला पांढराफटक रंग होता, तो आता दिसत नव्हता. ह्या सगळ्या सुधारणा ठीक होत्या, पण तिच्या गालावर त्यांनी जरा जास्तच लाली लावली होती असं मला वाटलं.

लोरेननं हुंदका कसाबसा आवरला आणि एक सुस्कारा टाकला. "अगदी गाढ झोपल्यासारखी दिसतीये ना ती? हो की नाही?"

"नाही."

"दिसतीये रे बाबा. चमत्कार वाटतील अशा गोष्टी इथं करू शकतात. गावातलं सगळ्यांत चांगलं फ्युनरल होम आहे हे. तिची कांती बघ, केस बघ, किती खरं वाटतंय सगळं. ती आत्ता उठून बसेल असं वाटतंय."

"अं... हो."

मी पाहिलेल्या डेड बॉडीजपैकी ब्रीची बॉडी ठार मेलेली दिसत होती. योडेरमधला तो अन्फर शीन मेला होता तेव्हा त्याचा चेहरा काळानिळा झाला होता. त्याच्यापेक्षाही ही पार पोचलेली होती पण लोरेनला हे ऐकून घ्यायचं नव्हतं. "खरंच शांत वाटतीये ती. शांतपणे विश्रांती घेत असल्यासारखी."

"हो ना? बिच्चारी ब्री. डीननं तिची वाट लावली. पण ती खरंच खूप चांगली होती. त्यानं तिचा सॉलिड अपमान केला. प्रीचर बॉबना बरोबर समजलं. तो सापडला की त्याला फाशीच होईल आणि नाही सापडला तर आता पब्लिक खवळेल. जर त्यानं खरंच सेनेटर केचमला मारलं, तर मग बघायलाच नको. माझा स्वतःचा सख्खा भाऊ, त्यानं असं भयंकर काहीतरी करावं..."

"झालं ते बरोबर नाही झालं." मी तिच्याशी सहमत झालो. मी तिच्याच बाजूचा आहे हेच तर मला तिच्या लक्षात आणून द्यायचं होतं.

तिनं माझ्या हातावर आपला हात ठेवला. त्या स्पर्शानं मला एकदम एक करंट जाणवला. ही बाई माझ्या रक्तात भिनली होती.

"थँक्यू ओडेल. मला आत्ता कुणाच्या तरी आधाराची गरज आहे. एरवी नाही भासत, पण आत्ता हे ओझं आहे माझ्या मनावर."

"माय प्लेझर."

"ओडेल, प्लेझर काय? हे बरोबर आहे असं नाही वाटत मला. संकटात एखाद्याला मदत करणं ह्यात खूश होण्यासारखं काहीही नाहीये. हे तर तुझं कर्तव्य आहे."

"बरं."

"विशेषत: खून आणि दहशतवाद असं एकत्र सामोरं येतं ना, तेव्हा तर नक्कीच. यात खूश व्हायचा संबंध कुठे आला?"

"सॉरी, मला कर्तव्यच म्हणायचं होतं."

"बरं. चल जेवायला जाऊ या."

तिनं स्वत:च्या गाडीतूनच जायचा हट्ट धरला. तिची गाडी अगदीच लहान होती. सीट पूर्णपणे मागे केल्यावर देखील मी कसाबसा त्यात मावलो. ती गवत कापताना वापरल्या जाणाऱ्या ट्रकमध्ये बसायला तयार नव्हती, कारण तो डीनचा ट्रक होता आणि ती तेव्हा त्याच्यावर जामच भडकली होती. शिवाय त्यात मागच्या बाजूला गवत कापायची मशिन्स होती आणि ट्रकच्या बाजूला डीनचं त्या दुष्टाचं नाव होतं. लोरेननं वेड्यासारखी फास्ट गाडी चालवली. मला सारखं वाटत होतं की, कोणत्याही क्षणी चीफ वेब गाडी जोरात चालवल्याबद्दल आम्हाला पकडेल आणि उरल्या सुरल्या दिवसाचाही सत्यानाश करेल. पण नशिबानं वाटेत कसलाही अडथळा न येता आम्ही हॉटेलात पोचलो. आदल्या रात्री कोल कॉनर्सबरोबर ती याच हॉटेलात आली होती असं तिनं सांगितलं. इथले पदार्थ खूप छान होते म्हणे.

जागा मिळण्यासाठी आम्हाला थोडं थांबावं लागलं. हे कॅप्रिस हॉटेल खूप पॉप्युलर होतं. नुसतं कॅप्रिस असंच नाव होतं. त्याच्या मागं-पुढं काही कॅफे किंवा रेस्टॉरंट वगैरे काही नव्हतं. असं काही लिहिलेलं असलं म्हणजे पटकन कळतं ना, नक्की काय आहे ते. शेवटी एकदाचं आम्हाला टेबल मिळालं. अगदी कमी कपडे घातलेल्या एका वेट्रेसनं मेन्यूकार्ड आणून दिलं. तिथं मिळणाऱ्या पदार्थांपैकी एक सलाड सोडलं तर मी दुसऱ्या कुठल्याही गोष्टीचं साधं नावसुद्धा ऐकलं नव्हतं. बाकीच्या डिशेसची नावं परक्या भाषेत लिहिली असती तरी चाललं असतं. म्हणजे तशीच वाटत होती ती. अर्धीअधिक नावं फ्रेंचमध्ये होती. म्हणजे हे फ्रेंच हॉटेल होतं तर. फक्त हॉटेल असं नाव नव्हतं. अशा ठिकाणचं खाणं किती चांगलं असतं ते मी नुसतं ऐकलं होतं पण मी जेव्हा आजूबाजूच्या टेबलांवर नजर टाकली, तेव्हा

मला एकही ओळखीचा पदार्थ दिसला नाही. फक्त त्यांच्या बास्केटमधले छोटे छोटे रोल्स म्हणजे ब्रेड होता एवढं मी सांगू शकलो असतो.

मला काय खावंस वाटतंय असं लोरेननं विचारलं. प्रश्नखूपच कठीण होता. ''इथं वेफर्स मिळतात का?'' असं मी विचारलं.

''नाही.''

''पण हे फ्रेंच हॉटेल आहे. म्हणजे फ्रेंच फ्राईज असणारच.''

''नाहीयेत त्यांच्याकडं. आता दुसरं काहीतरी ठरव.''

आता परीक्षाच होती. मेन्यूकार्डावरचा पदार्थ खरा कसा निघेल कोण जाणे. तेवढ्यात ती मुलगी ऑर्डर घ्यायला आलीसुद्धा. लोरेननं काहीतरी सांगितलं. बहुतेक काल रात्री कोल कॉनर्सबरोबर जे खाल्लं होतं तेच तिनं परत मागवलं होतं. ते तिच्या माहितीचं होतं. पण मी या चमत्कारिक डिशेसमधून काहीच निवडू शकत नव्हतो त्यामुळं शेवटी लोरेन माझ्यावर चिडली. मग तिनंच माझ्यासाठी काहीतरी ऑर्डर केलं. ती मुलगी गेल्यावर लोरेननं मला सांगितलं की तिनं बटाट्याचाच, पण वेगळा पदार्थ मागवला आहे. नाहीतरी मला फ्राईजच हवे होते म्हणून. पण मी ह्यावेळी वेडेपणा केला असं मला जाणवलं आणि मी गप्प झालो. यामुळं लोरेनचा मूड आणखी बिघडला. ''आता असा शुंभासारखा का बसलायस? बोलता येत नाही का?''

''बरं.''

ती थोडा वेळ थांबली आणि मग तिनं डोळे फिरवत उपहासानं मला विचारलं, की मी हल्ली काही नवीन पुस्तक वाचलंय का म्हणून. हा प्रश्नऐकून मला हायसं वाटलं कारण मी नुकतंच एक चांगलं पुस्तक वाचलं होतं. ''द इअरलिंग्ज. मस्त पुस्तक आहे,'' मी म्हणालो.

''द इअरलिंग्ज? ते एका मुलाचं आणि त्याच्या कुत्र्याचं?''

''नाही, पाडस आहे ह्यात हरणाचं. त्याच्या आईला गोळी घातल्यावर हा मुलगा त्या पाडसाला सांभाळतो आणि...''

''हां आठवलं मला, शाळेत वाचलं होतं ते. त्यावर निबंधसुद्धा लिहिला होता. मला त्यात सगळ्यांत काय आवडलं होतं माहितीये? ते छोटं होतं. अर्थात तसं मी निबंधात लिहिलं नव्हतं.''

''शाळेतल्या मुलांना देतात ना,'' मी तिला समजावून सांगितलं, ''ते मूळ पुस्तक नाहीये. मुलांसाठी छोटी केलीये ती गोष्ट. मूळ पुस्तक दुप्पट मोठं आहे. मुलांच्या पुस्तकात त्यातलं बरंचसं गाळलंय. ह्या मूळ पुस्तकाला पुलित्झर पुरस्कार मिळालाय. हल्लीच मी हे पुस्तक वाचलं, म्हणजे अर्धं झालंय वाचून. मागच्या आठवड्यात इतर अनेक गोष्टी घडल्या त्यात बिझी होतो त्यामुळं पुढचं वाचायचं राहिलंय.''

''इथलं सगळं जरा शांत झाल्यावर पुढचं वाचून संपवू शकशील.'' ती

आजूबाजूच्या लोकांकडे बघत म्हणाली. त्यांच्यापैकी काही जणांनी मागवलेल्या डिशेस आल्या होत्या, तर काही अजूनही ताटकळत होते.

"मी आधी वाचलेलं आहे हे."

"म्हणजे तू सेम पुस्तक परत दुसऱ्यांदा वाचतोयस?"

"सोळाव्यांदा."

मला याचा अभिमान होता. दुसऱ्या कुणी 'द इअरलिंग्ज' सोळा वेळा वाचलंच नसणार. मी बेट मारू शकतो ना याच्यावर. हे माझं रेकॉर्ड आहे. एक ना एक दिवस ते गिनीज बुकवाले याची दखल घेतील. मला खरंतर या संदर्भात जरा चौकशी करायला हवी होती. मग माझं नाव गिनीज बुकमध्ये आलं की पेपरमध्ये पण येईल. लोरेनलाही याचा अभिमान वाटेल.

"सोळा वेळा?"

"अं... हो मी वाचलेल्यांपैकी हे सगळ्यांत चांगलं पुस्तक आहे."

"तू तेवढं एकच पुस्तक वाचलयंस असं दिसतंय."

"नाही काही. मी दुसरी एक-दोन पुस्तकं वाचायला घेतली होती, पण मला नाही आवडली ती."

तिनं आधी बराच वेळ माझ्याकडे बघितलं आणि मग खाली मान घालून नुसती टेबलाकडे बघत बसली. "ओडेल, तू कोलला भेटायला तुरुंगात जाशील तेव्हा तू एक पुस्तक सोळा वेळा वाचलंयस, हे कृपा करून त्याला सांगू नकोस. कळलं?" ती म्हणाली.

"का नाही?"

"कारण हे ऐकायला विचित्र आहे. कैद्यांवर लक्ष ठेवण्यासाठी त्यांना अशी विचित्र माणसं नकोयत. हे फार जबाबदारीचं काम आहे. कैदी विक्षिप्त असतात. तुरुंगात नेहमी असंच असतं. तिथं काहीतरी घोळ होऊ देऊ नकोस. तू चांगला उंच आणि धिप्पाड आहेस, या कामासाठी योग्य आहेस; हां आणि या शर्टमध्ये तर तू खूपच छान दिसतोयस."

"हा माझ्याकडचा सगळ्यांत चांगला शर्ट आहे." मी म्हणालो आणि खरंच तसं होतं. या शर्टच्या खिशावर मस्त डिझाईन होतं. जर मी हा शर्ट किट कार्सन हायस्कूलमध्ये घातला असता तर त्यांनी मला नक्की रोपर म्हटलं असतं. तिथं असताना मी नेहमी चेक्सचा शर्ट घालायचो. त्यामुळं नाहीतरी मला रोपरंच म्हटलं जायचं, पण असं खिशावर नक्षीकाम असलेला शर्ट घातला तर तुम्हाला शनिवारच्या रात्री सगळ्यांसमोर रोपर म्हटलं जायचं आणि मला हे नको होतं.

"तू पुस्तकं वाचतंच नाहीस असंच कोलला सांगितलंस तर सगळ्यात चांगलं. त्याला पुढची बोलणी करायला सोपं जाईल. त्याला सांग की तू मासिकं वाचतोस.

या नोकरीसाठी किमान लिहिता वाचता येणं आवश्यक आहे. त्यासाठी तिथं एक परीक्षा पण घेतली जाते. तुला परीक्षेचं टेन्शन नाही ना येत?''

''माझ्या ड्रायव्हिंग लायसेन्सच्या वेळची टेस्ट मी दुसऱ्याच प्रयत्नात पास झालो. पहिल्यांदा मी फूटपाथपासून किती अंतरावर गाडी पार्क करायची ह्या आणि आणखी अशाच काही प्रश्नांची उत्तरं चुकलो होतो.''

''तुला नक्की जमेल हे. तुला ही नोकरी मिळाली की मला छोटासा बोनसही मिळेल.''

''बोनस?'' माझ्या मते मी आणि लोरेन एकाच ठिकाणी काम करणार होतो, दिवसभर एकमेकांना भेटू शकणार होतो हाच बोनस होता. खूप मोठा बोनस.

''दोनशे पन्नास डॉलर्स. तुम्ही जर दुसऱ्या कुणाला आणलंत आणि तो माणूस कामाला योग्य वाटला तर तुम्हाला हे एवढे पैसे मिळतात. अर्थात तीन महिने प्रोबेशन असतं, त्या वेळात या नवीन माणसाचं काम बघितलं जातं आणि मगच बोनस देतात. मला वाटतं की, खरंतर निदान पाचशे डॉलर्स द्यायला पाहिजेत. योग्य माणसं मिळवणं वाटतं तितकं सोपं नाहीये. जाऊ दे, पण त्याला हे सोळा वेळा वाचल्याचं सांगू नकोस.''

''बरं, नाही सांगणार.''

''ठीक. मग आता आपण आणखी कशावर बोलू शकतो?''

मला तिच्याशी एका महत्त्वाच्या विषयावर बोलायचं होतं आणि आता संधीही मिळाली होती. ''ते मांजर कसं आहे आता?''

''मांजर?''

''ते शेजारचं मांजर, काल नाही का रात्री त्यानं तुझ्या घरातलं काहीतरी पाडलं.''

''कुठलं शेजारचं मांजर? माझ्या शेजाऱ्याकडे एक पोपट आहे.''

''तूच तर म्हणालीस मांजर आहे म्हणून.''

अचानक तिच्या चेहऱ्यावरचा त्रासिक भाव बदलला आणि ती हसायला लागली. ''हां बरोबर, ते मांजर होय. काय आहे की, ते मांजर पोपटाला पकडायचा प्रयत्न करतं, सिल्व्हेस्टर आणि ट्विटी पायसारखं, म्हणून त्यानं मला मांजराला सांभाळायला सांगितलं थोडा वेळ; पण आता मी ब्रीच्या घरी राहायला आले की त्यालाच दोघांनाही सांभाळावं लागेल.''

मी कान टवकारले. ''कधी शिफ्ट होणारेस?''

''लवकरच. एकदा का तिच्या मृत्युपत्राचं वाचन झालं आणि ते घर कायदेशीररीत्या माझ्या आणि डीनच्या नावावर झालं की लगेच. फक्त मला नाही वाटत डीन तिथं एवढ्यात राहायला येईल असं.''

तिला माहीत नव्हतं की डीन कायमचा त्याच्या स्वत:च्या जागेवर पोचला होता.

“मग माझं काय?” मी विचारलं.

“तुझं कशाचं काय?”

“मी पण तिथंच राहू शकतो का?”

“मी तुला आधीच सांगितलंय ना, की मला तिथली देखभाल करायला कुणीतरी लागणार आहे म्हणून. विषेशत: आता डीनला एवढी प्रसिद्धी मिळाल्यावर काही भुरटे चोर, गुंड किंवा त्याची एखादी वस्तू आठवण म्हणून हवी असणारे या सगळ्यांना दूर ठेवण्यासाठी हवंच आहे कुणीतरी. असं कुणी तिथं घिरट्या घालताना दिसलं तर लक्ष ठेवायला लागेल तुला.”

“मला म्हणायचंय, तू तिथं राहायला आल्यानंतर मी पण राहू का तिथं? भाडेकरू म्हण हवं तर.”

“त्याला अजून बराच अवकाश आहे. ओडेल, एक गोष्ट मी शिकलीये की तुम्हाला कोणताही बेत आखायचा असेल तर एका वेळी एकच पायरी चढा. असं केलं तर तुमच्या वेळापत्रकाचा गोंधळ होत नाही आणि एखाद्या कामाला अपेक्षेपेक्षा जास्त किंवा कमी वेळ लागला तरी त्याप्रमाणं पुढचं ठरवता येतं सावकाश. कसं काय होतंय ते बघू या आणि ठरवू या. आत्ता तुला तिथं राहायला दिलंय ना, शिवाय तुझ्याकडून काहीही भाडं घेत नाहीये मी. उलट गवत कापणीचे पैसेही मी तुलाच घ्यायला सांगितलेत त्यातच समाधान मान. आत्ता या घटकेला हेच पुष्कळ झालं.”

ती असं चित्र रंगवत होती की मला जणू एकदम घबाडच मिळालंय. एका परीनं ते खरंही होतं म्हणा. आता यावर पुढे काय बोलावं ते मला सुचलंच नाही. लोरेन पुढच्या सोमवारच्या ब्रीच्या फ्युनरलबद्दल बोलत होती तेच मी ऐकत राहिलो. मला या प्रसंगासाठी एक चांगलासा सूट भाड्यानं घ्यावा लागणार होता. याच रस्त्यावरच्या पुढच्या प्रॉम रेंटल स्टोअरमध्ये मला असा सूट मिळाला असता. फक्त तिथं माझ्या मापाचा सूट असेल का नाही अशी शंका तिला आली.

तेवढ्यात आम्ही मागवलेले पदार्थ आले आणि आम्ही जेवलो. माझ्यासाठी बटाट्याचं काहीतरी मागवलं होतं असं ती म्हणाली होती, पण ते भलतंच होतं. माझं तिच्यावर प्रेम असल्यामुळेच केवळ मी तिच्या शब्दांवर विश्वास ठेवला आणि ते संपवलं. पण पुन्हा कधी मी ती डिश, जे काही तिचं नाव होतं ते, मागवली नसती. सगळे जण फ्रेंच पदार्थांची तारीफ करतात पण मला काही ते फारसं आवडलं नाही. अर्थात मी लोरेनला हे काही सांगितलं नाही. तिनं पण पुढ्यातलं सगळं संपवलं. तिनं वाईनसुद्धा मागवली होती पण मला काही ती चव आवडली नाही. बीअरसारखी हलकी नव्हती किंवा कॅप्टन मॉर्गनसारखा झटका नव्हता. खूपच वेगळी वाटली मला. लोरेन म्हणाली की ती खूप छान लागते. केवळ तिचं मन मोडू नये म्हणून मी एक-दोन ग्लास घेतले. प्रेमात पडल्यावर हे असं असतं. आपल्या प्रिय व्यक्तीच्या मनाचा विचार करावा

लागतो, मी तो केला. निदान खाताना मी काही बोलावं अशी तिची अपेक्षा नव्हती. लोरेन जणू बऱ्याच दिवसांची उपाशी होती. म्हणजे तिच्या खाण्यावरून तसं वाटत होतं. शेवटी मला बील द्यायला सांगून ती बाथरूममध्ये गेली. आता एवढ्याशा खाण्याचं आणि एका वाईनचं किती बील व्हावं? तुमचा विश्वास बसणार नाही एवढं झालं. बील बघून मला धक्काच बसला पण मी तिला जेवायला आणलं होतं, त्यामुळं मला निमूटपणे पैसे द्यावे लागले. लोरेननं मला परत त्या फ्युनरल होमपाशी सोडलं. आता मला ट्रक घेऊन घरी जाता आलं असतं, पण तिनं मला पोलीस स्टेशनला जायला सांगितलं आणि ती पण माझ्या पाठोपाठ तिथं पोचणार होती. चौकशीच्या वेळी ती बरोबर येणार होती, मानसिक आधार म्हणून. मग मी ट्रक पोलीस स्टेशनजवळ उभा केला आणि तिची वाट बघत थांबलो. थोड्याच वेळात ती आली. आम्ही दोघंही आत गेलो. बाहेरच्या टेबलावरच्या माणसाला तिनं विचारलं, ''चीफ कुठाय?'' तेवढ्यात अँडी वेब स्वत:च त्याच्या ऑफिसमधून बाहेर आला आणि त्यानं आम्हाला पाहिलं.

''तू इथं काय करतीयस?'' तो म्हणाला.

''तुम्हीच तर सांगितलंत,'' मी म्हणालो; पण तेवढ्यात माझ्या लक्षात आलं की तो लोरेनला विचारतोय.

''का? मी इथं येऊ शकत नाही का?'' तिनं विचारलं आणि चीफनं उत्तरादाखल नुसतेच खांदे उडवले.

''डावीकडची दुसरी खोली, ओडेल,'' त्यानं पॅसेजकडे बोट दाखवून म्हटलं. आता त्याचा सूर नरमाईचा होता. मगाशी रस्त्यात मला थांबवलं तेव्हाचा अधिकारी बाणा आता त्याच्या बोलण्यात दिसत नव्हता. ''तू काय याची वकील आहेस का?'' त्यानं लोरेनला विचारलं.

''अं.. मला नाही वाटत तसं. तुला वाटतंय का?''

''असंच विचारलं. त्याचा वकील त्याच्याबरोबर हजर राहू शकतो पण दुसरं कुणी नाही.''

''त्याच्याकडं वकील नाहीये.''

''काही हरकत नाही. त्यानं फक्त तसंच चालेल म्हटलं की झालं. आपण पुढचं काम लगेच करू शकतो.''

''ओडेल, वकिलाला बरोबर घेतल्याशिवाय तू काहीही करायची आवश्यकता नाहीये.''

''हो ठीक आहे, पण मला वकिलाची गरजच नाहीये. मी काहीही केलेलं नाहीये.''

त्या दोघांनीही माझ्याकडे बघितलं. मग अँडी म्हणाला, ''कसं काय जमणार? शनिवारी दुपारी वकील मिळवणं सोपं आहे का?''

''तू त्याचं ऐकलंच पाहिजेस असं नाहीये ओडेल.'' लोरेन पुन्हा म्हणाली.

मी पॅसेजमधून चालायला सुरुवात केली. पुढं काय करायचं ते माझं मी ठरवू शकतो हे मला त्यांना दाखवायचं होतं. मला इतरांच्या सल्ल्यांची आवश्यकता नव्हती. मघाशी घेतलेल्या वाईनमुळं माझं डोकं गरगरायला लागलं होतं. चवीवरून तरी ती इतकी स्ट्राँग असेल असं वाटलं नव्हतं. अँडी माझ्या मागोमाग आला आणि आम्ही त्या खोलीत गेलो. तिथं एक टेबल आणि काही खुर्च्या होत्या. समोरच एक कॅमेरा सेट केला होता. शूट करायला तो सकाळचाच पोलीस कॅमेऱ्याच्या बाजूला उभा होता.

"तू ऑफिसर डेटनला आधीच भेटलायस." अँडी म्हणाला. मी भेटलो होतो पण मला त्याचं नाव आत्ताच कळत होतं. आम्ही एकमेकांना हॅलो केलं आणि मी कॅमेऱ्यासमोरच्या खुर्चीत जाऊन बसलो. खुर्चीच्या बाजूला एका ट्रॉलीवर भरपूर वायरी असलेलं कसलं तरी मशीन होतं. मला वाटलं की, जुन्या जमान्यातला टेप रेकॉर्डर असेल, कॅमेऱ्याबरोबरच त्यांना माझा नुसता आवाजही टेप करायचा असेल बॅकअपसाठी. तेवढ्यात आणखी एक म्हातारासा माणूस तिथं आला. त्याच्या ओठातून सिगारेट लोंबत होती. जणू डिंकानं चिकटवली होती तिथं. त्यानं युनिफॉर्म घातला नव्हता आणि शिवाय त्याच्या शर्टच्या बाह्या दुमडलेल्या होत्या. त्यामुळं तो काही पोलीस वाटत नव्हता. "सिगारेट चालणार नाही." अँडी करड्या आवाजात म्हणाला आणि या माणसानं त्याच्याकडे बघितलं. ते एकमेकांचे दोस्त वगैरे वाटत तरी नव्हते. खोलीत सिगारेटच चालणार नव्हती म्हटल्यावर अॅश ट्रे असणं शक्यच नव्हतं. त्यानं आपलं सिगारेटचं थोटूक बिनदिक्कतपणे एका कोपऱ्यात भिरकावलं. मला त्याच्या बेपर्वाईचं आश्चर्य वाटलं. मग त्यानं त्या बाजूच्या मशीनचं कव्हर काढलं. त्यात मला एक पेपरचा रोल दिसला आणि मशीनचे दोन दांडे त्या पेपरला टेकले होते. आता ते काय आहे ते मला कळलं, भूकंप मापन यंत्र.

"हे कशाला आहे?" मी अँडीला विचारलं.

"विशेष काही नाही, नेहमीचंच आहे." तो म्हणाला.

"पुढं वाक." तो दुसरा माणूस म्हणाला. मी वाकलो, तर त्या माणसानं माझ्या छातीला इलॅस्टिकनं त्या मशीनच्या पट्ट्या चिकटवल्या. आता मला समजलं की हे काही भूकंपाचं मशीन नव्हतं. तर लाय डिटेक्टर होता तो. अँडीनं मला याबद्दल काहीही सांगितलं नव्हतं. फक्त व्हिडिओवर जबानी द्यायची एवढंच म्हणाला होता. इथं नक्की काय चाललंय तेच मला समजेना.

"हे तर लाय डिटेक्टिंग मशीन आहे!" ते मला टोपी घालू शकत नाहीत हे त्यांच्या लक्षात यावं म्हणून मी म्हणालो.

"मग आता खोटं बोलू नकोस." अँडी हसून म्हणाला.

"मी खोटं सांगणारच नव्हतो."

"छान. सत्याचा मार्ग हाच नेहमी उत्तम मार्ग असतो. हो की नाही डॅनीबाळा?

ओडेल, डॅन ओबेर्स्ट स्पेशालिस्ट आहे. तुझ्यासाठी बोलावलंय त्याला खास. तुला स्पेशल ट्रीटमेंट देतोय, लक्षात ठेव.''

''नमस्कार.'' मी त्याला म्हणालो. त्यानं नुसतंच हुं केलं. तो कशावर तरी प्रचंड वैतागलेला दिसत होता. कदाचित त्या ऑफिसर डेटननं सकाळी डीनच्या घरी आल्यावर सांगितलं होतं, तसंच यालाही शनिवारी काम करायचा मूड नव्हता. त्या खोलीतल्यांपैकी त्या वेळी शनिवार दुपार असल्याबद्दल कसलीच तक्रार नसलेला बहुतेक मी एकटाच असेन. अर्थात एका खुर्चीवर बसून फोटोशूट करून घेणं हे भर उन्हात गवत कापण्यापेक्षा कधीही चांगलंच होतं. डॅन ओबेर्स्टनं त्या मशीनची दुसरी पट्टी माझ्या हाताभोवती बांधली. बीपी चेक करायला आवळतात तशी. माझ्या तळहातावर पण प्लॅस्टिकच्या काही पट्टया आल्या.

''चला झालंय,'' डॅन म्हणाला, ''आता मी तुला काही प्रश्न विचारणार आहे. पटापट हो किंवा नाही एवढंच उत्तर दे. आणखी काहीही सांगू नकोस. फक्त हो किंवा नाही. समजलं?''

''हो.'' मी म्हणालो आणि मला हसूच आलं. काय विनोदी प्रकार होता पण त्यांना कुणाला यातला जोक कळलाच नाही.

त्यानं मशीन चालू केलं. त्यातला पेपर अगदी हळूहळू पुढं सरकू लागला. मग त्यानं तो पुढं सरकायचा थांबवला कारण तो फक्त मशीन चालू आहे ना, एवढंच बघत होता. ते व्यवस्थित सुरू होतं. मग त्यानं ती ट्रॉली माझ्या मागच्या बाजूला नेली आणि एक खुर्ची ओढून तो तिथंच बसला.

''समोर बघ ओडेल,'' अँडीनं सांगितलं. म्हणजे मी कॅमेऱ्याकडे बघायला हवं होतं. ऑफिसर डेटननं पण मान हलवून सुरू करण्याचा इशारा दिला. लाय डिटेक्टर परत चालू झालं. माझ्या मागून डॅननं अगदी सावकाश विचारलं, ''तुझं नाव ओडेल डीफस आहे का?''

मला नाही म्हणण्याचा मोह झाला, केवळ ते मशीन काय घंटा वगैरे वाजवतं का ते बघण्यासाठी, पण तिथले सगळेच अतिशय गंभीरपणे काम करत होते म्हणून मग मी सरळ ठामपणे हो म्हटलं. त्यांना असंच हवं होतं असं दिसत होतं.

''तुझा जन्म २१ नोव्हेंबर १९८५ ला झाला?''

''होय.''

त्यानं आणखीन पण काही प्रश्नविचारले अशाच ठरावीक उत्तरांचे मला वाटलं टीव्हीवरचे क्विझ शो इतके सोपे असते तर मी कोट्याधीश झालो असतो.

''तू डीन लिओनॉर्ड लोरीचा मित्र आहेस?''

''होय.''

''तो आत्ता कुठं आहे ते तुला माहीत आहे?''

खरंतर मलाच माहीत होतं. त्याला मागच्या अंगणात पुरलं होतं. मी खोटं सांगितलं तर त्या मशीनला कळणार हे माझ्या लक्षात होतं म्हणून मग मी हो म्हटलं. मला काहीच प्रॉब्लेम वाटला नाही. कारण तो कुठं आहे असं ते विचारू शकत नव्हते. कारण त्याचं उत्तर हो किंवा नाही असं देता आलं नसतं.

मध्येच एकदम अँडीनं विचारलं, ''तो कुठाय ते तुला माहितीये?''

डॅन फिस्कारला, ''चीफ प्लीज, आता पुन्हा पहिल्यापासून सुरुवात करावी लागणार.''

''अरे पण हा प्रश्नसरळच विचारायला हवा ना?'' अँडी चिडून म्हणाला. ''याला जर तो कुठाय ते माहीत असेल, तर आपल्याला ताबडतोब समजलंच पाहिजे. ओडेल, डीन कुठं आहे?''

''अमेरिकेत.'' मी म्हणालो हे अगदी खरं उत्तर होतं.

''अमेरिकेत कुठं?''

डॅननं मशीन बंद करून टाकलं. ''यापुढं जर माझ्या कामात व्यत्यय आला, तर प्रश्नविचारण्याशी आणि टेप करण्याशी संबंधित नसलेल्या सगळ्यांना मी खोलीच्या बाहेर घालवेन. सगळ्यांना कळतंय का?''

''जरा वेगळ्या प्रकारे प्रश्नविचारायला हवेत.'' अँडी म्हणाला.

''तुला प्रश्नांची यादी तपासायला मिळाली होती. तू आधी नीट बघितलं नाहीस तर आता मला दोष देऊ नकोस. आता पुन्हा सुरुवात करावी लागणार.'' डॅन म्हणाला.

लाय डिटेक्टर मशीनशी तो काहीतरी खुडबूड करायला लागला. ऑफिसर डेटननं अँडीला विचारलं, ''मी शूटींग चालू ठेवू का?''

''शूटींग चालूच ठेव.''

आतापर्यंत मी समजून चुकलो होतो की ज्या गोष्टी फक्त मला माहिती होत्या, त्यांना नव्हत्या, अशा गोष्टी काढून घेण्यासाठी ते मला शब्दात अडकवू बघताहेत. म्हणजे डीन कुठे आहे, अशासारखे प्रश्न. यात मी गुंतू शकत होतो. अँडीनं मध्येच पचकून घोळ केला ते चांगलंच होतं. त्यामुळं मी सावध झालो होतो. पुढं काय करायला हवं ते मला कळलं होतं. लाय डिटेक्टिंग मशीनच्या जाळ्यात अडकायचं नसेल, तर तुम्ही म्हणजे दुसरंच कुणीतरी आहात असं मनाला बजावायला लागतं असं मी ऐकलं होतं. यासाठी तुम्हाला जे प्रश्नविचारले जात असतील, त्यांचा विचार न करता तुम्ही भलत्याच कुठल्या तरी गोष्टींवर विचार करायला लागायचं. यामुळं काय होतं की, अगदी साध्या साध्या प्रश्नांना तुम्ही दिलेली उत्तरंसुद्धा ते मशीन खोटी ठरवतं. म्हणजे आज शनिवार आहे का, या प्रश्नावर तुम्ही हो म्हणायचं, पण त्याच वेळी मनात, ज्या दिवशी तुमचा कुत्रा गाडीखाली आला त्या दिवसाचा किंवा तुमची काहीही चूक नसताना काहीही ऐकून सुद्धा न घेता मित्रांसमोर तुमच्या महामूर्ख बापानं तुम्हाला थोबाडीत दिली

त्या दिवसाचा, असा भलताच कसला तरी विचार करायचा. यामुळे तुम्ही चिडता, तुम्हाला घाम येतो, तुमच्या हृदयाचे ठोके वाढतात. अर्थात ते बिनडोक मशीन तुम्हाला खोटं ठरवतं. आज कोण वार आहे या प्रश्नाच्या उत्तरावर जर तुम्ही खोटे ठरलात तर मग पुढच्या मुख्य प्रश्नांच्या उत्तरांचा खरेखोटेपणा तपासण्यासाठी या मशीनवर अवलंबून राहाता येत नाही आणि ही टेस्ट बाराच्या भावात जाते.

पण हे करण्यासाठी तुम्हाला पूर्ण एकाग्र होता आलं पाहिजे. मी तेच केलं. 'द इअरलिंग्ज'मधला ज्योडी म्हणजे मी स्वत: असा विचार मनात आणला. मला सांगितलं गेलंय की, माझा जीव की प्राण असलेल्या त्या पाडसाला गोळी घालायला लागणार आहे. कारण काय, तर ते माझ्या कुटुंबानं रक्ताचं पाणी करून उभ्या केलेल्या पिकाचं नुकसान करतंय. माझं त्या पाडसावर प्रेम वगैरे आहे ते ठीक आहे, पण आता दुसरा इलाज नाहीये. त्याला मारायलाच हवंय. त्याचे टवकारलेले मऊशार कान, पाठीवरचे गोंडस ठिपके, मोठे मोठे काळेभोर निरागस डोळे, ओलं ओलं नाक, छोटेसे खूर आणि पिटुकली पांढरी शेपटी. या झेंड्यासारख्या फडकणाऱ्या शेपटावरून तर त्याचं नाव पडलं होतं- फ्लॅग. फ्लॅग माझ्याबरोबरच माझ्याच अंथरुणात झोपायचा. आमचं एकमेकांवर खूप प्रेम होतं आणि आता एखाद्या क्रूर लांडग्याला किंवा सापाला मारतात तसं फ्लॅगला गोळी घालून मारायचं. त्याच्या इवल्याशा छातीत गोळी घुसली, की तिथले ते रेशमासारखे पांढरे शुभ्र केस त्याच्या रक्तानं माखतील...

"तुझं काय चाललंय ओडेल?" अँडी पुन्हा खवळला होता.

मी उत्तर देऊ शकलो नाही. मी ओक्साबोक्शी रडत होतो. हुंदक्यांनी माझं सगळं अंग हलत होतं. गालांवरून अश्रू ओघळत होते. आपलं लाडकं पाडस, आपल्यावर मनापासून प्रेम करणारं, आपल्यावर विश्वास ठेवणारं चिंगुलं पाडस, त्याला मारायचं. कारण तुमचे बाबा तुम्हाला तसं करायला सांगताहेत... नुसता असा विचार मनात आणला होता मी.

"हे भगवान, काय झालं काय तुला अचानक?"

माझ्या पाठीमागं बसलेला डॅन म्हणाला, "मी आत्ताच्या आत्ता हा इंटरव्ह्यू थांबवतोय. याचा निकाल फार तर अनिर्णित असा लागेल. माझे काही किमान व्यावसायिक निकष आहेत आणि इथली एकही गोष्ट त्याप्रमाणं नाहीय. चीफ, तुम्हाला माझ्याविरुद्ध तक्रार करायची असेल तर खुशाल करा. फक्त एक लक्षात ठेवा, की आत्तापर्यंत इथं जे घडलं ते सगळं शूट झालंय. पुरावा म्हणून मी ते वापरू शकेन."

त्यानं माझ्या अंगाला चिकटवलेल्या पट्ट्या काढायला सुरुवात केली. तो मोठमोठ्यांदा फुत्कारल्यासारखा श्वास घेत होता. म्हणजेच त्यालाही अँडीसारखाच या सगळ्याचा भयंकर राग आला होता. फरक एवढाच होता, की तो माझ्यावर नाही

तर चीफवर भडकला होता. "तू जाऊ शकतोस." त्यानं मला सांगितलं. हमसत हमसतच मी उभा राहिलो.

"मी जायला सांगेन तेव्हाच तो जाऊ शकतो."

तेवढ्यात ऑफिसर डेटननं विचारलं, "शूटींग थांबवायचं का आता?"

"हो रे बाबा." अँडी म्हणाला.

"मी जाऊ का?" मी रडत रडत विचारलं.

"चालता हो."

बाहेर लोरेन थांबली होती तिथं मी गेलो. तिनं माझ्याकडं बघितल्याबरोबर विचारलं, "ओडेल, काय झालं?"

"मला नको होतं," डोळे पुसत मी म्हणालो. मला काय म्हणायचं होतं की, माझ्या लाडक्या पाडसाला मला गोळी घालायची नाहीये. अर्थात लोरेनला हे कळलंच नाही.

"काय नको होतं... हां... काय केलं त्यांनी तिथं आतमध्ये?"

"तिथं त्यांच्याकडे लाय डिटेक्टिंग मशीन होतं. माझ्या अंगाला त्याच्या वायरी जोडल्या त्यांनी."

"काय?"

इतक्यात अँडी तिथं आला आणि ती त्याला म्हणाली, "लाय डिटेक्टर? तू या लाय डिटेक्टरबद्दल काही बोलला नव्हतास अँडी. तू फक्त कॅमेरा म्हणालास. हे काय चालवलं काय तुम्ही? काय भानगड आहे? लाय डिटेक्टर? तो नक्की काय, कसल्या प्रकारच्या थापा मारतोय असं वाटतंय तुला? शनिवार होता का रविवार होता ते? त्यानं आधीच सांगितलंय ना, की तो खूप प्यायला होता आणि तरीही तू त्याच्या वकिलाच्या परवानगीशिवाय पॉलिग्राफ टेस्ट करायला निघालास भाड्या? काय प्रकार आहे हा..."

"लोरेन, जरा सबुरीनं घे. या सगळ्याचा तुझ्याशी काहीही संबंध नाहीये."

"मढं बसवलं तुझं. संबंध नाहीये रे ए मुडद्या, ते तिकडं शोधताहेत ना, तो माझा भाऊ आहे, खून झालाय ती माझी मावशी होती आणि आता हा माझा मित्र. केवळ त्याची गाडी बंद पडली आणि तो या लफड्यात अडकला. बाकी कुठलंही कारण नसताना त्याला छळताय तुम्ही. भडवे साले."

"ठीक, पुरे."

"अँडी, तुला हे महागात पडणारे हां, सांगून ठेवते."

"आली मोठी सांगणारी."

ते दोघंही मारक्या म्हशीसारखे एकमेकांकडं बघत होते. आता मला फ्लॅगचं काही पडलं नव्हतं. लोरेन आणि अँडी माझ्यावरून भांडताहेत हे जास्त इंटरेस्टिंग होतं. लोरेन मला तिचा फ्रेंड म्हणाली होती. मी स्वत: ऐकलं होतं. आता लवकरात

लवकर ती या शब्दाला आणखी एक शब्द जोडेल अशी मला आशा होती. नुसता फ्रेंड नाही, तर बॉयफ्रेंड.

“ओडेल, चल आधी बाहेर पडू या इथून.”

माझं बखोटं धरून तिनं मला दाराच्या दिशेनं खेचायला सुरुवात केली. आम्ही बाहेर आल्यावरही तिचं खेचणं चालूच होतं. “हरामी साला. त्याला काहीही अधिकार नाही, बिलकूल नाही... तू काय सांगितलंस त्यांना?”

“विशेष काही नाही. माझं नाव, वय असंच. पण अँडीला डीनचा ठावठिकाणा हवा होता. मी सांगितलं की, अमेरिकेत आहे तो. मग का कोण जाणे पण तो एकदम भडकला... मग तो दुसरा माणूस म्हणाला की, इंटरव्ह्यू थांबवतोय म्हणून.”

“एवढंच झालं?” आम्ही तिची गाडी आणि माझा ट्रक यामध्ये उभे होतो. लोरेन सारखी मागे वळून पोलीस स्टेशनच्या दिशेनं बघत होती. अँडी पटकन एखादं मिसाईल वगैरे घेऊन आमच्यावर धावून येईल, असं बहुतेक तिला वाटत होतं.

“त्यानं थांबवलं आणि अँडी खवळला.”

“त्यांनी तुला काही मारहाण वगैरे केली नाही ना? शारीरिक काही नाही ना? कारण ते बेकायदेशीर आहे.”

“नाही.”

“तू बाहेर आलास तेव्हा जवळ जवळ रडत होतास. तू एवढा अपसेट झालास, म्हणजे त्यांनी नक्कीच काहीतरी केलं असणार.”

आता मी तिला काही हे सांगू शकत नव्हतो की ते मला फ्लॅगला गोळी घालायला लावत होते. तिला समजलंच नसतं. विशेषत: तिनं मला खास करून या पुस्तकाबद्दल कुणाशी बोलू नकोस असं सांगितल्यावर तर नाहीच नाही.

“कोल दिसायला कसा आहे?” मी विचारलं.

“काय?”

“तो कोल कॉनर्स, तो दिसायला कसा काय आहे?”

“कसा दिसतो? म्हणजे तो पण होता तिथं आतमध्ये?”

“नाही.”

“चाळिशीचा आहे. टक्कल पडायला लागलंय.”

म्हणजे तिच्या मते तो माझ्यापेक्षा दिसायला चांगला वगैरे नव्हता. माझं एक ओझं उतरलं. हा एक भुंगाच लागला होता माझ्या डोक्याला.

“तुला या पंचाइती कशाला हव्यात?”

“काही नाही, सहज. मी जरा चौकस आहे ना म्हणून.”

“ओडेल, तुला काही प्रॉब्लेम आहे का, म्हणजे जास्त वेळ मन एकाग्र करण्यात? तुला अशा टाईपचा काही प्रॉब्लेम आहे असं याआधी कुणी सांगितलंय का तुला?”

हे छान आहे. म्हणजे मला असा काही केमिकल लोचा असणं शक्यच नव्हतं. आत्ताच तर मी हे सिद्ध केलं होतं ना, फ्लॅगला गोळी घालताहेत यावर लक्ष केंद्रित करून. हे इतकं सॉलिड जमलं की तो इंटरव्ह्यूच बंद पडला. सगळ्यालाच फर्स्टक्लास बूच बसलं. त्यामुळं तिनं माझ्या बाबतीत असा आरोप करण्याला काही अर्थच नव्हता.

''नाही.''

''काय होतं की, कधी कधी तुझ्याशी बोलताना मला जाणवतं की तू दुसऱ्याच कुठल्या तरी स्टेशनावर आहेस. तू एकदम वेगळंच, विचित्रच बोलतोस.''

''असं काही नाहीये.''

''बरं, आता यापुढं जर कधी चीफ वेबनं तुला कोणतीही गोष्ट करायला लावली, इंटरव्ह्यू द्यायला लावला किंवा इतर काहीही, तर लगेच मला सांग, म्हणजे आपण तुझ्यासाठी एखादा वकील गाठू.''

''मला कुणी वकील नकोय, मी काहीही केलेलं नाहीये.''

''मग काय झालं? अरे बाबा ही अमेरिका आहे. तुझ्याकडे वकील नसेल तर तू संगलासच म्हणून समज.''

''मला आता घरी जायचंय.''

''तुला नक्की बरं वाटतंय का?''

''हो.'' मी म्हणालो. मला खरंच खूप मस्त वाटत होतं. लोरेनला माझी काळजी वाटत होती हे काय उगीचच नव्हतं. तिला नक्कीच माझ्याविषयी काहीतरी वाटत होतं हे तर उघड होतं.

''इथून सापडेल तुला?''

''मी हे गवत कापण्यासाठी कॅलिस्टोमध्ये एवढा फिरलोय ना, की मला ह्या गावातले रस्ते बऱ्यापैकी माहीत झालेत.''

''छान. फक्त ईगल अॅव्हेन्यूला जायचं टाळ. तिथं आंतरशालेय बेसबॉल मॅचेस चालू आहेत त्यामुळं ट्रॅफिक जॅम असेल.''

''तू काय त्या मॅचेसना जातीयेस का? मी पण येतो.'' किती मजा येईल. माझ्या मनात आलं, त्या तिथे स्टेडिअममध्ये आम्ही दोघं चिकटून चिकटून बसू आणि खात पीत आमच्या टीमला बकअप करू, कॅलिस्टो काउगर्स कमॉन काउगर्स! पण तिनं नाही म्हणून मान हलवली. कोल कॉनर्सचा मोठा मुलगा त्या टीममध्ये होता त्यामुळं कोल तिथं असणार होता आणि हिला शनिवारी दुपारी त्याचं तोंडही बघायचं नव्हतं.

''पण तो तर तुझा मित्र आहे ना?''

''आठवडाभर आम्ही एकत्रच तर असतो. मित्र असलो म्हणून काय झालं, मधून मधून ब्रेक हवाच ना ओडेल.'' मला हे पटलं. तेवढ्यात ती पुढं म्हणाली,

"शिवाय तिथं त्याची बायको पण असेल. ती तर माझ्या डोक्यात जाते. तर आता तू घरी जा, जमलं तर रात्री बोलेन फोनवर."

निरोपाचा हातदेखील न हलवता तिनं झूममध्ये गाडी काढली आणि ती गेली. तिच्या गाडीच्या एक्झॉस्ट पाईपमधून निघणारा धूर कोपऱ्यावर दिसेनासा होईपर्यंत मी बघत राहिलो. तिच्या गाडीला थोडं तेलपाणी करायला हवं होतं. मी मागे वळलो तर मला पोलीस स्टेशनच्या पायऱ्यांवर उभा असलेला चीफ दिसला. सिगारेट ओढता ओढता तो माझ्याकडंच बघत होता. तो फक्त सिगारेट ओढण्यासाठी तिथं थांबलाय असा माझा समज व्हावा, असं त्याला वाटत असावं पण मी हुशार होतो. त्याची मान जरी दुसरीकडे वळलेली असली, तरी नजर माझ्यावरच खिळलेली होती हे मला माहीत होतं. तो माझ्यावर उचकत होता, पण मी त्याचं काय एवढं घोडं मारलं होतं कोण जाणे.

मी ट्रकमध्ये बसणार तेवढ्यात माझा नवीन फोन वाजला. मी काढून बघितलं तर जिम रिकर लाईनवर होता. "काय ओडेल, कसा आहेस?" तो म्हणाला.

"ठीके बहुतेक."

"तुझा इंटरव्ह्यू झाला की नाही?"

"इंटरव्ह्यू?"

"मला कळलं की आज तुझा इंटरव्ह्यू घेणारेत, झाला का?"

"अं... हो."

"कसा काय झाला?"

"फारसा चांगला नाही."

"का रे बाबा?"

"माझा शनिवार रविवारचा गोंधळ झाला, त्यामुळं चीफ वेबला वाटतंय की मी सगळं खोटंच बोलतोय."

"अरे चीफ वेबचं कामंच आहे प्रत्येकावर संशय घ्यायचं."

"पण मी काहीही केलेलं नाहीये."

"चावून चोथा झालेलं वाक्य. पण कायद्याप्रमाणं काही गोष्टी कराव्याच लागतात. यात कधीकधी निरपराध माणसांची चौकशीसुद्धा येते."

"त्याला इतका संशय येतोय, की आत्ता या घटकेलासुद्धा तो माझ्यावर नजर ठेवून आहे."

"खरंच? मग त्याचा फोटो काढ आणि मला पाठव ओडेल. मला हा प्राणी कसा दिसतो ते बघायचंच आहे एकदा."

"ठीक, थांबा जरा..."

मी त्याच्या दिशेनं वळलो आणि पाच-एक सेकंद त्याचे फोटो काढले. शेवटी

त्याच्या ते लक्षात आलं आणि वैतागून त्यानं माझ्याकडं सरळ रोखून बघितलं. तोपर्यंत मी फोटो पाठवले.

जिम मला म्हणाला, ''हां मिळाले. दिसायला काही अगदीच वाईट नाहीये हां तो ओडेल.''

''भेटला म्हणजे कळेल आणि मुख्य म्हणजे माझा आज इंटरव्ह्यू होता, हे तुम्हाला कसं कळलं?''

''त्याची काळजी करत बसू नकोस. मी तुझा दोस्त आहे ओडेल आणि एक छोटा पक्षी नेहमी माझ्या सगळ्या मित्रांची खबर ठेवतो. अगदी ते कुठंही असले तरी.''

मी आजूबाजूला कुठला पक्षी दिसतोय का ते पाहिलं. एखाद्या वळचणीला बसला असणार आणि माझ्याकडे वाकून बघत असणार असं खरंच वाटलं मला, पण तिथं पायऱ्यांवर फक्त अँडी वेब होता. त्यानं आपलं सिगारेटचं थोटूक पार्किंगच्या दिशेनं भिरकावून दिलेलं मी पाहिलं. मग हा जिम रिकर मला म्हणतोय तशी माझी खबर कसा काय ठेवत होता? कदाचित स्पाय सॅटेलाईटनं तर नसेल? मी वर बघितलं पण ह्या गोष्टी दिवसा अशा नुसत्या डोळ्यांना दिसत नाहीत. त्या खूपच उंचावर असतात. होमलँड सिक्युरिटी. आता जसजसा मी याचा विचार करायला लागलो तसतशी माझी खात्री पटायला लागली. दहशतवादी आणि देशाचे शत्रू यांच्यावर लक्ष ठेवण्यासाठी त्यांच्याकडं हे महागडं आधुनिक तंत्रज्ञान असणार. मग त्याचाच वापर जिम म्हणतो तसा मित्रांसाठीही करता येणारच. आता सॅटेलाईटचं माझ्यावर लक्ष असलं म्हणजे भलतंच गंभीर प्रकरण झालं.

''बराय,'' मी आकाशाकडे बघून हात हलवला. त्याला आपल्या होमलँड सिक्युरिटीच्या ऑफिसात स्क्रीनवर दिसला असेल. हे ऑफिससुद्धा कुठंतरी डोंगरात, खडकात, जेम्स बाँडच्या सिनेमातल्यासारखं, शंकासुद्धा येणार नाही अशा ठिकाणी असणार. तिथं कॉम्प्युटर आणि आणखी कसली कसली यंत्रं असणार. चांगली भरभक्कम माणसं दुष्ट लोकांच्या कारवाया बघत असणार. ''मला कळलं.''

मी हात केला ते चीफ वेबनं बघितलं. त्यानं पण वर पाहिलं आणि मग पुन्हा माझ्यावर नजर रोखली. आता तो कसलाही आव न आणता सरळ माझ्याकडे बघत होता. मग डोकं हलवून तो आत गेला.

''छान आहे. ओडेल, आता एक लक्षात ठेव, आम्ही हे सगळं रिमोटनं चालवतोय. म्हणजेच तू आणि मी समोरासमोर भेटणार नाही. ते काम इतर लोक करतील. पोलीस वगैरे. समजतंय ना? आम्ही तुला कधीही दिसू शकणार नाही. का माहितीये? कारण तुझं आमिष दाखवलंय'' जिम म्हणाला.

''आमिष?''

"दहशतवाद्याला पकडायला."

"सॅमी बिन लादेनसारखा दहशतवादी?"

"नाही, डीन लोरीसारखा."

"अच्छा."

"कदाचित तुला तो अजूनही आपला मित्र आहे असं वाटत असेल. मी समजू शकतो पण कधीकधी आपले मित्रच आपल्याला दगा देतात. जेव्हा त्यांचा डाव आपल्या लक्षात येतो तेव्हा दोस्ती तुटते. डीन असा आहे, तो खुनी आहे, दहशतवादी आहे हे तुला माहीत नव्हतं. बरोबर?"

"नाही ना. मला तर धक्काच बसला."

"एकदम बरोबर. आता डीन तुझ्याशी संपर्क साधण्याचा प्रयत्न करू शकेल ओडेल. कारण त्याची आता इकडे आड आणि तिकडे विहीर अशी अवस्था झाली असणार. दोस्तीचा दावा करून तो तुझी मदत मागेल. इमोशनल अत्याचार. गाडीतून बॉर्डर क्रॉस करून दुसऱ्या देशात पोचव वगैरे सांगेल. असं काही म्हणालाच तो, तर तू काय करशील? म्हणजे डीन लोरीनं तुझी मदत मागितली तर?"

"मला आश्चर्य वाटेल." अर्थात कारण तो मेला होता आणि मी त्याला पुरलंही होतं. त्यानंतर त्यानं मदत मागितल्यावर मला आश्चर्य वाटणं स्वाभाविक होतं.

"अजिबात आश्चर्यचकित होऊ नकोस. असं होऊ शकतं आणि जर असं झालंच तर लगेच मला फोन कर. तू अजूनही यात गुंतलेला आहेस. महत्त्वाचा दुवा आहेस. पुन्हा एकदा तुझा इंटरव्ह्यू घेतला जाईल. कदाचित आजच. या केसवर ब्युरोनं अगदी कासवाच्या गतीनं काम केलंय यासाठी काही जणांना शिक्षाही होईल."

"ब्युरो?"

"एफबीआय. तुझ्या ह्या चिमुकल्या गावाकडं आता सगळ्यांचं लक्ष लागलंय आणि काय रे, तू अजूनही तुझा रिंगटोन बदलला नाहीस तो?"

"तुम्हाला कसं कळलं?"

पण त्यानं निरोप न घेताच फोन ठेवूनही दिला. या एजंट जिम रिकरची बोलायची पद्धत फार भारी होती, पण तो एकदम बिझी असणार त्यामुळं त्याला इकडच्या तिकडच्या गप्पा मारायला वेळच नसणार हे समजण्यासारखं होतं. तो चांगला वाटत होता. आम्ही प्रत्यक्ष भेटू शकणार नव्हतो हे वाईट होतं; पण एक बरं होतं, आम्ही भेटलो असतो तर मला त्याला तोंडावर खोटं सांगावं लागलं असतं. असा विचार मनात आल्यामुळं मला क्षणभर खूप वाईट वाटलं. माझ्यापुढं आता दुसरा पर्यायच नव्हता. डीनबद्दल खोटं बोललो नाही तर मी सॉलिड गोत्यात येणार होतो.

दहा

दिवसभर काय काय घडलं होतं. आता मात्र मला सरळ घरी जावंसं वाटत होतं. त्यापूर्वी मी बीअर आणि कॅप्टनची मोठी बाटली घ्यायला दारूच्या दुकानात गेलो. कार्ल्सबर्गवर स्पेशल ऑफर होती. मी ती घेतली. शिवाय व्हरायटी म्हणून चीटोस आणि डोरिटोसही घेतली. मधून मधून असा बदल केलेला तब्येतीला चांगला असतो. दाणेपण घेतले. पौष्टिक असतात. म्हणून तर माकडं आणि हत्तींचं आवडतं खाद्य आहे हे.

मग मी घरी आलो. येताना त्या ईगल ॲव्हेन्यूबद्दलचा इशारा विसरलो आणि ट्रॅफिकमध्ये अडकलो, पण शेवटी पोचलो एकदाचा. एकंदरीत सगळं चांगलं, माझ्या मनासारखं झालं होतं. काही माणसं प्रत्येक गोष्टीवरून कुरकुर करत राहतात. कायम वाईट बाजूचाच विचार करत बसतात पण मी तसा नाहीये. मी काही असा विचार करू शकत नाही. योडेरमध्ये असताना बापाशी झगडा व्हायचा, तेव्हाही इतरांसारखा मी कुढत बसायचो नाही. कॉर्की बुशचं त्याच्या बापाबरोबर बिलकूल पटायचं नाही. बापाचं स्वत:चं हार्डवेअरचं दुकान होतं आणि त्याला वाटायचं की, कॉर्कीनं आत्तापासून आपल्याला दुकानात मदत करावी म्हणजे पुढे तो आपलाच पिढीजात धंदा चालवू शकेल. मात्र कॉर्कीला भाईगिरी करायची होती. तो एखाद्या टपोरीसारखा बोलायचा. भेंचोद आणि भडव्याशिवाय त्याला दुसरे शब्द तरी माहीत होते का नाही कोण जाणे. तो ढगळे कपडे घालायचा. गावात हा एकमेव दादा होता. त्याची गँग वगैरे नव्हती, त्यामुळं तो एकटा पडायचा. मारामारी करायला, ड्रग्जचे व्यवहार करायला त्याला कोणी साथी नव्हते. त्याचा बाप सतत त्याच्यामागं दुकानाचा धोशा लावायचा. शेवटी कॉर्कीनं आपल्या भाईगिरीसाठी कुठून तरी पिस्तूल मिळवलं. त्याचं ओपनिंग बापावर करून तो पळून गेला. कॉर्की पुढं कोलोरॅडोत गेला. तिथं एका दुकानात त्यानं कुणाला तरी गोळ्या घातल्या. त्याला पकडण्यात आलं आणि तुरुंगात त्याला साथीदार मिळाले, द आर्यन

ब्रदरहूड. मग त्याची भाषाही बदलली असणार. जर तुम्ही फक्त वाईट विचारच मनात येऊ दिलेत, तर हे असं होतं. ते न करणंच शहाणपणाचं असतं.

मी बीअर फ्रीजमध्ये ठेवली आणि सोबतीसाठी टीव्ही लावला. तोपर्यंत अर्धी दुपारही संपली होती. यावेळी इतक्या लवकर फक्त बातम्यांच्या चॅनेलवरच्या बातम्या असतात. डीनविषयी नवीन काहीतरी दाखवतील म्हणून मी त्या बातम्या बघितल्या. ते कुठली तरी अफ्रिकेतली लढाई दाखवत होते. तिकडं काय म्हणा, सारख्याच लढाया चाललेल्या असतात. तिथं खरंतर एड्स हा रोग आणि उपाशी माणसं एवढंच तर आहे. मग हे लढतात तरी कशासाठी काय माहीत. लवकरच एकमेकांशी लढण्यासाठी सुद्धा अफ्रिकी लोक शिल्लक राहणार नाहीत. आजार नाही तर बंदुकीच्या गोळ्या यांना सगळेच्या सगळे बळी पडतील. पुन्हा एकदा जंगलराज सुरू होईल. इथून जाणाऱ्या टुरिस्टांचं स्वागत सिंह आणि झेब्रे करतील. मी या लोकांसाठी काहीही करू शकत नव्हतो. ही इतकी लहान लहान मुलं अंगात फक्त चिंध्या अडकवलेली आणि हातात एके ४७ पेललेली किंवा शरीरात एड्स भिनलेला. हे बघून माझा मूड गेला.

डीनसंबंधी काहीतरी कळेल म्हणून मी थांबलो होतो तेवढ्यात एका गाडीचा आवाज आला. मला वाटलं लोरेनच मला भेटायला आली असणार, पण मी बघितलं तर ती तिची गाडी नव्हती. दुसऱ्याच कुणाची तरी होती. कदाचित जिम रिकर म्हणाला होता तसं एफबीआयपैकी कुणीतरी माझा इंटरव्ह्यू घ्यायला आलं असेल, पण गाडीतून ऑफिसर डेटन उतरला. क्षणभरासाठी माझ्या पायाखालची जमीनच हादरली. आता हा काय पुन्हा ते थडगं शूट करायला आलाय की काय असं मला वाटलं. मग मी बघितलं तर त्याच्याकडे कॅमेरा नव्हता. पण मग तो इथं कशाला कडमडला होता?

तो पायऱ्या चढून वर आला आणि एकदम सलगीनं म्हणाला, ''हॅलो.'' शनिवारी सकाळी आणि दुपारी कराव्या लागलेल्या कामामुळं त्रासलेला नव्हता वाटत. त्यानं युनिफॉर्मही घातला नव्हता म्हणजे तो ऑफिसच्या कामाला आलेला नव्हता. मी दार उघडलं आणि आम्ही हॉलमध्ये गेलो.

''बीअर घेणार?''

''चालेल ना.''

''आजच्या दिवसातलं पोलिसी काम संपलं का?''

''झालं बुवा एकदाचं.''

मी थंड बीअर आणली त्यानं ती उघडली. ''रेड सॉक्स गेम बघत नाहीयेस?''

मी ते बघत नव्हतो हे त्यानं बघितलं होतं, पण त्याला काय म्हणायचंय ते मला कळलं आणि मी शोधाशोध करून तो चॅनेल लावला. त्याला, एका पोलिसाला

खूश केलं म्हणजे मला बरं होतं. तो थोडा वेळ बघत बसला. कुणीतरी चांगलं खेळल्यावर त्यानं ओरडून दादही दिली. मग त्यानं पुन्हा माझ्याकडं पाहिलं. जणू काही तो स्वत:च्या घरी टीव्ही बघत नसून दुसरीकडंच आहे आणि तिथं मी सुद्धा आहे हे आत्ताच त्याच्या लक्षात आलं होतं.

"काय मग, बरीच गडबड झाली ना आज तुझी? मी ओडेल म्हणू का तुला?"

"हो, चालेल."

"मी लॅरी. तो तुझा सकाळचा इंटरव्ह्यू म्हणजे चीफ वेबनं घातलेला मस्त गोंधळ होता."

"ठीक होता की."

"तुझ्यासाठी ठीक होता. तू सरळ निघून गेलास पण चीफची वाट लागली. त्याला तुझ्याकडून आणखी माहिती हवी होती. कसंही करून तुझा या खून प्रकरणाशी खूप खोलवर संबंध आहे असं त्याला दाखवायचं होतं. शिवाय जमलंच तर दहशतवादी गटाशीही. तू खरंच यात कशात गुंतलेला नाहीयेस ना ओडेल?"

"माझी गाडी बंद पडली आणि खूप तहानही लागली होती म्हणून पाणी मागायला मी इथं आलो."

"कुणाच्याही बाबतीत केव्हाही काहीही होऊ शकतं हेच खरं. निव्वळ योगायोग. चुकीची जागा, चुकीची वेळ आणि फसलातच समजा तुम्ही. जरी तू काहीही केलं नसशील तरी अशा वेळी, अशा ठिकाणी नुसतं हजर असणं सुद्धा धोकादायक असतं."

"मी काहीही केलेलं नाही, पण इथे हजर आहे."

"मला माहीत आहे. पोलीस एका नजरेतच अपराधी आणि निरपराधी यांना पारखू शकतात. अर्थात चीफ वेबची ही नजर कमजोर होत चाललीये."

"मला वाटतं की मी त्याला बिलकूल आवडत नाही."

"शक्य आहे. काहीही कारण नसताना एखादी व्यक्ती त्याला आवडली नाही, असं होऊ शकतं. माझ्या हे बरोबर लक्षात आलंय."

आम्ही थोडा वेळ टीव्ही बघितला. मग लॅरी म्हणाला, "तुला माहितीये, आज त्यानं तुझ्या बाबतीत जे केलं त्यासाठी त्याच्यावर ॲक्शन घेता येईल."

"हो?"

"होय. ज्या प्रकारे त्यानं तुला रडवलं आणि तरी त्याच्या हाती काहीच लागलं नाही हे प्रोफेशनली त्याच्यासाठी अतिशय वाईट आहे."

"मला त्यानं नाही काही रडवलं."

"शेवटी तुझ्या डोळ्यांत पाणी होतं. नंतर मी त्याबद्दल डॅन ओबेर्स्टशी बोललो. तो म्हणाला की, आत्तापर्यंत तरी त्यानं इतक्या वाईट प्रकारे घेतला गेलेला इंटरव्ह्यू आणि पॉलिग्राफ पाहिला नाहीये. डॅन एकदम तरबेज आहे आणि तो काम

करत असताना असं चीफसारखं कुणी मध्ये पचकलं तर तो खवळतो. त्याला हे सहन झालं नाही आणि मग त्यांनी सगळं थांबवलं. तो म्हणाला की तुझ्याइतकं कुणी भावनाविवश झालेलं पण त्यानं बघितलं नव्हतं. पॉलिग्राफसाठी तू लायक नाहीयेस. त्यानं कारण नाही सांगितलं, पण त्याचं मत महत्त्वाचं असतं आणि अधिकारीवर्गातही मान्य होतं.''

''बरं. पण खरंतर मी नाटक करत होतो.''

''हं... हं... इथं बरेच रिपोटर्स वगैरे चकरा मारतात का?''

''आता नाही. आधी आले होते. आता सगळ्यांना डीनबद्दल उत्सुकता आहे, माझ्याबद्दल नाही.''

''हो खरंच. डीन म्हणजे ताजा खबर आहे. त्याच्या विषयीची माहिती ही चॅनेलवाल्यांसाठी लाखमोलाची आहे. ते घसघशीत किंमत मोजतील अशा माहितीसाठी. पण नवीन काहीतरी हवं, जुनं उगाळलेलं नको. या गवत कापणीत कितीसा पैसा मिळतोय तुला ओडेल?''

''ठीक चाललंय.''

''नुसतं ठीक? अरेरे.''

आता माझी ट्यूब पेटली. त्याला काय हवंय ते माझ्या लक्षात आलं. माझ्याकडून डीनबद्दल काही नवीन मिळालं तर त्याला हवं होतं. ते घेऊन मग तो टीव्हीवाल्यांकडे गेला असता पण मी आधीच सांगितलं तर होतं. थोडं खरं, थोडा मसाला मिसळून, आता त्यापेक्षा वेगळं असं काहीही माझ्याकडे नव्हतं. आत्तापर्यंत मी खूप बोललो होतो त्यामुळं त्याच्या हाती आणखीन काहीही लागणार नव्हतं. मुख्य म्हणजे माहिती देण्यासाठी टीव्हीवाल्यांकडून जर काही पैसा मिळत असेल तर मी त्यात या लॅरी डेटनला भागीदार कशाला करू? त्याचा काय संबंध?

''मला वाटलं की तुला त्या इंटरव्ह्यूची आणि पॉलिग्राफची कॉपी हवी असेल स्वत:कडे ठेवायला, तुझ्या रेकॉर्डसाठी किंवा तुझ्या वकिलाला द्यायला म्हणून.''

''मी वकिलाकडे गेलोच नाहीये. मी काहीही केलेलं नाही.''

''अरे मला माहितीये, पण पुढं भविष्यात तशी वेळ आलीच तर वकीलच तुला सोडवू शकेल.''

''कसा काय?''

''कोर्टात ठामपणे सांगेल ना तो की तुला मुद्दाम छळलं. ऑफिशियली चीफ वेब बेजबाबदार आहे हे तर झालंच, निरपराधाला असं वागवल्याबद्दल जाब विचारला जाईल त्याला. आता केवळ मला उत्सुकता म्हणून विचारतो, तू तिथं आलास तेव्हा आपला पॉलिग्राफ काढला जाईल अशी शंका तरी आली होती का तुला?''

''नाही ना. मला एकदम आश्चर्याचा धक्काच बसला.''

''मी समोरच्याकडं नुसतं बघूनच सांगू शकतो. डॅन ओबेर्स्ट सुद्धा. आरोप जर सिद्ध व्हायला हवा असेल तर अशा प्रकारचा माणूस तुमच्या टीममध्ये हवाच. टेप केलेल्या पुराव्याला साक्ष म्हणून. ओबेर्स्टचा कारभार एकदम स्वच्छ आणि प्रोफेशनल आहे. तुमच्याच बाजूनं हवा तो, विरुद्ध पक्षाच्या नाही. असं झालं म्हणजे समोरच्याला शिक्षा ही होणारच. केस चालवणं एकदम सोपं.''

''शिक्षा? मी काही केलं नाहीये.''

''अरे मी म्हणतोय, तू केस करायचीस, म्हणजे तुझ्या वकिलानं, चीफ वेबविरुद्ध.''

''चीफ वेब?''

''होय. तुला असा जाळ्यात पकडून त्यानं तुला कायद्यानं देण्यात आलेल्या हक्कांवर गदा आणली हा फार मोठा गुन्हा आहे. शिवाय नंतरही गप्प न बसता त्यानं सगळ्याची वाटच लावली. त्याला खरंच वाटत होतं की तुला डीनचा ठावठिकाणा माहीत आहे. त्यामुळं तर गोंधळ झाला आणि तो खवळला.'' लॅरीनं बीअरचा घुटका घेतला. ''पण हे कोर्टापर्यंत जाणारच नाही.''

''जाणार नाही?''

''शक्यच नाही. कारण तसं झालं तर पोलीस खात्याला वेबसाठी वकील नेमावा लागेल. कारण जे घडलं ते पोलीस स्टेशनमध्ये घडलंय. तिथं ऑफिशियल काम चालू होतं तेव्हा घडलंय. हा प्रकार कोणत्याही मिडियाला कळण्याचा धोका पत्करला जाणार नाही. टेप बघितल्यावर तर नाहीच नाही. तुझं तोंड बंद राहण्यासाठी आणि ती टेप बातमीदारांच्या हाती लागू नये यासाठी ते वाटेल तेवढी किंमत देतील. तुझ्या वकिलाच्या कौशल्यानुसार तुला लाख-दोन लाख सहज मिळतील. ताबडतोब एखादा वकील गाठ, हाच माझा सल्ला आहे. फक्त तुला त्या टेपशिवाय केस उभी करता येणार नाही. तुझा वकील कोर्टात खात्याकडून टेप मागू शकेल आणि कायद्याप्रमाणं आम्हाला ती द्यावीही लागेल. पण शक्यता अशी आहे की, येत्या चोवीस तासांत ती टेप गायबच होईल. वेबला त्या इमारतीत कुठंही शिरकाव आहे. अगदी रेकॉर्ड्स विभागातसुद्धा. टेप नष्ट करायला त्याला दोन मिनिटंसुद्धा पुरतील. ओडेल, ही टेप म्हणजे इतिहास आहे. ती जाळली, कुठंतरी पुरली, कुणालाही सापडू नये म्हणून नदीत फेकली तर मग टेप नाही म्हणून केस नाही आणि केस नाही म्हणून नुकसान भरपाई नाही. मग आयुष्यभर गवत कापत बसायचं.''

''त्यानं आत्तापर्यंत गायब केलीही असेल.'' मी माझे विचार मोठ्यांदा बोलून दाखवले.

''कदाचित हो, पण म्हणून तर मी इतक्या फटाफट त्याची एक कॉपी तयार केली.''

“तू डुप्लिकेट केलीस?”

“हो. तुला हवीये का ती?”

“चालेल मला वाटतं.”

“मला वाटलंच तुला हवी असेल नुकसान भरपाई. अगदी नक्की. तुला पाचेक लाख मिळतील, कदाचित त्यापेक्षाही जास्त. केवळ मी दूरदृष्टीनं कॉपी केली म्हणून. हे जर उघडकीला आलं तर माझी पोलीस खात्यातली करिअर बरबाद होईल. त्यांना नक्कीच कळेल की हे मी केलंय. मला कोर्टात साक्षीदाराच्या पिंजऱ्यात उभं करून प्रश्नविचारले जातील. शेवटी माझी नोकरी जाईल, आणि का, तर मी एका माणसाला मदत करायला गेलो म्हणून.”

“थँक्यू.”

“तर आता माझ्या या जाणाऱ्या नोकरीसाठी, हा धोका पत्करण्यासाठी मला भरपाई हवीये.”

“पैसे?”

“किंवा सोन्याची वीट असली तरी चालेल.” तो मोठ्यांदा हसला.

“किती?”

“एक मिनिट थांब. माझा असा अंदाज आहे की, आत्ता इथं तुझ्याकडं फारसे पैसे नाहीयेत. असते तर तू असं गवत कशाला कापत बसला असतास, बरोबर ना?”

“मला दुसरी नोकरी मिळतीये.”

“ठीक आहे, पण तू काही बँक ऑफ अमेरिकेचा मुख्य वगैरे होणार नाहीयेस.”

“नाही, तुरुंगातली नोकरी आहे.”

“तुरुंगातली? गंमत करतोयस का? तिथं काय किचनमध्ये? तिथले विश्वस्त तसली कामं करतात. हो का नाही?”

“गार्डचं काम आहे.”

मी काहीतरी जोक सांगितल्यासारखा तो हसला. त्याला खरंच मनापासून हसू येत होतं. “हे बघ ओडल, तुला काही खरंच तिथं नोकरी करायची नाहीये. सगळ्यांत घाणेरडं, खालच्या पातळीवरचं काम आहे हे. चल सोड, नाहीतरी ते काही तुला नोकरीवर ठेवणं शक्य नाही.”

“का नाही?”

लॅरीनं आपल्या सहनशक्तीचा अंत होत असल्यासारखा सुस्कारा टाकला. त्याच्या चेहऱ्यावरचं हसू मावळलं होतं. “तू त्या टाईपचा नाहीयेस. अशा प्रकारच्या कामासाठी एकदम राकट, दांडगट माणसं लागतात. ओडेल, तू तसा टफ नाहीयेस.”

“मी चांगला धिप्पाड आहे.”

“हो, बरोबर आहे पण धिप्पाड म्हणजे टग्या नाही. मी जसं सांगतोय तसं केलंस तर आयुष्यभर गार्डचं काम करून मिळतील त्यापेक्षा जास्त पैसे कमावशील. अर्थात यासाठी तुला चांगला वकील मिळायला हवा. या टेपमुळं तुझं भविष्य एकदम चकाचक होईल. खात्रीनं.”

“माझ्याकडं पैसे नाहीयेत, म्हणजे जास्त नाहीयेत.”

“मला कल्पना आहे. म्हणून तर मी पुढचा पण विचार केलाय. टक्केवारी. तुझा वकील पण असंच काम करेल. असं कमिशनवर काम करायचं म्हटलं तर वकिलाला तुझी बाजू नीट मांडावीच लागेल. कारण तू जेवढं जिंकशील, निदान सहा आकडी तरी, तेवढी त्याची फी वाढेल. काय वाटतंय तुला?”

“हो, बहुतेक.”

“बहुतेक काय, बरं. पहिल्यांदा, ही टेप तुला किंवा तुझ्या वकिलाला देण्यासाठी आपल्यात एक कायदेशीर कॉंट्रॅक्ट करावं लागेल. तुला पोलीस खात्याकडून जी रक्कम मिळेल, त्याचा काही भाग तू मला द्यायचास. तुला भरपूर पैसे मिळतील त्यामुळं सगळ्यांचीच व्यवस्थित चंगळ होईल.”

“तुझी नोकरी गेली, बाकीच्या पोलिसांशी तू पंगा घेतलास, तरी तुला काहीच फरक पडणार नाहीये?”

त्यानं हातातलं बीअरचं डबडं खाली ठेवलं. तो गंभीर झाला होता. “मस्करी करू नकोस. माझी क्लासची फी सुटावी म्हणून मी ही नोकरी पत्करली होती. नोकरी सांभाळून मी क्लासला जायचो. हे पैसे मिळाले तर मी पूर्ण वेळ शिक्षण करून ते लवकर आटपेन. कारण फीची सोय तर झालेली असेल ना.”

“कसला क्लास?”

“सगळ्यांत उत्तम क्लास. मी लॉ शिकतोय, कायद्याचा अभ्यास.”

“अच्छा.”

तो उठला. “काय मग, करायची पुढची व्यवस्था?”

“बहुतेक.”

“वकील बघ आणि मला कळव. माझा नंबर डिरेक्टरीत आहे.”

किचनमधला फोन वाजायला लागला.

“मला बाहेरपर्यंत सोडायला यायची गरज नाही.” लॅरी दाराकडे जाता जाता म्हणाला. मी किचनमध्ये गेलो.

“हॅलो?”

“ओडेल, मी मी लोरेन. ते इथं आले होते आणि आता तुझ्याकडंच निघालेत.” ती एकदम हायपर झाली होती.

"अगं कोण?"

"एफबीआय. मला डीनबद्दल भरपूर काय काय विचारलं. आता तुला भंडावतील. तयार राहा."

"बरं, बरं. मला वाटलंच होतं ते येतील म्हणून."

"ते येतील असं वाटलं होतं?"

"ते आज इंटरव्ह्यू घेतील असं मला कळलं होतं. खरंतर आधीच व्हायला हवं होतं. ब्युरो खूप सावकाश काम करतोय याबद्दल जबाबदार व्यक्तीला शिक्षा होईल."

"काय बडबडतोयस तू?"

"मला एका छोट्या पाखरानं सांगितलं."

"ओडेल, तू प्यायलायस का?"

"हो, पण फक्त बीअर."

"बरं, पण आता पिणं थांबव. ते येतील आणि प्रश्नविचारतील तेव्हा तू शुद्धीत असायला हवास. काय सांगायचं नाही, ते लक्षात आहे ना?"

"अं..."

"तो समलिंगी होता ते, आपलं बोलणं झालंय याबद्दल."

"हो, पण आता कुणाकडे तरी त्या ओकीडोकी क्लबमधली डीनची फिल्म आहे ना."

"याचा अर्थ तो समलिंगी आहे असा होत नाही. हे सिद्ध नाही होत. शनिवारी रात्री तो तिथं होता एवढंच फारतर सिद्ध होतं यावरून. याविषयी तू सांगायचंस, की तुझा वारांचा गोंधळ झाला. ओडेल शनिवारी नाही, तर रविवारी. त्या दिवशी तुम्ही भेटलात. ठीके? नाहीतर अँडी वेबसारखाच त्यांना पण तुझाच संशय येईल. आणखीन पण काय काय बोलायचं नाही हे माहितीये तुला."

"अं..."

"ते पॅकेट ओडेल, ते सालं पॅकेट. तुला कोणतंही पॅकेट मिळालेलं नाही. यापुढंही मंगळवारी पॅकेटबिकेट मिळणार नाहीये. कारण असलं कुठलं पॅकेट अस्तित्वातच नाहीये, समजलं?"

"बरं."

"तोंड चांगलं स्वच्छ धू, बीअर ठेवून दे. आत्ताच्या आत्ता."

"नंतर काय तू येणारेस का?"

"मी फोन करेन. नको नाहीतर, ते लोक गेले की तूच फोन कर. मग आपण काय काय झालं त्याबद्दल सविस्तर बोलू."

"म्हणजे मी काय सगळं लिहून काढायचंय की काय? त्यांना ते विचित्र वाटेल ना."

"लक्षात ठेव सगळं ओडेल, मनात टिपून ठेव. संपल्यावर मला नक्की फोन कर आणि आता गोंधळ करू नकोस, नाहीतर ते परत परत येत राहतील आणि प्रत्येक गोष्टीत नाक खुपसत राहतील."

तिनं फोन ठेवला. मी जाऊन दात घासणं, केस विंचरणं यात वेळ वाया घालवला. खरंतर माझे केस इतके छोटे आहेत की ते विंचरण्याची गरजच नाहीये. पण हे केल्यावर एफबीआयला सामोरं जायला माझी तयारी होईल असं मला वाटलं. मी पुढच्या दाराशी जाऊन त्यांची वाट बघू लागलो. लॅरी डेटन गेला होता त्यामुळं अंगण रिकामं होतं. बऱ्याच वेळानं त्यांची भलीमोठी निळी फोर्ड गाडी येऊन उभी राहीली.

सुटाबुटातले दोघं जण होते. त्यातल्या एकाला चश्मा होता. त्यांनी वर आल्यावर आपली नावं एजंट क्रॉस आणि एजंट डीडल अशी सांगितली. डीडल चश्मेवाला होता. मी त्यांना आत घेऊन आलो आणि बसवलं. ते माझी मुलाखत घ्यायला लागले. मी परत सगळे डीटेल्स सांगत बसत नाही, पोलिसांना जे जे सांगितलं होतं ते ते सगळं मी जसंच्या तसं यांना सांगितलं. इथं परत तेच सांगणं कंटाळवाणं होईल ना. फक्त यावेळी मी गाडी बिघडली तो दिवस रविवार असणार असं म्हटलं. शनिवार नाही. त्यांनी पुन्हा एकदा पोलिसांनी विचारले होते तेच प्रश्नविचारले. मी त्यांना मागच्या अंगणातदेखील नेलं आणि तो ढिगारा दाखवला. पोलिसांनी तिथं दोनदा खणलं आणि आत काहीही नाहीये ते तपासून टेप केलं हेही मी सांगून टाकलं. एजंट क्रॉस म्हणाला की हे त्यांना माहितीये कारण हे सगळं रिपोर्टमध्ये आहेच. ते तासभर तरी होतेच. मग माझ्या सहकार्याबद्दल आभार वगैरे मानून निघून गेले. आत्तापुरतं तरी हे उरकल्याचं मला समाधान वाटलं. मग मी नवीन मोबाइलवरून लोरेनला फोन लावला.

"काय कसं काय झालं?" तिला जाणून घ्यायचं होतं.

"मस्त झालं. आत्ताच गेले ते."

"नको ते काही बोलला नाहीस ना तू?"

"नाही."

"छान झालं. हे भगवान, काय धावाधाव झाली आज आणि आठवडा संपलाय. आठवडाअखेर मला आराम करायचा असतो. हे असं चीफ वेबशी वादावादी करायची, एफबीआयच्या प्रश्नांना उत्तरं द्यायची, खून झालेल्या मावशीच्या फ्युनरलची व्यवस्था करायची हे म्हणजे फारच भारी झालं. पार थकून गेलीये मी."

"मी यायला हवंय का?" जरा मसाज वगैरे करून दिला तर तिला बरं वाटेल, त्यातनं पुढंही आणखी काही घडू शकेल असं माझ्या मनात आलं.

"नको. छानपैकी गरम पाण्यानं अंघोळ केली आणि मस्त पाय पसरून निवांत बसायला मिळालं की बरं वाटेल मला."

"मी तुझी पाठ चोळून देऊ शकेन ना."

"नको. माझ्याकडं तो पाठीचा ब्रश आहे, खऱ्या स्पंजाचा. ओडेल, तू पण स्वस्थपणे अंघोळ कर माझ्यासारखाच. तुलाही हा दिवस चांगलाच धावपळीचा गेलाय. डीन सापडेपर्यंत आपल्यावर असाच दबाव राहणार आहे. मला तर वाटतंय तो साठ मिनिटं म्हणून कार्यक्रम असतो ना, त्यात आता बोलावतील मला आणि विचारतील, या दहशतवादी गटात सामील झालेल्या भावाबरोबर लहानाचं मोठं होताना कसं वाटलं वगैरे. अर्थात, अशा मुलाखतींचे पैसे नाही मिळत."

"पण बाकीचे चॅनेलवाले देतात पैसे. मला जवळजवळ पन्नास डॉलर्सची लालूच दाखवली होती."

"इतर कार्यक्रमांना असा भाव नाहीये ओडेल, आणि मुख्य म्हणजे ही फक्त पैशांची बाब नाहीच. डीनची बाजू मांडायचीये, सरळ आणि स्वच्छ."

"तेवढा समलिंगी संबंधांचा भाग सोडून."

"बरोबर. मात्र अँडी वेबनं आता ते ओकीडोकी क्लबचं सगळीकडं पसरवता कामा नये. वाटत तरी नाहीये तो असं काही करेल असं. मला म्हणायचंय की, ही ऑफिशियल पोलीस प्रॉपर्टी आहे. तो काही बाहेर त्याचा लिलाव मांडू शकणार नाही. मुख्य म्हणजे याचा डीन दहशतवादी असण्याशी काहीही संबंध नाहीये. शिवाय तो तिथे होता यावरून त्याच्या लैंगिक संबंधाबद्दल काहीही सिद्ध होत नाही. मुस्लीम तर समलिंगी संबंधांच्या बाबतीत फार कडक आहेत. छी, त्यांना तर बेवडे पण नाही चालत. डीनला तर हे सगळं अतिशय प्रिय आहे. दारू, ड्रग्ज आणि जे काही असेल ते. म्हणजे तो सच्चा मुस्लीम बनूच शकत नाही पण याच्याशी कुणालाही काहीही देणं घेणं नाहीये. तो पकडला गेला, की हे दहशतवादी संबंधच त्याला आयुष्यभर तुरुंगात डांबायला पुरेसे आहेत. तू ऐकतायस ना ओडेल?"

"अं... हो, तुला कुणी वकील माहितीये?"

"आहेत एकदोघं. पण चांगले नाहीयेत. डीनला यातून सुटायला एकदम फर्स्टक्लास वकील लागेल. म्हणजे जर तो केचमला मारण्यापूर्वी सापडला तर. जर त्यानं केचमला उडवला आणि मग तो पोलिसांच्या हाती लागला, तर कुणीही त्याला वाचवू शकणार नाही. तो संपलाच म्हणून समज."

"नाही, तसं नाही, मी माझ्यासाठी म्हणतोय."

"तुला वकील कशाला हवाय? परत अँडीनं पोलीस स्टेशनला नेलं आणि त्रास दिला तर?"

"तसंच काहीसं."

"जरा थांब. तो तसं पुन्हा करतोय का ते बघ तर खरं. आता एफबीआयवाले पण आपल्याशी बोललेत म्हटल्यावर कदाचित आपले इंटरव्ह्यू घेणं संपलं असेल."

"म्हणजे असं आहे... काय माहीत, कदाचित मी तुरुंगात गार्डचं काम करायला बरोबर नाहीये, फिट नाहीये."

"अरे नक्की आहेस. मी सांगितलं ना तुला, कोलशीही बोललीये मी. आता तू फक्त ठरल्याप्रमाणं शुक्रवारी त्याला भेट आणि तू मंदबुद्धी नाहीयेस एवढं सिद्ध कर म्हणजे ही नोकरी तुला मिळालीच म्हणून समज. आता आयत्यावेळी मला तोंडघशी पाडू नकोस."

"मला काय वाटतंय, कदाचित, मी तितका टग्या नाहीये."

"तू काय बडबडतोयस, तुझ्यासारखा धिप्पाड तरणाबांड माणूस? उगीचच स्वत:विषयी मनात शंका येऊ देऊ नकोस. अशा वेड्या वाकड्या नकारार्थी विचारांनी आपण आतून पोखरले जातो. मी यावर एक छान पुस्तक वाचलंय आणि मला ते पटलंय. आता असले विचार ताबडतोब डोक्यातून काढून टाक."

तिनं फोन ठेवला. पुन्हा एकदा मी तिला माझ्या नव्या फोनबद्दल सांगायला विसरलो. पुढच्या वेळी. एक विचार मात्र राहून राहून माझ्या मनात येत होता, की तिला असं का वाटतंय की ती ओकीडोकीमधली डीव्हीडी ही पोलीस प्रॉपर्टी आहे आणि ती बाहेर विकता येणार नाही म्हणून? खरंतर लोरेनच्या डोक्याला अनेक भुंगे आहेत, भरीत भर म्हणून हे कशाला हवंय?

त्या फ्रेंच पदार्थांनी काही माझं पोट भरलेलं नव्हतं म्हणून मग मी खाली जाऊन मधल्या वेळेला खाण्याजोगं असं काही फ्रीजरमध्ये आहे का ते बघितलं. चीज केक, मक्याचे पॅटीस आणि टेटर टॉट्स असं काही काही मला मिळालं. फक्त चीज केक रूम टेंपरेचरला येईपर्यंत थांबणं भाग होतं म्हणजे हे डेझर्टला झालं असतं. मग मी शांतपणे बसून लॅरी डेटननं त्या टेपबद्दल जे सांगितलं त्यावर विचार केला. टेटर टॉट्स आणि पॅटीस शिजेपर्यंत मी खूप उलटसुलट विचार केला. डीश समोर घेईपर्यंत माझं काहीच ठरत नव्हतं. आता शांत झोपू आणि उद्या सकाळी बघू एवढंच मी ठरवू शकलो. हे छान अमेरिकन खाणं होतं. खाल्ल्यावर खूप बरं वाटलं. नंतर मी टीव्हीचा फक्त आवाज बंद केला आणि तिथंच समोर सोफ्यावर एक डुलकी काढली. ब्रीच्या खोलीत एक रात्र काढल्यावर नंतर मी रोज डीनच्याच खोलीत झोपत होतो. दोन्ही खोल्यांत मला काहीतरी भयानक स्वप्न पडतील असं वाटलं होतं, पण तसं काहीही झालं नव्हतं. यावरून माझ्या मनात आता अपराधीपणा वगैरे काही नव्हता हे तरी नक्कीच सिद्ध होत होतं.

पण आत्ता सोफ्यावर पेंगता पेंगता मला अतिशय भयंकर स्वप्न पडलं. त्याचं असं झालं, मी गाडीतून जातोय, गाडी मस्त चाललीये, डीन बाजूला बसून गांजा ओढतोय आणि खिडकीतून बाहेरची मजा बघतोय. मला खिडकी बाहेरचं काहीही दिसत नव्हतं त्यामुळं आम्ही नक्की कुठं होतो ते मला कळलं नाही. डीन मला जसा आठवत होता

अगदी तसाच दिसत होता. फक्त आता त्याच्या अंगात कैदी घालतात तसले चौकटीचे कपडे होते पण तो तुरुंगात नव्हता, तर माझ्या गाडीत होता.

तेवढ्यात माझ्याकडं वळून तो म्हणाला, ''मी केवळ तिला चिडवण्यासाठी केलं हे. जोक म्हणून.''

''कुणाला चिडवण्यासाठी?''

''ब्रीला, दुसऱ्या कुणाला? मी लहान होतो तेव्हापासून ती मला मी चर्चमध्ये जात नव्हतो म्हणून मारत असे. मी ख्रिस्ताला मानावं म्हणून हात धुऊन माझ्या मागे लागायची. म्हणून मग मी पण तिला उचकवण्यासाठी काही मुस्लीम ग्रंथ मिळवले आणि तिला सांगितलं की मी आता चर्चमध्ये नाही, तर मशिदीत जाणारे म्हणून. इथं एखादी मशीद असती ना, तर मी खरंच गेलो पण असतो. पण इथं मशीदच नाहीये. ऐकून तिला फेफरंच आलं. जाम हायपर झाली. म्हणाली, की माझ्या आत्म्यालाच धोका आहे. मी गंमत करत होतो. नंतर मात्र मी ती पुस्तकं वाचली. जसजसा वाचत गेलो तसतसं मला वाटायला लागलं की यात पॉईंट आहे, शहाणपण आहे आणि मला याची गरज आहे. सगळ्यांनाच असते. म्हणून मग मी पिणं सोडायचं ठरवलं. दारू अतिशय वाईट आहे. डुकराचं मटण खायचं नाही. एवढं करून कसं वाटतंय ते मला बघायचं होतं. सुरुवातीला छोटी छोटी पावलं टाकायची. मुस्लीम व्हायचं, पण हळूहळू, थोडं थोडं करून बघायचं कसं काय जमतंय ते. अजून नक्की धर्मांतर करायचं ठरवलं नव्हतं. कळलं ना?''

''मग काय झालं?''

''तू मला मारलंस मूर्खा. आता मला कधीच कळणार नाही, की मी एक सच्चा मुस्लीम होऊ शकलो असतो का ते. हे जर मला समजलं असतं तर माझं संपूर्ण आयुष्यच बदलून गेलं असतं. तू सगळा घोळ केलास ओडेल, भडवा मादरचोद साला.''

त्यानं एकदम पुढे वाकून स्टीअरिंग व्हीलच पकडलं आणि आम्ही एका कड्यावरून खाली कोसळलो. तिथं असा काही कडा आहे हेही मला माहीत नव्हतं. खाली पडताना तो आपल्या भेसूर आवाजात गायला लागला, ''आय ॲम अ लिटिल टीपॉट शॉर्ट अँड स्टाउट, हीअर इज माय हँडल हीअर इज माय स्पाउट...'' बराच वेळ आम्ही खाली जात होतो. आम्ही दरीचा तळ गाठला, तेव्हा मला ताडकन जाग आली आणि जणूकाही त्या सोफ्यावर निखारे पसरलेत अशा वेगानं मी तिथून उठलो. या गडबडीत मी दाणकन खाली पडलो. मला धड श्वाससुद्धा घेता येत नव्हता. घुसमटायला होत होतं, घाम फुटला होता. पाण्याबिण्यात गटांगळ्या खाल्ल्यासारखी अवस्था झाली होती माझी. थोड्या वेळानं मी भानावर आलो. तरीही एखाद्या पंपासारखी माझ्या छातीची धडधड सुरूच होती.

मी घामानं निथळत होतो आणि त्यामुळं अंगाला वासही मारत होता. परत अंघोळ केल्यावर मला जरा बरं वाटलं, पण खूप नाही. तोपर्यंत चीजकेक नॉर्मल टेंपरेचरला आला होता. मी अर्धा केक खाल्ला, उरलेला अर्धा उद्यासाठी फ्रीजमध्ये ठेवून दिला. मग मी जरा माणसात आलो. शेवटी ते एक स्वप्न तर होतं. त्यामुळं इतकं भांबावून जायची गरज नव्हती.

एव्हाना सूर्यास्त झाला होता. मी मागच्या अंगणात जाऊन तो ढिगारा बघून आलो. आता जरा शांत राहा असं डीनला सांगितलं. जे झालं त्यात माझा काहीही दोष नव्हता. त्यानं असं हातात बंदूक घेऊन, कुणाचा तरी आवाज येतोय असं माझ्या कानात कुजबुजत मला उठवायला नको होतं. आता बंदुकीत गोळ्या नव्हत्या म्हणा, पण तरीही या सगळ्या गफल्यात चूक फक्त डीनचीच होती आणि कुणाची असलीच, तर त्याच्या विक्षिप्तपणाची होती. अख्ख्या जगात मला कुणीही मित्र नाहीये असं मला वाटायला लागलं.

पण असं नव्हतं. मला एक मित्र होता की. एजंट जिम रिकर होता ना. त्यानं स्वत: मला सांगितलं होतं की तो माझा मित्र आहे म्हणून. त्याच्याकडचा छोटा पक्षी त्याच्या सगळ्या मित्रांवर लक्ष ठेवून होता. त्यात मी पण होतो असं तो म्हणाला होता. मी माझा नवा फोन काढला आणि काँटॅक्टसमधलं जिमचं नाव सापडल्याबरोबर त्याला फोन लावला. तुम्हाला नंबरसुद्धा फिरवावा लागत नाही, फोन स्वत:च नंबर फिरवतो. ही आहे डिजिटल टेक्नॉलॉजी! दाद द्यायला हवी. मी तर हिच्या प्रेमातच पडलो होतो.

"हॅलो ओडेल,"

मी कोण बोलतोय हे सांगण्यापूर्वीच त्याला कळलं होतं. त्याच्या स्क्रीनवर कॉलर आयडी नंबर झळकला असणार. डिजिटल टेक्नॉलॉजी!

"हे जिम,"

"काय म्हणतोयस?"

"विशेष काही नाही, एफबीआयवाले आले होते. बराच वेळ बोलत होते माझ्याशी."

"अच्छा, कसा काय झाला इंटरव्ह्यू?"

"चांगला झाला असावा. ते लोक चीफ वेबपेक्षा खूपच चांगले होते."

"कामासाठी मुद्दामहून आत्मसात केलेलं सौजन्य आहे हे ओडेल. खूप फायदा होतो याचा."

"हो."

"आणखीन काही?"

"अं... मी मागच्या अंगणात आलोय. इथून सूर्यास्त दिसतो. थांब, तुला दाखवतो."

फोनच्या कॅमेऱ्यावर मागच्या अंगणातला तो ढिगारा, त्या पलीकडचा डुबणारा सूर्य अशी एक छोटीशी फिल्म घेऊन मी ती त्याला पाठवली.

"हे इथे दिसतंय, तेच का ते रिकामं थडगं ओडेल?"

"अं... हो. तिथं काहीच नाहीये. फक्त माती आहे. पोलिसांनी दोनदा चेक केलं."

"म्हणजेच ते नीट तपास करताहेत. बरं वाटलं ऐकून."

"हो, पण दुसऱ्यांदा मला खणावं लागलं."

तो हसला. "म्हणून वेबवर उखडलायस का तू?"

"नाही... किंवा कदाचित असेलही. अरे जिम, आपण भेटू या का?"

"का रे बाबा?"

"मी असा विचार करत होतो की, हे सॅटेलाईट्स जर सतत पृथ्वीभोवती फिरत असतील, तर तुझा सॅटेलाईट या बाजूला असताना तू मला भेटू शकशील, पण दुसऱ्या बाजूला गेला की तू मला बघू शकणार नाहीस ना."

तो एकदम सलगीत आला. तोंडानं च्यककन् आवाज काढत तो म्हणाला, "अरे जी सिस्टिम एवढी प्रगत, वाखाणण्यासारखी असते, तिच्याकडं काय एकच उपाय असतो का? तिच्या भात्यात अनेक बाण असतात बाबा. तिथं वर शेकडो सॅटेलाईट्स आहेत. क्षितिजावरून एक कलला, तरी दुसरीकडून दुसरा उगवतो आणि त्याच वेळी एखादा तुझ्या डोक्यावर सुद्धा असू शकतो. अगदी आत्ता आपण बोलतोय तेव्हादेखील."

"म्हणजे तू मला बघू शकतोस."

"ओडेल, याचं उत्तर गुप्त आहे. मी उघड सांगू शकत नाही तुला. मी नियम मोडायला नकोय ना?"

"नाही. मला नाही वाटत तसं." तेवढ्यात मला एक आयडिया सुचली. मी माझा डावा हात उंचावला. "मला सांग, मी कोणता हात वर केलाय?"

पुन्हा तो हसला. "डावा." तो म्हणाला आणि आश्चर्यानं मी तोंड वासलं. तो खरंच मला बघू शकत होता. काय मजा आहे!

परत एकदा त्याच्या हसण्याचा आवाज आला. "तू उजव्या हातानं कामं करतोस, हो ना ओडेल?"

"हो."

"मग तू फोन पण त्याच हातात धरला असणारेस. म्हणजे तू आत्ता फक्त डावा हातच वर करू शकतोस. काय, बरोबर की नाही?"

"अं... हो म्हणजे तू मला बघू शकत नाहीयेस."

"ओडेल, मी काय सांगितलं तुला, ते गुपित आहे म्हणून, चल आता. शनिवार संध्याकाळ आहे, मजा कर."

त्यानं फोन ठेवला. तो मला बघू शकत नव्हता याचं मला जरा वाईट वाटलं पण तो एखाद्या मोठ्या भावासारखी माझी पाठराखण करत होता हे छान होतं. कदाचित तो मला बघूही शकत असेल, पण तो म्हणाला तसं नियमानुसार ते त्याला उघड सांगता येत नसेल.

मी आत गेलो आणि कॅप्टनचा एक पेग घेतला. तो घशाखाली गेल्यावर दुसरा ओतला. माझं मन ताळ्यावर आणायला कॅप्टनसारखा उपाय नाहीये. मी चॅनेल्स बदलून बघितले. शेवटी एक कॅनडा किंवा दुसऱ्या कुठल्या तरी प्रदेशातल्या लांडग्यांवरचा कार्यक्रम लावला. अमेरिकेतले सगळे लांडगे नष्ट झालेत. कधी तरी बाहेरून इथल्या नॅशनल पार्कमध्ये लांडगे आणले जातात खास. इथल्या म्हशी मारण्यासाठी. खरं तर म्हशींची संख्याही काही खूप जास्त नाहीये, मग मुद्दाम लांडगे आणून त्यांना कशाला मारायचं? पण आत्ता दाखवत होते ते इथले लांडगे नव्हते. एका कळपात सहा-सात जण होते, त्यातल्या एकाला मोतीबिंदू होतो आणि मग कशी वाट लागते, ती कथा होती.

तो गरीब बिचारा लांडगा काही दिसत नसल्यामुळं कसा धडपडतो, विचित्र चालतो आणि कळपातल्या इतर लांडग्यांना कळत नाही की, याला अचानक काय झालं, हा असं का करतोय. त्या मुक्या प्राण्यांना आंधळेपण वगैरे काय कळणार? त्यांना फक्त एवढंच जाणवतं की, हा विचित्र वागतोय. सगळ्यांत वाईट म्हणजे तो असा पायात पायात येत असल्यामुळं ते इतर लांडगे याच्यावर उखडतात. त्यांना काही या बिचाऱ्याची दया येत नाही. तो जरा जरी जवळ आला, की ते त्याच्यावर फिस्कारतात. तो जवळ येऊ नये म्हणून त्याला चावतात देखील. तो कळपापासून तुटतो. अगदी एकटा पडत जातो. त्याला एकट्याला शिकार करणं शक्यच नसतं. त्यामुळं तो भुकेला राहतो. वासावरून, जर कुठं कुणीतरी मारलेलं आणि अर्धवट खाल्लेलं भक्ष्य सापडलं तर तेवढंच त्याला खायला मिळतं. शेवटी उपासमारीनं तो मरतो. तेव्हासुद्धा इतर लांडगे त्यांच्या पद्धतीनुसार त्याला हुंगून वगैरे निरोप देत नाहीत. त्याच्या आसपास सुद्धा फिरकत नाहीत. अतिशय वाईट वाटतं ते बघून. आंधळा झाला, हा काय त्या लांडग्याचा दोष होता का? पण तरीही त्याला त्याची शिक्षा मिळालीच. केवळ आंधळं होणं एवढंच दुर्दैव नव्हतं तर इतरांनी हिडीसफिडीस करणं, त्याला कळपातून हुसकावून लावणं हा खरा शाप होता. आणि का, तर केवळ तो त्यांच्यापेक्षा वेगळा होता म्हणून. मी तर हे बघून लहान मुलासारखा रडलो. नेहमी काही मला असं रडायला येत नाही, पण तेव्हा मला त्या बिचाऱ्याबद्दल खूप वाईट वाटलं. त्याची काही चूक नसताना त्याला शिक्षा झाली आणि मरतानादेखील एकटा मेला. आपल्याबाबतीत असं का झालं ते त्याला कळलंच

नाही. हा कार्यक्रम संपल्यावर मला जरा हायसं वाटलं. आता मी दुसरं काहीतरी बघू शकलो असतो.

मी आलटून पालटून सगळे चॅनेल्स लावून बघितले. निवडणुकांना अजून वर्ष-सव्वा वर्ष अवकाश असून देखील सगळीकडे त्याच त्याच राजकीय जाहिराती लागत होत्या. हे लोक नेहमी असंच करतात. खूप आधीपासूनच कुणाला मत द्या ते सांगायला सुरुवात करतात. आवाज बंद केला तरी यातून तुमची सुटका नसते. ते झेंडे फडकतच राहतात आणि ते अमेरिकन्स अभिमानानं आपले दात दाखवत राहतात. एक छोटी चारेक वर्षांची पिटुकलीपण स्टार्स आणि स्ट्राईप्सवाला झेंडा फडकवते आणि खाली वाक्य येतं, 'हिच्यासाठी आम्हाला मत द्या.'

रिपब्लिकन पक्षाच्या जवळ जवळ सगळ्यांच जाहीरातींत केचम आहेच. चांगला खंबीर असल्याचा आणि शहाणपणाचा आव आणून गर्वानं सांगतोय की, 'आजची अमेरिका ही कठोर परिश्रम आणि सगळ्यांना समान न्याय या पायावर उभारली गेली आहे. दुसऱ्या देशांना संधी मिळाली तर तेही हीच तत्त्वं स्वीकारतील. म्हणूनच आपल्याला तिथं हस्तक्षेप करावा लागतो. जर कुणी अमेरिकेकडे मदत मागितली, तर पाठ फिरवून निघून जाणाऱ्यांपैकी नाही आहोत आपण. हीच अमेरिकनांची खासीयत आहे.' दुसरा पक्ष सांगत असतो, 'जर काही प्रॉब्लेम झाला, तरच दुरुस्ती करायची. चुकीच्या मार्गानं आणखीन पुढे जायचंच नाही.' त्यांच्याकडे पण झेंडा फडकवणारा एक छोटा मुलगा आहे आणि खाली वाक्य येतं, 'बाबांना घरी पाठवा. मला त्यांची खूप आठवण येतीये.'

कोणीही कितीही जाहिराती दाखवल्या तरी मला हीच आवडते. मी याच पार्टीला मत देणार आहे. पण तेवढ्यात पुढं दुसरी पार्टी आणखीन काहीतरी सांगायला लागते. मग असं वाटायला लागतं की यांच्या बोलण्यात पॉईंट आहे आणि यांनाच मत द्यायला पाहिजे. पुन्हा पहिले लोक येतात आणि 'आपली जागा सोडून चालणार नाही. किल्ला लढवायलाच हवा' असं म्हणतात. हे ऐकून त्यांचं खरं वाटायला लागतं. असेच हेलकावे खाताना शेवटी सगळ्याचाच वीट येतो आणि वाटतं की, मरो ते मतदान. हिवाळ्यात अस्वलं जशी गुहेत दडून बसतात, तसं आपल्या कोशात शिरावं. तिकडं माझ्यापेक्षा हुशार माणसाला ठरवू दे व्हाईट हाउसमध्ये कुणाला पाठवायचं ते.

माझं स्वत:चं मत आहे की, कोंडोलिझा राईसनं अध्यक्षपदाची निवडणूक लढवावी, सेनेटर केचमनं नाही. ती कोणत्या पार्टीची आहे याला काही मतलबच नसेल. मी सरळ तिलाच मत देईन. इतकी आवडते ती मला. आणि इतर अनेक लोकांना माहीत पण नाहीये की कोंडी पियानो उत्तम वाजवते. ती फक्त राजकारणातच हुशार आहे असं नाही, तर एक कलावंत देखील आहे. आता वॉशिंग्टनमध्ये अशी

तिच्यासारखी आणखी किती माणसं आहेत? हाताच्या बोटावर मोजण्याइतकी सुद्धा नसणार. मी सांगतो ना. जर कोंडी अध्यक्ष म्हणून निवडून आली तर ती पहिल्यांदा काय करेल माहितीये? फॉरेस्ट गार्ड्सना सांगेल की, जंगलात कुणी आंधळा लांडगा असला तर त्याला पकडून आणा आणि त्याचं मोतीबिंदूचं ऑपरेशन करा. म्हणजे त्याला असं कारणही न समजता एकाकी मरण येणार नाही. कोंडी स्वत: एक स्त्री असल्यामुळं तिला इतरांच्या भावनिक गरजा पटकन जाणवतील. हे सेनेटर केचम कितपत करू शकेल शंकाच आहे.

अकरा

वायोमिंग योडेरमध्ये इतर कोणत्याही दिवसापेक्षा रविवार हा दिवस अतिशय खराब जायचा. त्या दिवशी तिथं राहण्याऐवजी त्या एका दिवसापुरतं जगात दुसरीकडं कुठंही, कसंही राहायला तुम्ही तयार झाला असतात. तिथं राहणाऱ्या बाकीच्यांनी काहीही सांगितलं तरी प्रत्येकाच्या मनात मात्र हेच असायचं की, रविवार हा दिवस योडेरमध्ये घालवायला लागता कामा नये, बस. मला एकदा फीनी मायरनं सांगितलं होतं की, दहापैकी नऊ जण तोंडावर हे कबूल करतात की, त्यांना इथं राहणं शक्य नाहीये आणि दहावा, जो चालेल म्हणतो, तो चक्क खोटारडा असतो.

पण कॅलिस्टोमधला रविवार तसा ठीक होता. पिता पिता मी तिथंच सोफ्यावर झोपलो होतो. कार्यक्रम संपल्यावरही टीव्ही चालूच राहिला होता. मी कसाबसा उठलो आणि किचनमध्ये जाऊन पाण्याबरोबर आधी एक ॲस्पिरिन घेतली. मग परत सोफा गाठला.

थोड्याशा हालचालीनंही डोकं ठणकत होतं. ते थोडं कमी दुखावं म्हणून मी तसाच स्वस्थ बसून राहिलो. मग दुसऱ्यांदा उठलो आणि फ्रीजरमधून हॅश ब्राउन आणले आणि वॅफल्स बनवले. फ्रीजरमध्ये अजून बरेच पदार्थ शिल्लक होते. तिथून एक अख्खी बॉडी काढली होती, तरी तिच्यासकट तिथं एवढ्या गोष्टी मावल्या होत्या. अर्थात ती बॉडी लहानखुरीच होती म्हणा.

जेवायच्या वेळेपर्यंत मला जरा बरं वाटलं. मला वाटलं की लोरेनला फोन करावा आणि काही मदत हवीये का विचारावं किंवा जेवायला काहीतरी घेऊन जावं तिच्याकडं. तिनं काही मला आपल्या घरी, आता तो बंगला होता का सोसायटी होती कोण जाणे, कधीच बोलावलेलं नव्हतं. आता मित्र म्हणायचं असेल, तर त्या माणसाचं घर बघितल्याशिवाय त्याची खरी ओळख पटत नाही. म्हणजेच हे काही चांगलं चिन्ह नव्हतं. तिला माझ्याबद्दल खरंच काही वाटतंय का, याचीच मला शंका यायला लागली होती.

तेवढ्यात मी एका गाडीचा आवाज ऐकला. पण हा काही तिच्या गाडीचा आवाज नव्हता हे माझ्या लगेच लक्षात आलं. मोठी गाडी होती. चेट आलेला बघून मला बिलकूल आश्चर्य वाटलं नाही. मला इतका सुंदर मोबाइल घेऊन दिल्याबद्दल मी चेट आणि प्रीचर बॉबना खरं तर मनापासून धन्यवादच देत होतो. त्यांचे उपकारच होते माझ्यावर. त्यामुळं आता तो भेटायला आलाय म्हटल्यावर मला आनंदच झाला. लांबूनच त्यानं मला हात केला आणि तो पायऱ्या चढून वर आला. मी त्याला आत बोलावलं पण तो म्हणाला की इतका छान दिवस आहे तर बाहेरच बसू या, म्हणून मग आम्ही तिथंच बसलो मी अजिबात वेळ न घालवता लगेच माझा नवीन फोन त्याला दाखवण्यासाठी बाहेर काढला. त्याच्यावर काय काय सोयी आहेत ते कधी एकदा त्याला सांगतो असं झालं होतं मला.

"मस्त आहे रे ओडेल. मला पण खूप आनंद झालाय. आता हा नंबर सगळ्यांना सांग, जाहिरात कर, म्हणजे नवीन लोक पण तुला गवत कापायला बोलावू शकतील."

"सोमवारी करेन ते," मी म्हणालो, "अहो नाही पण थांबा... सोमवारी मला माझं टाईमटेबल थोडं बदलावं लागणारे. मला ब्री मावशीच्या फ्युनरलला जायचंय. नक्की वेळ काही माहीत नाहीये मला, त्यामुळं हे काम मी मंगळवारी करेन."

"चांगलं करतोयस फ्युनरलला जातोयस ते. मिस लोरीला बरं वाटलं असेल ना? ह्या सगळ्या प्रकारामुळे? तुमच्यात चांगलीच मैत्री झालीये."

"ह्या अशा स्थितीत कुणाशी ओळख होणं फार विचित्र आहे, पण तुमचं बरोबर आहे. लोरेनला आत्ता कुणाच्या तरी आधाराची फार गरज आहे."

"आणि तू चांगला भक्कम आधार देतोयस. छान ओडेल, आपल्या ख्रिश्चन धर्माला अनुसरूनच आहे हे. देवावरची श्रद्धा, विश्वास याचं जितं जागतं उदाहरण आहेस तू."

त्याच्या या प्रशस्तीपत्रासाठी मी लायक नव्हतो, त्यामुळं मला एकदम अवघडल्यासारखं झालं हे त्याच्या लक्षात आलं. त्यानं पटकन विचारलं, "तू ख्रिश्चनच आहेस ना?"

आता त्याला खोटं सांगणं बरोबर नव्हतं. मला आवडेल तो फोन घेण्यासाठी त्यानं स्वत:च्या खिशातून मला पैसे दिले होते, पण तो कट्टर धार्मिक होता. त्याला निराश करणंही माझ्या जिवावर आलं होतं. देव आपलं रक्षण करतो वगैरे भाकडकथांवर माझा विश्वास नाहीये असं कसं सांगणार मी त्याला? माझ्या मते जर खरंच देवाचं लक्ष असतं तर अफ्रिकेतल्या चिंध्या गुंडाळलेल्या लहान लहान मुलांच्या हातात एके ४७ आली नसती किंवा त्यांच्या अंगात हा जीवघेणा एड्स भिनला नसता. आता काय बोलावं म्हणजे यातून सुटू शकू यावर मी विचार केला. चेट खरंच हुशार

होता. माझी गोची झालीये हे त्याच्या लक्षात आलं. तो म्हणाला, ''तुझ्या मनात काय आहे ते बोलून टाक ओडेल. मनातलं सत्य शब्दरूपात येऊ दे बाहेर.''

म्हणून मग मी धाडकन सांगूनच टाकलं, ''तसं बघितलं तर नाही, मी ख्रिश्चन नाहीये.''

माझ्या मनातला गोंधळ कमी व्हावा म्हणून चेटनं घरातल्या एखाद्या वडीलधाऱ्यानं थोपटावं तसं मला खांद्यावर थोपटलं. ''असं वाटायचं कारण नाही ओडेल. प्रत्येक जण ज्ञानाची वाटच निवडतो असं नाही. काही लोक या वाटेकडं थोडे उशिरा वळतात. देवाच्या दयेचा प्रकाश नजरेत सामावण्यासाठी कधीही, आता खूप उशीर झालाय असं काहीही नसतं.''

''बरं.''

थोडा वेळ आम्ही दोघंही गप्प बसलो. मग तो म्हणाला, ''ओडेल, सगळ्याचा नीट विचार केल्यावर तू एवढं तरी सांगू शकतोस का, की एक ना एक दिवस तू नक्की ख्रिश्चन बनशील?''

चेटला माझ्या आत्म्याची वगैरे भयंकर काळजी वाटत होती. त्याची माझ्यावर माया होती हे उघड होतं पण तो आपला वेळ फुकट घालवत होता. आस्तिक, नास्तिक, विश्वास, श्रद्धा या गहन प्रश्नांवर माझी मतं ठाम होती आणि कोणत्याही परिस्थितीत ती बदलणं शक्य नव्हतं. केवळ त्याला बरं वाटावं म्हणून, मी ख्रिश्चन होईन असं त्याला सांगावसं मला वाटलं, पण मग कदाचित त्यानं लगेच, माझ्याबरोबर आत्ता गुढघे टेकून तुला ही सद्बुद्धी लवकर मिळो अशी प्रार्थना वगैरे करायला सांगितली तर काय घ्या? मग मी चांगलाच अडकलो असतो म्हणून मी आपलं त्याला स्वच्छ सांगून टाकलं की, ''नाही बुवा. माझा असा काहीही विचार नाहीये.''

माझी मलाच लाज वाटत होती असं उत्तर देताना. चेटनं नुसती हळूच मान हलवली. तो माझ्याकडे बघतही नव्हता. मग तो म्हणाला, ''प्रत्येक गोष्टीच्या मागं काहीतरी कारण असतं, फक्त दरवेळी आपल्याला ते लगेच कळतंच असं नाही.''

हे पटण्यासारखं होतं म्हणून मी घाईनं होकार देऊन टाकला आणि आमच्यातला मतभेद मिटवायचा प्रयत्न केला.

''ओडेल, जरा पाणी आणतोस का प्यायला?'' त्यानं विचारलं.

''थंड हवंय का? बर्फ घालू?''

''साधं नळाचं दे. प्राचीन काळी, वाळवंटात कार्य करणाऱ्या संतमहात्म्यांना शोष पडलेला घसा ओला करायला बर्फ कुठे मिळत होता.''

मी तसं संतमहात्मे पीत असत तसलं पाणी आणलं. त्यानं ते एका दमात संपवलं. मग उठून उभं राहत मला शेकहँड केला. ''मी उद्या तोपेकाला परत

जातोय, त्यामुळं आता तुझा निरोप घेतो. डीन असा निघाला ही शरमेची गोष्ट आहे पण यात तुझा काहीही दोष नाहीये. तुला माहितीच नव्हतं.''

''खरंच नव्हतं.''

''आयुष्य हाच एक चमत्कार आहे. म्हणजे, आपल्या सारख्या मर्त्य मानवाच्या डोळ्यांना ते तसं भासतं.'' तो म्हणाला.

''अं.. हो.''

पुन्हा एकदा ख्रिश्चन पद्धतीनं शेवटचं शेकहँड करून तो पायऱ्या उतरून गाडीकडं गेला. त्याची गाडी रस्त्याला लागली आणि मला खूप उदास वाटायला लागलं. तो अतिशय चांगला होता; भले त्याची मतं माझ्यापेक्षा भिन्न होती. त्यामुळं आमच्यात दोस्ती होणं शक्य नव्हतं. त्याच्या दूर जाणाऱ्या गाडीकडे बघता बघता मी स्वत:ला एक प्रश्नविचारला, की आत्तापर्यंत माझी खास अशी दोस्ती कुणाशी झालीये? मनातल्या मनात मी बरीच ओळखीची नावं आठवली तेव्हा माझ्या लक्षात आलं की, का कोण जाणे पण अजून तरी कुणाशीही झालेली नाही. अर्थात मी अजून तसा लहान आहे आणि त्यामुळं ह्या सगळ्यासाठी माझ्याकडं भरपूर वेळ आहे. या बाबतीत मला लोरेनबद्दल खूप आशा वाटत होती. कदाचित उद्या फ्युनरलनंतर मला तिच्यापाशी माझं मन मोकळं करायची संधी मिळेल. पण नाही म्हटलं तरी फ्युनरल म्हणजे तसा दु:खाचाच प्रसंग असतो. त्या ठिकाणी आपण आपले प्रॉब्लेम्स सांगणं बरोबर नाही होणार. तिथं फार तर गेलेल्याच्या नातेवाइकांच्या प्रश्नावर चर्चा होऊ शकेल. म्हणजेच मला तिच्याबद्दल काय वाटतं ते तिच्यापर्यंत पोचवण्याचं काम एवढ्यात होणार नाही असं दिसतंय.

खिडकीतून बाहेरचा कॅन्सासचा निर्मनुष्य प्रदेश पाहताना मला काहीतरी करावंसं वाटू लागलं पण नक्की काय करावं तेच सुचेना. हे ऐकायला विचित्र वाटेल, पण असं झालं खरं. म्हणजे तुम्ही एखादा छान बेत आखता आणि तो तडीला जाण्यापूर्वी कुणीतरी तुमच्या डोक्यावर फटका मारतो आणि तुमची स्मृतीच जाते. आपण एक काम करायचं ठरवलं होतं एवढंच आठवत राहतं तुम्हाला. बिघडलेली रेकॉर्ड जशी एकाच जागी अडकते तसा हा भुंगा तुमचा पिच्छा सोडत नाही. नक्की काय करायचंय तेच आठवत नसल्यामुळं गोची होते. मी खूप अस्वस्थ झालो; पण काहीच करू शकत नव्हतो.

आणि मग एकदम माझी ट्यूब पेटली. काय करायचं ते मला सुचलं. अगदीच साधी गोष्ट होती ती. मला कुणाला तरी सांगायचं होतं की मी चुकून डीनला मारलं. म्हणजे तो केवळ एक अपघात होता. तो मेलाय त्यामुळं आत्ता सगळ्यांना वाटतंय तसा तो काही बंदूक वगैरे घेऊन सेनेटर केचमला मारायला जाणार नाहीये. देशभर डीनविषयी गदारोळ उठलाय कारण मला जे सत्य माहीत आहे ते मी कुणालाही सांगितलेलं नाही.

हे ओझं कायम माझ्या मनावर आहे आणि आता मला हे सहन होत नाहीये. कोंडोलिझा राईसपाशी मन मोकळं करावसं वाटलं मला. इतर कुणाला काही सांगावसं नाही वाटलं. माझी दोस्त कोंडीच मला समजून घेऊ शकेल आणि उदार मनानं माफ करेल, कारण हे काहीही मुद्दाम ठरवून वगैरे केलेलं नव्हतं. मी काय करायला हवं हे एकदा स्पष्ट झाल्यावर आता कुणीही मला अडवू शकत नव्हतं.

घरभर धुंडाळून मी एक कागद आणि एक पेन मिळवलं. मला काही पाकिटं आणि पोस्टाची तिकिटं पण मिळाली. एका छोट्या ग्लासात कॅप्टनचा एक पेग ओतून मी किचनमधल्या टेबलाशी बसलो. खूप एक्साईटमेंट होती आणि मन थोडं शांत करायला मला कॅप्टनची गरज होती. मी भराभर तिला एक पत्र लिहिलं.

प्रिय कोंडोलिझा राईस,

तुम्ही काही मला ओळखत नाही, पण कदाचित तुम्ही मला टीव्हीवर बातम्यांत पाहिलं असेल. मागच्या आठवड्यात डीन लोरीनं आपल्या ब्री मावशीचा खून केला, त्या संदर्भातल्या बातम्यांत मी होतो. याशिवाय, डीनचा मुस्लीम दहशतवादी गटांशीही संबंध आहे अशी बातमी पण देण्यात आली होती. आता याविषयीचं खरं काय ते सांगतो. तो कोणत्याही दहशतवाद्याला ओळखत नाही. केवळ आपल्या मावशीला उचकवण्यासाठी त्यानं मुसलमान होण्याचा विचार केला होता. यात फारसं गंभीर असं काहीही नव्हतं. पण बहुधा ती त्याच्यावर जरा जास्तच भडकली असावी, त्याला नको नको ते बोलली असावी आणि त्याचा स्वत:वरचा ताबा सुटला असावा. त्या भरात त्यानं तिला ठार मारलं. संतापाच्या भरात माणसाचा तोल जातो तसं झालं आणि त्याच्या हातून ते भयंकर कृत्य घडलं. आता सगळ्यांना वाटतंय की, तो सेनेटर केचमला मारणार आहे म्हणून. तो असं काही तरी म्हणाला हे खरं आहे पण त्याच्या बोलण्याचा तसा अर्थ नव्हता आणि जरी आपल्याला वाटलं, की तो हे म्हणाला तेव्हा तो मनापासून बोलत होता, त्याला अगदी असंच म्हणायचं होतं, तरी आता या सगळ्याला काहीही अर्थ नाहीये. कारण डीन आपल्यातून निघून गेलाय. मीच त्याला बेसबॉलच्या बॅटनं मारलं. पण शपथेवर सांगतो, की जे झालं तो निव्वळ अपघात होता. मध्यरात्री हातात बंदूक घेऊन त्यानं मला उठवलं आणि त्यामुळं बहुतेक मी घाबरलो आणि कसलाही विचार न करता फाटकन त्याच्या डोक्यात बॅट घातली. दुसऱ्या दिवसापर्यंत तो ठीक होता पण नंतर कधीतरी मेला. मला पहिल्यांदा वाटलं की तो झोपलाय. मग माझ्या लक्षात आलं की तो मेलाय. इथंच मागच्या अंगणात मी त्याला पुरलंय. आता तुम्ही

माझ्या वतीनं सेनेटर केचमला सांगा, की अजिबात काळजी करू नका, त्यांना कसलाही धोका नाहीये, डीन या जगात नाहीये. मी पुन्हा शपथेवर सांगतो, असं काही करण्याचा माझा इरादा नव्हता. आता मी माझा अपराध कबूल केल्यावर तुम्ही मला माफ कराल अशी आशा आहे. झाल्या प्रकारानंतर तुम्हाला, मी जे खोटं बोललो ते बोलणं कसं भाग होतं यामागची कारणं नक्की समजतील. हे सगळं तुमच्यापर्यंत पोचवण्यासाठी मी तुम्हाला, माझ्या प्रिय कोंडोलिझा राईस यांना हे पत्र लिहिलं आहे.

आपला,

ओडेल डीफस.

लिहिताना काही चूक झालेली नाहीयेना, हे मी दोनदा तपासलं. सगळं बरोबर होतं म्हणून मग मी ते पत्र पाकिटात घातलं आणि पाकीट चिकटवलं. वर तिकीट लावून कोंडीचं नाव, पत्ता 'द व्हाईट हाउस वॉशिंग्टन डी.सी.' लिहिला. मला झिप कोड माहीत नव्हता म्हणून मी लिहिला नाही, पण पोस्टमन काही मूर्ख नसतात. त्यांना वॉशिंग्टन डी.सी. कुठं आहे ते नक्की माहीत असणार. मग मी ते पाकीट शेल्फमधला ब्रासचा पुतळा आणि फ्लोरिडाहून आणलेला तो शिंपल्यांचा अॅश ट्रे यांच्यामध्ये ठेवलं. सोफ्यावर बसून जणूकाही भिंतीवरचं एखादं प्रसिद्ध चित्र वगैरे बघावं तसं मी त्या पत्राकडं बघत होतो. खरं तर ते लगेच पाठवावं असं मला वाटत होतं पण आज रविवार होता, त्यामुळं ते आज पाठवून देखील काही फायदा नव्हता. सोमवारच्या आधी काही ते पेटीतून काढलं गेलं नसतं. उद्या फ्युनरलनंतर ते पोस्ट करायचं असं मी ठरवलं.

शेवटी एकदाचं मी योग्य काही तरी केलं याचं मला खूप समाधान वाटलं. हे मी या पूर्वीच केलं नाही याचं कारण म्हणजे चीफ वेब माझा इंटरव्ह्यू घेणार होता. तो मला आणि मी त्याला अजिबात आवडत नव्हतो, त्यामुळं हा अनुभव फारसा चांगला असणार नव्हता. अशा प्रकारे पत्र पाठवल्यावर सत्य काय आहे ते कोंडी राईसपर्यंत पोचेल. ती मनानं अतिशय चांगली आहे. हां, आता कधीकधी दुसऱ्या देशांच्या पुढाऱ्यांबरोबर बोलणी करताना तिला जरा कडक व्हावं लागतं, पण ते पुढारी आमच्याप्रमाणं विचार करत नाहीत ना. मग तिचा नाइलाज होतो. पण सर्वांत महत्त्वाचं म्हणजे ती अतिशय व्यवस्थितपणे संपूर्ण विचार करणारी बाई आहे. म्हणून तर मी खरं काय ते चीफ वेबला न सांगता तिला सांगतोय. ह्यातून माझी हुशारीच तर दिसून येते. पत्र मिळाल्यावर कोंडी एफबीआय आणि होमलँड सिक्युरिटीच्या प्रमुख ऑफिसर्सना बोलावून घेईल, त्यांना चहा, बिस्किटं देईल आणि मी काही मुद्दामहून ठरवून डीनला मारलेलं नाही, त्यामुळं मला तुरुंगात वगैरे पाठवण्याची

गरज नाही हे समजावून सांगेल. सत्य सांगितल्यावर शेवटी मी या सगळ्यातून नक्की सुटणार या आनंदामुळं मला चक्क रडावसं वाटत होतं. ही सुटकेची भावना फार दिलासा देणारी होती.

माझे विचार धावत होते तेवढ्यात किचनमधला फोन वाजला. लोरेन होती फोनवर. आजचा दिवस खरंच खूप वेगळा होता. एकामागोमाग एक चांगलंच काहीतरी घडत होतं. पहिल्यांदा ती म्हणाली, ''फ्युनरल अकरा वाजता आहे. तू सूट भाड्यानं घेणारेस ना? तिथं नऊ वाजताच पोच, म्हणजे तयार होऊन वेळेवर येऊ शकशील. ते दुकान गावात २३८९ कर्विन स्ट्रीटवर आहे. नाव आहे टक्स डीलक्स. त्यांच्याकडं जाड्याजुड्या आणि धिप्पाड माणसांसाठीसुद्धा कपडे मिळतात. फोनच्या डिरेक्टरीतल्या त्यांच्या जाहिरातीत दिलंय सगळं, पण त्यांच्याकडं शर्ट बूट आणि टाय मिळत नाही. हे तुझ्याकडे आहे ना? ते सुटाला साजेसंही हवं.''

''नाहीये, फक्त बूटचपला आहेत.''

''बूट ठीक ठाक आहेत का? म्हणजे काळ्या रंगाचे आहेत का?''

''अं... हो.''

''फाटके, झिजलेले असे नाहीयेत ना?''

''नाही नाही, चांगले आहेत.''

''ठीक. चांगलं चकाचक पॉलिश कर म्हणजे बरे दिसतील. आणि आधी टार्गेट गाठ. तिथं शर्ट आणि टाय मिळेल. काहीतरी चिवटं बावटं, नक्षीवालं, भडक रंगाचं घेऊ नकोस.''

''बरं.''

''आणि टार्गेटमध्ये जाणारच आहेस तर दोन-चार स्लॅक्स आणि पोलो शर्ट पण घेऊन टाक. कॅज्युअलच पण जरा नीटनेटके कपडे लागतील तुला, कोलबरोबरच्या इंटरव्ह्यूसाठी. तू गवत कापणाराच दिसतोस. नाही तर मग काउबॉय वाटतोस. तिथलं काम व्हायला हवं असेल तर असं चालणार नाही.''

''बरं.''

''पुरेसे पैसे आहेत ना?''

''हो.''

तिनं एक सुस्कारा टाकला मग पुढं म्हणाली, ''हे सगळं संपलं की इतकं बरं वाटेल मला, मी फक्त हे ब्रीचं नाही म्हणते, हे डीनचं प्रकरण. त्याचा काही फोनबीन नव्हता ना आला तुला?''

''नाही.''

''ठीक. पण जर आलाच, तर त्याला सांग की सरळ पोलिसांच्या स्वाधीन हो. पण दर मंगळवारच्या पॅकेटबद्दल मात्र तोंड बंद ठेव. त्याला हे सांगण्यात काही अर्थ

नाहीये. त्यामुळं त्याला तर काही फायदा होणार नाहीच, पण मी मात्र अडकेन. हे त्याच्या डोक्यात शिरलंय ना याची खात्री करून घे. नाही तर असं कर, तुला फोन आला, तर त्याला मला फोन करायला सांग. मग मीच काय ते बोलेन त्याच्याशी. नाही तरी तो नेहमी मलाच फोन करतो. बहीण आहे ना मी त्याची.''

''अं... हो.''

''कसं का होईना, हे काय ते एकदाचं संपावं एवढीच इच्छा आहे माझी. मला सॉलिड भीती वाटतीये. डीन डॉनी डीबद्दल कुठे काही पचकेल की काय या टेन्शननं मी खलास होतीये. हे असं वाट बघत बसणं फार भारी आहे. तू पण यात छानपैकी अडकलायस हे कळलंय ना तुला? तू पॅकेट दिलं होतंस. जर मी पकडले गेले तर तूही जाशील बाराच्या भावात. आपल्या दोघांच्याही नाड्या आता डीनच्या हातात आहेत.''

''बरोबर.''

''तुला याचं काही पडलंच नाहीये असं वाटतंय ओडेल, मामला गंभीर आहे. जर डीन मंगळवारबद्दल काही बोलला तर आपल्याला बरेच दिवस गजांआड काढावे लागतील. मला तर मनापासून वाटतंय की, तो त्याच्या त्या दहशतवाद्यांबरोबर इतका दूर जावा की फक्त पेपरमधल्या बातम्यांमध्येच काय तो दिसावा. ते आत्मघातकी हल्ले करणारे असतात ना, तसला काहीतरी प्रकार व्हावा.''

''तुला काय डीननं असा आत्मघातकी हल्ला करावा असं वाटतंय का?''

''अरे तसं झालं तर या कडव्या धार्मिक अतिरेक्यांप्रमाणं डीन आनंदानं मरण पत्करेल. तो आयुष्यात कधीही खूश नव्हता म्हणून मग त्याला निदान मरताना तरी खुशी मिळावी असं वाटतंय मला. एवढं झालं तरी खूप होईल. काय रे ओडेल, तू आज फारसं काही बोलत नाहीयेस?''

''नाही, मी जरा विचार करत होतो.''

ती हसली. ''हो का? कसला? आणखी गाळात रुतायचा?''

''मी काही गाळात रुतलेलो नाहीये.''

''नाही, मला म्हणायचंय खोल विचारात रुतलायस. मला जर मोठा प्रॉब्लेम म्हणायचं असतं तर मी म्हटलं असतं लोचा. फरक आहे यात.''

''ओह.''

''बोल मग कसल्या गाळाचा विचार करतोयस एवढा?''

''नक्की काय केलं तर बरोबर ठरेल याचा.''

''काय बरोबरे त्याचा? आत्ता आपण तेच तर बोलत होतो ना? डीनला हे समजावणं की बाबा रे, आपलं थोबाड बंद ठेव. त्यानं स्वत:ला तर खड्ड्यात घातलंच आहे, आता आपण काहीही केलेलं नाही म्हटल्यावर तरी स्वत:ची बहीण

आणि मित्र यांच्या बाबतीत त्यानं लोचा करू नये हे महत्त्वाचं आहे आणि बरोबरही आहे. डीननं आयुष्यात कधीही, अगदी ब्रीशी तो जसा वागला त्या घटकेपर्यंत, कोणतीही योग्य गोष्ट केली नाही. डीन योग्य तेच करेल म्हणून त्याच्यावर विसंबणं म्हणजे शरीरातल्या गॅसेसवर हॉट एअर बलून उडवणं. कधी ना कधी तुमचा कपाळमोक्ष हा नक्की ठरलेला.''

''मलाही तसंच वाटतं.''

''मला फक्त एवढीच खात्री करून घ्यायचीये की तुझ्या आणि माझ्याही, आपल्या दोघांच्याही पुढं काय वाढून ठेवलंय हे तुझ्या लक्षात आलंय का नाही.''

''मला समजलंय.''

''तू इतका थंड आणि शांत आहेस, की मला नक्की काय ते कळतंच नाहीये. आज पण बीअर घेतलीस का?''

''बीअर नाही.''

''मग दुसरं काही?''

''नाही. काही नाही.''

''तूच तो घोळकर आहेस ना?''

''होय.''

थोडा वेळ मला नुसताच तिच्या श्वासाचा आवाज ऐकू आला. मग ती म्हणाली, ''कदाचित तुझ्याबद्दल माझा काहीतरी गैरसमज झाला असावा. कधीकधी तू एकदम इतका आगाऊपणे वागतोस, की मला भीतीच वाटते. कधीकधी मंदबुद्धी असल्याचा आव आणतोस तर कधी आत्तासारखं करतोस. तुझं हे मंदबुद्धीचं वगैरे नाटकंच असणार. तुला नक्की काय चाललंय ते सगळं माहितीये.''

''काय चाललंय ते माहीत आहेच मुळी मला.''

''छान. ओडेल, तू असंच करत राहा म्हणजे रोज सूर्याला उगवायला कठीण जाणार नाही.''

''तुझा काय बंगला आहे का तू सोसायटीत राहातेस?''

''का?''

''काही नाही, मी आपला असाच विचार करत होतो. तू काही मला अजून तरी तुझ्या घरी बोलावलेलं नाहीयेस.''

''हां, ही सोसायटी आहे. लहान आहे घर, पण ठीक आहे. मृत्युपत्राच्या बाबतीतल्या सगळ्या कायदेशीर बाबी पूर्ण झाल्या की मी तिकडं येईन आणि ब्रीच्या खोलीत राहीन. ती जागा काही पछाडलेली नसावी अशी आशा करतीये.''

''मला तरी काही भूत दिसलं नाही.''

''ह्या गोष्टी जाणवायला तुमच्याकडे एक वेगळी संवेदना असावी लागते.

बहुतेक पुरुषांकडे अशी शक्ती नसते. बायकांकडे असण्याची शक्यता असते. म्हणून तर बहुतेक सायकीक या बायकाच असतात.''

''तू आत्ता रिकामीच असलीस तर मी येतो.''

''मी म्हटलं ना, मी खूप अपसेट आहे, हादरलीये म्हणून. मी पूर्ण दिवस कामपण करते. तू आपला स्वस्थ बस आणि आपण रुतलोय त्या गाळाचा विचार कर. ठीके?''

''बरं.''

तिनं फोन बंद केला आणि मग मी पण फोन खाली ठेवला. कधी कधी लोरेनचं नक्की काय चाललंय ते कळतच नाही पण आमचे संबंध योग्य दिशेनं सुधारताहेत असं वाटतंय तरी मला. फक्त तिनं डीनची इतकी काळजी करणं थांबवून माझ्याकडं थोडं जास्त लक्ष द्यायला हवं. मी शेल्फमध्ये हे जे पत्र ठेवलंय, ज्यात माझा सगळा कबुली जबाब आहे, ते एकदा का कोंडीकडं पोचलं की झालं. मला खात्री आहे की, या उपायामुळं गोष्टी माझ्या मनासारख्या घडतील. एकदा हे उघड झालं, की लोरेनला कसलीच काळजी करायला नको. मग तिला माझ्याबद्दल आणखी काही जाणून घ्यायला वेळ पण मिळेल. नाही तरी प्रत्येक जण हेच तर म्हणतो ना, की आपापसातलं नातं घट्ट होण्यासाठी एकमेकांची चांगली ओळख होणं आवश्यक असतं.

आता कोंडी मला यातून सोडवेल, पण यासाठी मला फक्त शांतपणे वाट बघायला हवी, धीर धरायला हवा. तिला पत्र मिळालं की चक्र फिरतील. पोस्टानं मेहरबानी केली आणि नशिबानं साथ दिली, तर आठवडाअखेरपर्यंत सगळं झालेलं असेल. मग अपराधी भावना न बाळगता मी तुरुंगातल्या नोकरीसाठी कोल कॉनर्सला भेटू शकेन. हां आता मी जर, चीफ वेबनं मला अडकवण्याचा प्रयत्न केला म्हणून, त्याला त्या चोरी छिपे मिळवलेल्या टेपच्या आधारे कोर्टात खेचून लाखो डॉलर्सच्या नुकसान भरपाईचा दावा लावायचं ठरवलं तर गोष्ट वेगळी. मग मला या तुरुंगातल्या नोकरीची गरजच नसेल. मी सरळ लोरेनशी लग्न करेन. तिला पण हा कैद्यांना ड्रग्ज पुरवायचा उद्योग करायला नको. याला म्हणतात चित भी मेरी पट भी मेरी. आत्तापर्यंत मी खरं तर लॅरी डेटनला विसरूनच गेलो होतो. पण आता माझ्याकडं रविवारची आख्खी दुपार होती यावर विचार करण्यासाठी. त्यामुळं अजूनही काहीही बिघडलं नव्हतं. ते बूट तेवढे पॉलिश करायचे राहिले होते.

थोड्या वेळानं मला जाम कंटाळा आला, म्हणून मग मी डीनच्या खोलीत गेलो आणि उगीचच उचकापाचक करू लागलो. आणखी काही मुस्लीम पुस्तकं मिळतायत का ते मी बघत होतो. पण मुख्य म्हणजे मी फक्त टाईमपासच करत होतो. तिथं असलं काहीच नव्हतं. आता नाही तरी मी शोधाशोध करतच होतो म्हणून मग मी

ब्रीची खोली पण तपासली. तिथं मला अगदी जुनी झालेली, पानं पिवळी पडलेली, कोपरे दुमडलेली अशी दोन पुस्तकं मिळाली. एक होतं 'बायबल' तर दुसरं होतं 'द वे ऑफ द नन.' या बाईचा धार्मिकपणा यावरून पुन्हा एकदा सिद्ध झाला.

मी सहज चाळता चाळता ३६ नंबरचं पान उघडलं आणि नन्सच्या बाबतीत काय लिहिलंय ते वाचलं. नन्स एकमेकींसोबत तर अनेक पूजापाठ करतातच, पण पण त्यांच्याकडे पवित्र मेणबत्त्या असतात आणि काही फादर्स पण त्यांच्या इथं खास त्यांच्याबरोबर प्रार्थना करण्यासाठी येतात हे वाचून मला खूपच आश्चर्य वाटलं.

खाली सोफ्यावर बसून आरामात वाचावं म्हणून मी ते खाली घेऊन आलो. सुमारे तासभर मी त्या लेखिकेचे धार्मिक आयुष्यासंबंधीचे अनुभव वाचत होतो. सिस्टर व्होल्युप्ता, मला वाटतं लॅटिन असावी. मग थोडा वेळ मी एक डुलकी काढली. मग आपल्या लैंगिक भावनांच्या राक्षसावर कसा ताबा मिळवावा ते वाचलं. वाटलं होतं त्यापेक्षा हे जाम कठीण असणार. यासाठी चक्क मांत्रिकांची मदत घ्यावी लागते. वाचता वाचता मला पुन्हा झोप लागली आणि बघता बघता शांत वाहणाऱ्या नदीसारखा तो दिवस निसटून गेला. बाहेर अंधार पडायला लागला होता. हे एवढं भारी वाचन झाल्यावर माझ्या पोटात कावळे कोकलायला लागणं स्वाभाविकच होतं.

आजचा मेन्यू होता मटण पॅटीस, ओरिएंटल स्टर फ्राय आणि नंतर तो उरलेला अर्धा सारा ली चीज केक. काय मस्त बेत होता. आजचा दिवस मी मला हवा होता तसा लोरेन बरोबर घालवला नसला, तरी हा माझ्या आयुष्यातला एक छान दिवस होता हे नक्की. ती बरोबर असती तर आणखी मजा आली असती. पण त्या खालोखाल आज मजा आली. मग मी टीव्ही लावला. ती बाई सांगत होती, "फॉक्स न्यूजवर पुढे आहे," मी बघितलं तर काही सेकंद सक्रीनवर डीन आपल्या भसाड्या आवाजात गाताना दिसला आणि मग जाहीराती लागल्या. माझं तोंड सताड उघडं पडलं असावं. कारण हे काय चाललंय ते मला कळलं होतं. ओकीडोकी कॅरिओकीमध्ये डीनवर कुणीतरी जी डीव्हीडी बनवली होती, ती डीव्हीडी दाखवत होते ते. या फिल्ममुळंच तर चीफ वेबनं मला शनिवार का रविवार यावरून भंडावलं होतं आणि ती डीव्हीडी एवढ्यात टीव्हीपर्यंत पोचली सुद्धा होती.

मी आधीच सांगितलंय, की मी काही खूप हुशार वगैरे नाहीये पण काही मिनिटांत काय झालं असावं आणि कुणी केलं असावं ते माझ्या लक्षात आलं. लॅरी डेटनचं काम होतं हे. त्यानंच तर मला सांगितलं होतं की, त्याच्याकडं त्याची स्वत:ची डीव्हीडी सिस्टिम होती. तो ती घराच्या शूटींगच्या वेळी वापरणार होता, पण अँडीनं त्याला तो जुना, भंगार व्हिडीओकॅम वापरायला लावला होता. म्हणजे आता हे स्पष्ट होतं की गेल्या शनिवारी रात्री लॅरी त्या ओकीडोकी कॅरिओकीमध्ये

गेला होता आणि डीननं गाणं म्हटलं तेव्हा त्यानं फिल्म घेतली होती. पुढं डीन प्रकाशात आल्यावर या फिल्मला किती महत्त्व येईल ह्याची तेव्हा त्याला कल्पनाही नसेल. काल त्यानं ती वेबला दाखवली आणि मला अडकवलं. त्यानंतर दुपारी माझ्याकडं येऊन त्या इंटरव्ह्यूची टेप हवीये का ते विचारलं. यावरूनच तर या सगळ्यांच्या मागे हाच माणूस आहे हे माझ्या लक्षात आलं. कसंही करून त्याला फटाफट पैसे कमवायचे होते आणि शक्य तेवढ्या लवकर पोलीस खात्याला रामराम ठोकून वकील व्हायचं होतं.

मी डिरेक्टरीतून त्याचा नंबर काढला आणि त्याला फोन केला. डिरेक्टरी किचनमधल्या फोनजवळ होती म्हणून मी तिथूनच फोन केला. माझा मोबाइल बाहेरच्या आरामखुर्चीतच राहिला होता. बहुतेक मी तो चेटला दाखवल्यावर तिथंच ठेवला असावा.

सातव्या रिंगला फोन उचलला गेला, ''हॅलो?''

''ऑफिसर डेटन?''

''बोलतोय.''

''मी ओडेल डीफस.''

''हाय ओडेल, काय वकील मिळाला का तुला?''

''नाही. तुम्ही काय गेल्या शनिवारी ओकीडोकी कॅरिओकीमध्ये फिल्म वगैरे घेतली होती का? कालच्या रात्री नाही, त्याआधी.''

''शुक्रवार असणार तो.''

''नाही, मागच्या आठवड्यात, शनिवारी रात्री.''

''अरे मी गंमत करतोय ओडेल. हो ओकीडोकीमध्ये मी नेहमीच शूट करतो. तिथं येणाऱ्या लोकांना, विशेषत: पिऊन टाईट झालेल्यांना आपलं नाचगाणं कायमचं अजरामर करायचं असतं. मी त्यांचं काम करतो. मलाही चार पैसे मिळतात. तुला पण काही शूटींग वगैरे करून हवंय का ओडेल? मला वाटतं जॉनी कॅशवर तू काहीतरी करू शकशील. आय वॉक द लाईन हे गाणं कसं आहे?''

''तुम्ही डीन लोरीची फिल्म घेऊन फॉक्स न्यूजला नेऊन विकलीत का?''

''कशावरून म्हणतोयस?''

''मला नाही का तुम्ही ती माझी लाय डिटेक्टरवाली टेप हवीये का विचारलंत.''

''आणि म्हणून त्यावरून तू हा निष्कर्ष काढलास?''

मला त्याच्या म्हणण्याचा अर्थ नीटसा कळला नाही, म्हणून मी आपलं मोघम म्हटलं, ''मला आपलं वाटलं.''

''इतक्या बिनबुडाच्या आरोपावर मला काहीही म्हणायचं नाहीये.''

''पण तुम्ही दिलीत का?''

“ई मेल हा प्रकार किती सोयीचा आहे माहितीये का? कुणाला काही माहिती पाठवायची असेल किंवा कुणाबरोबर कसला करार करायचा असेल तर चुटकीसरशी होतं. पैसेसुद्धा ऑनलाईन आपल्या खात्यात जमा होतात. आपलं बँकेतलं खातं ताबडतोब मस्त फुगतं.”

“म्हणजे तुम्हीच केलंय हे.”

“शूऽऽ मला काहीही बोलायचं नाहीये यावर, आणि मिळणाऱ्या पैशांबद्दलही. जरा थांब, मला हे बघू दे.”

तो काय बघत होता हे मला कळत होतं. कारण इथं माझ्या टीव्हीवरही तेच लागलं होतं. मी फोन खाली ठेवला आणि हॉलमध्ये धावलो.

“या वेळची मुख्य बातमी आहे अमेरिकेतल्या मोस्ट वाँटेड अशा डीन लोरीची. एक अद्भुत डीव्हीडी आम्हाला नुकतीच एका हितचिंतकाकडून प्राप्त झालीये ती. आम्ही तुम्हाला वॉर्न करतोय की, आता तुम्ही जे बघणार आहात ते क्रिमिनल आहे.”

स्क्रीनवर डीन गायला लागला, ‘डू यू नो द वे टू सॅन जोसे...’ कसला भयानक गात होता तो. आवाज, सूर, ताल, कशाचा कशाला पत्ता नव्हता. आता बोलून काही उपयोग नाहीये हे माहीत असूनही मला त्याची लाज वाटली. तीसेक सेकंदांनंतर त्यांनी गाणं थांबवलं. पुन्हा त्या निवेदिकेचा मेकअप फासलेला आणि कमावलेले भाव चिकटवलेला चेहरा समोर आला.

“आऊच,” ती म्हणाली, “या टेपपुढं बिन लादेनची टेप म्हणजे काहीच नाही. ही टेप तर एम्मी पुरस्कार देण्याजोगी आहे. डीन लोरी हा दुभंगलेल्या व्यक्तिमत्त्वाचा माणूस होता. त्याच्या आयुष्याची ही दुसरी बाजू आता प्रेक्षकांसमोर येत आहे. त्याचं व्यक्तिमत्त्व म्हणजे एक सीधासाधा गवत कापणारा मजूर आणि एक दहशतवादी माथेफिरू एवढ्यावरंच मर्यादित नव्हतं तर तो कॅरिओकेचा अनभिषिक्त सम्राटही होता. जर कुणी पोलीस ऑफिसर्स ह्या बातम्या बघत असतील, तर खास त्यांच्यासाठी पुढे आहे...”

आणि मी घाईनं तो घाणेरडा आवाज बंद करायला सरसावलो पण मग थबकलो आणि ऐकू लागलो. “गंमतीचा भाग जाऊ दे, पण होमलँड सिक्युरिटी फरार लोरीचा शोध घेत आहे. त्यानं आपल्या रिपब्लिकन पक्षाच्या अध्यक्षीय उमेदवाराला, सेनेटर लेटन केचम यांना ठार मारायची धमकी दिलेली आहे. लोरी प्रत्यक्ष समोर गात असताना घेतलेली अशी ही त्याची एकच फिल्म उपलब्ध आहे आणि आम्हाला सांगायला आनंद होत आहे की, फॉक्स न्यूजनं सर्वप्रथम ही फिल्म सर्व दर्शकांच्या माहितीसाठी प्रक्षेपित केली आहे. एक धोक्याचा इशारा आहे की, हा माणूस जर आपल्याला कुठे आढळला, तर त्याच्याशी संपर्क साधण्याचा प्रयत्न करू नका, त्याच्या जवळ जाऊ नका, माईक घेऊन तर नाहीच नाही.”

आणि ही बातमी संपली. ती पुढच्या बातमीकडे वळली. मी पुन्हा किचनमध्ये गेलो आणि फोन उचलला, पण लॅरी डेटननं फोन ठेवून दिला होता. म्हणजे आता सगळे डीनची भीती बाळगायचं सोडून त्याची टर उडवणार होते. एकापरीनं हे चांगलंच होतं. कोंडीला माझं पत्र मिळालं की डीन हा एखाद्या खुन्यापेक्षा कॅरिओकेचा राजा म्हणून सगळ्यांच्या लक्षात राहील. लोरेनलाही हेच बरं आहे असं वाटेल. मुख्य म्हणजे त्यांनी हे उघड केलं नव्हतं, की ही फिल्म एका समलिंगींच्या अड्ड्यावर घेतलेली आहे. फोन वाजला. मला वाटलं लॅरीचाच असेल, कारण आता त्याच्या लक्षात आलं असेल की, त्या इंटरव्ह्यूच्या व्हिडिओसाठी मला वकील मिळालाय का नाही ते मी त्याला बोललेलोच नाहीये.

"येस?"

"ओडेल, आत्ताच्या बातम्या बघितल्यास का?"

लोरेन होती. जाम अपसेट झालेली वाटत होती. सरळ आहे.

"हो बघितल्या ना. डीनची बातमी."

"हे असं शिंचं झालंच कसं?"

"मला नाही माहीत."

का कोण जाणे पण हे कुणी केलं ते मला माहितीये हे मला तिला सांगावसं वाटत नव्हतं. कदाचित आमच्यात आधीच बरेच प्रॉब्लेम्स होते. त्यात भर नको म्हणून असेल.

"पण हे असं कुणी केलं असेल आणि कशासाठी?"

"बहुतेक पैसे कमवायला. डीनला चांगलीच प्रसिद्धी मिळालीये ना."

"पण हे बरोबर नाहीये."

"हो ना."

"मला तर भयंकर राग आला. हे कोणत्या विकृत माणसानं केलं असेल?"

"वाईट माणूस!"

"नुसतं वाईट म्हणून सोडून देणार नाहीये मी. मी चौकशी करणारे आणि हे कोणत्या महामूर्खानं केलं ते शोधून काढणारे."

"हां, पण कसं काय शोधणार तू?"

"अँडी वेब. त्यानंच ती कॅरिओकेची डीव्हीडी दिली, म्हणजे ती कुणी शूट केली ते त्याला माहीत असणार. त्यानं नाही सांगितलं तर कोर्टात खेचीन त्याला. संपूर्ण पोलीस खात्यावरच फिर्याद ठोकीन. मग हे कुणाचं काम आहे हे कळलं की त्याला पण कोर्टात नेईन, खाजगी गोष्टीत नाक खुपसल्याबद्दल."

"ठीक आहे, पण यामुळं एक झालं की, डीन आता कट्टर दहशतवादी वाटत नाहीये. हे चांगलं झालं ना, म्हणजे आता लोक त्याला घाबरण्याऐवजी हसतील."

“हे बघ ओडेल, सॅमी बिन लादेनला डिस्को आवडायचा एवढाच अर्थ आहे याला. आत्ता हे त्याला हसतायत, पण हे त्याला कळलं की तो त्यांचं हसू बंद करेल. दहशतवादी काही असा एका रात्रीत आपला बाणा बदलत नाही.”

“बरोबर आहे.”

“अँडीनं हे मुद्दामहून केलं. माझा वचपा काढण्यासाठी चॅनेलला पोचवलं. मला माहितीये, त्या भाड्याचंच कामे हे.”

“पण तो असं कशाला करेल?”

“कारण... तुला काय करायचंय ओडेल? त्यानं तुला पण अडकवायचा प्रयत्न केला तो याचसाठी, तू माझा मित्र आहेस म्हणून. केवळ अधिकार आहे म्हणून सत्ता गाजवणाऱ्यांपैकी आहे हा अँडी वेब. या वर्षअखेर तो काउंटी शेरीफ पदासाठी उभा राहणार आहे. सत्तेची हाव सुटलीये त्याला. पण मी हे होऊ देणार नाही. मी यावरून इतका गदारोळ करेन, की उमेदवारीचा अर्ज करण्यापूर्वी त्याला हजार वेळा विचार करावा लागेल. ओडेल, तू पण त्याच्यावर दावा लाव. त्यानं इंटरव्ह्यूच्या आधी तुला पॉलिग्राफबद्दल सांगायची तसदीही घेतली नाही, तिथं कुणी वकीलही हजर नव्हता, हे असलं झंझट मागं लागलं की मजा येईल. त्यांनी जी टेप बनवलीये त्याची कॉपी मिळव. तिथं कॅमेरा होता, बरोबर? त्यांनी रेकॉर्ड केलंय सगळं. एक वकील नेम आणि त्याला टेप मिळण्यासाठी कोर्टात अर्ज करायला लाव. म्हणजे अँडी गेलाच बाराच्या भावात. आपण दोघं मिळून चांगलं रडवू त्याला. ओडेल, तुला करायचंच आहे हे. हो ना? इंटरव्ह्यूच्या वेळी तो कसा वागला त्याचा बदला म्हणून. तिथून बाहेर आलास तू तेव्हा पार वाट लागली होती तुझी, आठवतंय ना?”

“अं हो.”

“आता ऐक, आपण हे उद्या फ्युनरलच्या वेळी बोलू या. यातनं काहीतरी चांगलंच निघेल. ओडेल, आपण एक वकील गाठू आणि दोघं मिळून अँडीला इंगा दाखवू. काहीही झालं तरी या प्रकारानंतर मी काही त्याला शेरीफ होऊ देणार नाहीये. त्यानं मुद्दामहून डीनच्या प्रतिमेला काळिमा फासलाय. बरंय तर मग, फ्युनरल अकराला आहे विसरू नकोस. बाय.”

मी बाहेर जाऊन तिथल्या आरामखुर्चीतच पडलेला माझा फोन उचलला आणि तिथं बसून सावकाश झुलायला लागलो. एकाच वेळी अनेक गोष्टी घडत होत्या. लक्षात ठेवून सगळ्यांचा नीट पाठपुरावा करणं भारी पडत होतं. मला आपलं सीधंसाधं आयुष्य जगायला आवडतं. मी आणि लोरेन, आमची दोन-चार मुलं. इथं, या घरात. मुलांना वाढवायला इथंच बरं पडेल, कारण बाहेरच्या रस्त्यावर फारशी वर्दळ नाहीये. त्यांच्यासाठी सुरक्षित आहे. अँडीविरुद्ध फिर्याद ठोकली तर मला हे

सगळं मिळू शकेल. एक दहा लाखाच्या नुकसान भरपाईवर मी आणि लोरेन आरामात राहू शकू. अर्थात आम्ही एकदम नवी कोरी लिंकन काँटिनेंटल घेतली नाही म्हणजे झालं. लॅरी डेटननं मला वकील बघायला सांगितलाच होता. तिचाही तोच बेत होता. म्हणजे असं करणं बरोबरंच असणार. माझा विचार चालू होता. एकदा का मी कोंडी राईसला ते पत्र पाठवलं आणि माझ्या मागची ती कटकट मिटली, की मग मला पुन्हा नव्यानं आयुष्य सुरू करायला कोण रोखू शकत होतं? आता एक आठवड्यापूर्वी मी यडपटासारखा सैन्यात भरती व्हायला निघालो होतो हे आठवलं तरी मजा वाटत होती. त्यापेक्षा हा बेत कैकपटीनं चांगला होता.

बारा

सोमवारी सकाळी गावात जाताना मला खूप छान वाटत होतं. निघताना मी माझ्या त्या दिवशीच्या सगळ्या गिऱ्हाइकांना फोन करून, कोणीतरी गेलं आणि त्या फ्युनरलमुळं आज माझ्या वेळेचं जरा मागं पुढं होईल म्हणून सांगितलं होतं. सगळ्यांनी मला सहानुभूती दर्शवली होती. ते माझ्यासाठी प्रार्थनासुद्धा करणार होते. खरं तर आमचं नातंबितं सोडाच, पण ओळखही नुकतीच झाली होती आणि तरीही ते एवढी आपुलकी दाखवत होते. हा त्यांचा चांगुलपणा होता. माझा फोन माझ्या खिशात होता आणि समोर डॅशबोर्डवर कोंडीला पाठवायचं पत्र. उगीच विसरायला नको. आजचा दिवस एकदम महत्त्वाचा ठरणार होता.

पहिल्यांदा मी टक्स डीलक्समध्ये गेलो. मला फ्युनरलसाठी सूट हवाय म्हटल्यावर तिथल्या माणसानं गडद निळा किंवा राखाडी सूट बघायला सांगितला. मी राखाडी सूट निवडला आणि पैसे दिले. पाच वाजायच्या आत सूट परत केल्यास चाळीस डॉलर्स नाही तर आणखी जास्त. खराब झाला तर सफाईचे पैसे वेगळे. मग शर्ट आणि टायसाठी टार्गेटमध्ये गेलो. साजेसा शर्ट आणि टाय शोधणं सोपं होतं. पांढरा शुभ्र शर्ट आणि राखाडी टाय. तर अशा प्रकारे मी तयार झालो. तिथून तडक गॉलबेली फ्युनरल प्लेसला गेलो पण ठरल्यापेक्षा मी खूपच लवकर पोचलो होतो. लोरेनची गाडी कुठं दिसत नव्हती. ट्रक एका बाजूला पार्क करून मी वाट बघत बसलो. तेवढ्यात माझा फोन वाजला.

"हॅलो?"

"काय ओडेल, कसा आहेस आज?"

"मी बरा आहे, थॅंक्यू चेट."

"मला वाटलं आज जरा तुझ्याशी आणि मिस लोरीशी बोलावं. तिच्यावर अगदी वाईट परिस्थिती ओढवलीये आज. कशी आहे ती?"

"लोरेन बरी आहे, फक्त खूप भडकलीये. काल टीव्हीवर जे दाखवलं ना, त्यावरून."

"हो, मी बघितलं. तिला वाईट वाटणं, राग येणं साहजिकच आहे."

"ती म्हणतीये, की ती यासाठी कोर्टात जाणार आहे."

"बरं. पण यातली हवा गेली की होईल शांत ती. वेडेपणा आहे हा. थोड्या दिवसांत विसरतील सगळे. कदाचित लोरेन उगीचच राईचा पर्वत करत असेल. अर्थात, आत्ता जे घडतंय त्यामुळं तिचं मन:स्वास्थ्य बिघडणं स्वाभाविक आहे."

"शक्य आहे."

"ती आत्ता तुझ्याबरोबर आहे का ओडेल?"

"मी ह्या फ्युनरल प्लेसपाशी थांबलोय."

"मी आणि बॉब जेरोमी, तुम्हा दोघांसाठी प्रार्थना करतोय आज. आमचे आशीर्वाद आहेत तुमच्या पाठीशी."

"थँक्यू."

"आत जाताना तुझा फोन आठवणीनं ट्रकमध्येच ठेव म्हणजे तिथं फ्युनरलच्या वेळी वाजायला नको. मी असं घडलेलं बघितलंय. फार पंचाईत होते सगळ्यांची अशा वेळी."

"बरं."

"गुडबाय ओडेल."

"बाय चेट आणि फोन केल्याबद्दल थँक्स."

"माय प्लेझर."

तेवढ्यात लोरेनची गाडी माझ्याजवळ येऊन थांबली. मी फोन खाली ठेवून लोरेनला हाय म्हणायला पुढे झालो. तिचा मूड खराब होता. तिच्या हिरमुसलेल्या तोंडावरून आणि कपाळावरच्या आठ्यांवरून मी ते ओळखलं. त्या टीव्हीवरच्या बातम्यांचं काही तिच्या मनातून अजून गेलेलं दिसत नव्हतं.

"हाच त्यांच्याकडचा चांगल्यात चांगला सूट होता का?" तिनं मला न्याहाळत म्हटलं.

"माहीत नाही." मी उत्तर दिलं. कारण मला खरंच माहीत नव्हतं.

"आता चालवून घ्यावाच लागेल. टाय आणि सूटचा रंग एकच असता कामा नये, त्याला मॅचिंग रंग हवा. चल सोड."

तिचं बोलणं ऐकून मला अगदीच गावठी असल्यासारखं वाटलं. खरं तर एका मिनिटापूर्वीच या सुटाबुटात मी खूप स्मार्ट दिसतोय असं मला वाटलं होतं. पण लोरेनच्या डोक्याला खूपच शॉट लागले होते. आज तर ती फारच चिडचिडी झाल्यासारखी दिसत होती. नंतर ती माझे बूट निरखत म्हणाली, "बूट ठीक आहेत असं म्हणाला होतास तू."

मी खाली बघितलं. "चांगलं दोनदा पॉलिश केलंय." मी म्हणालो. आणि मी खरंच केलंही होतं.

"पण झिजलेत किती ते."

"पॉलिशमुळे झाकलं जातंय ते."

तिनं पुन्हा एक मोठा सुस्कारा टाकला. आता मला याची सवय झाली होती. मग ती टॉकटॉक करत आत गेली. सांगायचं विसरलोच, की तिनं छान ऐटबाज असा ऑफिसरसारखा सूट घातला होता. कमरेला घट्ट होता तो. त्यामुळं वरची आणि खालची दौलत मस्त उठून दिसत होती. कळलं असेलच काय म्हणायचंय मला ते. मी एक वेडपट माणूस आहे असं तिला वाटतंय, पण खरं तर मी अजिबात असा नव्हतो. त्यामुळं मी काय केलं किंवा कसं बोललो म्हणजे तिचा हा गैरसमज दूर होईल, याचाच मी विचार करत होतो.

आम्ही आत गेलो. गेल्या शनिवारी जो जाडा तिच्याशी बोलला होता, तोच प्राणी आता चेहऱ्यावर दुःखी भाव आणून पुढं आला. तो तिला काहीतरी म्हणाला पण मी ऐकत नव्हतो. थोड्याच दिवसांत सगळं कसं बदलेल हेच माझ्या डोक्यात होतं. नंतर मागं वळून बघताना मला कसं वाटेल, असं काहीतरी माझ्या मनात येत होतं. पूर्वी मी कशा प्रकारे जगत होतो, आता नशीब कसं पालटलं वगैरे वगैरे. लोरेन त्या जाड्याबरोबर आतल्या ऑफिसमध्ये गेली. मी तिथंच एका खुर्चीत बसलो. खुर्चीची सीट इतकी मऊ होती की दलदलीत फसावं तसा मी त्यात खोलवर रुतलो. पण ती अतिशय आरामदायक होती, त्यामुळं बसल्या बसल्या मला झोप यायला लागली. तेवढ्यात ते दोघं बाहेर आले आणि लोरेननं मला सांगितलं की, सगळी व्यवस्था झालीये आणि आता सेमेट्रीकडे जायचंय.

आम्ही परत पार्कींग लॉटकडे आलो. मी तिच्या गाडीचं दार उघडलं तेवढ्यात ती म्हणाली, "अरे आपण लिमोमधून जातोय. तुला काय वाटलं, आज पण लोकांनी मला या काड्यापेटीत बघितलेलं चालेल का मला?"

"नाही."

"तुलाही असंच वाटतंय ना, बरोबर आहे तुझं."

क्षणाक्षणाला तिचा मूड बदलत होता. तेवढ्यात एक लांबलचक काळी लिमो तिथं आली. ती आमच्यासाठी नव्हती, तर ब्रीसाठी होती. गाडीच्या मोठमोठ्या खिडक्यांतून आत ठेवलेलं फुलांनी सजवलेलं कॉफीन दिसत होतं. म्हणजे ही लिमो नव्हती तर डेड बॉडी नेणारी ॲम्ब्युलन्स होती. तिच्या मागून त्याच रंगाची दुसरी गाडी आली. ही नेहमीची चार दारांची लिमो होती. आम्ही मागच्या सीटवर बसलो आणि निघालो. कुणीच बोलत नव्हतं. आमच्या आणि पुढच्या सीटच्या मध्ये एक बंद काच होती. पुढच्या सीटवरची दोन माणसं आमचं बोलणं ऐकू शकली नसती. दुःखी कष्टी माणसांना थोडी प्रायव्हसी मिळावी यासाठी केलेली सोय होती ती. म्हणजे, मला आपलं असं वाटलं.

लोरेन सगळ्यांवरच चिडली होती. सबंध प्रवासात ती माझ्याशी सुद्धा एक अक्षरही बोलली नाही. नुसती खिडकीतून बाहेर बघत होती. तिला आधार देण्यासाठी मी तिचा हात हातात घ्यायचा प्रयत्न केला, पण तिला ते नको होतं. तिनं चक्क हात काढून घेतला. मग मात्र मी पण भडकलो. हा उर्मटपणाच होता. एकतर तिला आधाराची गरज होती आणि अशा वेळी मित्र म्हणून मी तिला मदत करत होतो तर तिचं आपलं काहीतरीच. मला हे आवडलं नाही हे बहुतेक तिला जाणवलं. ती म्हणाली, "आपण तिथं जाऊ तेव्हा तिथं आणखीही काही लोक आलेले असतील. ब्रीची मित्रमंडळी, जास्त करून चर्चमधली. ते तुझ्याशी बोलले, अगदी आकाशातल्या बापाचा विषय काढला, तरी जरा नम्रपणे बोल. कळलं?"

"बरं."

"तू कॉफिनला खांदा द्यायचायस. तिथं कोल कॉनर्सही असेल. एक बरं आहे की शुक्रवारच्या इंटरव्ह्यूपूर्वी आजच तुम्हाला एकमेकांची ओळख करून घेता येईल. उरलेली चार माणसं गालबेलीची असतील. ब्रीचे मित्र तिच्याचएवढे म्हातारे आहेत त्यामुळं ते काही कॉफिनला खांदा देऊ शकणार नाहीत."

"बरं."

"आत्ता मी तुझ्यावर उखडले, सॉरी. माझा मूड बरोबर नाहीये आज. सगळ्याचाच वैताग आलाय मला. तिथं मिडियावाले पण असतील. ते आले की कसं होतं ते आता तुला पण माहितीये. ते डीनच्या बाबतीत कसे वागलेत बघितलंस ना. त्यांच्याशी एक अक्षरही बोलू नकोस. नुसता खंबीर उभा राहा. मी जर भावना अनावर झाल्यामुळे चक्कर वगैरे येऊन तुझा आधार घ्यायचा प्रयत्न केला तर मला सावर. आज रात्री टीव्हीवर तसला फोटो बघायचाय मला."

तिनं पर्समधून एक भला मोठा गॉगल काढून लावला. आता ती एखाद्या नटीसारखी दिसत होती. म्हणजे या नटनट्यांना जेव्हा आपल्याला कुणी ओळखू नये असं वाटतं, तेव्हा ते असलं काहीतरी करतात. मी मात्र माझा गॉगल ट्रंकमध्येच काढून ठेवला होता. बाहेर चांगलंच ऊन होतं पण आता ही चूक सुधारायला तसा उशीरच झाला होता. आम्ही जवळ जवळ पोचलोच होतो. लिमो एका नक्षीवाल्या उंच लोखंडी फाटकातून आत गेली. आत रस्त्याच्या दोन्ही बाजूला मोठमोठी झाडं होती आणि खूप शांतता होती. पुढं काही गाड्या थांबल्या होत्या. आम्ही पण तिथंच उतरलो.

तिथं बऱ्यापैकी गर्दी होती. टीव्ही कॅमेरे पण होते. आम्ही उतरल्याबरोबर ते आमच्यावर रोखले गेले. मी बघितलं की, ॲम्ब्युलन्सचा दरवाजा उघडला आणि रोलर्सवर ते कॉफीन अलगद बाहेर काढलं गेलं. मग ॲम्ब्युलन्समधली दोन माणसं आणि आमच्या लिमोतली दोन माणसं यांनी त्या पेटीचे कोपरे धरून ती खांद्यावर

उचलली. तेवढ्यात लोरेननं मला ढोसलं आणि त्यांना मदत करायला पुढं जायची खूण केली. मी पुढं झालो आणि पेटीचं हँडल पकडलं. दुसऱ्या एका माणसानं दुसऱ्या बाजूचं हँडल पकडलं. पण मध्ये ही पेटी असल्यामुळं मी त्याचा चेहरा बघू शकलो नाही.

मग आम्ही चालू लागलो. नक्की कसं जायचं ते पुढच्या दोघांना माहीत होतं. इतर पाच माणसांपेक्षा मी उंच होतो त्यामुळं पेटी सरळ रहावी म्हणून मला प्रयत्नपूर्वक थोडं पोक काढून चालावं लागत होतं. असं चालायला मला त्रास होत होता पण मला डोळ्यांच्या कोपऱ्यातून दिसत होतं की, आम्ही थडग्यांच्या रांगेतून ब्रीला तिच्या शेवटच्या प्रवासाला घेऊन जात होतो. त्यामुळं सगळे कॅमेरे आमच्याचवर लक्ष ठेवून होते. बाकीची माणसंही आमच्या बाजूनं चालली होती. ते लोक आपापसात अगदी हळू आवाजात कुजबुजत होते. पाचपन्नास माणसं तरी आली होती आणि सगळीच काही मिडियावाली नव्हती. बहुतेक ही तिची चर्चमधली मित्रमंडळी असणार, श्रद्धांजली वाहायला आलेली.

शेवटी एकदाचे आम्ही एका अरुंदशा खड्ड्यापाशी पोचलो. कुणी चुकून त्यात पडू नये म्हणून त्याला चारी बाजूंनं ब्रासचं कुंपण घातलं होतं. आलेल्या लोकांना उन्हात तिष्ठावं लागू नये म्हणून बाजूला निळ्या पांढऱ्या पट्टेरी कापडाचा शेडसारखा एक छोटासा मांडव उभारला होता आणि आत प्लॅस्टिकच्या खुर्च्या रांगेनं मांडून ठेवल्या होत्या. खड्ड्याजवळ एक स्टँड होता. आम्ही कॉफीन त्या स्टँडवर टेकवलं. ते खड्ड्यात सोडण्यापूर्वी अजून काही गोष्टी बाकी होत्या.

कॉफीन खाली ठेवल्यावर तो दुसऱ्या बाजूचा माणूस मला हळूच म्हणाला, ''हाय ओडेल, मी कोल.''

''हाय कोल.''

त्याचे केस थोडेसे विरळ झाले होते आणि पोट थोडे सुटले होते, पण लोरेन म्हणाली होती तसा काही तो टकलू आणि ढेरपोट्या वगैरे म्हणता येईल असा नव्हता. लोरेननं नीट वर्णन केलेलं नव्हतं. तिच्या सांगण्यावरून माझ्या डोळयांसमोर जे चित्र उभं राहिलं होतं त्यापेक्षा तो दिसायला चांगला होता.

''चलो यार आपण तिकडं बसायला हवं.''

त्यानं खुर्च्यांकडे बोट दाखवत म्हटलं म्हणून मग आम्ही तिकडं गेलो. लोरेन आमच्या मध्ये बसली होती. यामुळं मला राग आला. तो पण असा माझ्यासारखा तिच्या बाजूला बसणार हे तिनं मला सांगितलं नव्हतं. ती मला सगळ्या गोष्टी सांगत नव्हती हे उघड होतं, पण तिनं जे चित्रं रंगवलं होतं त्यापेक्षा हा दिसायला चांगला आणि जवान गडी निघाला होता. इथल्या इथं त्याच्या नाकावर एक ठोसा लगावावा असं मला वाटलं पण आत्ता कॅमेरे रोखलेले असताना मी काहीही करू

शकत नव्हतो. असं का व्हावं हे मी स्वत:लाच विचारत होतो. तो बऱ्यापैकी बुटका होता म्हणजे याबाबतीत तरी माझी सरशी होती.

तेवढ्यात कुठून कोण जाणे, पण तिथं एक पाद्रीबाबा आला आणि आयुष्य म्हटलं की त्यात दु:खही येणारच वगैरे सांगू लागला. आपलं म्हणणं पटवून देण्यासाठी मधून मधून बायबलमधील दाखले देऊ लागला. फक्त मी ऐकत नव्हतो. मी चीफ वेबकडेच बघत होतो. तो पण तिथं हजर होता याचं मला आश्चर्य वाटत होतं. तो खत्रूडही त्याच्या गॉगलच्या आडून माझ्यावरच लक्ष ठेवून होता किंवा कदाचित तो लोरेनकडे बघत असेल, नक्की सांगणं कठीण होतं.

मी लोरेनच्या पलीकडे बसलेल्या कोलकडे बघितलं पण त्याचं माझ्याकडे लक्ष नव्हतं. मला वाटलं होतं त्यापेक्षा तो साईडनं पण छान दिसत होता. मला वाटायला लागलं की लोरेन दाखवतीये त्यापेक्षा तिच्यात आणि कोलमध्ये नक्कीच जास्त काहीतरी असणार. बापरे. मी जळून खाक झालो. त्या पाद्र्याचं इकडचं तिकडचं बोलून होईपर्यंत माझा आपला एकच विचार चालू होता की, तिला माझ्यापेक्षा तो जास्त आवडतोय की काय. तसं ती कधी तिला माझ्याबद्दल काय वाटतं हे स्पष्टपणे म्हणाली नव्हती त्यागुळं अंदाज बांधणं कठीण होतं. पण आता हे सगळं संपल्यावर जेव्हा आम्ही दोघंच असू तेव्हा मी सरळ विचारूनच टाकेन ना. पण मी त्याच्यावर जळतोय हे दाखवून चालणार नव्हतं. हे तिला कळलं असतं तर माझी काही खैर नव्हती. मग बायका केवळ तुम्हाला मूर्ख ठरवण्यासाठी आणि तुमची आणखी तडफड व्हावी म्हणून छान गुंडाळतात. कीट कार्सन हायमध्ये माझ्या बाबतीत हे दोनदा झालं होतं. मला दोन मुली आवडायच्या. मी त्यांना बाहेर फिरायला येण्याविषयी विचारलं तर त्यांनी आपण दुसऱ्या मुलाबरोबर जाणार आहोत असं मला सांगितलं. मी दोन वेगवेगळ्या प्रसंगांबद्दल सांगतोय. मध्ये एखादं वर्ष गेलं असेल पण दोन्ही वेळा मला या दुसऱ्या मुलाचा हेवा वाटला होता, मुलींनी माझ्याऐवजी त्या मुलांना पसंत केलं होतं म्हणून. माझ्या चेहऱ्यावरून त्या मुलींना हे कळलं होतं. त्यांना माझी टर उडवायला आयताच विषय मिळाला. त्यातल्या एकीनं मला डीफस ऐवजी डूफस म्हणायला सुरुवात केली, तिच्या मते मी मूर्ख आहे हे दाखवून द्यायला. मी असला भडकलो होतो तेव्हा, पण अशा वेळी करणार तरी काय? त्यामुळं आता मी माझी हालत बाहेर दिसू देणार नव्हतो. यालाच म्हणतात मागच्या अनुभवावरून शहाणपणा शिकणं. पुन्हा तीच चूक होऊ देता कामा नये.

शेवटी एकदाचं त्या पाद्रीबाबाचं प्रवचन आटपलं आणि कॉफीन खाली सोडायला सुरुवात झाली. कॉफीनच्या हँडलला पट्टे बांधले होते आणि एका इलेक्ट्रिक मोटरवरून ते खाली नजरेआड जात होतं. थोड्याच वेळात वरची फुलं पण दिसेनाशी झाली तरीही

त्या मोटरचा आवाज येत होता. म्हणजे अजून तळ गाठणं बाकी होतं. नंतर तो आवाजही थांबला. ब्री तिच्या प्रवासाच्या शेवटच्या टप्प्यावर पोचली होती. फ्युनरल होममधल्या दोघांनी ते पट्टे सोडवले आणि ते पुरले जाऊ नयेत म्हणून वर काढून घेतले. मग पाद्रीबाबा लोरेनजवळ आला आणि त्यानं तिच्या हातात एक छोटं फावडं दिलं. ती खड्ड्याजवळ गेली आणि खाली वाकून तिनं तिथल्या मातीच्या ढिगाऱ्यातली थोडी माती घेतली आणि खड्ड्यात टाकली. फावड्यात फारशी माती नव्हती, पण जी होती ती भसकन खाली पेटीवर पडल्याचा आवाज मला ऐकू आला. तिला एवढंच करायचं होतं. ते फावडं बागकामाच्या खुरप्यासारखं होतं. त्यानं जर तो खड्डा भरायचा म्हटला तर आख्खा दिवस गेला असता.

मग लोरेननं भांबावल्या नजरेनं माझ्याकडं बघितलं. कोल माझ्या कानात पुटपुटला, "चल ऊठ ओडेल, आता तुझी पाळी आहे." मला कुणीतरी हे आधी सांगायला हवं होतं. मग मी तिच्याजवळ गेलो आणि तिनं पुढे केलेलं फावडं घेतलं. मग मी पण थोडी माती त्या खड्ड्यात भिरकावली. नंतर पाद्रीबाबानं माझ्या हातातलं फावडं काढून घेतलं. त्यानंतर मांडवापासून तिथपर्यंत लोकांची रांगच लागली. म्हाताऱ्या कोताऱ्या सगळ्यांनाच आपल्या या चर्चमधल्या मैत्रिणीच्या अंतिम प्रवासात तिच्या कॉफिनवर मूठभर तरी माती वाहायची होती. काही जणांच्या डोळ्यांत तर चक्क पाणी होतं. काही जण शांत होते पण माती वाहायची इच्छा मात्र सगळ्यांनाच होती. एक आजीबाई तर फावड्यात माती भरताना इतक्या वाकल्या, की त्याच आता खड्ड्यात पडतायत की काय असं वाटलं. म्हणून मग पाद्रीबाबा स्वत: वाकून प्रत्येकाला फावडं भरून द्यायला लागले. त्यामुळं मग तिथं काही अपघात वगैरे झाला नाही. सगळ्यांत शेवटी कोलनं माती टाकली आणि रांग संपली. कोलनं श्रद्धांजली वाहिलेली पाहून माझा पुन्हा भडका उडाला. कारण मला खात्री होती की तो काही कधी ब्रीच्या चर्चमध्ये गेलेला नसणार. पण इथं मात्र पठ्ठ्या बरोबर हजर झाला होता. कदाचित लोरेननं त्याला हे करायची परवानगी दिली असेल. तिला असं सांगायचा अधिकारही होता, फक्त तिनं मला आधी हे सगळं सांगायला हवं होतं.

सर्व वेळ कॅमेरे आपलं काम करत होते. कोणीही खड्ड्यात किंवा मातीच्या ढिगाऱ्यात घसरून पडलं नाही हे चांगलं झालं. शेवटी पाद्रीबाबानं कॉफिनवर वाहण्यासाठी लोरेनच्या हातात फुलं दिली. लोरेननं ती खाली खड्ड्यात टाकली आणि ब्रीचा शेवटचा निरोप घेतला. मग पाद्रीबाबानं आणखी काही प्रार्थना वगैरे म्हटली आणि कार्यक्रम संपला. सगळी गर्दी हळूहळू पांगायला लागली. लोक आपापल्या गाड्यांकडे जाऊ लागले. लोरेन पाद्रीबाबांशी काहीतरी बोलत होती म्हणून मी परत त्या खड्ड्यापाशी पोचलो आणि ब्रीच्या कॉफिनकडे अखेरचं बघितलं. अशा वेळी मला वाटतं, गेलेल्या माणसाच्या आठवणी मनात उभ्या राहायला

हव्यात. एवढे दिवस हसणारा खेळणारा जीव आता कायमचा शांत झालाय असं काही तरी वाटायला हवं. पण मला राहून राहून वाटत होतं की, हे एवढं चकाचक असणारं महागडं कॉफीन शेवटी असं पुरूनच टाकायचं? फक्त एका सकाळपुरतं काम असतं त्याचं. तेव्हा सगळे हे कॉफीन किती छान सजवलंय असं म्हणतात. अगदी डोक्यावर नाही पण खांद्यांवर तरी घेतातच ते. पण थोड्याच वेळात ते मातीत सडायला ठेवायचं म्हणजे फुकटच ना सगळं? असलेच काहीतरी विचार माझ्या मनात येत होते. तेवढ्यात माझ्या बाजूला कुणीतरी उभं आहे असं मला जाणवलं. तो कोल होता. गॉगल घालता घालता तो म्हणाला, ''ओडेल, असं काहीतरी करू नकोस. लहान आहेस तू अजून.''

''हां?''

''मला वाटलं की आता कोणत्याही क्षणी तू तिथं आतमध्ये उडी मारणारेस, तिला सोबत म्हणून.''

''नाही.''

''बरंय मग. आम्हाला तिथं पुनर्वसन केंद्रात दहा माणसं लागतात. लोरेननं सांगितलंय ना शुक्रवारचं?''

''अं, हो.''

''साडेदहाच्या आसपास ये.'' मला वरपासून खालपर्यंत न्याहाळत तो म्हणाला, ''तुझ्यासारख्या धिप्पाड माणसासाठी स्पेशल युनिफॉर्म शिवून घ्यावा लागेल. मस्तवाल लोकांना कधी वठणीवर आणलंयस का यापूर्वी?''

मला काही त्याच्या बोलण्याचा अर्थ कळला नाही म्हणून मी आपलं नुसतंच त्याच्याकडं बघत राहिलो. त्याच्या चेहऱ्यावर हसू पसरलं आणि तो म्हणाला, ''बरं... तुझं बरोबर आहे. इंटरव्ह्यूचं बोलायची ही जागाही नाही आणि वेळही नाही. अरे पण तू छान रोखून बघू शकतोस ओडेल, तू कल्पनाही करू शकणार नाहीस इतका उपयोग होईल त्याचा.'' मी त्याच्यावरची नजर हटवली नव्हती. मला काय बोलावं ते सुचत नव्हतं. त्याला इथंच उचलावा आणि त्या खड्ड्यात ब्री बरोबर फेकून द्यावा असं फार मनापासून वाटत होतं मला. तो म्हणाला, ''चल तर मग, शुक्रवारी भेटू.''

''बरं.''

तो निघाला तेव्हाच लोरेन माझ्या दिशेनं येत होती. मध्ये थांबून ती त्याच्याशी काहीतरी बोलली. काय ते मला ऐकू आलं नाही. मग माझ्याजवळ येऊन तिनं माझा हात धरला आणि माझा आधार घेत असल्यासारखी ती माझ्यावर रेलली. ''मला परत घेऊन चल आणि आपल्याला वाईट वाटलंय हे दिसलं पाहिजे, त्यामुळं जरा सावकाश चाल.'' ती म्हणाली.

''अजून त्यांनी खड्डा बुजवला नाहीये.''

"सगळे गेल्यावर करतात ते काम."

"ओह."

"चालायला सुरुवात कर."

मग आम्ही अगदी सावकाश चालत आमच्या लिमोकडे आणि त्या ॲम्ब्युलन्सकडे परत आलो. कॅमेरे आमच्यावरच रोखलेले होते पण मी तिकडं बघितलंही नाही. कारण तसं केलं तर तुम्ही अगदी यडपट दिसता. गाडीपाशी पोचेपर्यंत लोरेन माझ्यावर भार टाकून चालत होती. जणूकाही दु:खानं ती आता कोणत्याही क्षणी खाली कोसळणार आहे. पण खरं असं काहीही नव्हतं हे मला माहीत होतं. टीव्हीच्या बातम्यांसाठी चाललेलं नाटक होतं ते. यामुळं हे नीटच व्हायला हवं होतं. गाडीपाशी मी चीफ वेबला त्याच्या क्रूझरमध्ये बसून जाताना पाहिलं. आम्ही पण गाडीत बसलो आणि त्या नक्षीदार गेटमधनं बाहेर पडून फ्युनरल होमकडे परत निघालो. आता लोरेनचा मूड बरा होता.

"एकंदरीत चांगलं झालं सगळं." ती म्हणाली.

"अं, हो."

"अँडी वेबला बघितलंस का तिथे? आपल्याला घाबरवण्यासाठी आला होता, पण जरा थांब म्हणावं. असा मस्त शॉक बसणारे त्याला."

"त्याला शॉक बसणारे?"

"आपण कोर्टात खेचलं ना, की मग. आपण बोललोय याबद्दल."

"बरोबर."

"कधीकधी ओडेल मला वाटतं की, तू दुसऱ्याच कुठल्या तरी दुनियेत हरवलेला असतोस."

"शक्य आहे."

"आता या दुनियेत परत ये आणि लक्ष दे. मी तुला कोलशी बोलताना बघितलं. कसं काय झालं बोलणं?"

"ठीक झालं."

"तिथल्या चांगल्या माणसांपैकी एक म्हणजे कोल. तू मला जसा भंडावतोस तसं काही त्याला केलं नाहीस तर तुमचं दोघांचं चांगलं जमेल."

"तू दिसायला सुंदर आहेस ना, हे कारण आहे."

मला असा फाटकन जोक मारायला फार क्वचित सुचतो. त्यामुळं लोरेनला मी असं काहीतरी बोलेन असं वाटलंच नव्हतं. तिनं एकदम माझ्याकडे पाहिलं आणि म्हणाली, "आता कळलं मला." मग तिनं माझ्या खांद्यावर एक ठोसा दिलला. "लुब्रा मेला." ती हसत म्हणाली आणि लगेच पुन्हा गंभीर झाली. मला हा ठोसा खूप आवडला.

थोडा वेळ दोघंही गप्प राहिलो मग ती म्हणाली, "बिच्चारी ब्री..." आणि चक्क रडू लागली. "बिच्चारा डीन..." मी पुढं होऊन तिच्या खांद्यांभोवती हात घालून तिला जवळ ओढलं. हुंदके देत ती माझ्या अंगावर टेकली. फ्युनरल होमला पोचेपर्यंत तिनं माझा हात तसाच राहू दिला. मग जरा सावरून ती ताठ बसली. "आता आधाराची गरज उरली नाहीये, थँक्यू."

लिमोतून उतरल्यावर तिनं मला तिथंच थांबायला सांगितलं आणि आत जाऊन ती त्या जाड्याशी काहीतरी बोलली. मी पार्किंगमध्येच उभा होतो पण तिथं मला काही तरी चुकल्याचुकल्यासारखं जाणवत होतं. मी तिच्या गाडीकडे बघितलं. काहीतरी गडबड होती, पण माझी ट्यूब पटकन पेटली नाही. तेवढ्यात एकदम माझ्या लक्षात आलं, माझा ट्रक कुठं दिसत नव्हता. फ्युनरलला जायला म्हणून आम्ही त्या लिमोत बसलो तेव्हा तिच्या गाडीशेजारीच माझा ट्रक होता पण आता तो तिथं नव्हता. हा काही मेन रोड नव्हता, नो पार्किंग अशी पाटीही नव्हती कुठे. हा काही टो अवे झोनही नव्हता. मग ट्रक कुठं गेला? गवत कापायचं मशीनही त्यातच होतं. आता मी माझं आजचं काम कसं करणार होतो? ट्रक जिथं उभा केला होता, तिथं जाऊन मी उभा राहिलो. माझं डोकं गरगरत होतं. माझा विश्वासच बसत नव्हता. कुणीतरी माझा ट्रक चोरला होता. आता माझ्या गिऱ्हाइकाच्या अपेक्षेप्रमाणं मी वेळेवर त्यांचं गवत कापायला गेलो नाही तर ते भडकणार होते. हे कुणाचं काम असणार ते माझ्या लक्षात आलं.

तेवढ्यात लोरेन माझ्यापाशी आली. "काय झालं?" तिनं विचारलं.

"ट्रक गेला..."

तिनं ट्रक जिथं उभा होता तिकडं बघितलं आणि "शिट" एवढंच म्हणाली.

"मला माहितीये हे कुणी केलंय ते."

"हो? कुणी?"

"चीफ वेब."

"तो कसा करू शकेल? तो तर फ्युनरलला आला होता."

"हो. पण तो आपल्या एखाद्या पोलिसाला करायला सांगू शकतो."

"पण तो कशासाठी करेल हे?"

"कारण आपण त्याची कोर्टात धिंड काढणार आहोत. त्याला अजून हे काही माहीत नाहीये आणि तुझा ट्रक चोरणं म्हणजे मूर्खपणाच ठरेल. अँडी आगाऊ असला तरी माठ नाहीये."

"मग कुणी नेला?"

"हे भगवान, मला काय माहीत? पण तू तक्रार नोंदवलेली चांगली."

मी फोन काढायला खिशात हात घातला आणि मला आठवलं की फोन

ट्रकमध्येच ठेवला होता कोंडीच्या पत्राबरोबर. म्हणजे मला उलटे हाथसे एकदम दोन सणसणीत थपडा बसल्या होत्या.

"च्यायला..."

"ठीके ओडेल. हा असला गवत कापायचं मशीन असलेला आणि साईडला मोठ्या अक्षरांत नाव घातलेला ट्रक पटकन सापडू शकतो. अरे तुला माहितीये... कदाचित हा डीनचा ट्रक आहे ना म्हणून, ते सुव्हिनेअर्स जमवणारे वेडे पीर असतात ना, त्यांच्यापैकी एखाद्यानं नेला असेल. अमेरिकेतल्या सध्याच्या सगळ्यांत जास्त वाँटेड माणसाचा ट्रक."

"अगं पण तो सहज ओळखता येण्यासारखा आहे म्हटल्यावर कुठे बाहेरही घेऊन जाता येणार नाही. दिसला तर कुणीही लगेच रिपोर्ट करेल ना. मग का... कशाला चोरतील?"

"कदाचित त्याचं नाव आहे म्हणून ते दरवाजे काढून घेतील. ट्रक कुठेतरी भंगारात सोडून देतील."

"पण हा तर... शुद्ध वेडेपणा आहे."

"हो, पण सगळीकडे वेड्यांचाच तर बाजार आहे." तिनं किती वाजलेत ते पाहिलं. "मला कामावर परत जायला पाहिजे. आपण आधी टक्स डीलक्सपाशी जाऊ या आणि मग तिथून पुढं पोलीस स्टेशनलाही सोडते तुला. तक्रार नोंदव तिथं."

"आता मी गवत कसं कापणार?"

"तुझ्या गिऱ्हाइकांना खरं काय घडलं ते सांगून टाक. ते समजून घेतील. अरे कधी ना कधी प्रत्येकाची गाडी चोरीला ही जातेच. नवीन काये त्यात ओडेल, इतका घाबरू नकोस."

"पण सगळ्यांचे फोन नंबर्स, वेळापत्रक सगळं ट्रकमध्येच तर होतं. हा सूट परत केल्यावर घालायचे कपडे पण तिथंच होते. आता मी काय घालू?"

"हे भगवान, ओडेल शांत हो. आपण काहीतरी करू या बाबा. मी तरी तुला कधी इतकं घाबरलेलं असं बघितलं नाहीये आणि हा काही खरा तुझा ट्रक आणि तुझी गिऱ्हाइकं नाहीयेत, हे सगळं डीनचं आहे."

"नाही हे त्याचं नाहीये."

"आता पुन्हा माझ्यासमोर असं विचित्र काहीतरी बोलू नकोस. आजच्या दिवसात सहन करू शकेन एवढा ताण आधीच आहे माझ्यावर. त्यामुळं एकदम शांत हो."

आता हे शांतता प्रकरण कठीण होतं. हे असं सगळं चोरीला जात असताना, हरवत असताना मला धड विचार सुद्धा सुचत नव्हता. शेवटी काय झालं की आम्ही

लोरेनच्या गाडीतून टार्गेटपाशी गेलो. तिथं मी एक चौकटीचा नवा शर्ट आणि जीनची पँट घेतली. टक्स डीलक्समध्ये सूट परत केल्यावर मी हे कपडे घातले. मग तिनं मला तक्रार नोंदवण्यासाठी पोलीस स्टेशनच्या दारात सोडलं आणि ती आपल्या कामाला गेली. मी आत जाऊन पहिल्याच टेबलाशी बसलेल्या माणसाशी बोलायला लागलो, तर तेवढ्यात अँडी वेब नेमका तिथं टपकला.

"हाय ओडेल." तो तोंड विचकून हसत म्हणाला. "तू बिझनेसमनच्या कपड्यात नाहीयेस, त्यामुळं मी क्षणभर ओळखलंच नाही तुला."

"मी ते परत केले."

"बरं आहे ना तुझ्या दृष्टीनं. नाहीतर त्यांनी तुझ्याविरुद्ध चोरीची कंप्लेंट केली असती."

"याचाच ट्रक चोरीला गेलाय." तो टेबलाशी बसलेला माणूस म्हणाला.

"अच्छा? कधी झालं हे?"

"मी फ्युनरलला आलो होतो तेव्हा." मी त्याच्या चेहऱ्याकडं नीट बघत म्हणालो. याच्याशी आपला काही संबंध नाही असं म्हणताना तो साला खोटं बोलत असल्याची काही खूण त्याच्या थोबाडावर उमटतीये का, तिकडं माझं लक्ष होतं.

"असं झालं का. विचित्रच आहे. गवत कापायची मशीन्स असलेला ट्रक दिवसाढवळ्या चोरीला जातो म्हणजे काय? कदाचित त्यांना फक्त ती मशीन्स हवी असतील. ती काढून ते ट्रक सोडून देतील कुठेतरी. चांगल्यापैकी मशीन्स होती ती, बरोबर ना?"

"अं, हो."

"त्याला नंबरही आठवत नाहीये ट्रकचा." टेबलवाला भडवा मला मूर्खात काढत म्हणाला.

"नाहीच आठवणार. कारण तो काही त्याचा ट्रक नव्हताच. तो डीन लोरीचा ट्रक आहे. काही हरकत नाही ओडेल, आरटीओकडे मिळेल सगळी माहिती. तू काय आज एकदम कडक इस्त्री केलीयस या जीनला?"

"आत्ताच नवीन घेतलीये ना, म्हणून कडक दिसतीये. माझे दुसरे कपडे पण ट्रकमध्येच होते."

"अरे, म्हणजे याचे कपडे सुद्धा चोरीला गेलेत म्हणायचे." अँडी आपलं हसू लपवत टेबलवाल्याला म्हणाला, "लिहून घे हं."

"हो लिहितोय." टेबलवालाही हसतच होता. ते काही माझी तक्रार गांभीर्यानं घेत नव्हते. मी जाम भडकलो पण माझा राग बाहेर दिसू दिला नाही. मला उचकवल्याचं समाधान मला त्यांना मिळू द्यायचं नव्हतं.

"काही काळजी करू नकोस ओडेल. आम्ही तुझा ट्रक शोधून काढू... एक ना एक दिवस." अँडी म्हणाला.

मी काहीच बोललो नाही. काहीतरी बोलून बसायचो आणि पुन्हा कायद्याच्या कचाट्यात सापडायचो. ते मला फसवू शकत नाहीत. इथं काहीतरी पाणी मुरतंय हे मला कळलंय, हे त्यांना जाणवून देण्यासाठी मी नुसतंच त्यांच्याकडे रोखून पाहिलं. पण गंमत म्हणजे पोलिसांनीच मला त्रास देण्यासाठी माझा ट्रक चोरलाय हे कळल्यावर मी थोडा शांत झालो. त्यातली मजा संपली की ते आपसूक तो माझा मला परत करतील. कुठंतरी सापडला अशी थापही मारतील. ते ट्रकचं काही नुकसान करतील असं मला वाटत नव्हतं. इतक्या थराला जाणार नाहीत ते.

"तुला घरी सोडू का?" अँडी विचारत होता. अजून त्याचं हसू थांबलं नव्हतं. ते माझी खिल्ली उडवतायत हे मला कळू नये म्हणून हे नाटक होतं, पण मला घरी तर जायचंच होतं.

"हो, चालेल."

आम्ही त्याच्या क्रूझरमध्ये बसलो आणि निघालो. तो म्हणाला, "चांगली व्यवस्था केली होती फ्युनरलला. लोरेनपण छान दिसत होती. हो की नाही?"

"अं, हो."

"तिनं सूट घातला किंवा युनिफॉर्म घातला, काहीही घातलं तरी ती छानच दिसते. सगळ्याच मुलींना नाही शोभून दिसत असं."

मी काहीच बोललो नाही. त्यानं असा वेड्यासारखा ट्रक चोरला याचा राग अजून कमी झाला नव्हता.

"काय ओडेल, काल रात्री बातम्या बघितल्यास की नाही? फॉक्स न्यूज?"

"अं, हो."

"मी तुला सांगत होतो ना, तीच ती ओकीडोकी कॅरिओकीमधली डीव्हीडी. आपण शनिवारी डीनबरोबर होतो असं सांगत होतास ना तू, ते खोटं आहे हे यावरून कळलं."

"मी सांगितलं ना माझा वाराचा गोंधळ झाला, चूक झाली म्हणून. मी एफबीआयला पण सांगितलं ते. ते आले होते चौकशीला. आता तुम्ही मला यावरून गोत्यात नाही आणू शकत."

"कोण कुणाला गोत्यात आणतंय इथं? मी नाही. हां, आता एक मूर्ख फितुर आहे पोलिसांकडचे गुप्त पुरावे मिडियाला देणारा. त्याला चांगलीच अद्दल घडणारे. मला माहितीये कोण आहे तो. एक माजी पोलीस. अजून झाला नसेल तर लवकरच होईल. कुणाचाच भरवसा देता येत नाही आजकाल. प्रत्येकाला फक्त स्वत:ची तुंबडी भरायची असते. बाकीचे मित्र आणि डिपार्टमेंटचं नाव वगैरे गेलं तेल लावत. पण तो सुटणार नाही. शक्यच नाही."

तू पण सुटणार नाहीयेस, माझ्या मनात आलं. अर्थात मी उघड काही बोललो

नाही. एवढा हुशार म्हणवतो ना हा स्वत:ला, आता कोर्टात उभं राहायची वेळ आली की निघेल सगळी हुशारी बाहेर. अँडीनं खुशीत शीळ घातली. बहुतेक त्याच्या डोळ्यांसमोर आलं असेल, की तो ऑफिसर लॅरी डेटनला उलटं टांगून मिरच्यांची धुरी देतोय म्हणून. मग माझ्याकडे वळून तो एकदम गंभीरपणे म्हणाला, "ओडेल, तुला जर कधी माझ्याशी बोलावंस वाटलं, मला विश्वासात घेऊन काही सांगावसं वाटलं, अगदी काहीही, तर बिनधास माझ्याकडे ये. मी तुझा वचपा काढीन असलं काही मनात सुद्धा आणू नकोस. तू जे काही सांगशील त्यातला जो भाग होमलँडच्या तपासाच्या कामासाठी आवश्यक असेल, तेवढ्या गोष्टी अतिशय गुप्ततेनं त्यांच्यापर्यंत पोचतील. मला कुठून तरी कळलं एवढंच. तुला कशातही गोवलं जाणार नाही. मी काय म्हणतोय ते येतंय का लक्षात?"

"बहुतेक स्युव्हिनेअर्स गोळा करणाऱ्यांचं काम आहे हे."

"काय? अरे मी तुझ्या त्या भंगार ट्रकबद्दल बोलत नाहीये, या केसबद्दल बोलतोय. डीन लोरीची केस. मी होमलँडला जेवढी माहिती पुरवेन तेवढी त्यांना हवीच असेल. ते आभार मानतील माझे. बक्षीसही देतील कदाचित. अर्थात मी कायद्याचा रक्षक आहे त्यामुळं मी असलं बक्षीस स्वीकारू शकणार नाही. हे माझं कामंच आहे, पण माझा खबरी, ज्यानं मला माहिती पुरवली त्याला ते मिळू शकेल. आत्ता त्यांनी डीनची बातमी देणाऱ्याला एक लाखाचं बक्षीस जाहीर केलंय. मला आतून असं कळलंय की ही रक्कम पाच लाखांपर्यंत वाढवणार आहेत. का माहितीय? जेव्हा सेनेटर केचमला कळलं की, आपल्या जिवावर उठलेल्या माणसाची माहिती सांगणाऱ्याला एखाद्या बँकेच्या अध्यक्षाच्या बाबतीत देऊ करावेत तसे फक्त लाख-दीड लाख मिळणारेत, तेव्हा तो भडकला. हा तर आपल्या देशाचा अध्यक्ष होऊ घातलाय. याच्या बाबतीत इतकं कमी बक्षीस कसं चालेल? म्हणजे त्याला काही भावच उरला नाही ना. अशा सगळ्या गोष्टी म्हणजे स्टेटस सिंबॉल. मग त्यासाठी वॉशिंग्टनमध्ये कोण चाव्या फिरवू शकतो ते महत्त्वाचं. हे भगवान, काय नरक असेल तिथं! भ्रष्टाचार आणि नीतीमूल्यांचा पूर्ण अभाव. तुला वॉशिंग्टनमध्ये राहायला आवडेल का ओडेल?"

"नाही."

"मला पण नाही. तुला कुठं राहायला आवडेल? माझं म्हणशील तर मला हवाईला आवडेल. म्हणजे ते पाच लाख मला मिळाले तर. पण हे माझं झालं, तुझं काय?"

"हवाई."

"बघितलंस? तुला वाटतंय त्यापेक्षा तुझे माझे विचार सेम आहेत. तू जर शांतपणे बसून सगळ्याचा नीट विचार केलास, तर तुला कितीतरी गोष्टी आठवतील.

मग ते भरघोस बक्षीसही मिळेल आणि बघ ओडेल कल्पना कर, संपूर्ण नवं जीवन, पामची झाडं, सुंदर गोड स्त्रिया, त्यांची कांती किती तुकतुकीत असते. कधी अशा एखादीशी मैत्री झालीये का तुझी?''

''नाही.''

''माझी पण नाही. पण मला हे सगळं सांगितलंय कुणीकुणी. तुला कशा प्रकारच्या स्त्रिया आवडतात?''

''कोंडोलिझ्झा राईस.''

मी काहीतरी जोक मारल्यासारखा तो खो खो हसला. मला अपमान झाल्यासारखं वाटलं. कोंडीनं जर तिथं मागच्या सीटवर बसून ऐकलं असतं तर तिलाही असंच अपमान झाल्यासारखं वाटलं असतं. पण यावरून मला तिच्याविषयी किती आदर आहे हे तरी तिला कळलं असतं. हे कळल्यानंतर तिला माझं पत्र मिळालं की मग तिनं नक्कीच माझ्या बाजूनं विचार केला असता. पण आता तिचं पत्र चोरीला गेलं होतं शिवाय तो ट्रक आणि त्यातली गवत कापायची मशीन्स, फोन, माझं कामाचं वेळापत्रक आणि इतर अनेक सटरफटर वस्तू. अगदी ट्रकमधल्या कचऱ्यासकट सगळंच चोरीला गेलं होतं. आता माझा ट्रक मला परत देण्यापूर्वी जर पोलिसांनी ते पत्र उघडून वाचलं तर काय होईल, हा भुंगा माझ्या डोक्याला लागला होता. चीफ़ वेबला बरंच होईल ना. होमलँडला ही महत्त्वाची बातमी कळवून त्याला आपला भाव वधारता येईल. त्यातून मग टीव्हीवर झळकायचं आणि बऱ्यापैकी पब्लिसिटी झाली की पठ्ठ्या शेरीफची निवडणूक लढवायला मोकळा.

छे!

कदाचित त्यांना ते पत्र म्हणजे एक जोक वाटेल. त्यांचा विश्वास बसणार नाही आणि ते बावळटपणा म्हणून ते त्याचा नाद सोडून देतील. पण आता मी तर कोंडीचं नाव इथं मोठ्यांदा घेऊन बसलोय. त्यामुळं चीफ वेबला पत्र उघडून वाचायचा मोह होईल. तो ते होमलँडला सांगेल आणि सरळ घरी येऊन डीनची बॉडी उकरून काढेल. केवढी प्रसिद्धी मिळेल त्याला. हे तर बक्षिसाच्या रकमेपेक्षा चांगलं. त्याला नाहीतरी पैशांपेक्षा भावच हवाय. लोकांच्या नजरेत भरायचंय त्याला. म्हणजेच मतं मिळतील ना. मी घरी पोचल्यावर सगळ्यांत आधी काय करेन, तर पुन्हा एकदा डीनला वर काढेन आणि ते पत्र कोंडीला मिळेपर्यंत त्याला कुठंतरी लपवून ठेवेन. ह्या वेडपट मुस्लीम डीनपासून कोणालाही कसलाही धोका नाहीये ही बातमी जाहीर करण्याचं श्रेय कोंडीलाच मिळायला हवं. तिला मिळू शकणारी प्रसिद्धी मी कधीही चीफ वेबच्या खिशात जाऊ देणार नाही हे नक्की. माझ्या मते हा तिचा व्यक्तिगत बहुमान आहे.

''मी, मला ओपरा जास्त आवडेल.''

मी तोंड बंद ठेवलं. तो पुढे म्हणाला, ''आता डीन फरार आहे आणि ब्री तर गेली. मग काय लोरेन तिथं राहायला येणार का, तुला काय वाटतं?''

''कदाचित.''

''हे असं एवढं मोठं जुनं घर, फक्त रंगाचा एक हात मारायला हवाय. ती जेव्हा येईल, तेव्हा मला वाटतं तुला बाहेर पडावं लागेल.''

''कदाचित.''

''म्हणजे तुम्ही दोघांनी आपापसात आधीच काही ठरवलं नसलं तर.''

''मी भाडं भरेन की खुशीनं.''

एखाद्या घोड्यासारखा तो खिंकाळला. ''जाऊ दे ओडेल. तुला जर इतकं थंड राहायचं असेल तर राहा बापडा. पण मी काय सांगितलं त्यातलं अक्षर न् अक्षर लक्षात ठेव. पाचेक लाखांत तू वाटेल ते करू शकशील. कदाचित लोरेन त्यात आपला हिस्सा मागेल. मालदार माणसाशी मैत्री झाली तर त्यामुळं एखादी बाई जितकी खूश होईल ना, तितकी दुसऱ्या कुठल्याही गोष्टीनं होणार नाही. पुरुष आणि बाई यांच्या आनंदाचं हेच तर सिक्रेट आहे. फक्त काय की कोणीही या विषयावर बोलायला तयार नसतं. कारण मग या स्त्रीमुक्तीवाल्यांनी या बायकांचं जे चित्र रंगवलंय त्याला तडा जातो. त्या पुरुषांपेक्षा श्रेष्ठ आहेत असं म्हणणं आहे ना त्यांचं. पण खरं म्हणजे त्यांना छन्छन् आवाज ऐकायला मिळाला, की त्या लगेच साजन साजन म्हणायला लागतात.''

''सगळ्या नाही काही.''

''बरोबर. पफकीपसीमधली ती सत्याण्णव वर्षांची विधवा थोडा वेगळा विचार करते.''

''मला फक्त माझा ट्रक परत हवाय.''

''तुझा ट्रक? मला वाटतं ओडेल, तू सगळंच बळकवायला बघतोयस. तुझा दृष्टिकोन मी समजू शकतो. नाही तरी आता डीन काही गवत कापायला परत येण्याची शक्यताच नाहीये आणि मी म्हटलं तसं ते घरही मस्तच आहे. शिवाय लोरेनचाही विचार करावा लागेल. एवढं नुकसान झाल्यावर, कुप्रसिद्धी झाल्यावर तिला आधार लागेलच ना. एकदा का डीन खडी फोडायला गेला किंवा कुत्र्याच्या मौतीनं मेला, की घर तिच्याच मालकीचं होणार. कोणत्याही पुरुषासाठी आयतंच वाढून ठेवलेलं आहे. आता त्याच्याकडे आणखी पाच लाख असतील तर सोन्याहून पिवळं. अर्थात तुला ते पैसे लोरेनवर खर्च करण्याऐवजी हवाईत खर्च करायला आवडारेत.''

''मला काहीही माहीत नाहीये आणि मी काहीही केलेलं नाहीये.''

''हो मी ऐकलंय ते, फक्त यावर विचार कर.''

नंतर घर येईपर्यंत आम्ही काहीही बोललो नाही. त्यानं गाडी अंगणात उभी केली. "ओडेल, डीन पकडला जाईपर्यंत किंवा मारला जाईपर्यंत ही केस काही संपणार नाही." तो म्हणाला, पण असं त्याला वाटत होतं. "हे घडेपर्यंत परिस्थिती कुठल्याही प्रकारे बदलू शकते. आपल्यासाठी सगळ्यांत उत्तम मार्ग कुठला याचा विचार करणं तुझ्यासाठी गरजेचं आहे. बघ मी तुला फुकटात देतोय हा बहुमोल सल्ला."

"थँक्यू."

"ऐश करो."

मी उतरलो आणि तो निघून गेला. त्याची गाडी दिसेनाशी झाल्यावर मी पुन्हा फावडं उचललं आणि तो साला मातीचा ढिगारा उपसायला लागलो. ही सहावी खेप होती. त्यातल्या चार वेळा तर मीच खणलं होतं. जर हे सगळं खणणं मी सलग केलं असतं म्हणजे नुसता खोलवर खणतच गेलो असतो तर एव्हाना मी खणत खणत नरक गाठला असता. या वेळी मी ते गवत कापताना घालायचे मोजे घातले नव्हते त्यामुळं माझे हात सोलवटले गेले. मग मी कुठल्या तरी चिंध्या हाताला गुंडाळल्या. नाहीतर चीफ वेब ते पत्र उघडून वाचेल, नंतर लगेच ते सायरन वाजवत डीनची बॉडी काढण्यासाठी आणि आपण कशी केस सोडवली याची बढाई मारण्यासाठी धावत धावत इथे येतील, तेव्हा माझ्या हातांची हालत हा माझ्या विरुद्धचा आयता पुरावा ठरेल. आता या प्राण्याला कुठे कोंबायचं ते अजून माझ्या टाळक्यात येत नव्हतं. तो खड्ड्यातून बाहेर आला की मग बघेन पुढचं.

मी एखाद्या मशीनसारखं धडाधड खणलं. थोड्याच वेळात प्लॅस्टिकमध्ये गुंडाळलेली डीनची बॉडी दिसायला लागली. आता याला ठेवायचं कुठं हा प्रॉब्लेमच होता. माझी गाडी चालू असती, तर मी सरळ त्याला लांब कुठल्या तरी पुलाखाली किंवा हायवेच्या बाजूच्या एखाद्या निर्जन ठिकाणी टाकलं असतं. पण गाडी बंद होती, म्हणजे ही आयडियाच कामातून गेली होती. मग मी गवताच्या गंजीतून एक गंजकी, टिनपाट हातगाडी काढली. डीनला उचलून खांद्यावरून फिरवण्यापेक्षा ह्या गाडीत टाकणं सोपं होतं. एवढ्या दिवसांनंतर त्या प्लॅस्टिकमधूनही सॉलिड वास मारत होता. त्यामुळं मला ही हातगाडी मिळाल्यावर बरं वाटलं. आता मी स्वत: त्या घाणीत न माखता त्याला थोडं लांब घेऊन जाऊ शकत होतो. पण यालाही मर्यादा होती कारण ती हातगाडी मला ढकलावी लागणार होती आणि तिची अवस्था अशी होती, की कोणत्याही क्षणी तिचे खिळेबिळे निघून सगळे भाग सुटे झाले असते. अशा परिस्थितीत कुठं ठेवावं याला?

विचार करता करता मी सबंध अंगणाला एक फेरी मारली. मागच्या अंगणाच्या पलीकडे थोड्या अंतरावर मला सरकीची काही झाडं दिसली. थोडी बऱ्यापैकी मोठी

होती. मी तिथं जाऊन पाहिलं तर तिथं बाजूलाच एक छोटा ओढा होता. आत्ता तो आटून कोरडा पडला असला तरी पावसाळ्यात त्याला पाणी असणार. आत्ता मात्र तिथल्या मातीला भेगाही पडल्या होत्या आणि जमिनीची धूपही झाली होती. ओढ्याच्या काठाजवळ पाण्यामुळं खड्डे तयार झाले होते. त्यामुळं या काठालगतच्या खबदाडीत एखादी बॉडी सहज मावली असती. डीनला लपवायला मस्त नॅचरल जागा होती ही. मी त्याला हातगाडीत टाकला आणि खाचखळग्यातून कसातरी एकदाचा तिथपर्यंत घेऊन जाऊन त्या खोबणीत ढकलून दिलं.

या काठावर उभ्या राहिलेल्या माणसाला काही तो दिसला नसता, पण दुसऱ्या काठावरून किंवा आत्ता मी उभा होतो तिथून, ओढ्याच्या पात्रातून तो दिसू शकत होता. म्हणून मग मी काय केलं की, त्या काठावर अगदी कडेला उभं राहून दणादण उड्या मारल्या. शेवटी माझ्या वजनानं तिथला बंधारा ढासळला आणि सगळी माती खाली घरंगळून त्या खबदाडीचं तोंड बुजलं. मी पण त्या मातीवरून घसरलो आणि पडलो.पण मला विशेष काही लागलं नाही, फक्त आधीपेक्षा दुप्पट मातीमय झालो एवढंच. शेवटी काही काळापुरता का होईना, डीन बरोबर जागी पोचला होता याचं मला समाधान वाटलं. जोपर्यंत कुणीतरी इथं येऊन, निरीक्षण करून हा बंधारा नुकताच ढासळला आहे असं म्हणत नाही, तोपर्यंत मला प्रॉब्लेम नव्हता.

मी हातगाडी परत नेली आणि पुन्हा एकदा तो अंगणातला खड्डा बुजवला. मग स्वच्छ अंघोळ करून माझा मातीनं माखलेला नवाकोरा शर्ट आणि पँट मशीनमधनं धुऊन काढली 'आणि पुरावा नष्ट केला'— जसं ते म्हणाले असते. आता अँडी वेबला इथं येऊन डीनची बॉडी उकरून काढायची असती, तरी त्याच्या पदरी निराशाच आली असती. त्यानं जर कोंडोलिझाचं पत्र माझ्या नाकासमोर नाचवलं असतं आणि हस्ताक्षर तज्ज्ञांच्या मते ते मीच लिहिलंय हे शाबीत करायची धमकी दिली असती, तर मी म्हटलं असतं की हो, मीच लिहिलंय हे खरं आहे, पण हा जोक होता. फक्त मस्करी!

मी काहीतरी खायची व्यवस्था केली. डीनला लपवायसाठी मी जी ढोरमेहनत केली होती, त्यानं मला भूक लागली होती. मी फटाफट खाऊनही घेतलं. कोणत्याही क्षणी सायरन वाजवत पोलिसांच्या गाड्या येतील असं मला वाटत होतं पण तसं काही झालं नाही. मग मी जरा रिलॅक्स झालो आणि बीअर घेत टीव्ही बघत बसलो. अजूनही ते तोच, ओकीडोकीमधली टेप दाखवत होते. डीन अगदी यडपट वाटत होता. त्याचा तपास चालू आहे हे आता सांगत नव्हते, म्हणजे आता या गोष्टीतला रस संपला होता बहुतेक. मला बरंच झालं. मला तर हे पूर्णच थांबायला हवं होतं.

आशा होती की लोरेनचा एकतरी फोन येईल म्हणून. तसंही काही घडलं नाही. मी एजंट जिम रिकरला फोन करून सांगितलं असतं की तू चीफ वेबला माझा ट्रक

परत द्यायला सांग म्हणून. पण जिमचा नंबर फोनमध्ये सेव्ह केलेला होता आणि फोन ट्रकमध्ये होता. हे सगळं असं एकामागून एक घडत होतं. यामुळं मी वैतागलो होतो. पण मग मी स्वत:ला समजावलं की सगळं व्यवस्थित व्हावं म्हणून जे जे करणं शक्य होतं ते ते सगळं मी केलं होतं. या पलीकडे मी काहीच करू शकत नव्हतो. शेवटी एक-दोन बीअर आणि कॅप्टनचे काही पेग पोटात रिचवल्यावर मी जरा शांत झालो आणि ती मला भेटायला आली.

हॅलो ओडेल!

हॅलो स्लीप! मी आनंदानं झोपी गेलो.

तेरा

क्रूरकर्म्यांच्या नशिबात झोप नसते असं म्हणतात. मला तर टीव्ही बघता बघताच लहान बाळासारखी गाढ झोप लागली होती, म्हणजे मी काहीही चुकीचं केलंय असं काहीही माझ्या मनाला अजिबात खात नव्हतं. मध्येच कधीतरी फोनच्या आवाजानं मला जाग आली. आधी किती वेळ वाजत होता कोण जाणे. जाग आल्यावर मी किचनमध्ये गेलो आणि फोन घेतला.

''कोण बोलतंय?'' पलीकडून आवाज आला.

''ओडेल...''

''नक्की का?''

मी थोडा विचार केला. ''होय.''

''तुझा आवाज वेगळा वाटतोय.''

कोणीतरी पुरुष बोलत होता. आवाज ओळखीचा वाटत होता, पण नक्की कोण ते लक्षात येत नव्हतं.

''मी झोपलो होतो. आत्ताच उठलोय. तुम्ही कोण बोलताय?'' मी विचारलं.

''मी फोनवर माझं नाव सांगणार नाहीये. या डीनच्या लफड्यापासून सगळं रिस्की झालंय.''

माझी ट्यूब पेटली. ''डॉनी?''

''नाही रे बाबा, गप्प राहा. नावं घेऊ नकोस. ठीके? तुझा फोन टॅप केलेला असेल बहुतेक.''

''मला नाही वाटत तसं.''

''तुला फोनवर एखाद्या क्लिक सारखा वेगळा आवाज ऐकू नाही आला?''

''नाही.''

''पण म्हणजे केला नसेलच असं काही नाही. आवाज ऐकू आला नाही तरीही लाईन टॅप झालेली असू शकते. अशा टॅप केलेल्या फोनवर मी कामाचं बोलणार

नाही. आपल्याला प्रत्यक्ष भेटावं लागेल.''

"मी नाही कुठे येऊ शकत. कुणीतरी माझा ट्रक पळवलाय.''

"ट्रक चोरला?''

"मला माहितीये हे कुणाचं कामे ते. तो नक्की परत करेल, पण एवढ्यात नाही.''

"म्हणजे आत्ता तुझ्याकडे कुठलीच गाडी नाहीये?''

"नाही.''

तो थोडा वेळ गप्प झाला. बहुतेक विचार करत असावा. तेवढ्यात हळूच कसलातरी आवाज ऐकू आला. कदाचित त्याला गॅसेस झाले असावेत. "बरं, आपण असं करू या, कोणत्याही परिस्थितीत मी त्या घराजवळ येणार नाहीये. डीन परत आला तर म्हणून तिथं पाळत ठेवली गेली असणार. त्यामुळं ते शक्य नाहीये. आता तू जर माझ्याशी बोलायला म्हणून दुसरीकडं कुठं येऊ शकत नसलास, तर एक काम कर. बाहेर पड आणि सरळ कॅलिस्टोच्या दिशेनं चालायला सुरुवात कर. मी येऊन तुला गाठेन, ठीके?''

"मी जाम दमलोय. खरं तर तू माझी झोपमोड केलीयेस.''

"ए भाड्या, मला तुझ्या दमण्याशी अजिबात देणघेणं नाहीये. आपल्याला कामाचं बोलायचंय आणि तेसुद्धा आत्ता. मी म्हणतो तसं कर नाहीतर पुन्हा माझ्याकडं कामासाठी यायचं नाही. कळलं का?''

"बरं.''

"चल, लगेच सूट.'' असं म्हणून त्यानं फोन ठेवून दिला.

मी त्याचं बोलणं सरळ सोडून देऊ शकत नव्हतो. कारण तसं केलं असतं तर लोरेन खवळली असती. उद्याच्या मंगळवारी रात्री नेहमीप्रमाणं आपलं पॅकेट मिळावं अशीच अपेक्षा असणार होती तिची. म्हणजे मग बुधवारची तुरुंगातली डिलिव्हरी चुकली नसती. मला तिला दुखवायचं नव्हतं. मी अंगणातच लघवी केली आणि डॉनीनं सांगितलं होतं तसं डावीकडच्या रस्त्यावरून चालू लागलो. घराजवळ येणार नाही असं तो म्हणाला, म्हणजे तो खरंच योग्य ती काळजी घेत होता, का नुसती सॉलिड फाटली होती त्याची, हेच चक्र माझ्या डोक्यात फिरत होतं.

किती तरी वेळ मी नुसता चालत होतो. रात्रीची शांत हवा आणि चांदणं दोन्ही छान वाटत होतं. माझी बीअर आणि रमची झिंग अजून पुरती उतरली नव्हती. जवळ जवळ पंधराएक मिनिटं मी चालत होतो. तेवढ्यात मला समोरून येणाऱ्या गाडीचे दिवे दिसले. मी चालायला सुरुवात केल्यापासून दिसलेली ही पहिलीच गाडी होती. मी आधी सांगितलंच आहे की हा काही मेनरोड नाहीये. त्यामुळं इथं फारसं ट्रॅफिकही नव्हतं. म्हणून मग हा डॉनीच असणार असं मला वाटलं. त्यानं जरा लांबच

थांबवली गाडी आणि इंजीन आणि दिवे बंद करून टाकले. मी चालतच होतो. थोडं पुढं गेल्यावर मला दिसलं की, ती गाडी हिरवी पाँटिॲकच होती. त्यानं सिगारेट पेटवली. अंधारात पेटत्या सिगारेटचं लाल टोक चमकत राहीलं. मग तो खाली उतरला आणि गाडीच्या दाराला रेलून माझी वाट बघत उभा राहिला.

"निर्मनुष्य रस्ता आहे." मी जवळ गेल्यावर तो म्हणाला.

"होय."

"तुला वाटत असेल मी जरा अतीच करतोय म्हणून, पण अशी काळजी घेतो म्हणूनच आत्तापर्यंत मी तुरुंगाचं तोंडही बघितलेलं नाही."

"बरं."

"आता आपल्याला डिलिव्हरीची तारीख ठरवायचीये. पूर्वी जसं करत होतो तसं काही मी करणार नाहीये हे नक्की. डीन हा एक खुनी आहे, फरार आहे ही बातमी आली होती, तिथपर्यंत सुद्धा सगळं ठीक होतं. नेहमीप्रमाणं मंगळवार चालला असता मला. आता त्यात हे दहशतवाद वगैरे आलं. माझ्यासाठी हे भारी आहे. अशा परिस्थितीत आधी चालू होतं तसंच चालू राहणं शक्य नाही. आता त्याच्या मागे हे फेडरल एजंट्स वगैरे लागलेत त्यामुळं हे फारच धोकादायक झालंय. काहीही झालं तरी डीनचं घर तर आता टाळायलाच हवं म्हणून मग सगळीच व्यवस्था बदलायला लागणारे. इथपर्यंत कळलंय ना?"

"अं, हो."

"याबद्दल मी माझ्या माणसांशी पण बोललोय. आपण असं करू या, पहिलं म्हणजे आता यापुढं मी काही कधी त्या घरी येणार नाहीये. त्यामुळं पॅकेटच्या डिलिव्हरीसाठी आपल्याला दुसरी एखादी जागा ठरवावी लागेल. दुसरा मुद्दा असा की, यापुढे या दहशतवादी म्हणून ओळखल्या जाणाऱ्या माणसाच्या बहिणीशी आणि मित्राशी काँटॅक्ट ठेवायचाय, तर या जास्तीच्या धोक्यासाठी म्हणून पॅकेटची किंमत दोनच्या ऐवजी अडीच असणार आहे. पॅकेटचा साईझ तोच आहे, फक्त पैसे जास्त. धोका वाढलाय म्हटल्यावर दाम वाढणं स्वाभाविकच आहे आणि तिसरा मुद्दा म्हणजे आता डिलिव्हरी मंगळवारी नाही तर सोमवारी मिळेल. अगदी आजपासूनच. माझ्या जिवाला तेवढीच थोडी शांतता."

"आजपासून?"

"होय तुझ्याकडे जास्तीचे पाचशे आहेत का आत्ता? मला माहितीये मी तुला आधी सांगितलं नाहीये पण हे मी आणि माझ्या दोस्तांनी ठरवलंय."

"माझ्याकडे छदामही नाहीये."

"काहीच नाही?"

"आपलं उद्याचं ठरलं होतं."

''हो, पण मी सांगितलं ना ह्या वाढलेल्या धोक्याबद्दल, त्यामुळं आजच रात्री. ती बहीण पैसे आणून देते ना, तिला फोन कर म्हणजे झालं.''

''माझ्याकडं फोन नाहीये.''

त्यानं खिशातून आपला मोबाइल काढला आणि पुढं केला ''धर, बिनधास कर.''

मी डोक्याला ताण देऊन लोरेनचा नंबर आठवला आणि फोन लावला. दुसऱ्याच रिंगला तिनं फोन उचलला. ''तुला सांगितलंय ना, मला फोन करत जाऊ नकोस म्हणून? मग करू नकोस.''

''मी नाही केला.''

ती एकदम गप्प झाली आणि मग म्हणाली, ''ओडेल?''

''हो. मीच बोलतोय.''

''काय हवंय?''

''इथे डॉनी आहे माझ्याबरोबर. काही गोष्टी बदलल्यात.''

''बदलल्यात?''

''यापुढची व्यवस्था.''

''कसली?''

''तुला माहितीये... पॅकेटबद्दल.''

''पॅकेट?''

डॉनीनं माझ्या हातातला फोन हिसकावून घेतला आणि तो मोठमोठ्यांदा बोलायला लागला. ''कुणाचीही नावं घेऊ नकोस. आता यापुढं सोमवार ठरलाय. घरी नाही आणि अडीच. दोनला नाही जमणार.''

लोरेन पण त्याच्यावर काहीतरी ओरडली असणार कारण मग त्यांचा वाद सुरू झाला. मी रस्त्याच्या कडेला जाऊन पुन्हा एकदा लघवी केली. मी बऱ्यापैकी बीअर ढोसली होती, पण हल्ली या लफड्यात गोवलं गेल्यामुळं माझ्यावरचा ताण किती वाढला होता. मी त्यांना मनसोक्त वाद घालू दिला. यात माझा काही संबंध नव्हता याचंच मला बरं वाटलं. शेवटी एकदाचा डॉनीनं फोन बंद केला.

''साली कुत्री.'' तो म्हणाला.

मग तो माझ्याकडं वळला. ''आता असं ठरलंय, आपण तिच्या घरी जायचंय. ती दोन हजार घेऊन बाहेरच आपली वाट बघत थांबलेली असेल. उद्यासाठी तिनं तेवढे तयार ठेवलेच होते. नंतर आपण एका एटीएमपाशी जाऊ या. तिथून ती जास्तीचे पाचशे काढेल. मग तुला तुझं पॅकेट मिळेल. शिरतंय का डोक्यात? चल बस आत.''

त्यानं गाडी वळवली आणि आम्ही कॅलिस्टोच्या दिशेनं निघालो. तो म्हणाला, ''लोरेन म्हणजे जादा आहे अगदी. डीन सांगायचा नेहमी, की ती कशी गुंडागर्दी करते ते. मी डीनबरोबरच व्यवहार करत होतो आणि तिच्याशी माझा संबंध येत

नव्हता म्हणून मी खूश होतो पण शेवटी तुरुंगात कैद्यांना ते वाटायचं काम तर ती करते ना. त्यामुळं मला तिचा पत्ता एकदम कट करता येणार नाही. खरं तर मला जाम आवडेल तसं करायला, पण जमणार नाही. त्यामुळं शेणात पाय पडला की कसं ते आपल्या बुटाला चिकटतं तसं झालंय आमचं. अर्थात मी बूट आहे आणि ती...'' यावर तो खूप हसला.

तो काय आणि मी काय, आम्ही दोघंही याआधी लोरेनच्या घरी गेलेलो नव्हतो. म्हणून मग डॉनीनं एका पेट्रोल पंपाशी गाडी थांबवली आणि तिथल्या पुढच्या बाजूच्या एका दुकानातल्या डिरेक्टरीत तिचा पत्ता बघितला. जुनी, एकदम खिळखिळी झालेली अशी ही डिरेक्टरी तिथल्या पब्लिक फोनला साखळीनं अडकवून ठेवली होती. परत येऊन त्यानं गाडी सुरू केली. ''लक्षात ठेवलाय पत्ता नीट. पुन्हा वीसेक वर्षांत कधी तिथं गेलो नाही तरी मला आठवेल. माझी स्मरणशक्ती जबरी आहे. फोटोग्राफिक मेमरी. ज्या कॉलेजात मेंदूचा अभ्यास करतात तिथं मी जाऊ शकलो असतो. जिवंत माणसांचा मेंदू. बाटल्यांत भरून ठेवलेला नाही. त्या पूर्वेच्या युनिव्हर्सिटीनं माझी एक महिना जेवायची आणि राहायची सोयही केली होती. तेवढ्या महिन्याभरात ते माझ्या ब्रेनवेव्ह्जचं निरीक्षण करणार होते. तपासणार होते. आणखी पण असे काही हुशार लोक येणार होते. मी गेलो होतो, पण मग दुसऱ्याच दिवशी सोडून दिलं. डोक्याला ह्या एवढ्या वायरी जोडलेल्या आणि सारखे कसले कसले प्रश्नविचारून भंडावत राहिले साले. मी सरळ चालू पडलो. पण एक मात्र आहे की, तुला कदाचित भंकस वाटेल, पण बारीक सारीक सगळं माझ्या व्यवस्थित लक्षात राहू शकतं.''

''अं, अच्छा.''

''चल सोड. पुढची डावी गल्ली, मग तीन चौक गेलं की उजवीकडं वळायचं आणि मग पुन्हा एकदा डावीकडं.''

लोरेन तिच्या घराच्या पुढच्या चौकात येऊन थांबली होती. तिथली वस्ती एकंदरीत बरी दिसत होती. डॉनीनं गाडी थांबवली आणि ती आत चढली. ''पुढं उजवीकडं वळ आणि सरळ चल.'' ती म्हणाली. आम्हा दोघांपैकी कोणालाच हाय, हॅलो काही नाही. अचानक पुढ्यात आलेल्या गोष्टींमुळं ती आधीच प्रचंड वैतागलेली होती. त्यात आता आणि या लफड्याची भर पडली होती. ती चिडणं स्वाभाविक होतं. म्हणूनच मग गाडीत तिनं माझ्याकडे ढुंकूनही पाहिलं नाही याचा मला राग आला नाही. आम्ही तिच्या बँकेपाशी पोचलो आणि तिनं डॉनीला गाडी थांबवायला सांगितली.

''तुम्ही दोघं माझ्याबरोबर येताय. रात्रीच्या वेळी एकटी बाई एटीएममधून पैसे काढते हे रिस्की आहे.'' ती म्हणाली.

आम्ही तिघंही उतरलो आणि रस्ता क्रॉस करून एटीएमपाशी गेलो. आजूबाजूला कुणी चोर लुटारू नाहीये ना, इकडं आम्ही लक्ष देत होतो. तोपर्यंत लोरेननं तिचा

पासवर्ड टाकला. एखाद्या रानटी जनावराची जीभ बाहेर यावी तशा त्या मशीनमधून हिरव्या नोटा बाहेर पडल्या. लोरेननं त्या उचलल्या. गाडीत बसून आम्ही तिथून परत निघालो.

डॉनी म्हणाला, ''गावातल्या थिएटरपाशी सोडणार आहे मी तुम्हा दोघांना आणि जाऊन पॅकेट घेऊन येणारे. मग ते तुम्हाला देईन आणि पैसे घेईन. ठीके?''

''चालेल.'' लोरेन घुश्शातच म्हणाली.

त्यानं मेट्रोलक्सच्या पार्किंग लॉटमध्ये गाडी थांबवली. दहा किंवा जास्तीत जास्त पंधरा मिनिटांत येतो असं सांगून तो गेला. लोरेननं पर्समधून सिगारेट काढून शिलगावली.

''तू सिगारेट ओढतेस? मला माहीत नव्हतं.''

''मी मागच्या वर्षी सोडली होती पण आता काही सुधरत नाहीये. त्यामुळं नाइलाज आहे. तुला हवीये?''

''नको, थँक्स.''

तिथल्या गाड्यांच्या गराड्यात उभी राहून ती थिएटरकडे बघत होती.

''कितीतरी दिवसांत पिक्चर नाही बघितलाय मी.''

''मी पण.''

''सध्या कुठला नवीन पिक्चर आलाय तेही माहीत नाहीये मला. हल्लीच्या सुपरड्युपर नट नट्यापण कोण आहेत कोण जाणे. पूर्वी मला या सगळ्याचं जाम वेड होतं. आता काही फरक पडत नाही.''

''तुला कोण फोन करत होतं?''

''काय?''

''मी फोन केला तेव्हा तू कोणावर ओरडत होतीस?''

''तुला काय करायचंय ओडेल? तुझा काहीही संबंध नाहीये.''

''तू जाम पेटली होतीस असं आवाजावरून वाटलं, म्हणून विचारलं.''

''असला कसला तरी विचार करत बसू नकोस. तुझ्या पायाखाली काय जळतंय ते बघ. तो भडवा डॉनी, हरामी साला, तो आणि त्याचे दोस्त. सत्यानाश झाला सगळा. तुला माहितीये, ते परिस्थितीचा गैरफायदा घेतायत. मी त्यांना पूर्णपणे बाजूला काढू शकत नाहीये. सगळी सिस्टीम छान बसलीये आणि सुरळीत चाललंय. आता नव्यानं दुसऱ्या कुणाबरोबर तरी फिल्डिंग लावून असं नीट पार पाडणं शक्य नाहीये. ह्यात डीननं पुढाकार घेतला होता आणि आता तोच नाहीये. डीनऐवजी त्यांनी तुला काम करायची परवानगी दिली हेच आपलं नशीब असं म्हणायला हवं. पण ते आपल्यावर चढले हे नक्की.''

"तो कोल होता का?"

"काय? काय बोलतोयस तू? नाही, तो कोल नव्हता. मी कोलवर कशाला भडकेन? तो तर माझा मित्र आहे."

"बरं, पण मग कोण होतं?"

तिनं आपल्या सिगारेटवरची राख झटकली आणि एक मोठा झुरका घेऊन माझ्या तोंडावर धूर सोडला. मी तिकडं दुर्लक्ष केलं. मला भांडण उकरून काढायचं नव्हतं, फक्त थोडीशी माहिती हवी होती.

"माझ्या प्रायव्हेट गोष्टी मी तुला कशाला सांगू?"

"अं... कारण आपण... पार्टनर्स आहोत."

"क्राईम पार्टनर्स, असं म्हणायचंय तुला."

"अं, हो."

"त्याचा काहीही संबंध नाहीये... च्यायला... मला वाटतं एकदा का कोर्टात केस उभी राहिली की बस."

"चीफ अँडी वेबविरुद्ध ना?"

"नाहीतर काय? त्याच्याच विरुद्ध. मी एक घोडचूक केली. त्याला फोन केला आणि मला त्याच्याबद्दल काय वाटतं ते बकले. बहुतेक मला थोडीशी चढली होती. जाऊ दे. पण मी त्याला मस्त सुनावलं. विशेषत: त्या ट्रकबद्दल. पण त्यानं तर याविषयी चक्क कानावर हात ठेवले. आपल्याला काहीच माहीत नाहीये असं स्पष्ट म्हणाला तो."

"तुला खरं वाटलं का ते?"

"हो वाटलं खरं, पण मी आधीच त्याला म्हटलं, की आपण वकील बघतोय आणि त्याला कोर्टात खेचणारोत. ह्या चोरीसाठी आणि त्या इंटरव्ह्यूच्या नाटकासाठी."

"तू सांगून टाकलंस त्याला?"

"आत्ताच म्हटलं ना मी सांगितलं म्हणून. मी बोलले, पण काही फरक पडत नाही. आता एवढंच होईल, की आपला वकील केस दाखल करेल तेव्हा तो त्याच्या वकिलाला घेऊन तयार असेल. यानं असा काय मोठा फरक पडणारे? आणि जे झालं ते झालं. त्यानंतर त्यानं सतत फोन करून मला शिव्या घालायचा सपाटा लावला. मादरचोद साला."

"चीफ वेबनं असं करता कामा नये." मी म्हणालो.

तिनं आणखी थोडे झुरके मारून धूर सोडला. "ओडेल, तुझ्याशी बोलताना कधीकधी मला वाटतं की तू कालपरवाच अंड्यातनं बाहेर आलायस. आजकालच्या जमान्यात जसं वागायला हवं, तसं कोणीही वागत नाही. आपल्याला पाठिंबा देणाऱ्यांच्या पैशांवर गलेलठ्ठ होणारे राजकारणी नाहीत, एरवी बायकांबरोबर लफडी

करणारे टीव्हीवरचे प्रीचर्स नाहीत, पोलीस नाहीत, का मी नाही. म्हणूनच तर मग तक्रार करावीशी वाटली, तरी मी ती करत नाही. कालच जन्मलेला एखादा यडपा, ज्याला दुनियादारी बिलकूल माहीत नाहीये असा माणूसच गोष्टी व्हायला पाहिजेत तशा होत नाहीत म्हणून तक्रार करत बसेल.''

''बरं, पण मग तो फोनवर तुला शिव्या कशाला घालत होता?''

''बरंच पूर्वीचं खाजगी कारण आहे. आमची ओळख पण जुनीच आहे. आता कुणी इतकी वर्षं एकमेकांना ओळखत असतील, तर तर कशावरून ना कशावरून तरी त्यांच्यात वाद हा होणारच. तसंच आमचंही झालं. कळलं?''

''पण जर हे या केसबद्दल नाहीये तर मग कशाबद्दल होतं?''

''आत्ता मी काय म्हटलं, हे खाजगी आहे म्हणजे हे त्याच्यात आणि माझ्यात आहे, तुझा संबंध नाही. समजलं?''

''बरं.''

''सगळ्याच लोकांना संशयितासारखं वागवायची सवयच झालीये अँडीला. त्यांनी काहीतरी भयंकर गुन्हा केलाय आणि आता त्यांना लायनीवर आणायची जबाबदारी केवळ आपल्यावरच आहे असं वाटतं त्याला.''

''लोरेन, तुझी काहीही चूक नाहीये.''

''काय बोलतोयस काय तू ओडेल? तुला काय वाटतय, कैद्यांना सुधारगृहात ड्रग्ज पुरवणं हे काय देवदूतांचं काम आहे? डॉनी देवदूत वाटतोय का तुला? का डीन देवदूत होता? ही किडकी लोकं आहेत. इथं नेहमीच पैशांचा तुटवडा असतो. जगायचं असेल तर लुटालूट, मारामारी करावीच लागते. मारा नाही तर मरा हा या जगाचा नियम आहे. कळलं? शुक्रवारपासून तूही हेच करशील. म्हणजे, कोलनं तुला कामावर घेतलं तर.''

''कोल पण सामील आहे यात?''

तिनं राहिलेलं थोटूक लांब भिरकावलं. ''तुला आधीच बऱ्याच गोष्टी कळल्यायत. जरा थांब आणि बघ. कोलच्या जर लक्षात आलं की तू म्हणजे अगदी कुक्कुलं बाळ आहेस, तर तो घेणारच नाही तुला. जरा आपली समज वाढवायचा प्रयत्न कर. असं विचित्र वागू नकोस ओडेल. तू यडपट आहेस असं यापूर्वी सांगितलंय का कुणी तुला?''

''एक-दोनदा सांगितलंय.''

''तसंच काहीतरी कारण असणार म्हणून सांगितलं असेल. आता तरी बावळटपणा थांबव आणि कामाला लाग.''

ती मला सॉलीड झापत होती. मला तिच्याबद्दल एवढं वाटत होतं आणि तिच्याच तोंडून असं अंड्यातनं बाहेर आलेलं पिल्लू काय, कुक्कुलं बाळ काय, हे ऐकणं म्हणजे त्रास होता. मी अगदी कुणीतरी किडामुंगी असल्यासारखं

वाटायला लागलं मला. मी डीनसाठी किती खपलोय हे जर तिला माहीत असतं, शंभरेक वेळा खणून, या कानाचं त्या कानाला कळू न देता, त्याला असं नाचवलंय हे कळलं असतं तर माझी तिच्यावर मस्तपैकी छाप पडली असती. मग तिनं मला असं तू विचित्रच आहेस वगैरे म्हटलं नसतं. गेल्या आठवड्यात एकदाही पकडलं न जाता मी जे केलं, जसा धीरानं वागलो, तसं करायला मनाची एकाग्रता आणि खोलवर विचार दोन्ही असावं लागतं. तरीही जर तिला वाटत असेल, की मी एखाद्या पिल्लाप्रमाणं भोळा आणि मंद आहे तर कोंडोलिझा जेव्हा पोलिसांना सांगेल, की डीन मेला तो एक अपघात होता त्यामुळं मला शिक्षा करू नका, सोडून द्या, तेव्हा तरी तिला आपलं मत बदलावंच लागेल. मी तिच्या भावाला मारलं एवढंच नाही, तर कुणालाही काहीही कळू न देता इतका वेळ त्याला लपवून ठेवलं हे कळल्यावर लोरेनला आश्चर्याचा धक्काच बसेल. माझ्याजागी जर दुसरा कुणी असता, तर एव्हाना सगळं जगजाहीर झालं असतं. जर लोरेनला डोकं शांत ठेवून, खंबीरपणे निर्णय घेऊन कृती कशी करायची हे जाणणारा माणूस हवा असेल, तर माझ्याशिवाय पर्याय नव्हता हे तिला मान्य करावंच लागलं असतं. लहान बाळ म्हणे!

"तू दिसतोस तेवढा माठ नाहीयेस ओडेल, तू फक्त तसं भासवतोस. बरोबर? आता हे नाटक बंद कर आणि जरा मर्दासारखा वागून दाखव. काय?"

"बरं."

"मी तुझ्यावर चिडले नाहीये. मला स्वत:चाच जाम राग आलाय. मी अँडीला फोन करून असं सांगायला नको होतं. आता तो तयारीत राहील. मी दमानं घ्यायला हवं होतं पण मी थोडं प्यायले आणि रागाच्या भरात त्याच्या घरी फोन केला. त्याला घरी कुणी फोन केलेला आवडत नाही. विशेषत: एखाद्या बाईनं. त्याची बायको फोन घेते आणि जर एखादी बाई अँडीशी बोलायचंय म्हणाली तर तर लगेच तिला संशय येतो. त्यानं खूप पूर्वीच मला हे सांगितलंय. ही माझी चूक झाली, त्याला घरी फोन केला ही. त्यामुळं मग तो या कोर्टाच्या लफड्यावरनं जास्त भडकला. आता त्याची बायको त्याला फैलावर घेईल की, ही कोण बाई होती, कशाला फोन केला वगैरे वगैरे. म्हणूनच तर मला लग्नच करायचं नाहीये. नवरा बायको म्हणजे कायम संशयाचं भूत मानेवर."

"नेहमी असंच असतं असं काही नाही."

"तसंच असतं. तुझे आई बाबा काय सतत गुलुगुलु बोलायचे?"

"नाही."

"तेच तर आहे. राडा सगळा."

तिनं दुसरी सिगारेट काढून शिलगावली. हात मोकळे राहिले तर आपण

स्वत:च्याच झिंज्या उपटू असं वाटत होतं की काय तिला कोण जाणे. मी तिला कशानंच इतकं अपसेट झालेलं, हादरलेलं बघितलं नव्हतं. खरं तर लोरेन नेहमी शांत असायची. पुढं काय करायला हवंय हे फक्त तिलाच कळतंय असा आव असायचा. सगळ्या नाड्या आपल्या हातात ठेवून इतरांनी आपण म्हणू तसं नाचावं असं वाटायचं तिला. आज मात्र तिचं दुसरंच रूप दिसत होतं. जेमतेम डोकं पाण्याबाहेर ठेवू शकत होती, तेसुद्धा मार्लबोरोच्या मदतीनं.

मी तिला म्हटलं, ''तुला जर आत्ता कुणी सांगितलं की सगळ्यांना वाटतंय तसा डीन काही फरार वगैरे झालेला नाहीये, तर तुला काय वाटेल?''

''बरंच वाटेल. पण तसं काहीही नाहीये. बघ आता, तू विचित्र आहेस असं मी म्हणतीये ना, ते हे.''

''नाही, मला म्हणायचंय की समज, तो फरार नाही, मेलाच असला तर.''

''हां, आता मेला असेल तर गोष्ट वेगळी. मग ही जी सगळी नाचक्की होतीये ती थांबेल. हे कॅरिओकी प्रकरण बंद होईल. फॉक्स न्यूजनं त्या फिल्मबरोबर टेप केलेलं डबाबंद हसणं वाजवलं नाही एवढंच. पण तो महामूर्ख आहे असं चित्र मात्र व्यवस्थित उभं केलं. तो मेला असला तर सगळ्यांचं हसणं नक्की बंद होईल. पण तो मेलेला नाहीये.''

''पण खरंच असला तर?''

''ओडेल, पुन्हा तू माझ्या डोक्यात जातोयस. डीन माझा भाऊ आहे. त्याच्याबद्दल असं बोलून मला उचकवू नकोस. प्रत्येक वेळी बातम्या लागल्या की मला वाटतं की आता सांगतील, की कुठंतरी फलाण्या ठिकाणी तो सापडला आणि एफबीआयनं किंवा दुसऱ्या कुणीतरी त्याला गोळी घातली... असं बोलू नकोस प्लीज. मला हे ऐकवत नाहीये.''

''म्हणजे तुला म्हणायचंय की, तो मेलाय असं तुला कळलं तर तुला हायसं वाटेल.''

''नाही. मी असं काहीही म्हटलेलं नाही. हे भगवान! तो बॉर्डर क्रॉस करून मेक्सिकोला पोचेल आणि दक्षिण अमेरिकेत किंवा कुठंतरी लांब पुन्हा नव्यानं आयुष्य सुरू करू शकेल अशी आशा आहे मला. मग तो मला पुन्हा कधीही भेटला नाही तरी चालेल.''

''म्हणजे तो मेलाय असं कुणी तुला सांगायला नकोय.''

''बरोबर. आत्ता तुझ्या भेजात शिरलं. समजून घेतल्याबद्दल थँक्स. अशा परिस्थितीत असं कुणी दिलाशाचं मनाला उभारी देणारं बोललं तर मला फार आवडतं.''

''बरं.''

''आता आपण एकदम गप्प बसून त्या साल्या डॉनीची वाट बघू या.''

“बरोबर.”

मग आम्ही तेच केलं. डॉनी परत येईपर्यंत तिच्या तीन सिगारेट्स फुंकून झाल्या होत्या. डॉनीनं आमच्यापाशी येऊन गाडी थांबवली पण तो खाली तर उतरला नाहीच, त्यानं साधं गाडीचं इंजीनही बंद केलं नाही. फक्त खिडकीतून एक टेप लावून बंद केलेलं पॅकेट हलवलं. अगदी मागच्या मंगळवारच्या पॅकेटसारखंच दिसत होतं ते. लोरेन पर्समधनं पैसे काढेपर्यंत त्यानं पॅकेट पुन्हा गाडीत ठेवलं होतं. मग दोन्ही वस्तूंची अदलाबदल झाली.

“मला घरी सोड.” ती म्हणाली.

“चल बस.”

आम्ही दोघंही गाडीत बसलो. डॉनीनं गाडी सरळ तिच्या घरापाशी नेली. लोरेन उतरेपर्यंत याचं इंजीन चालूच होतं. मी पण तिच्या पाठोपाठ उतरायला लागलो तर तिनं डॉनीला मला पण घरी पोचवायला सांगितलं.

“मी काही टॅक्सी नाही चालवते.” तो म्हणाला.

“तू त्याला इथं आणलंस, त्यामुळं तूच त्याला घरी न्यायचंस.”

तोपर्यंत मी एक पाय बाहेर टाकला पण होता. तिनं मला आत ढकललं आणि गाडीचं दार लावून घेतलं.

“चल नीघ.” ती म्हणाली. डॉनीनं तोंडातल्या तोंडात शिव्या घातल्या, पण मग गिअर बदलून पॉंटिॲक पुढं काढली आणि आम्ही गावातून बाहेर पडलो.

“हरामी कुत्री साली,” तो म्हणाला, “तू सहन कसं करतोस तिला?”

“लोरेन चांगली आहे. हां, आत्ता खूप ताण आहे तिच्या मनावर.”

“अरे आपल्या सगळ्यांवरच कायमचाच ताण असतो, तरी तू आणि मी शांत आहोतच ना. कुणाकुणाला ताण सहन करणं जास्त चांगलं जमतं एवढंच. काय मग, तुझा ट्रक कुणी चोरलाय?”

“काय माहीत?”

“मघाशी तर म्हणालास तुला माहितीये म्हणून.”

“हो, पण आता तसं वाटत नाहीये.”

“तो डीनचा ट्रक आहे. कदाचित तो आला असेल आणि आपला ट्रक घेऊन गेला असेल. तुला काय वाटतं?”

“नाही.”

“बरोबर. तो काही इतका बुद्दू नाहीये की पुन्हा इथे परत येईल आणि एवढ्या ठळक अक्षरात आपलं नाव लिहिलेला ट्रक घेऊन जाईल. फारच मूर्खपणा होईल हा. त्यांनी काय तुझी गवत कापायची मशीन्स पण नेली?”

“एकूण एक. सगळं.”

"सगळ्या जगात चोरच भरलेत. अगदी व्हाईट हाउसपासून खालपर्यंत. म्हणूनच तर प्रामाणिकपणे पोटापाण्याचा उद्योग करणं म्हणजे बावळटासारखा आपला वेळ वाया घालवणं असं वाटतं. आपण जे काही थोडंफार मिळवू ते हे चोर लोक काढून घेतात, टॅक्स म्हणून. हे बडे बडे सीईओ, तेही सगळे एकजात चोर आहेत. आपल्याच लोकांना, शेअरहोल्डर्सना ठगवतात. जर त्यांना काही पडलं नाहीये, तर मी कशाला मरू? पोलीस पण याला सामील आणि वकील तर साले इतके हरामी असतात, की या वाकड्यांचा आकड्यासारखा उपयोग करून वाईनच्या बाटलीचं बूच काढता येईल. आता हा व्यवहार बघ, हा वेगळा आहे. लोकांना काहीतरी हवंय, तुम्ही एका ठरावीक किमतीला ते पुरवता. यातून होणाऱ्या प्रामाणिक कमाईतून जेमतेम कुटुंबाचं पोट भरू शकतं. खोटी आश्वासनं वगैरे काही नाही. रात्री झोपताना माझं मन साफ असतं. मला माहीत असतं की मी कुणालाही कसलाही त्रास दिलेला नाहीये, फक्त लोकांना खरोखर हवी असलेली एक वस्तू पुरवायचं काम केलंय. एक प्रकारची सेवा. मी जर काही वाईट करत असतो तर मला असं वाटलंच नसतं. काय, वाटलं असतं का?"

"नाही."

"अगदी बरोबर. नसतंच वाटलं मला. एक सांग, तुम्ही दोघांनी काय मजा मारली का नाही?"

"नाही."

"पण तुला आवडेल तिच्याबरोबर झोपायला, बरोबर? ती अशी हलकट असेल पण सॉलिड आहे माहितीये? तुझं काय चाललंय तरी काय, वेळ का फुकट घालवतोयस? तिचा कुणी दुसरा मित्र आहे का?"

"नाही."

"मग हो ना पुढे मर्दा. एवढी सुंदर, जवान बाई वाया घालवतोयस तू. खरंच अजून काही केलं नाहीस?"

"नाही."

त्यानं निराशेनं मान हलवली आणि हे आपल्याला समजणं शक्य नाही अशा अर्थानं एक सुस्कारा टाकला. "ओडेल, जाम विचित्र आहेस तू. तुझ्यात काहीतरी गफलत आहे. तू बऱ्याच गोष्टी लपवून ठेवल्यास, काहीतरी गुपित आहे तुझ्याकडे. मी सांगतो ना."

"गुपित?"

"हो. भयानक घाणेरडी गुपितं. नक्की. पण असं एखादं जरी गुपित मनात साठवून ठेवलं तर ते आपलं शरीर पोखरतं. शेवटी फक्त हाडांचा सापळा उरतो. नुसतंच पोकळ टरफल."

"टरफल!"

"बरोबर. तुला मला काही सांगायचंय का ओडेल? तुझ्या या गुपितामध्ये मला सामील करून घ्यावसं वाटतंय का तुला? कदाचित तुला नुसता सापळाच व्हायचं असेल."

"माझी काहीही गुपितं नाहीयेत."

"नक्की? मी माणसं ओळखण्यात उस्ताद आहे आणि आत्ता माझं मन मला सांगतंय, की तू काहीतरी लपवतोयस."

"तुझा अंदाज चुकीचा आहे."

त्यानं तोंडानं च्यक असा आवाज काढला, पण तो माझ्याकडं एकटक बघत राहिला. ड्रायव्हरनं असं कधी करू नये. त्यानं रस्त्याकडं लक्ष द्यावं. आता गाव संपत आलं होतं त्यामुळं पुढं रस्त्यावर दिवे नसणार, नुसता काळोख असणार. अचानक डॉनीनं मोठ्या आवाजात रेडिओ सुरू केला त्यामुळं आमचं बोलणं बंद झालं. आम्ही हायवे सोडून डीनच्या घरावरून जाणाऱ्या रस्त्याकडं वळलो. हा रस्ता खराब होता त्यामुळं त्यानं गाडीचा वेग कमी केला. आमच्या समोरून आलेली एक गाडी बाजूनं गेली. त्या गाडीवाल्यानं आपले हेडलाईट्स डीम केले नाहीत त्यामुळं डॉनीनं त्याला शिव्या घातल्या. त्यानं आमच्या गाडीच्या दिव्यांची उघडमीट केली, पण त्या ड्रायव्हरवर काही परिणाम झाला नाही. माझ्या मते पूर्णपणे स्वार्थी होता तो. आपलं झालं की झालं. पण ती गाडी झटकन निघून गेली आणि तिच्या मागं उठलेल्या धुळीच्या लोटात आमची गाडी न्हाऊन निघाली. "गाढव." डॉनी म्हणाला. आणखी दहा-एक मिनिटांनी त्यानं गाडी थांबवली आणि रेडिओ बंद केला.

"चल इथंच उतर. तू मला मघाशी भेटलास ती जागा मला वाटतं इथून अगदी जवळच असणार. कोणत्याही परिस्थितीत मी त्या घराच्या आसपासही फिरकणार नाहीये."

मी उतरलो आणि त्यानं गाडी उलटी वळवली. आला होता तसाच तो सुसाट निघून गेला. गाडी वळवताना उडालेला धुरळा गाडीच्या दिव्यांच्या उजेडात तरंगत राहिला. तो मला मध्येच सोडून गेला याचं मला फारसं वाईट वाटलं नाही. त्याच्या बरोबर बोलायला मला जरा अवघडल्यासारखंच वाटत होतं. झाल्या गोष्टींचा विचार करत मी चालू लागलो. माझ्या डोक्यात सगळ्याचा गुंता झाला होता. सगळंच कठीण झालं होतं. कारण ते हरवलेलं पत्र आत्ता कुणाच्या हातात पडलंय ते मला माहीत नव्हतं. कदाचित मी असलं काही लिहायलाच नको होतं, पण तेव्हा मी खूप अपसेट होतो आणि सगळं लिहून काढल्यावर मला खूप बरं वाटलं होतं. जे केलं ते बरोबर का चूक ह्याची आता मात्र मला खात्री वाटत नव्हती.

असं चांदण्यात शीळ घालत, रिकाम्या हातांनी चालायला मस्त वाटत होतं.

मी काही फार चांगली शिट्टी वाजवू शकत नाही, पण इथं आजूबाजूला ऐकायला होतं कोण? खरं तर हे डीनचं त्रांगड सोडलं तर मला दुसरी कसली काळजी नव्हती. आपल्या प्रत्येकाच्या मनाच्या खुशीच्या खिडक्या मधून मधून कधीतरी अचानक उघडतात आणि अंगावर एक छानशी शिरशिरी उमटते. माझं पण असंच आहे. प्रॉब्लेम एवढाच असतो की, ही झुळूक आपल्याला ठरवून आणता येत नाही. हे क्वचित कधीतरी अचानकच घडत असतं.

मी घराबाहेरचा अंगणातला एक आणि आतला एक असे दोन दिवे चालूच ठेवले होते त्यामुळं मला लांबूनच घर आल्याचं दिसलं. माझी चाल जरा मंदावली. मला असं चालायला आवडत होतं आणि हे एवढ्यात संपावं असं वाटत नव्हतं. कदाचित मी पुन्हा कधीतरी चांदण्यात भटकायला बाहेर पडायला हवं. मी गेटपाशी पोचलो आणि आत जायला वळलो. बघतो तर अंगणात रस्त्यापासून वीस-एक मीटर्सवर एक गाडी उभी होती. पहिल्यांदा मला वाटलं की, डॉनी म्हणाला होता तशी फेडरल टीम आली असणार पाळत ठेवायला. पण ही काही गव्हर्नमेंटची सेदान गाडी नव्हती. हा एक ट्रक होता. मी जवळ जाऊन पाहिलं तर तो डीनचा ट्रक होता.

आत डोकावलं तर ट्रकच्या आत कोणीच नव्हतं. गवत कापायची मशीन्स जिथं ठेवली होती तिथंच होती. इंजीन अजून गरम होतं म्हणजे लोरेनच्या फोनवरील तोफखान्यापुढं नमून ॲडी वेबनं तो नुकताच परत आणून ठेवला होता तर. स्वाभाविकच होतं म्हणा. घरातला आणि अंगणातला दिवा चालू होता, त्यामुळं त्यांना वाटलं असणार की घरात कोणीतरी आहे. म्हणून मग त्यांनी ट्रक पूर्ण आत आणला नसणार. बहुतेक हेडलाईट्स बंदच ठेवून त्यांनी तो जेमतेम गेटच्या आत घेतला असेल आणि तो तसाच सोडून देऊन बरोबरच्या दुसऱ्या गाडीतून पळाले असणार. डॉनी आणि मी येत असताना आमच्या बाजूनं जी गाडी गेली, तीच ती गाडी असणार. प्रश्नच नाही.

ट्रकच्या चाव्या मी घरात ठेवल्या होत्या पण आत्ता ट्रक लॉक केलेला नव्हता. मी दरवाजा उघडून ड्रायव्हरच्या सीटवरचा दिवा लावला आणि एकदा सगळं नीट तपासलं. कुठंही काहीही वेगळं दिसत नव्हतं. खालचा कचरा जसाच्या तसा होता. फक्त डॅशबोर्डवरच्या इग्निशन वायर्स बाहेर लोंबकळत होत्या, म्हणजे त्यांनी चावी न वापरता वायर्सचा डायरेक्ट कॉंटॅक्ट करून ट्रक पळवला होता आणि परतही आणला होता. त्यानं फारसं काही बिघडत नव्हतं पण कोंडोलिझाचं पत्र मात्र गुल झालं होतं. माझा फोनही कुठं दिसत नव्हता. मी तो कचरा वरखाली करून पाहिला, फ़ास्ट फूडचे ट्रे, चॉकलेटच्या चांद्या, कोकची मोठी डबडी, स्ट्रॉ, सगळीकडे नीट बघितलं पण ह्या दोन्ही महत्त्वाच्या गोष्टी तिथं नव्हत्या. म्हणजे त्यांनी जरी ट्रक

परत केला असला, तरी या दोन वस्तू चोरल्या होत्या. मी ओडोमीटर बघितला, किलोमीटर्सचा आकडा फारसा वाढला नव्हता याचा अर्थ ट्रक फारसा फिरवला गेला नव्हता. बहुतेक सरळ पोलीस गॅरेजमध्ये नेला असेल, बारा तास तिथंच ठेवून चेक केला असेल आणि परत आणला असेल. या सगळ्यात माझं गवत कापायचं एक दिवसाचं काम बुडालं होतं.

गिऱ्हाइकांची नावं, फोन नंबर्स आणि कामाचं वेळापत्रक मात्र जसच्या तसं होतं. उद्या मी सगळ्यांना फोन करून काय प्रॉब्लेम झाला ते सांगू शकलो असतो, पण माझा फोन हरवला होता. त्यामुळं मी रागानं वेडा झालो होतो. ट्रकच्या चाव्या आणण्यासाठी मी घरात जायला निघालो. शेवटी ते पत्र अँडी वेबच्या हातात पडलेलं दिसतंय, पण मग तो ताबडतोब इथं येऊन तो अंगणातला खड्डा खणून का बघत नाहीये? पत्रात तर मी स्पष्ट लिहिलं होतं की मी डीनला त्या खड्ड्यात पुरलंय म्हणून. या विचारांनी मला पुन्हा वेगळीच काळजी वाटायला लागली. मी पायऱ्यांशी पोचलो तेवढ्यात किचनमधला फोन वाजायला लागल्याचं मला ऐकू आलं. घाईघाईनं मी चावी काढली आणि दार उघडलं. हा लोरेनचा फोन असणार असंच मला वाटत होतं. मघाशी ती माझ्याशी खूपच विचित्र वागली होती, त्याबद्दल सॉरी म्हणायला फोन केला असेल. आता पुन्हा जेव्हा मी तिच्या घरी जाईन तेव्हा रात्री तिथंच राहिलो तरी चालेल, मला काही त्या डॉनी डॉर्कोबरोबर आपल्या घरी जायची गरज नाही, असंच ती सांगेल असं मला वाटत होतं. किंवा कदाचित चीफ वेबचा फोन असेल. तो म्हणेल की, 'या वेळी तुझा ट्रक परत केलाय पण पुढच्या वेळी करणार नाही,' इ. इ.

मी धावत धावत जाऊन फोन उचलला. "हॅलो?"

"ओडेल? मी चेट मर्चंड."

"ओह चेट... हाय."

"एवढ्या उशिरा फोन केला त्याबद्दल सॉरी ओडेल, पण मी दुपारपासनं तुला फोन करायचा प्रयत्न करतोय. तुझ्या नव्या फोनचा रिंगटोन खूप बारीक आवाजात ठेवलायस वाटतं."

"नाही, तो चोरीला गेला."

"चोरीला?"

"माझ्या ट्रकबरोबरच. म्हणजे डीनच्या ट्रकबरोबर. आत्ताच त्यांनी परत आणून ठेवलाय."

"तुझा ट्रक चोरीला गेला? हां, तो गवत कापण्याचा ट्रक म्हणायचंय का तुला?"

"तोच. मी फ्युनरलला गेलो होतो सकाळी, तेव्हा पळवला कुणीतरी. आत्ता जसा होता तसा आणून दिलाय, फक्त फोन ढापला."

"अरे बापरे. तुझा नवा कोरा फोन..."

"होय, त्यांनी घेतला. मी नीट शोधला पण तिथं नाहीये."

"शरमेची गोष्ट आहे म्हणेन मी. जगात सगळीकडे चोरांचीच सद्दी आहे."

पंधरा-वीस मिनिटांपूर्वी डॉनी सुद्धा हेच म्हणाला होता म्हणजे हे खरं असणार. पण अर्थात मी चेटसारख्या धार्मिक माणसाशी याबद्दल बोलू शकत नव्हतो. मी ख्रिश्चन तर नाहीच, पण शिवाय ड्रग्जच्या व्यापाऱ्यांबरोबर वावरतो हे कळलं तर त्याला आणखीनच वाईट वाटेल. अगदी निराश होईल तो.

"ओडेल, मी फोन अशासाठी केलाय की तुझ्याकडून तोपेकाला परत जात असताना मी विचार केला आणि रेव्हरंड जेरोमीला तुझ्याबद्दल सांगण्यासाठी फोन केला."

"माझ्याबद्दल?"

"होय. कल्पना अशी होती की, चार जुलैला प्रीचर बॉबच्या रिव्हायवलसाठी तुला तोपेकाला बोलवायचं. आवडेल का तुला यायला?"

"चार जुलैला?"

"बरोबर. अमेरिकेच्या दृष्टीनं हा महत्त्वाचा काळ आहे. पुढच्या वर्षी निवडणूक आहे. योग्य अयोग्य ठरवायची वेळ आहे ही. कसलीही तडजोड न करता खंबीर राहायला हवं. आपली तडजोड आणि चलबिचल म्हणजे पराभवाची नांदी. बॉब आणि मी, आम्हा दोघांनाही पब्लिकचा कौल माहितीये. बॉबची अशी इच्छा आहे की, चार तारखेला आपल्या शिष्य परिवारासाठी सुरेख अमेरिकन सोहळा ॲरेंज करायचा. असा एखादा समारंभ की, सगळे पुन्हा राजकीय उत्साहानं सळसळू लागतील. मनावरची मरगळ झटकली जाईल. प्रमुख पाहुणा कोण असेल ओडेल, काही तर्क करू शकतोयस का? त्याच्या भाषणानं मुर्दाड मनं पेटून उठतील. अतिशय महत्त्वाचं असेल ते भाषण."

"... अध्यक्ष?"

"जवळ आलायस, पण आताचे अध्यक्ष नाहीत. भावी अध्यक्ष म्हण."

"सेनेटर केचम?"

"प्रभुची इच्छा असली तर आम्हाला तेव्हा तू पण तिथं असायला हवा आहेस."

"बरं... बघतो, पण मला नाही वाटत मी चांगलं भाषण वगैरे करू शकेन चेट. एखाद्या लेखकानं लिहून दिलेलं असलं तरी नाही."

"ओडेल, सॉरी बाबा, माझी सांगताना काहीतरी चूक झाली असावी. तू भाषण करावंस असं नाही आम्हाला म्हणायचंय. ते काम सेनेटर केचमचं आहे. ओळख आणि प्रास्ताविक अर्थात बॉब करेल. आम्ही तुला आमंत्रण देतोय, ते केवळ एक पाहुणा म्हणून. पडद्यामागचा विशेष अतिथी. तू स्वत: सेनेटरना आणि प्रीचर बॉबना

भेटू शकशील. पब्लिसिटीची अजिबात काळजी करू नकोस. डीन लोरीशी संबंध आल्यामुळं तू नाहक या गुंत्यात अडकलास आणि होरपळलास हे मला माहितीय. आता असं काही होणार नाही. तू तिथं विशेष गुप्त अतिथी म्हणून उपस्थित राहशील. कॅमेऱ्यांपासून दूर. मिडियाचं लक्षच जाणार नाही. आता तुला प्रश्नपडला असेल, की बॉब हे सगळं कशासाठी करतोय? बरोबर ना ओडेल?''

''तसाच काहीसा.''

''उत्तर सोपं आहे, कारण बॉब हा असाच माणूस आहे म्हणून!''

''अच्छा.''

''तुला यावंस वाटतंय ना ओडेल, सांग मला. तू येशील असं म्हण. मी काही तुझं जबरदस्तीनं धर्मांतर वगैरे करणार नाहीये, फक्त माझ्या एका चांगल्या मित्राला मी आमंत्रण देतोय एवढंच.''

''बरं... ठीके. येईन.''

''भरपूर गर्दी असेल. आम्ही तोपेकातल्या सगळ्यांत मोठ्या बागेत व्यवस्था केलीये. खुल्या, मोकळ्या मैदानात स्टेज बांधतोय. शिवाय खाणं पिणं फुकट असणारच सर्वांसाठी. आमची अपेक्षा आहे की किमान दहा हजारांवर जाईल आकडा.''

''बापरे, बरेच लोक झाले हे.''

''नुसते भरपूर नाहीत तर खास. ओडेल, तुला कुठून आलो असं होणार नाही. तुझा ट्रक पण परत आलाय म्हणालास ना तू?''

''अंगणाशी आणून उभा केलाय.''

''चांगलं झालं. तुझा येण्याजाण्याचा प्रश्नसुटला. तुझ्या या ट्रीपच्या पेट्रोलचे पैसे आम्ही देऊ. एवढा मोठा ट्रक इथपर्यंत आणायचा, परत न्यायचा, म्हणजे पेट्रोल-डिझेलमध्येच तुझा खिसा रिकामा व्हायचा. आजकाल ओपेक कंट्रिजनं भाव कसले वाढवून ठेवलेत तेलाचे. त्यामुळं पेट्रोल पंपावर कफल्लकच होतो माणूस. हां पण एक बरंय, गाडी जेवढी मोठी तेवढी सुरक्षा अधिक असं म्हणतात. खरं तर ह्या मोठमोठ्या अमेरिकन गाड्या चालवल्या पाहिजेत आपण सगळ्यांनी, पण सर्रास सगळे लोक आयात केलेल्या त्या काड्यापेट्या घ्यायला लागलेयत. हे चुकीचं आहे, देशद्रोह... जाऊ दे. आता मला या विषयावर तोंड उघडायला लावू नकोस आणि बरं का ओडेल, तू हजर राहिलास तर तुला एक खास प्रेझेंट पण मिळेल. मी आणि बॉब तुला दुसरा नवीन मोबाइल घेऊन देऊ, अगदी फुकट. धरूनच चाल ना तू.''

''खरंच खूप ग्रेट आहात तुम्ही चेट. थँक्स.''

''अरे आभार कसले मानतोस, चार तारखेला तिथं ये म्हणजे झालं. आणि एक कर, या दरम्यान तुझा ट्रक पुन्हा चोरीला जाऊ देऊ नकोस. काय?''

"बरं."

"चल आता आणखी वेळ घेत नाही तुझा. उरलेली संध्याकाळ मजा कर."

"ठीके तर मग."

"बाय ओडेल."

"बाय चेट."

आम्ही फोन ठेवला. हा आश्चर्याचा धक्का ओसरायला मला जरा वेळ लागला. मी जोरजोरात डोकं हलवलं. प्रीचर बॉबनं सेनेटर केचमबरोबर ॲरेंज केलेल्या कार्यक्रमात मला खास आमंत्रण दिलं होतं. तिथं आणखी कोण कोण असणार होतं कोण जाणे. यामुळं आणखी एक चांगली गोष्ट होणार होती. चीफ वेब जेव्हा माझं पत्र बाहेर काढेल आणि मी डीनला मारलं असं म्हणेल, तेव्हा मी म्हणू शकेन की, माझे हात वरपर्यंत पोचलेत. चेटच्या म्हणण्याप्रमाणे मी बॅकस्टेजला प्रीचर बॉब आणि सेनेटर केचमबरोबर असणार होतो. खरं तर रविवारी मी चेटशी बोलल्यानंतरच मला ते पत्र लिहायचं सुचलं होतं. आता हे पत्र मला कोणत्याही क्षणी गोत्यात आणणार होतं तेव्हा पुन्हा चेटनंच मला बोलावलं होतं आणि या प्रॉब्लेममधून सुटकेचा मार्ग दाखवला होता. मस्त जुळत होतं हे.

हे खरं होतं की, मी ते पत्र लिहिण्याचा गाढवपणा केलाच नसता तर बरं झालं असतं. त्यावर कडी म्हणजे सध्या ते कुठं आहे तेही मला माहीत नव्हतं. कदाचित अजून ट्रकमध्येच असेल, खालच्या कचऱ्यात गेलं असेल, फोन पण तिथंच असू शकतो, मला त्या सीटवरच्या मिणमिण दिव्यात नीट दिसलं नसेल. मी एक मोठा टॉर्च घेऊन तिथं जायला हवं आणि आख्खा ट्रक पिंजून काढायला हवा म्हणजे एकदाचं कळेल तरी नक्की काय ते. उगीच आपलं ते पत्र कुठं गेलं हा भुंगा तरी नको डोक्याला. तेवढ्यात मला आणखी चांगली कल्पना सुचली. मी अजूनही फोनपाशीच उभा राहून विचार करत होतो आणि माझी ट्यूब पेटली की मी जर माझा मोबाइलचा नंबर फिरवला आणि माझा फोन ट्रकमध्येच असला, तर तो वाजेल. मग फक्त आवाजाच्या रोखानं शोधलं की मला पटकन फोन सापडू शकेल. हा बेत मला बरा वाटला. मग डोक्याला थोडा ताण देऊन मी माझा नंबर आठवला आणि फिरवला.

फोन एकदा वाजल्याचा आवाज मी ऐकला आणि तेवढ्यात कोणत्या तरी अदृश्य हातानं मला एकदम उचललं आणि किचनच्या भिंतीवर भिरकावलं. त्याचवेळी ती भिंतपण कोसळली. माझ्याबरोबरच घरातला फ्रीज आणि इतर काही वस्तू बाहेर फेकल्या गेल्या. मला वाटत होतं की मला कसलं तरी भयानक स्वप्न पडतंय. फोन हातात असतानाच मला झोप लागली की काय? तेवढ्यात भिंत पडायची थांबली आणि मी तिच्यावर आपटलो. फ्रीज आणखी वेगानं पुढे गेला. भिंतीच्या उरल्या सुरल्या अवशेषांबरोबर मी खाली कोसळू लागलो. गंमत म्हणजे मला कसलाही

आवाज ऐकू येत नव्हता. म्हणजे हे एका बहिरंभटाचं स्वप्न होतं तर. एकदम स्लो मोशनमध्ये आणि पूर्ण शांततेत हे सगळं घडत होतं. आता या स्वप्नात मला दिसलं की संपूर्ण घरच जमीनदोस्त झालंय. मी ज्या भिंतीवर आपटलो होतो. ती भिंतच्या भिंत कोणीतरी हवेत उचलली होती आणि ती पुढं पुढं घेऊन जात होतं. तेवढ्यात ते हॉलमधलं पंतोजी घड्याळ आलं. ते अगदी सावकाश भिरभिरत होतं. त्याचा लंबक आपली जागा सोडून विचित्र प्रकारे वाकला होता डायल वेगळी झाली होती. आतल्या स्प्रिंग्ज आणि इतर चक्र दिसत होती. पुढच्या गॅलरीतली आराम खुर्ची त्याच्या मागोमाग गिरक्या घेत आली खाली उतरायची जागा शोधत होती. बहुतेक त्यातली कुशन्स ही पंख छाटलेल्या पक्ष्यांसारखी दिसत होती. मला त्यातलं एखादं पकडायचं होतं पण का कोण जाणे मी हलूच शकत नव्हतो. स्वप्नात होतं असं कधी कधी. माझा वेग कमी झाल्यामुळं कुशन्स माझ्या बाजूनं निघून गेली. ती किचनची भिंत आता तिरपी झाली होती आणि मी तिच्यावर रेललो होतो. चांदण्यात आम्ही एक चक्कर काटली. म्हणजे मी स्वप्न बघता बघता बाहेर आलो होतो तर. अशा उडत्या स्वप्नांबद्दल ऐकलेलं असतं आपण फक्त. इथं मी गोल गोल फिरत पण होतो. त्यामुळं चंद्रदेखील प्रदक्षिणा घालत होता.

नंतर एकदम ग्रहण लागलं आणि सगळीकडं मिट्ट काळोख पसरला.

चौदा

तुम्ही पेपरमध्ये वाचलं असेल, की कधीकधी काही लोकांना जाग येते, ते डोळे उघडतात तर त्यांना खोलीत परग्रहावरची काही माणसं फिरताना दिसतात. ही विचित्र दिसणारी माणसं तोंडानं काहीही न बोलता एकमेकांशी संवाद साधत असतात. हे टीव्हीवर पण दाखवलं गेलंय. मलाही असाच काहीतरी भास होत होता. यावरूनच मला कळलं की माझ्या बाबतीत सुद्धा काही तरी भयंकर घडलंय. मला दिल्या गेलेल्या औषधांमुळं असेल कदाचित, पण मला वाटत होतं की माझ्या अवती भवती ही परग्रहावरची माणसं आहेत आणि मला न समजणाऱ्या भाषेत ती मला काही तरी करायला सांगताहेत. बहुतेक डॉनी डीनं माझ्या ड्रिंकमध्ये काही तरी मिसळलं होतं. नाही तरी तो ड्रग्जचाच धंदा करतो ना. पण आम्ही दोघांनी एकत्र बसून ड्रिंक घेतलंच नव्हतं. मुख्य म्हणजे ही माझी खोलीच नव्हती. एका उंचाड्या सुकड्यानं नर्सचं सोंग घेतलं होतं. पांढरा आणि निळा युनिफॉर्म. दुसऱ्याच्या गळ्याभोवती तपासणी करायची कसली तरी नळी होती. त्याचं टोक माझ्या नाकात खुपसलं होतं. म्हणजे मी पृथ्वीच्या पाठीवर कुठंही लपण्याचा प्रयत्न केला असता तरी ते मला शोधून काढू शकले असते. नीट बघितल्यावर मला कळलं की तो आपला साधा नेहमीचा स्टेस्थोस्कोप होता. हे लक्षात आल्यामुळं त्यांनी तो स्टेस्थोस्कोप माझ्या अंगाला टेकवल्यावरही मी तो ढकलून दिला नाही, आरामात स्वस्थ पडून राहिलो.

"माझं बोलणं ऐकू येतंय का?" तो विचारत होता.

तो जवळ जवळ माणसासारखाच दिसत होता, पण तुम्ही फरक ओळखू शकता. परग्रहावरचे लोक चेहऱ्यावरचा मुखवटा लक्षात येऊ नये म्हणून मुखवटा संपतो तिथं भरपूर मेकअप फासतात. या मुखवट्याखाली त्यांचा सरड्यासारखा भेसूर चेहरा लपलेला असतो. त्यामुळं मला त्या नाकातल्या नळ्यांची सवय होईपर्यंत आणि त्यांच्या चौकशीला सामोरं जाण्यासाठी माझ्या मनाची तयारी होईपर्यंत तरी ते मला बोलण्यात

गुंगवून फसवू शकणार नव्हते, किंवा अजूनही माझं ते विचित्र स्वप्नच चालू असावं. आता मात्र नुसत्या बिनआवाजाच्या घडामोडी चालू नव्हत्या, तर माझे हात, डोकं, खांदा आणि एक गुडघासुद्धा ठणकत होता. माझ्या डोक्याभोवती एक आणि ठुसठुसणाऱ्या उजव्या हाताला एक बँडेज बांधलं होतं.

"मिस्टर डीफस, माझा आवाज ऐकू येतोय का तुम्हाला?"

"हो.."

"माझ्या हाताची किती बोटं उघडी आहेत, सांगू शकाल?"

इथं त्याचं बिंग फुटलं. कारण आपली जास्तीची दोन बोट दुमडायला तो विसरला. तो परग्रहावरचाच होता. सात बोटं दिसत होती की मला. तुम्हाला वाटतं तितके काही हे लोक हुशार वगैरे नसतात. हां, एक आहे की आपल्यापेक्षा तांत्रिक बाबतीत ते खूप पुढं असतात. पण आता मी चांगला सावध झालो होतो. हे काय चाललंय ते जणू मला माहीतच नाहीये असं नाटक करून मी त्याला गंडवणार होतो. ही नक्कीच त्याच्या यानातली एक पांढरी खोली होती.

"पाच." माझा आवाज जेमतेम फुटत होता. तो खूश झालेला दिसला.

"छान. आता मला सांगा, तुमच्याबाबतीत काय घडलं ते कळलंय का तुम्हाला?"

"मला चंद्र दिसला..."

हे काही बरोबर उत्तर नव्हतं. माझं बोलणं नीट ऐकू यावं म्हणून तो माझ्या तोंडावर इतका वाकला होता, की मला त्याचा तो चेहऱ्याला बांधलेला मुखवटा एखाद्या कार्टूनसारखा लांबच लांब दिसायला लागला. "एक मोठा स्फोट झाला," तो म्हणाला, "त्या घराचा पूर्णपणे सत्यानाश झाला. तुमचं नशीब, म्हणून तुम्ही वाचलात."

त्या प्रोपेनच्या टँकचा स्फोट झाला की काय, असं माझ्या मनात आलं. तसं असेल तर मग हे लोक पण परग्रहावरचे नसणार. आपल्यासारखेच असणार, एकदम नॉर्मल. हॉस्पिटलमधले. याचा अर्थ खरंच काही तरी घडलं होतं. हे नुसतं स्वप्न नव्हतं. त्या प्रोपेनच्या टँकची स्थिती काही फारशी चांगली नव्हती, पण तसं असेल तर ते डिलिव्हरी करणारे सांगतात की दुरुस्ती करून घ्या म्हणून. निदान त्यांनी सांगितलं पाहिजे. तरी असं झालं म्हणजे त्यांनी दिलेल्या इशाऱ्याकडं डीननं दुर्लक्ष केलं असणार असं मला वाटलं.

"बॉम्ब?" डॉक्टर म्हणाला. तो खरा डॉक्टरच होता आणि ती बाई खरी नर्स होती. त्यांच्या बाजूला जे दोघं होते कडक सूट घालून माझ्यावर बारीक नजर ठेवणारे, ते पोलीस असणार. मी हा बॉम्ब शब्द पूर्वीपण ऐकला होता, पण म्हणजे नक्की काय प्रकार असतो ते मला माहीत नव्हतं. ही काही तरी गोल आकाराची आणि भरीव वस्तू असणार. बूऽऽऽम आवाज येणारी. प्रोपेन टँकसारखीच. पण म्हणजे तो टँक फुटला नव्हता.

"ट्रक बॉम्ब." तो म्हणाला.

मी ट्रकचा विचार केला आणि मला डीनचा ट्रक आठवला. जुना पुराणा डॉज कंपनीचा ट्रक. मागं गवत कापायची मशीन्स ठेवलेला. पण तो काही इतक्या वाईट स्थितीत नव्हता, की त्याला बॉम्ब म्हणता येईल. माझी माँटो कार्लो गाडी त्यापेक्षा जास्त जुनी होती. माझ्या मनातला गोंधळ काही कमी होत नव्हता.

"आम्ही त्याच्याशी बोलू शकतो का?" एक सूटवाला म्हणाला.

डॉक्टरांनी माझ्या डोळ्यांत नीट बघितलं आणि परवानगी द्यावी की नाही याचा विचार केला. त्याच्या गालावर एक तीळ होता.

"मिस्टर डीफस, तुम्ही थोडा वेळ बोलू शकाल का?"

"अं... हं..."

ते पोलीस पुढे आले तो डॉक्टर आणि नर्स तिथून निघून गेले पण जाता जाता त्यांना "जास्त वेळ बोलू नका" असं बजावून गेले.

ते दोघं माझ्या कॉटच्या बाजूला उभे राहिले. "काय मिस्टर डीफस, कसं वाटतंय आता?" एकानं विचारलं. त्याला चश्मा नव्हता. "एजंट क्रॉस आणि एजंट डीडल. मागच्या आठवड्यात भेटलो होतो. आठवतंय का?" म्हणजे ते साधे पोलीस नव्हते. तर एफबीआयवाले होते. आता त्यांनी म्हटल्यावर मला आठवलं.

"अं... हं..."

त्यांनी प्लॅस्टिकच्या खुर्च्या पुढं ओढल्या आणि ते बसले.

"खूप दुखतंय का मिस्टर डीफस?"

"अं... हं..."

"ठीके. आम्ही हे शक्य तितक्या लवकर आटपतो म्हणजे मग तुला फार वेळ ताटकळावं लागणार नाही. या घटनेबद्दल काही प्रश्नांची उत्तरं हवी आहेत. आम्ही असं ऐकलंय की, तो ट्रक चोरीला गेला होता म्हणून. बरोबरे?"

"अं... हं... काल."

त्यांनी एकमेकांकडं पाहिलं मग डीडल म्हणाला, "मला वाटतं तुला परवा म्हणायचं असणार. आज बुधवार आहे."

"बुधवार?"

"तुझ्या डोक्याला मार बसलाय ओडेल. बरं आधी एक सांग, आम्ही तुला ओडेल म्हटलं तर चालेल ना?"

"अं... हं..."

"तो ट्रक सोमवारी रात्री खूप उशिरा परत आला ना?"

"त्यांनी अंगणात उभा केलेला होता."

"त्यांनी? म्हणजे नक्की कुणी माहितीये का?"

“मला वाटतं चीफ वेबनं. पण तो मस्करी करत होता. त्यानं तो परत आणला. त्या प्रोपेनच्या टाकीचा स्फोट झाला का?”

“नाही. ट्रकचा स्फोट झाला. त्याचं एक दार आम्हाला अर्ध्या मैलावर सापडलं. त्यावर ‘डीन लोरी लॉन मोईंग’ असं लिहिलेलं होतं. ओडेल, त्या ट्रकमध्ये बॉम्ब होता.”

“ट्रकमध्ये बॉम्ब?”

“त्यांनी तो किती वाजता परत आणला?”

“मी... मला माहीत नाही.” मी डॉनी आणि लोरेनबरोबर ड्रग्जसाठी पैसे काढायला बाहेर गेलो होतो हे मला त्यांना सांगायचं नव्हतं. “मला तो अंगणात उभा केलेला दिसला... तेव्हा बहुतेक दहा वाजून गेले होते.”

“मग काय झालं?”

“मी... घरात गेलो. चावी आणून तो गॅरेजमध्ये लावावा असं वाटलं मला.”

“मग तसं केलंस का तू?”

“नाही... माझा ट्रक चोरीला गेला, तेव्हा माझा मोबाइल ट्रकमध्येच होता. ट्रक परत आला तेव्हा मी तो शोधला, पण मला सापडला नाही म्हणून मग तो नंबर फिरवला तर रिंग वाजेल आणि आवाजावरून मला तो सापडेल म्हणून मी घरातून तो नंबर फिरवला...”

क्रॉसनं काहीतरी उपयुक्त माहिती मिळाल्यासारखी मान हलवली. “ओडेल, तुझा ट्रक चोरीला गेला तेव्हा तुझा फोन नक्की ट्रकमध्येच होता का?”

“अं... हो... मला वाटतं अजूनही तो तिथंच असणार. मी शोधलं तेव्हा तिथं आत भरपूर कचरा होता.”

“म्हणजे तू तुझा स्वत:चा मोबाइल नंबर फिरवलास आणि त्या ट्रकचा स्फोट झाला. हल्ली असंच घडवलं जातं. फोन लागल्याबरोबर बॉम्ब उडेल अशी व्यवस्था करतात. जाऊ दे, मग काय झालं?”

“मला नाही माहीत. मला एकदम फ्रीज आणि आरामखुर्ची माझ्या बाजूनं उडत जाताना दिसली. मला वाटलं की मी स्वप्नच बघतोय..”

“ओडेल, आता नीट विचार कर. जे घडलं त्याच्या मागे डीन लोरीचा हात असू शकेल का?”

“डीन? नाही, तो तर... तो स्वत:चाच ट्रक कशाला उडवेल?”

“ट्रक कुणाचा होता हा मुद्दाच नाहीये, तो कशासाठी वापरला गेला हा मुद्दा आहे. त्यांनी ट्रकच्या सगळ्या सांदी कोपऱ्यांत विस्फोटकं अगदी ठासून भरली असणार. फार मोठा आणि भयानक स्फोट होता हा ओडेल. तुला यातलं काहीच आठवत नाहीये?”

"नाही. सगळीकडं शांत शांत होतं म्हणून मग मला वाटलं की, मला स्वप्न पडतंय. घर पण उद्‌ध्वस्त झालं का?"

"पूर्णपणे जमीनदोस्त झालंय. यातून तू वाचलास आणि तुला फारसं लागलं पण नाही, हा चमत्कारच आहे. इमर्जन्सी टीमला तू कुठं सापडलास माहितीये? पार मागं अंगणापलीकडं शेवरीच्या झाडांपाशी. त्या झाडांचं एकूण एक पान झडलं. खरं तर ही झाडं आणि तो बॉम्ब यांच्यामध्ये एवढं मोठं घर होतं. यावरून तुझ्या लक्षात येईल की स्फोट किती प्रचंड मोठ्या क्षमतेचा होता ते. आमचा शोध अजून चालू आहे, पण आम्हाला वाटतंय की या ट्रकनं गावातला एखादा चौक किंवा मॉल उडवायचा हेतू असणार त्यांचा."

डीडल म्हणाला, "हे चीफ वेबनं केलं असं का वाटतंय तुला?"

"हां... त्याचं काय आहे... त्याला मी आवडत नाही बहुतेक."

"एखादा माणूस आवडत नाही हे दाखवून द्यायचं असलं तरी त्यासाठी ही फारच टोकाची प्रतिक्रिया आहे. त्याच्या ट्रकमध्ये चक्क बॉम्ब पेरायचा! पण तू त्याला का आवडत नाहीस?"

"तो... माझा वारांचा गोंधळ झाला होता ना, शनिवार का रविवार हा, डीनला मी नक्की कधी भेटलो, या दिवशी का त्या दिवशी ते. पण त्याला वाटलं की मी मुद्दामहून खोटं बोलतोय. नंतर मी त्याला सांगितलं की मी आणि डीननं भरपूर ढोसली होती त्यामुळं माझी सांगताना चूक झाली."

"तू हे आधी सांगितलं होतंस ओडेल. आम्हाला आठवतंय. पण तरीही तू हे जे बोलतोयस त्यावरून केवळ राग आल्यामुळं भडकून चीफ वेब असा कुणाचा ट्रक पळवेल आणि त्यात स्फोटकं भरून परत करेल, असं म्हणणं म्हणजे जरा अतीच होतंय. तुला नाही वाटत असं? यासाठी काहीतरी भरभक्कम कारण तर असायला हवं."

"कदाचित." मी एवढंच बोलू शकलो. आता विचार केल्यावर मला पण हे अँडी वेबचं काम नसणार असंच वाटायला लागलं होतं. पण मग हे कोणी केलं हे? एवढा कुणाला माझा तिरस्कार वाटतोय की तो सरळ माझ्या जीवावरच उठेल? माझ्या चिंधड्या उडाव्यात असं कुणाला वाटलं? कशाचाच अर्थ लागत नव्हता. लोरेनला वारसा हक्कानं जे घर मिळणार होतं त्याचा सत्यानाश झाला म्हणून ती तर रागानं वेडीपिशीच झाली असेल. बहुतेक ब्री मावशीनं विमा वगैरे उतरवला असणार. आता या पॉलिसीत दहशतवादी हल्ल्याचा समावेश केलेला असेल का, हा पुन्हा प्रश्नच होता. काही पॉलिसीत पुरामुळे झालेल्या नुकसानाची भरपाई मिळत नाही. ती हवी असेल तर पॉलिसी काढताना तसं खास सांगावं लागतं. जर खरंच पूर आला आणि तुमच्याकडे तशी पॉलिसी नसेल तर तुम्ही संपलात. त्यामुळं ब्रीनं हे दहशतवादी हल्ल्याचं पॉलिसीत घातलं होतं की नाही, हे मला लोरेनला विचारावं लागेल.

"ती मला बघायला आली होती का?"

"कोणाबद्दल बोलतोयस ओडेल?"

"लोरेन."

"नाही. कुणालाही तुला भेटायची परवानगी नाहीये." डीडल म्हणाला.

"काय?"

"आमच्याशिवाय इतर कुणाला तुला भेटायची परवानगी नाहीये. तू ठीक आहेस हे कळवलंय तिला."

"त्याची चिंता करू नकोस. महत्त्वाचं हे आहे की, ट्रक कुणी चोरला आणि त्याचा बॉम्बसारखा वापर कुणी केला ते शोधून काढणं. हे एकट्या दुकट्याचं काम नाहीये. यामागे एखादा गट आहे असा आम्हाला संशय आहे. ट्रकचा एवढा मोठा स्फोट घडवणं म्हणजे काही ऑईल बदलण्याइतकं सोपं नाहीये. आमच्या मते हा ट्रक, जो काही दहा-बारा तास पळवला गेला होता, तेवढ्यात निदान तीन-चार व्यक्तींनी मिळून हे जमवलं असणार." क्रॉस म्हणाला.

डीडल म्हणाला, "दुसरा महत्त्वाचा प्रश्न म्हणजे हा हल्ला तुला डोळ्यासमोर ठेवून केला गेला होता का? तुझे कुणी शत्रू आहेत का रे ओडेल?"

"नाही."

"एकही नाही? परत विचार कर. हल्ली कुणाशी वाद झालाय का तुझा?"

"फक्त चीफ वेबशी."

"वेबचं सोड. त्याचा याच्याशी संबंध नाहीये हे आम्हाला माहितीये. नीट विचार करून सांग."

"बरं." मी म्हणालो आणि डोक्याला ताण दिला शेवटी माझं डोकं दुखायला लागलं एवढंच फक्त झालं.

"डीनचं आणि तुझं काही भांडण झालं का?"

"नाही बुवा. आमचं चांगलं जमलं होतं. आमची फार तर दोनेक दिवसांचीच तर ओळख होती. मग तो गेलाच. वादाला वेळ तरी कुठं होता? त्यानं नाही केलेलं हे."

"कदाचित त्याचा ज्या दहाशतवादी गटाशी संबंध आहे त्यांनी केलं असेल," क्रॉसचं मत. त्याच्या चेहऱ्यावर असे भाव होते की जणू मी मुद्दामहून काही तरी लपवतोय.

"हे मला कसं माहीत असणार? मी काही कधी कुणा दहशतवाद्याला बघितलेलं नाहीये. तो काळा असतो का गोरा तेही मला माहीत नाही."

"ते तुझ्या माझ्यासारखेच दिसतात ओडेल, कदाचित तू एखाद्या दहशतवाद्याला भेटला सुद्धा असशील पण हा एक दहशतवादी आहे असं तुला ठाऊक नसेल. हा काही अपराध नाही होऊ शकत. ते अगदी बेमालूमपणे आपल्या भोवतालच्या

समाजात मिसळून जातात. म्हणून तर कुणालाही कसलाही संशय येऊ न देता ते मोठ्या प्रमाणावर विध्वंस घडवणं आणि दहशत निर्माण करणं अशी घातपाताची भयानक कृत्यं पार पाडू शकतात.''

''हो का, मग असेलही. मी भेटलोही असेन पण मला भेटलेल्यापैकी कोण खरंच दहशतवादी होतं हे मला कळलंही नसेल.''

निराश होऊन त्यांनी माझ्याकडे बघितलं पण या बॉम्बविषयी सांगण्यासारखं माझ्याकडं काहीच नव्हतं. मला स्वत:लाच काही माहीत नव्हतं. मला काहीही माहीत नव्हतं आणि मी काहीही केलेलं नव्हतं.

''मला लोरेनला भेटायचंय.''

''तिला भेटलास तर तुला आणखी काही आठवेल का?''

''कदाचित.''

''तुमचं सूत जमलंय का ओडेल?''

''ती माझी मंगेतर आहे... म्हणजे लवकरच होणारे.''

''हो का?'' डीडलनं क्रॉसकडे बघितलं. ''म्हणजे एका दहशतवाद्याची बहीण आणि दहशतवाद्यांचा हल्ला चाखलेला एक माणूस यांच्यात मैत्री झालीये. एकदम फिल्मी कथानक वाटतंय.''

''मला वाटतं तू आता स्वत:साठी एखादा एजंट बघावास.'' क्रॉसच्या चेहऱ्यावर हसू होतं.

''तुम्ही दोघं एजंटच तर आहात.'' मी म्हणालो. त्या दोघांनी आधी थोडा वेळ माझ्याकडं आणि मग एकमेकांकडं पाहिलं. मग क्रॉस म्हणाला, ''ओडेल, आम्हाला त्या ड्रग्जबद्दल माहीत आहे.''

''ड्रग्ज?''

''मागच्या आठवड्यात तुझ्या मैत्रिणीचा फोन टॅप केला होता. तिला तिच्या भावाचा फोन आला तर म्हणून. सोमवारी संध्याकाळी तू, ती आणि डोनाल्ड ह्युबर्ट यंगमॅन उर्फ डॉनी डॉर्को कुठं गेला होतात ते आम्हाला माहितीये.''

''काय?''

डीडलनं खिशातून एक फोटो काढला आणि मला दिला. मी, लोरेन आणि डॉनी, आमचा तिघांचा फोटो होता तो. ''फिफ्टीन स्ट्रीटवरच्या एटीएमपाशी काढलाय. हे छोटे कॅमेरे दिवसेंदिवस छानच काम करायला लागलेत.''

''सुरेख टोन आहे. पिक्चरही स्पष्ट आलंय. ड्रग्जचा पुरवठा केला जावा म्हणून पैसे काढल्याचा पुरावा आहे हा आणि यात मध्यभागी आपण स्वत: आहात ओडेलसाहेब.'' क्रॉस म्हणाला.

''अं...''

“आम्हाला लोरेनच्या या अंमली पदार्थांच्या व्यवहाराविषयी, तुरुंगातल्या ज्या माणसाला ती ड्रग्ज देते त्याच्याशी असलेल्या तिच्या संबंधांविषयी, सगळं काही माहीत आहे.”

“त्याच्याशी संबंध?”

“लैंगिक संबंधांबद्दल बोलतोय आम्ही.” डीडलनं स्पष्ट केलं.

“एकाच ठिकाणी काम करणाऱ्या दोन व्यक्तींमध्ये ह्याची सुरुवात होते.” क्रीस बोलायला लागला, “कँटीनमध्ये कॉफी होते, मग वरकमाईच्या गोष्टी होतात. टॅक्स फ्री वरकमाई. आणि हां हां म्हणता या उपक्रमात दहा-पंधरा जण सामील होतात. त्यातून ही तर चांगली जवान मुलगी आहे. ओडेल, तुम्ही फार काळ भेटू नाही शकणार.”

“पण संबंध, म्हणजे कोणाशी?”

“जसं तुला काही माहीतच नाही ना ओडेल, ती तुझी मंगेतर आहे म्हणतोस, तिनं सांगितलं नाही तुला? तिचं आणि तिच्या बॉसचं काय झेंगट आहे ते?”

“कोल?”

“तोच तो. महापुरुष. तो जास्त दिवसांसाठी अंदर जाईल. कारण तो सिनिअर आहे. तुझा चेहरा असा का पडला ओडेल?”

“मी काहीही केलेलं नाहीये...”

“बरोबर. तू नुसता निष्पापपणे बाजूला उभा राहून पाहत होतास. ह्या फोटोत दिसतंय ना, ही तुझी मैत्रीण आणखी पैसे काढताना बाजूला नुसता उभाच तर आहेस. ड्रग्ज देणाऱ्यानं अचानक किंमत वाढवली, मग त्याला जास्त पैसे द्यायलाच हवे होते, हे फार भयानक आहे ओडेल. तुझ्यावर कमीत कमी, कटकारस्थान केल्याचा, ड्रग्जची वाहतूक केल्याचा, अशा कामात मदत केल्याचा किंवा त्यात काही तरी हात असल्याचा आरोप तर होणारच. बोल, कोणता आरोप स्वीकारतोस, चॉईस तुझा आहे.”

“तू जजना आवडला नाहीस, तर निदान तीन ते पाच वर्षं. मग तुरुंगात बसा एकमेकांना हाय, हॅलो, टाटा, बाय बाय करत.” डीडलचं चालूच होतं.

क्रॉसनं डीडलला फोटो परत केला आणि तो माझ्या दिशेनं वाकला. “तू सहकार्य केलंस, तर हे सगळं ताबडतोब थांबू शकेल. आम्हाला मोठा मासा हवाय. तू फालतू चिलट आहेस हे आम्हाला माहितीये, पण गेल्या आठवड्याभरात तू ज्या प्रकारे गुन्हेगारांशी संपर्क साधतोयस, ते खराब आहे. सुरुवात डीनपासून झाली. एक तर तू या लफड्यात भागीदार आहेस किंवा मग तुझ्याइतका दुर्दैवी माणूस मी तरी आजवर पाहिला नाहीये.”

“मी कमनशिबी आहे” मी म्हणालो.

''मलाही तेच म्हणायचंय.'' डीडलनं नक्कल केली.

कसा विचार करावा तेच मला समजत नव्हतं. लोरेन आणि कोल कॉनर्स यांचे संबंध आहेत आणि मी आत्ताच या लोकांना म्हणालो की ती माझी मंगेतर आहे म्हणून. त्यांचं बरोबर होतं, हे फार भयानक होतं. मी प्रेमात पार बुडालेला आंधळा झालेला महामूर्ख प्राणी आहे असंच वाटलं असणार त्यांना. ''प्रेमाच्या बाबतीत मी फार दुर्दैवी आहे.'' मी त्यांना सांगितलं.

''ही तुझ्या दुर्दैवाची फक्त सुरुवात आहे ओडेल.''

''पुढं पुढं परिस्थिती आणखी भयानक होत जाणारे.'' क्रॉस.

दोघंही आता आतिशय गंभीर झाले होते. जणूकाही मी नापास झालो होतो आणि माझं प्रगतीपुस्तक त्यांच्या पुढ्यात सहीसाठी ठेवलं होतं. त्यामुळं आता प्राप्त परिस्थितीला तोंड देण्याशिवाय माझ्यापुढं दुसरा पर्यायच नव्हता. मला एखाद्या सच्च्या दोस्ताची गरज होती पण मी कोणाला हाक मारून मला इथून सोडव म्हणून सांगू शकत होतो? माझी ट्यूब पेटली.

''मला एजंट जिम रिकरशी बोलायचंय.''

''काय म्हणालास?''

''होमलँड सिक्युरिटीमधला एजंट जिम रिकर.''

''तू त्याला कसा काय ओळखतोस?''

''त्यानं मला एक-दोन वेळा फोन केला होता. मी पण त्याला एकदा फोन केला होता.''

''या बोलण्याची आमच्याकडे काहीही नोंद नाहीये ओडेल. आम्ही तुझा फोन पण टॅप केला होता. त्या रेकॉर्डवरही हे नाव नाहीये.''

''मग तुम्ही नीट लक्षपूर्वक ऐकलं नसेल. मी नवा फोन घेतल्याबरोबर लगेचच त्याचा फोन आला होता. म्हणाला, 'तो एजंट जिम रिकर आहे आणि नक्की काय काय चाललंय हे मी त्याला सांगितलं पाहिजे.'

''तू तुझ्या नवीन मोबाइलबद्दल बोलतोयस का?''

''हो.''

''आणि हा जिम रिकर तुझ्याशी तुझ्या त्या मोबाइलवर बोलला?''

''दोन-तीनदा.''

क्रॉसनं डीडलकडे बघून मान हलवली. डीडल उठून खिडकीपाशी गेला. तिथले पडदे सरकवलेलेच होते. बाहेर खूप ऊन होतं त्यानं आपला फोन काढला आणि कुणाशी तरी बोलायला सुरुवात केली. क्रॉस माझ्याकडंच बघत होता. माझ्या प्रगतीपुस्तकातल्या लाल रेघा वाढत चालल्या होत्या. ''हे बघ ओडेल, गेल्या आठवड्यात तुला मोबाइल मिळाला. तुझं नाव, नंबर रजिस्टर झालं आणि आम्हाला

इशारा मिळाला. म्हणजे आमच्या मते यापुढं तू महत्त्वाचा आहेस, असा. तुझं या फोनवरचं संभाषण आणि डीन लोरीच्या घरातल्या फोनवरचं संभाषण, सगळं बारकाईनं तपासलं गेलंय आणि या सगळ्यात जिम रिकरशी बोलणं झाल्याचं कुठेही आढळलेलं नाहीये. असं काही बोलणं झालं असतं तर आम्हाला कळलंच असतं. तेच तर काम आहे आमचं.''

''अच्छा... पण मला त्यानं फोन केला होता. पाहिजे तर माझी लाय डिटेक्टर टेस्ट घ्या. त्याचं नाव एजंट जिम रिकर होतं. तो मधून मधून फोन करतो आणि सॅटेलाईटद्वारा माझ्यावर त्याचं लक्ष आहे असंही सांगतो.''

''सॅटेलाईट.''

''हो. तिकडं वर आकाशात भरपूर आहेत. माझ्यावर नजर ठेवून असतात.''

''देवदूतासारखा पाठीराखा वगैरे आहे का तो तुझा?''

''बहुतेक तसंच काहीसं.''

डीडल आमच्यात परत आला. ''ओडेल, आत्ता मी होमलँड सिक्युरिटीशीच बोलत होतो. त्यांच्याकडे जिम रिकर नावाचा कुणीही एजंट नाहीये. असं कुणीही तिथं कामावर नाहीये.''

''आहे, नक्की आहे. अहो, मी दोन-तीनदा बोललो ना त्याच्याशी.''

क्रॉस डीडलला म्हणाला, ''ओडेल आत्ता मला सांगत होता की, हा एजंट रिकर, त्याच्यावर हेरगिरी करणाऱ्या सॅटेलाईटद्वारा नजर ठेवून आहे. असे खूप सॅटेलाईट्स आहेत तिथे वर. बरोबर ना ओडेल?''

''हो बरोबर. असंच सांगितलं त्यानं मला.''

''आमच्या अत्याधुनिक तंत्रानंही आम्हाला तुमच्या संभाषणाचा काहीही सुगावा लागला नाही, तरीही तुम्ही बोललात हे खरं? करदात्यांच्या घामाच्या पैशातून सगळी टॉपची यंत्रणा बसवलीये आम्ही.''

''ती बरोबर काम करत नाहीये असा याचा अर्थ.'' मी त्यांना म्हणालो. एवढ्या महत्त्वाच्या माणसाबद्दल मी सांगतोय आणि तरीही ते माझ्यावर विश्वास ठेवत नाहीयेत म्हटल्यावर मी धुमसत होतो.

''बरं, त्याचा नंबर काय सांग.'' क्रॉसनं विचारलं.

''अं... मी विसरलो. मी फोनवर सेव्ह केला होता. हल्ली तसंच करतात ना. पण आता फोन गेला आणि नंबरपण विसरलो मी.''

''तुझ्या फोनवर त्याचा फोन आला असेल, तर आमच्या यादीत तो नंबर असणार.''

''आला होता म्हटलं ना त्याचा फोन... माझी लाय डिटेक्टर टेस्ट घ्या ना.''

मी बोललो खरा, पण मग मला वाटलं, वेबनं विचारलं होतं तसं हे पण मला

डीन कुठं आहे असं टेस्टमध्ये विचारू शकतात. त्यामुळं ही टेस्टची भानगड नकोच. "पण तुम्ही मला तेवढा एकच प्रश्नविचारायचा, आणखी काही नाही."

"एका प्रश्नासाठी एवढा उपद्‌व्याप कशाला करायचा ओडेल, आम्ही ऐकलं की तुझी अशी टेस्ट घ्यायचा प्रयत्न झाला होता, पण तू तिथं ओक्साबोक्शी रडलास म्हणे. आम्हाला नाही वाटत एका क्षुल्लक प्रश्नासाठी तुला पुन्हा असं अपसेट करावं म्हणून. शिवाय आम्हाला त्याचं उत्तरही माहीत आहे."

"तुम्हाला माहितीये उत्तर?"

"होय. तू आम्हाला शेंडी लावतोयस ओडेल आणि आम्हाला ते अजिबात आवडत नाहीये."

"मी खोटं बोलत नाहीये, खरंच त्याचा फोन आला होता. कदाचित ते तसलं मशीन असतं ना, ते लावल्यावर आपलं फोनवरचं बोलणं दुसरं कोणी ऐकू शकत नाही, ते मशीन असेल त्याच्याकडं."

"स्क्रॅम्बलर?"

"हा स्क्रॅम्बलर. तो असेल त्याच्याकडं."

"ओडेल, लॅंडलाईन, मोबाइल आणि सॅटेलाईट फोन, सगळ्या प्रकारच्या फोनवरचं बोलणं ऐकायची आमची पद्धत लाजवाब आहे. जगात कुठंही, कधीही सुरू असलेलं संभाषण आम्ही ऐकू शकतो. तुला कोणत्याही जिम रिकरचा फोन आलेला नाहीये. लोरीच्या फोनवर आणि तुझ्या मोबाइलवर तुला डॉनी डी, चीफ वेब, लोरेन लोरी आणि चेट मर्चंड एवढ्यांचेच फोन आलेत. बास. आम्ही चेट मर्चंडचा तपास केला. त्याला भेटलो तेव्हा त्यानं सांगितलं की, तो डीनला भेटायला, तो धर्मांतर करून मुसलमान होणार होता यासंदर्भात त्याच्याशी बोलायला म्हणून त्या घरी गेला होता. नंतर त्याला जेव्हा कळलं की तू डीन असल्याची बतावणी केलीस, तेव्हा पुन्हा एकदा तो तिथे आला. त्याला खरं तर तुझी कीव आली. कारण त्याच्या मते तू स्वत: खूप भरकटलेला आहेस. तुझं मानसिक संतुलन ठीक नाही. म्हणून मग त्यानं तुला आणखी गिऱ्हाइकं मिळावीत, तुझा गवत कापणीचा धंदा वाढावा यासाठी तुला एक मोबाइल घेऊन दिला. तुझ्यावर जर कोणी मायेची पाखर घातली असेल, खरंच देवदूतासारखे तुझे कोणी पाठीराखे असतील ओडेल, तर ते आहेत चेट मर्चंड आणि त्याचा बॉस, बॉब जेरोमी. सत्कार्यावर त्यांचा ठाम विश्वास आहे. चांगल्यातून चांगलंच निपजतं ही श्रद्धा आहे. म्हणून त्यांना तुला नीट मार्गावर आणावसं वाटलं. मिस्टर मर्चंडनं तुला चार जुलैला तोपेकाला होणाऱ्या रिव्हायव्हल प्रोग्रॅमचं आमंत्रण दिलंय हेही आम्हाला महितीये. हे अतिशय महत्त्वाचं आमंत्रण आहे. ते कोणाही आलतू फालतूला नाही दिलं जात."

अचानक माझ्या सगळं लक्षात आलं. डोक्यात प्रकाश पडला. "माझं आमिष दाखवलं जातंय." मी म्हणालो.

"एक्सक्यूज मी?"

"जिम रिकरनं मला सांगितलं होतं की, डीन जिथं कुठं लपलाय, तिथून त्याला बाहेर काढण्यासाठी आमिष म्हणून माझा वापर केला जाईल. यासाठी त्यांना मी तोपेकाला यायला हवंय. तिथं सेनेटर केचम भाषण करणार आहे... आणि डीनला त्यांची हत्या करायचीये... म्हणजे तुम्हाला काय वाटतंय, या कामात मी डीनला मदत करणारे...?"

आता क्रॉस जाम वैतागल्यासारखा दिसत होता. "तू आमिष आहेस असं तुला कोणीही सांगितलेलं नाहीये. डीन तुझ्या जवळपासही फिरकणं शक्य नाही ओडेल. म्हणजे तो मंदबुद्धी असला तरच येईल पण तो तसा नक्की नाहीये. त्यानं लफडी केली असतील, पण मंदबुद्धी नाहीये तो. तुला जिम रिकरनं काहीही सांगितलेलं नाही. कारण जिम रिकर अस्तित्वातच नाही. बहुतेक माणसं वयाच्या पाचव्या-सहाव्या वर्षी आपल्या काल्पनिक मित्रांना निरोप देतात ओडेल."

"तो माझा काल्पनिक मित्र नाहीये. त्याला नऊ वर्षांची मुलगी आहे. तो म्हणाला होता की, तिच्या मोबाइलवर पण माझ्या सारखाच रिंगटोन आहे, ग्रीनस्लिव्हज."

"ग्रीनस्लिव्हज?"

मी ती धून शिट्टीवर वाजवून दाखवायचा प्रयत्न केला, पण ते खूप वेळ एकमेकांकडं नुसतं बघत राहिले आणि मग मी थांबलो. त्यावरून मला वाटलं की मला बहुतेक शिट्टी नीट वाजवता येत नसणार.

"ओडेल, नीट ऐक. तुझ्या या जिम नावाच्या दोस्ताकडं आमच्या मशीन्सना फसवून तुझ्याशी बोलण्यासाठी एकदम वेगळीच यंत्रणा असायला हवी. त्याच्या मुलीविषयी तुमच्यात काहीही बोलणं झालेलं नाही, कारण आमच्याकडं तशी नोंद नाहीये. हा माणूस अस्तित्वात नाहीये. ठीके? त्यामुळं आता पुढं जाऊ या."

"त्याच्याकडं वेगळी मशीनरी आहे. नाही तर त्याला माझा रिंगटोन कसा कळला असता?"

"हे एकदम नवीन काही तरी आलं असणार मोबाइल मार्केटमध्ये," डीडल म्हणाला, "मार्केटमधल्या सगळ्या नवीन गोष्टींची आम्हाला माहिती आहे. अगदी सगळी गॅजेट्स. खरं तर बहुतेक सगळ्या नवीन सोयींचा शोधच आम्ही लावलेला असतो. तू जे सांगतोयस तसले प्रकार फक्त जेम्स बाँडच्या पिक्चरमध्ये असतात. नवीन मशीन्सबद्दल आमच्यासमोर अक्कल पाजळू नकोस, आम्हाला जास्त माहितीये."

"तुम्ही शोध लावता?"

"आम्ही म्हणजे आम्ही स्वत: नाही, नॅशनल सिक्युरिटी एजन्सी. हे पडद्यामागचे

कलाकार आहेत. तपास कामातल्या नवनवीन तंत्रांचा शोध लावणारे. त्यांच्या तावडीतून कोणीही सुटणं शक्य नाही. तेव्हा ओडेल, आता थापेबाजी करून कोणी तरी त्यांच्या वरचढ आहे असं नाटक करू नक्रोस, भंकस पुरे झाली.''

''बरं, पण मी थापा मारत नव्हतो.''

''थापाच होत्या. आता या परीकथा बास झाल्या ओडेल,'' क्रॉस म्हणाला. ''तू हातचं राखून बोलतोयस आणि आम्हाला ते जे काही आहे ते कळायला हवंय. कोणा एकाची गाडी बिघडली आणि त्याला दहशतवादी भेटला, ताबडतोब त्यांची एकमेकांशी घनिष्ट मैत्री झाली, दुसऱ्याच दिवशी त्यानं याला आपला धंदा सांभाळायला सांगितला आणि अमेरिकन गव्हर्नमेंटमधल्या एका महत्त्वाच्या माणसाला कसं उडवायचं हे ठरवायला तो स्वत: आपल्या गँगबरोबर निघून गेला. अशा गोष्टी प्रत्यक्षात घडत नसतात ओडेल, तेव्हा आता पटापट खरं काय ते बोलायला सुरुवात करायची. या चिखलात तू गळ्यापर्यंत रुतलायस बेट्या पण अजूनही हे तुझ्या भेजात शिरत नाहीये.''

''मी काही अडकलो नाहीये.''

कुत्र्याच्या शोमधले परीक्षक समोरच्या कुत्र्याकडं जसं बघतील, तसं त्यानं माझ्याकडं बघितलं. फक्त त्या कुत्र्यानं आत्ताच त्यांच्या छान पॉलीश केलेल्या बुटावर शू करून ठेवली होती, त्यामुळं आता त्याला ही स्पर्धा जिंकायचा अजिबात चान्स नव्हता. खरं तर मी भडकलो होतो. एवढं दाताच्या कण्या होईपर्यंत खरं आणि फक्त खरं काय ते सांगून देखील ते माझ्यावर विश्वास ठेवायला तयार नव्हते. दुसरं म्हणजे मी काय एकटाच यात फसलो नव्हतो. लोरेनच्या ड्रग्जच्या व्यवहाराचं बिंग फुटलं होतं. यामुळं तिची नोकरीच जाणार होती. मला कोल कॉनर्स किंवा डॉनी डीबद्दल काही पडलं नव्हतं. आपण काय करतोय हे ते दोघंही चांगलं जाणून होते. पण आता लोरेन माझ्यावर खवळणार होती. खरं तर तिला माझ्याबद्दल काहीच वाटण्याचं कारण नव्हतं. कारण तिचा खरा यार तर कोल होता...

मला याचं मनापासून वाईट वाटलं. पुन्हा एकदा मी अयोग्य व्यक्तीवर प्रेम केलं होतं. असं का होतं माझ्याच बाबतीत? आता सगळ्यांना कळेल, मी कसा उल्लू बनलो ते. या सर्व प्रकरणात माझा मूर्खपणा सिद्ध होणार होता. मी बावळटासारखा बोललेला प्रत्येक शब्द कुणाच्या तरी कानावर जात होता. ते जवळ जवळ माझे विचार सुद्धा ऐकत होते. आता माझ्याकडं एकच गुपित राहिलं होतं, डीन मेलाय हे आणि त्याला कुठे पुरलंय ते. हा आणखी एक भुंगा होताच डोक्याला. त्या स्फोटात मी जर पार त्या शेवरीच्या झाडांपर्यंत जाऊन पोचलो होतो तर याचा अर्थ असा की, पोलीस आणि इतर लोक तिथपर्यंत गेलेच असणार. डीन तिथंच तर होता. पण या गोष्टीला दोन दिवस झाले होते. क्रॉस आणि डीडल काही डीन कुठाय

ते कळल्यासारखं वागत नव्हते. म्हणजे कदाचित त्या नाल्यात काठावरची माती नुकतीच पडली आहे हे कुणाच्याही लक्षात आलेलं नव्हतं. म्हणजेच माझा हा हुकमाचा एक्का अजून तरी शाबूत होता.

क्रॉसच्या खिशातला फोन वाजला. त्याचा रिंगटोन अगदीच साधा होता. त्यानं तो बाहेर काढला आणि कानाला लावला. मग फोन बंद करून तो डीडलला म्हणाला, ''खाली जा. तिथं ऑफिसमध्ये आपल्यासाठी एक फॅक्स येतोय. खाजगी आहे, फक्त आपल्यासाठी.''

''कळलं.''

डीडल खोलीच्या बाहेर गेला. क्रॉस मला म्हणाला, ''ओडेल, मी थांबलोय.''

''मला वाटतं तो येईलच एवढ्यात.''

''मी तुझ्यासाठी थांबलोय, मला जी माहिती हवीये ती तू सांगशील म्हणून.''

''आता तुम्हाला काय ऐकायचंय ते मला काय माहीत आणि नाही तरी मी काहीही सांगितलं तरी तुम्ही माझ्यावर विश्वास ठेवणारच नाही. मग कशाला डोक्याला ताप?''

''हा ॲटिट्यूड बरोबर नाहीये ओडेल. यामुळं तू आणखी गाळात जाशील. तुझ्या मित्रांची संख्या झपाट्यानं रोडावतीये. एजंट डीडल आणि मी इथं आलो ते तुझ्याशी दोस्ती करण्यासाठी म्हणून. पण तू आम्हाला तुझ्या शत्रूसारखं वागवलंस, खोटनाटं सांगितलंस, तू मुद्दामहून काही तरी लपवतोयस असा आमचा ग्रह करून दिलास. हे फार गंभीर प्रकरण आहे आणि तू यात पूर्णपणे गोवला गेलायस. हे बघ, तू लोरेनच्या पाठी पागल झालास आणि तिच्यासाठी या लोकांना सामील झालास हे मी समजू शकतो पण कायद्यापुढे हा युक्तिवाद चालणार नाही. तू काही कायदा मोडणाऱ्यांपैकी वाटत तरी नाहीयेस. म्हणून मी तुला संशयाचा फायदा द्यायला तयार आहे पण तू आधी मला काहीतरी उपयुक्त माहिती द्यायला हवीस. काय म्हणतोयस?''

मला एकदा वाटलं सगळं सांगून टाकावं म्हणून. पण मग मी चक्क खुनाची कबुली देतोय असा त्याचा अर्थ झाला असता. मागच्या रविवारी चेटच्या बोलण्यामुळं मला वाटायला लागलं होतं की, मी ख्रिश्चन व्हायला अगदी नालायक माणूस आहे आणि याच भावनेतून मला माझा कबुली जबाब लिहावासा वाटला आणि मग मी कोंडीला ते पत्र लिहिलं, पण आता मला नाही वाटत की हे कुणाला कळावं म्हणून. मी ते पत्र पोस्ट केलं नाही हे बरंच झालं. आता परिस्थिती बदललेली दिसत होती. कदाचित तेव्हाही ते पत्र त्या ट्रकमधल्या कचऱ्यातच पडलेलं असेल आणि स्फोटात फोनबरोबर त्याच्याही चिंधड्या उडल्या असतील. म्हणजेच मी स्वत: जोपर्यंत तोंड उघडत नाही, तोपर्यंत मी सुरक्षित आहे. ड्रग्जच्या व्यवहारातल्या

सहभागाबरोबरच मी खून करून बॉडी लपवलीये हे बाहेर आलं तर माझी काही खैर नव्हती आणि मुख्य म्हणजे एजंट जिम रिकर माझ्याशी खोटं का बोलला होता?

"काय मग, आहे का मला सांगण्यासारखं काही?" क्रॉसनं विचारलं.

माझ्याकडं काहीच नव्हतं. मग छातीवर हाताची घडी घालून मी पडून राहिलो. बँडेजमुळं मला असं झोपताना दुखत होतं पण त्याला सांगण्यासारखं काहीही माझ्याकडं नाहीये हे त्याला कळावं म्हणून मी हललो नाही. एजंट डीडल परत येईपर्यंत आम्ही असेच थांबून राहिलो. आल्या आल्या त्यानं हातातला पेपर क्रॉसला दाखवला. क्रॉसनं तो दोनदा सावकाश वाचला आणि मग आपली नजर माझ्यावर रोखली.

"ओडेल, तू पत्र बित्र लिहितोस का?"

"नाही."

"माझ्याकडं हे तुझ्या सहीचं पत्र आहे."

"कसं काय मला नाही माहीत."

त्यानं मला ते पत्र दाखवलं. कोंडीला लिहीलेल्या पत्राचा फॅक्स होता तो.

"हे मी नाही लिहिलेलं."

"तू अजून हे वाचलंही नाहीयेस."

मी थोडावेळ वाचण्याचं नाटक केलं आणि त्याला ते परत केलं.

"हस्ताक्षर तज्ज्ञ तुझ्या अक्षराशी हे अक्षर ताडून बघतील आणि लगेच सांगतील खरं काय ते."

मी माझा बँडेजमधला हात वर केला. "कठीण आहे."

"आज ना उद्या तो हात बरा होईल. तू काही कुठे जात नाहीयेस ओडेल."

"मी कुणाचा तरी खून केला असं मी पत्रात लिहून कोंडोलिझा राईसला कशाला कळवेन? असं काहीतरी करायला मी महामूर्ख असलो पाहिजे."

"अं... हो. तुला काय त्यांच्याकडून लगेच उत्तर अपेक्षित होतं?"

"नाही."

"कदाचित महिना अखेरपर्यंत?"

"मला कसल्याही उत्तराची अपेक्षा नव्हती, कारण मी हे लिहिलेलंच नाहीये."

माझ्या या उत्तरानं क्रॉस निराश झाल्यासारखा वाटला. "ओडेल, तुला त्या स्फोटात उद्ध्वस्त झालेल्या जागेतून बाहेर काढलं आणि इथं आणलं तेव्हा तुझ्या अंगावरचे कपडे फाटून त्याची घाणेरडी लक्तरं झाली होती. तुझ्या अंगावरच्या त्या चिंध्या हॉस्पिटलमध्ये कापून काढल्या, तेव्हा आम्ही त्यातले जे काही खिसे शिल्लक राहिले होते ते तपासले होते. आमचं कामच आहे ते. त्यातल्या तुझ्या पाकिटात आम्हाला काय सापडलं माहितीये? कोंडोलिझा राईसचा फोटो. तुझ्यासारख्यानं

त्यांचा फोटो कायम खिशात बाळगणं म्हणजे जरा विचित्र आहे. हो की नाही? तर या सेक्रेटरी ऑफ स्टेट या व्यक्तीबद्दल तुला एवढा इंटरेस्ट का आहे ओडेल? त्या पण कुणाच्या हिट लिस्टवर आहेत का? का तुझं प्रेमबीम आहे त्यांच्यावर?''

''तो फोटो तिथं कसा आला ते मला नाही माहीत. बहुतेक तुम्हीच ठेवला असेल.''

''तुझ्याविरुद्धच्या पुराव्यात गफला केल्याचा आरोप करतोयस तू आमच्यावर?''

यावर मी काहीच बोललो नाही. क्रॉसनं तो फॅक्स खिशात ठेवला आणि तो म्हणाला, ''फोरेन्सिक टीमचं लोरीच्या घराच्या तपासाचं काम अजूनही चालू आहे. आम्ही त्यांना तो रिकामा खड्डा, ते थडगं पुन्हा खणायला सांगू शकतो. दोनदा खणून रिकामं असल्याचं शूटींग करून बुजवलेल्या जागी बॉडी लपवणं फारच डोक्याचं काम आहे. तू दिसतोस त्यापेक्षा जास्त चॅप्टर असणारेस ओडेल.''

''नाही, मी चॅप्टर नाहीये.''

ते दोघंही उठले. ''सगळ्याचाच विचार कर. नीट विचार केल्यावर कदाचित त्यातल्या त्यात चांगला मार्ग कुठला हे तुझ्या लक्षात येईल. हे फक्त ड्रग्जशी संबंधित नाही राहिलेलं ओडेल, आता हा खुनाचा मामला आहे. मग तो खून दहशतवाद्याचा झाला असला म्हणून काय झालं.''

मी त्याला विचारलं, ''हे पत्र आलं तरी कुठून?''

''वॉशिंग्टनच्या हेड ऑफिसमधून.''

''नाही, तसं नाही, मला विचारायचंय की, त्यांना कुणी दिलं?''

''ते सिक्रेट आहे. तू मान्य कर की हे तूच लिहिलस, मग कदाचित मी तुला थोडंफार सांगू शकेन. तुझे विचार योग्य दिशेनं पुढे जावेत म्हणून मी आत्ता तुला इतकं सांगतो की, ज्या माणसानं हे आणून दिलं तो म्हणाला की, त्याला हे एका डॉज ट्रकच्या ड्रायव्हरच्या सीटजवळ मिळालं. त्या ट्रकमध्ये मागच्या बाजूला गवत कापायची मशीन्स ठेवलेली होती. त्याला ते लोरीवर लावलेल्या बक्षिसाचे पैसे हवे होते. व्यवस्थित विचार कर ओडेल.''

आणि ते निघून गेले. गोष्टी म्हणाव्या तितक्या चांगल्या घडत नव्हत्या, हे एकंदरीत मला मान्य करावंच लागलं. आता ज्यांनी माझा ट्रक चोरला आणि तिथं बॉम्ब ठेवला, तेच लोक बक्षिसावर कसा काय हक्क सांगू शकत होते? याचा अर्थ त्यांनी ही चोरी केली आणि स्फोट घडवला आणि आता लोचा झाल्यावर हे कबूल केलं, असाच झाला ना? मी हे दुखरं डोकं आणि जखमी हात घेऊन इथं शुद्धीवर आल्यापासून लफडं वाढतंच चाललं होतं.

तेवढ्यात एक नर्स आली आणि काही हवंय का ते विचारू लागली. खरं तर एखादं हेलिकॉप्टर मिळालं असतं तर मला हवं होतं पण मला ते चालवता कुठे

येत होतं? म्हणून मग मी लेमोनेड मागितलं. ते तिथं नव्हतं म्हणाली ती. ती सफरचंदाचा ज्यूस आणते म्हणाली. मला तो अजिबात आवडत नाही, पण उगीच तिला कशाला दुखवा, म्हणून मी काहीच बोललो नाही.

पिक्चरमध्ये दाखवतात की, हॉस्पिटलमधल्या एखाद्या माणसाला असंच निघून जायचं असेल तर तो सरळ उठतो, कपाटातले कपडे काढून घालतो आणि चालू पडतो. मी पण तसं करायचा प्रयत्न केला फक्त कपाटात दुसरे कपडे नव्हते. बॉम्ब स्फोटात सापडल्यावर जपून ठेवण्याच्या अवस्थेत राहिले नसणार ते. मी हॉस्पिटलच्या गाउनमध्येच दाराशी गेलो. हा गाउन पाठीमागून उघडा होता दारापाशीच बाहेरच्या बाजूला एक पोलीस बसलेला होता. "विसरायचं." तो म्हणाला. म्हणून मग मी पुन्हा आत गेलो आणि ज्यूस आल्यावर तो पिऊन टाकला. त्याचा रंग छान सोनेरी होता पण माझ्या या बिकट परिस्थितीमुळे मला तो अगदी घाण लागला.

नंतर बहुतेक मी थोडा वेळ झोपलो होतो. तुम्हाला वाटेल की संपूर्ण मंगळवार झोपून काढल्यावर आता झोप पुरे असं मला वाटेल, पण नाही. कुठल्यातरी दाराच्या आवाजानं मला जाग आली. लोरेन माझ्या कॉटपाशी येऊन बसली. तिच्या चेहऱ्यावर माझ्या तब्येतीविषयीची चिंता दिसत होती.

"ऐक, इतका स्वार्थीपणा करू नकोस. त्यांना सगळं सांगून टाक बरं." ती म्हणाली.

मला तिच्या तोंडून हे ऐकायची इच्छा नव्हती. मी बोलण्यासाठी सरसावलो. ती मारक्या म्हशीसारखी माझ्याकडे बघत होती. मी तिचं काय घोडं मारलं होतं कोण जाणे. खरंतर मी काहीच केलेलं नव्हतं.

"काय?"

"अं?"

"ओडेल, मी फार मोठ्या लफड्यात सापडलीये. त्यांनी माझा फोन टॅप केला होता. मी आणि कोल ऑपरेशनविषयी खुल्लमखुल्ला बोलत होतो ते सगळं त्यांनी ऐकलं आणि..."

"काय, तुझं ऑपरेशन झालं?"

तिनं मला फसवलं होतं तरीही मला तिची काळजी होती. माठ असण्याचं आणखी कोणतं लक्षण पाहिजे आहे तुम्हाला?

लोरेननं गरागरा डोळे फिरवले. "ड्रग्ज ऑपरेशन. त्यांनी या बोलण्याची टेप मला ऐकवली. आता यामुळं मी आणि कोल... सगळं संपलं. तू जे काही केलंस, ते केलं नसतंस तर माझा फोन टॅप झालाच नसता. आता तू मला यातून बाहेर काढ."

"पण मी काय केलं?"

“भगवान! बरं, त्यांनी आत्ताच मला ते पत्र दाखवलं. तू त्या बाईला लिहिलेलं, कोंडी राईसला. त्यात तू म्हटलंयस की, तू डीनला मारलंस आणि अंगणातल्या खड्ड्यात बॉडी लपवलीस. हे खरं आहे का?”

“नाही.”

मी तिथल्या तिथं निर्णय घेतला. यापुढं मला चांगला वकील मिळेपर्यंत मी सगळंच नाकारणार होतो. मी काही स्वभावानं अस्सल थापाड्या नाहीये, पण आत्ताची माझी परिस्थिती म्हणजे इकडे आड आणि तिकडे विहीर अशी झाली होती.

“ओडेल, त्यांनी मला ते पत्र दाखवलंय. त्यात म्हटलंय की तू असं केलंस म्हणून.”

“त्यांनी मुद्दामहून मला अडकवायला खोटी सही करून ते पत्र तयार केलंय.”

तिनं बसल्या जागी थोडी चुळबूळ केली आणि मग म्हणाली, “मूर्खा, आता मी काय सांगतीये ते नीट ऐक. तू कोलची आणि माझी आत जाण्याची पक्की सोय करून टाकलीयस. त्या एजंट्सनी मला खाजगीत बोलताना सांगितलंय की, त्यांना जे हवंय ते मिळालं तर ते आम्हाला यातून सुटण्यासाठी मदत करायला तयार आहेत. त्यांना दहशतवाद्यांपर्यंत पोचायचंय. आम्ही, कोल आणि मी छोटे मासे आहोत. त्यांना आमच्यात रस नाहीये. त्यांचं म्हणणं आहे की तुला काहीतरी माहीत आहे. मग तू त्यांना सगळं का सांगत नाहीयेस? तू हे सांगितलंस की आमच्या दोघांची शिक्षा थोडी कमी केली जाईल. आम्ही तुरुंगात खितपत पडावं असं वाटतंय का तुला?”

“मला काहीही माहीत नाहीये आणि मी काहीही केलेलं नाहीये.”

“हे भगवान. ओडेल, आयुष्यात एकदा सुद्धा तुला दुसऱ्यांचा विचार नाही करता येत? मी तुझ्यासाठी काय नाही केलं? तुला चांगली कायमची नोकरी मिळावी आणि मोबदलाही भरपूर मिळावा म्हणून झटले, गवत कापणीचे सगळे पैसे तूच ठेव म्हटलं, माझ्या घरात रहायला दिलं... आता तर ते घर पण खलास झालं. तू राहत असलेलं घर असं उडवावं असं कोणाला तरी वाटण्याइतकं तू काय केलंस?”

“मला नाही माहीत...”

“माहीत नाही म्हणे! तू काहीतरी लपवतोयस. ओडेल तू असं, आपण त्या गावचेच नाही असं वागत राहिलास म्हणजे मला काही समजणार नाही असं वाटलं का तुला? तुझा दहशतवाद्यांशी काहीतरी संबंध असणार हे सगळं माझ्या नीट लक्षात यायला थोडा उशीरच झाला. त्यांना जी काही माहिती हवीये ती तू द्यायलाच हवीयेस ओडेल. तू डीनची बॉडी जिथं पुरलीस तिथं खणताहेत ते आता. त्यांना तिथं डीन सापडला, की तू त्याला मारलंस हे खरं आहे हे त्यांना कळणारच. भडव्या, तू हे सगळं पत्रात कशाला लिहिलंस? तू काही मंद

नाहीयेस हे मला माहितीये. मग कशाला केलंस असं ओडेल? काय बेत काय आहे तुझा?''

ती माझ्यावर तोंडसुख घेत होती तेव्हा मला अतिशय वाईट वाटत होतं. तिच्या बोलण्याचं नाही, तर कोंडलेली वाफ हळूहळू मिळेल त्या फटीतून निघून जावी तशी मला तिच्याबद्दल वाटणारी आपुलकी कमीकमी होत होती याचं वाईट वाटत होतं. प्रेम, लग्न, सुखानं एकत्र जगणं, सगळी स्वप्नं विरून जात होती. मी हे झिरपणं थांबवू शकत नव्हतो. आता मला तिचे आणि कोलचे संबंध कळल्यावर हे व्हायलाच हवं होतं. एका मिनिटापेक्षा कमी वेळात आमच्यातले बंध तुटले. तिच्याबद्दलच्या हळुवार भावनांमुळे गेला आठवडा मला खूप बरं वाटलं होतं आणि आता सगळं संपल्यावर मला एकदम रितं, एकाकी वाटायला लागलं होतं. हे काही चांगलं नव्हतं.

''काय, थोबाड उचकट ना आता.''

''मला काहीही माहीत नाहीये आणि मी काहीही केलेलं नाहीये.''

''स्वार्थी.'' डोळे बारीक करत ती म्हणाली, ''स्वार्थी आणि हलकट. खरं वाटणार नाही इतका निर्दयी. ज्या दोघांनी तुला नोकरी दिली आणि मैत्रीचा हात पुढं केला, त्यांना आपल्यामुळं प्रॉब्लेम झाला हे कळल्यावर त्यांच्याकडे पाठ फिरवलीस आणि तोंडघशी पाडलंस. त्यांना शिक्षा भोगायला लावणारेस. ओडेल, त्या एफबीआयवाल्यांना जी काय माहिती हवीये ती सांगून टाक रे बाबा, म्हणजे आमची शिक्षा कमी होईल. तू काय करतोयस हे अजून भेजात शिरत नाहीये का तुझ्या?''

''मी विचार करेन यावर.'' मी म्हणालो. मी दुसरं काय बोलणार होतो? ती कधीच माझ्यावर प्रेम करत नव्हती. हे माझ्याच मनाचे खेळ होते. यात माझा आठवडा चांगला गेला पण आता तसं नव्हतं. माझं मन थंडगार पडलं होतं. डीनला खरंच कुठे पुरलंय हे मी त्यांना सांगू शकत होतो. लोरेनच्या दृष्टीनं हे चांगलं झालं असतं पण माझा त्रास वाढला असता त्याचं काय? आणि मला असं नादाला लावल्याबद्दल तिला थोडीतरी शिक्षा व्हावी असंच मला वाटत होतं. तिच्या मनात माझ्याबद्दल कुठल्याच नाजूक भावना नव्हत्या, माझं सगळं एकतर्फीच होतं हे आता मला समजलं होतं.

''विचार करेन? नुसता विचार नाही, तू आणखी बरंच काही करायला हवंस.''

''मला इथून सुटायचंय.''

''खरंच?''

''तू मला इथून बाहेर काढ.''

''अस्सं? कसं काढू?''

“मला नाही माहीत. तू मला इथून बाहेर काढ आणि मग मी सांगेन, तुला हवं असेल तर अगदी स्टॅम्पपेपरवरसुद्धा लिहून देईन, डीनला कुठं पुरलंय ते.”

ती एकदम चमकली. तिनं माझ्याकडं रोखून बघितलं आणि विचारलं, “म्हणजे तो खरंच मेलाय?”

“माझ्या वकिलानं परवानगी दिली तर त्याच्यासमोर मी या प्रश्नाचं उत्तर देईन.”

“तू... तू नॉर्मल नाहीयेस.”

“नॉर्मलच आहे मी.”

“नाही. कोणत्याही नॉर्मल माणसानं एका बहिणीला, तिचा सख्खा भाऊ मेलाय का जिवंत आहे हे सांगायला नाही म्हटलं नसतं.”

तिला काय वाटतंय ह्याचं मला आता काही पडलं नसलं, तरीही तिच्या बोलण्यात पॉईंट होता. म्हणून मी तिला थोडंसं सांगितलं. तिला चिडवण्यासाठी, तिची उत्सुकता ताणण्यासाठी मी म्हणालो, “पुरताना तो गुदमरला नाही.”

“म्हणजे तो आधीच मेलेला होता.”

“माझं तोंड शिवलेलं आहे. खरं तर तो एक अपघात होता, पण तरीही नंतर मला खूप वाईट वाटलं.”

“सॉरी म्हटलं की झालं का ओडेल? मी काय सांगू त्यांना?”

“त्यांना सांग... की मी विचार करतोय आणि तोपर्यंत मला इथून बाहेर काढायचं ठरव.”

“जोकच करतोयस, दाराबाहेर हत्यारबंद पोलीस बसलाय. आपलंच हेड ऑफिस असल्यासारखे ते एफबीआयवाले इथं भटकताहेत. राज्य सुधारगृहात ड्रग्ज पुरवल्याबद्दल कोल आणि मी आधीच अडकलोय. सगळी पंचाईत झालीये ओडेल. तुझ्यामुळं झालंय सगळं. तू जगाला ओरडून सांगितलंस की, डीन दहशतवादी आहे म्हणून. त्याबद्दल आणि फ्रीजरमध्ये ब्री सापडली याबद्दल जरा तोंड बंद ठेवलं असतंस, तर ही आफत आलीच नसती. दरवर्षी इतर शेकडो माणसं घरातून लापता होतात. त्यात आणखी एकाची भर पडली असती. केवळ तुझ्या मूर्खपणामुळं आपल्याकडं सगळ्यांचं लक्ष गेलंय. आता तरी साल्या बरोबर काय आहे तेच कर...”

लोरेन खरंच खूप अपसेट झाली होती. डोळ्यांत पाणी वगैरे होतं तिच्या. नाटक नव्हतं. खरंच, मला पुन्हा एकदा मनापासून वाईट वाटलं. तिला सगळं खरं सांगून टाकावंसं वाटलं, पण ते पुढे क्रॉस आणि डीडलपर्यंत पोचेल. मी थांबलो. काहीही बोललो नाही. ते म्हणत होते तशी माहिती लपवली. निदान तेवढं तरी खरं ठरलं.

“लोरेन?”

“काय?”

"तुला माझ्यावर ओरडायची गरज नाहीये."

"ओडेल, तू माझ्या डोक्यात जातोस."

"सॉरी. तू सीएसआय बघतेस का?"

"त्याचा इथं काय संबंध?"

"बघतेस?"

"अगदी दर आठवड्याला नाही. पण त्याचं काय?"

"ते काय काय करू शकतात ते दाखवलेलं खरं असतं? मेलेल्या माणसांना तपासतात, त्यावरून शोध लावतात. मी डीनबद्दल नाही बोलत, जनरल मेलेली माणसं. ते आपली टीम घेऊन येतात तपासकामासाठी, तो माणूस नक्की कशानं मेला हे ते शोधून काढू शकतात, खरंच असं होऊ शकतं?"

"बहुतेक तुला काय डीनची तपासणी व्हायला हवीये का? तू मारलंस का त्याला ओडेल? जर तो तुझ्या हातून मेला असेल, तर मी तुला माफ करेन. संपूर्ण आयुष्यभर तो आ बैल मुझे मार करत असे. फक्त आता नक्की काय घडलं ते सांगून इतरांचा त्रास वाचवणं महत्त्वाचं आहे. हे आता तुझ्यापुरतं नाही राहिलेलं ओडेल, इतर लोक पण गोवले गेलेत. तुझं काय म्हणणं आहे, डीनला नक्की काय झालं ते शोधून काढायला मी एफबीआयला सांगून सीएसआय टीमला बोलावू का?"

"जर डीन मेला असेल तर म्हणतोय मी, तो मेलाच आहे असं नाही म्हणत."

"तुला असं काही करायचंय का ओडेल?"

"मी... बरं."

झालं एकदाचं. मी बोलून टाकलं. हेच बोलायची मला जाम भीती वाटत होती. पण सीएसआयवाल्यांच्या पटकन लक्षात येईल, की त्या बेसबॉलच्या बॅटनं मी काही त्याला फार जोरात लागेलसं मारलेलं नव्हतं. नंतर तो मेला हा निव्वळ एक अपघात होता. त्यांच्या ज्या काही खास चाचण्या असतात त्यातून हे उघड होईल, मग माझ्यावर खुनाऐवजी सदोष मनुष्यवधाचा आरोप ठेवला जाईल. बहुतेक. म्हणजे, असं व्हावं असं वाटतंय मला. शिवाय हा माझा पहिलाच अपराध होता आणि आता मला याबद्दल पश्चात्तापही होत होता. शेवटी मी सगळं खरं काय ते सांगूनही टाकलं होतं. मग मला फाशीसारखी भयानक शिक्षा होणार नाही. मी काही थंड डोक्यानं ठरवून हे काम केलेलं नव्हतं. ते फारच भयानक असतं. त्यामुळं माझ्या बाबतीत खूप वाईट काही होईल असं नाही वाटते मला. ह्या विचारानं माझ्या खांद्यावरचं एक फार मोठं ओझं उतरलं.

"मी सांगते त्यांना ओडेल, पण ते पहिला प्रश्नहा विचारतील की डीन कुठं आहे. तू लिहिलस तसा तो त्या मागच्या अंगणात नाहीये का?"

"नाही. तिथं नाहीय. मागच्या ओढ्याजवळ जी शेवरीची झाडं आहेत, तो ओढा आत्ता कोरडा पडलाय, तिथल्या खोबणीत ठेवलंय त्याला. तिथं तुला नव्यानं

पडलेली माती दिसेल. मी तो बांध तोडला आणि त्या मातीखाली त्याला झाकला.''

तिनं विचित्र नजरेनं माझ्याकडं पाहीलं. तिला नक्की काय म्हणायचंय ते मला कळेना. एकतर तिचा माझ्यावर विश्वास नव्हता किंवा ती माझा तिरस्कार करत होती. मग तिनं अतिशय हळू आवाजात मला विचारलं, ''केव्हा घडलं हे?''

''सोमवारी रात्री. तो मध्यरात्री खाली आला आणि एकदम माझ्या कानाशी कुजबुजला की घरात कुणीतरी चोर शिरल्याचा आवाज त्याला ऐकू आला म्हणून...''

''तू मला हे कुजबुजीचं सांगितलं होतंस. मग काय झालं?''

''त्याच्या हातात बंदूक होती... मी तो मागच्या अंगणातला खड्डा आधीच बघितला होता, मला वाटलं होतं की तो माझ्यासाठीच खणलाय आणि नंतर मी त्याच्या हातात ही बंदूक पाहिली, तेव्हा मला वाटलं की तो माझा खून करायलाच आलाय. कोणत्याही क्षणी गोळी घालेल मला. पण त्याला असलं काही करायचं असतं तर त्यानं मला कानाशी कुजबुजून उठवलं कशाला असतं? मी झोपेलेलो असतानाच गोळी घालून मोकळा झाला असता. पण तेव्हा हे सगळं माझ्या डोक्यातच आलं नाही. म्हणून मग स्वतःचा जीव वाचवण्यासाठी मी त्याला बॅटचा फटका दिला. गला वाटलं...''

''बॅटनं... बेसबॉलच्या बॅटनं?''

''अं, हो. माझ्या संरक्षणासाठी मी ती जवळ घेऊनच झोपलो होतो. खड्डा बघितला होता ना.''

ती एकदम गप्पच झाली आणि एकटक खाली बघत राहिली. मग उठली आणि पुन्हा एकदा विचित्र नजरेनं माझ्याकडे बघितलं. मला वाटलं आता या क्षणी ती मला सांगेल की ठीक, झालं ते झालं सोडून दे. मी मुद्दामहून काहीही केलेलं नाहीये, माझा तसा हेतूच नव्हता. मी स्पष्ट करून सांगितल्यावर कसं कसं काय काय घडलं ते तिला कळलंच असेल. तिला यानं फारसा फरक पडलेला नाहीये. पण ती म्हणाली, ''मादरचोद, भेंचोद, तुझ्यामुळं हे सगळं झालं. तळपट होईल तुझं. चांगली सालं काढायला हवीत त्यांनी तुझी.'' आणि खाडकन दरवाजा उघडून ती निघून गेली. हे शेवटी ती जे काही बोलली त्याचा मला अर्थच लागेना. मी पार गोंधळून गेलो.

थोड्याच वेळात क्रॉस आणि डीडल त्यांचा लॅपटॉप घेऊन आले. ते म्हणाले की मी डीनला मारलं, तो एक अपघात होता आणि मी त्याला तिथं पुरलं वगैरे वगैरे जे काही मी आत्ता बोललो ते सगळं पुन्हा सांगायचं. संपूर्ण कहाणी मी सांगत असताना डीडल टाईप करत होता. की बोर्डवर त्याची बोटं सरासर फिरत होती. मग कॉम्प्युटरमधून कागदाचं एक भेंडोळं बाहेर आलं. क्रॉसनं मला एक पेन दिलं आणि त्यावर शेवटी सही करायला सांगितली. मी केली. तो मला म्हणाला, ''ओडेल, तू हे सगळं कबूल केलंस हे फार चांगलं केलंस.''

“मला माहितीये. मला खूप बरं वाटतंय आता.”

“चांगलं आहे. आम्ही फोरेन्सिक टीमला त्या शेवरीच्या झाडांपाशी तपास करायला सांगितलाय. तो मागच्या अंगणातला खड्डा रिकामाच आहे हे त्यांनी तासाभरापूर्वीच बघितलंय.”

“आता तरी तुम्ही त्या सीएसआय टीमला बोलावलंय की नाही? त्यांनी त्याच्या डोक्याची जखम नीट बघितली, की त्यांच्या लक्षात येईल, की मी त्याला काही फार जोरात नाही मारलेलं. बहुतेक काही लोकांची कवटी जरा जास्तच नाजूक असते, तशी डीनची होती. हलक्याशा फटक्यानं तडा जाणारी.”

“येताहेत ते.”

“पण ते टीव्हीवर दाखवतात ते लोक नसतील ना, ते दुसरेच असणार.”

“बरोबर आहे तुझं ओडेल. ही टीव्हीवरची टीम नाहीये. ते आज दुसऱ्या कुठल्या तरी गुन्ह्यांचा तपास करण्यात मग्न आहेत.”

“मला वाटलंच होतं ते नसणार म्हणून. अरे तुम्ही नर्सला किंवा दुसऱ्या कोणाला तरी सांगता का, मला जाम भूक लागलीये ते?”

“हो सांगतो ना. तू स्वस्थ बस. आराम कर.”

आणि ते निघून गेले. सगळं एकदाचं सांगून टाकल्यावर आणि कबुली जबाबावर सही केल्यावर मला खूप मोकळं मोकळं वाटत होतं. मस्त भूक लागली होती. आता माझं डोकं, हात काहीही फारसं दुखत नव्हतं. म्हणजेच कबुली दिल्यानं आपल्या मनाप्रमाणंच शरीरावरचाही ताण जातो तर. थोड्या वेळानं नर्स आली आणि काय खायचंय म्हणून विचारू लागली. मी सांगितलेला पदार्थ तिथं मिळत नव्हता. मग ती म्हणाली की, बघू या काय काय आहे ते आणि कसं काय जमतंय ते. ती परत आली तेव्हा तिच्या हातातल्या ट्रेमध्ये छान, अगदी मला आवडतात तसे गरमागरम मटण कटलेट्स, वेफर्स आणि मक्याचं पॅटीस वगैरे होतं. मी सगळ्याचा फन्ना उडवला. आणखीन मिळालं असतं तर फारच बरं झालं असतं. पण ती ट्रे न्यायला परत आली तेव्हा तिनं सांगितलं की मला दोनेक तासांनी मिळणाऱ्या रात्रीच्या जेवणापर्यंत तरी थांबायला लागेल. मध्ये आणखी काहीही मिळणार नाही. मी थांबेन असं म्हटल्यावर ती गेली. मग मी माझ्या खोलीला लागून असलेल्या बाथरूममध्ये गेलो. माझी स्पेशल खोली होती आणि त्यामुळं मला सेपरेट बाथरूम मिळाली होती. बाकीच्यांना कॉरीडॉरच्या टोकाला असलेल्या बाथरूम्स वापराव्या लागत होत्या. माझी अशी बडदास्त ठेवली जात होती ते बघून मी खूश झालो.

नंतर क्रॉस आणि डीडल परत आले. ते फारसे खूश दिसत नव्हते. “ओडेल, तू मघाशी जे स्टेटमेंट दिलंस, ते तसंच आहे ना? त्यात काही बदल नाहीये ना?”

“अं... हो.”

''नक्की का? नीट विचार करून सांग.''

''हो नक्की.''

''कारण, तू जिथं म्हणालास तिथे आम्ही तपासलं. त्या कोरड्या पात्रात, शेवरीच्या झाडांपाशी. तो तिथं नाहीये.''

''आं?''

''डीन तिथं नाहीये ओडेल.''

''पण... मी तर त्याला तिथंच ठेवलं होतं...''

''असेल, पण आता तो तिथं नाहीये. आता तुझं काय म्हणणं आहे यावर?''

''मी...''

बोलण्यासारखं काहीही नव्हतंच उरलेलं. माझ्या अंगाखालची कॉट जणू नाहीशी झाली होती आणि मी खोल कुठंतरी फेकला गेलो होतो. डीन तिथं नाहीये? असं कसं होईल?

''तू आम्हाला फसवलंस. आम्हाला वाटलं गुन्ह्याची उकल करण्याच्या दृष्टीनं आपली छान प्रगती होतीये, पण आता आमच्या लक्षात येतंय की सगळा नुसता टाईमपास होता. आम्हाला पहिल्या रिकाम्या थडग्यासारखं दुसरं पण खणायला लावलंस. आता बरं वाटतंय का तुला? तुला काय हा खेळ चाललाय असं वाटतंय का ओडेल? आम्हाला हे अजिबात आवडलेलं नाहीये.''

''मी... मी तिथंच ठेवलेलं त्याला. खरंच. कुणीतरी येऊन बॉडी हलवली असणार.''

''हो का? कोण आलं असेल?''

मी खूप विचार केला. एकच नाव राहून राहून माझ्या नजरेसमोर येत होतं.

''एजंट जिम रिकर.'' मी त्यांना सांगितलं पण त्यांचा विश्वास बसलेला दिसला नाही.

पंधरा

रात्र झाली. पण तोपर्यंत माझ्या भेजाचं कसं पार भुसकट झालं असेल, तुम्ही कल्पना करू शकता. जेवणाचं ताट आलं पण मी खाल्लं नाही. डीन तिथं नाहीये ही बात मला हजमच होत नव्हती. असं होईलच कसं? मी उलट सुलट खूप विचार केला पण मला या प्रश्नाचं उत्तर मिळालं नाही. विचार करकरून माझं डोकं भणभणायला लागलं. माझ्या वेदना कमी व्हाव्यात म्हणून नर्सनं मला कसला तरी घाणेरडा काढा आणून दिला. चव भयानक होती तरी मी तो घशाखाली उतरवला.

खोलीत टीव्ही होता, म्हणून मग मी थोडा वेळ बातम्या बघितल्या. त्यात ते घर दाखवलं गेलं. डॉज ट्रकमधल्या बॉम्बनं ते पूर्णपणे उद्‌ध्वस्त झालं होतं हे बघितल्यावर यातून मी सहीसलामत वाचलो हा एक चमत्कारच म्हणावा लागला असता. वरनं ते कसं दिसतंय ते दाखवण्यासाठी त्यांनी हेलिकॉप्टरमधून शूटींग केलं होतं. गाडी उभी केली होती त्या जागी आता एवढा मोठा खड्डा होता की, जणू तिथं एखादी उल्का येऊन आदळली होती. रस्ता असा काही शिल्लकच राहिला नव्हता. मेनरोडपासून जिथं घर होतं तिथपर्यंत फक्त एक भलामोठा खड्डा दिसत होता. एखाद्या चक्रीवादळात सगळं भिरभिरून उखडलं गेलं होतं. प्रत्येक वस्तूनं आपली जागा सोडली होती. वादळानं सगळ्या गोष्टी खेचून घेतल्या होत्या आणि चारी दिशांना वाटेल तशा भिरकावल्या होत्या. एवढं छान जुनं घर, त्याची अशी अवस्था व्हायला नको होती. गॅरेजपण शिल्लक नव्हतं. लांब कुठंतरी माझी मॉंटो कार्लो गाडी मेलेल्या झुरळासारखी, चाकं हवेत टप खाली अशी, उलटी पडली होती.

माझ्यासमोर तीन भलेमोठे प्रश्नउभे होते. ट्रकमध्ये बॉम्ब कुणी ठेवला आणि का? हा जिम रिकर कोण आहे आणि आता सगळं नीट सांगण्यासाठी तो पुढं का येत नाहीये? आणि शेवटी सगळ्यात महत्त्वाचं म्हणजे डीनची बॉडी कुणी पळवली? या शिवाय छोटे छोटे अनेक प्रश्न होतेच. ट्रकमधलं ते पत्र कुणाला सापडलं आणि बक्षिसाच्या लोभानं ते पोलिसांना कुणी नेऊन दिलं? लोरेननं मला तिच्या आणि

कोलच्या लफड्याबद्दल सांगितलं का नाही? सोमवारी रात्री फोनवर इतकं जोरजोरात भांडण्याइतकं चीफ वेब आणि लोरेनमध्ये नक्की काय वाजलंय? यापैकी एकाही प्रश्नाचं उत्तर माझ्यापाशी नव्हतं. मला मघाशी जी काही पेनकिलर्स वगैरे औषधं दिली होती, त्यानं मी धड विचारही करू शकत नव्हतो. मग हा गुंता सोडवणं तर फारच दूरची गोष्ट होती. एक गोष्ट मात्र मला आतपर्यंत कळली होती, मी यात पूर्णपणे फसलो होतो.

मधून मधून मी टीव्ही बघायचा प्रयत्न केला, पण माझ्या डोक्यात काहीही शिरत नव्हतं. मला अगदी विचित्र, काहीही सुधरत नसल्यासारखं वाटत होतं. मध्येच एकदा मी बाथरूममध्ये जायला म्हणून उठलो आणि भलतंच दार उघडलं तर तिकडे दुसरा एक पोलीस खुर्चीत बसल्या बसल्या पेंगत होता. तो झोपलाय म्हटल्यावर हळूच त्याच्या बाजूनं पळून जावं असं माझ्या मनात आलं पण माझ्याकडे ना दुसरे कपडे होते, ना पैसे, ना गाडी आणि मी जाऊन जाऊन जाणार तरी कुठं होतो? म्हणून मग मी ते दार बंद केलं आणि बाथरूमचं दार उघडलं. मला सगळ्याच गोष्टींचा पश्चात्ताप होत होता आणि आपण आता काहीच करू शकत नाही याचं सगळ्यांत जास्त वाईट वाटत होतं.

नंतर माझा डोळा लागला आणि खोलीत पुन्हा कोणीतरी आलं तेव्हा मला खडबडून जाग आली. मी डोळे उघडले तर समोर एक नर्स व्हीलचेअर घेऊन उभी होती.

"चल ऊठ." खोलीत जवळ जवळ अंधार होता, तरी आवाजावरून मी तिला ओळखलं. "खुर्चीत बस आणि वळवळ करू नकोस." ती म्हणाली आणि तिनं खुर्ची वळवून दरवाजाच्या दिशेनं ढकलायला सुरुवात पण केली. लोरेन मला पळून जायला मदत करत होती! आधी ती मला लागेलसं बोलली होती पण आता तिनं नीट विचार केला असणार आणि मला पळून जायला मदत करावी असं तिला वाटलं असणार. तिथल्या तिथं मी पुन्हा एकदा तिच्या प्रेमात पडलो. खरं तर तिच्या प्रेमातून बाहेर येणं मला कठीणच गेलं होतं, त्यामुळं आता पुन्हा त्यात असं आकंठ बुडणं मला खूप आवडलं. खरं तर असं नर्स आणि पेशंटचं सोंग घेऊन मला बाहेर काढणं सॉलिड धोक्याचं होतं आणि मुख्य म्हणजे त्या दाराबाहेरच्या पोलिसाचं काय?

पण मला त्याची काळजी करायचं कारण नव्हतं. दाराबाहेर लॅरी डेटन ड्युटीवर होता. मला वाटलं होतं की आत्तापर्यंत त्याला नोकरीतून डच्चू मिळाला असणार. त्यानं माझ्या इंटरव्ह्यूच्या टेपची कॉपी काढली होती आणि तो ओकीडोकी व्हिडीओ फॉक्स न्यूज चॅनेलला विकला होता. याबद्दल त्याला सोललं जायला हवं होतं पण तो तर माझ्यासमोर निवांत उभा होता. लोरेननं माझी खुर्ची त्याच्या बाजूनं पुढे नेली, तेव्हा त्यानं मला डोळासुद्धा मारला. म्हणजे एफबीआयपासून मला वाचवण्याच्या

कारस्थानात एक सोडून दोघं जण सामील होते तर. माझी सुटका ही जवळ जवळ अशक्य कोटीतली गोष्ट होती त्यामुळं एकसे भले दो हे बरोबर होतं.

तिनं मला लिफ्टपाशी नेलं आणि लिफ्टचं बटण दाबलं. खूप रात्र झाली होती त्यामुळं तिथं आजूबाजूला कोणीही नव्हतं. लिफ्ट वर आली ती पण रिकामीच होती, माझा पळण्याचा बेत यशस्वी व्हावा म्हणून. नशीब मला कधी नव्हे ते साथ देत होतं. बहुतेक आम्ही आत शिरल्यावर तिनं तळमजल्याचं बटण दाबलं. लिफ्टचं दार बंद झालं आणि आमचा प्रवास सुरू झाला.

''लोरेन...''

औषधांनी मला झापड येत होती आणि नीट बोलणंही कठीण जात होतं.

''गप्प बस आणि ऐक, अँडी वेबचं नाक कापण्यासाठी करतीये मी हे सगळं. ज्या पोलिसाला खात्यातून हाकलून देण्यात येणार आहे त्याला पहाऱ्याच्या कामावर लावणं हे चूक आहे आणि यासाठी त्याला कुणीतरी जाब विचारला पाहिजे. शिवाय त्याच्या आणि माझ्या बाबतीत पूर्वी जे घडलं त्यासाठी तर त्याला नोकरीतूनच काढून टाकायला हवं.''

''अं...''

''गप. तू मला हे विचारलं होतंस. आता ऐक, अँडी आणि मी लफडं केलं होतं. मी तेव्हा सेक्ससाठी सज्ञान झाले नव्हते. म्हणजे, कायद्याच्या दृष्टीनं. आम्ही खूप प्यायलो होतो आणि आमचे स्वत:चे त्या अवस्थेतले फोटो पण काढले होते. आता त्याला तू पळून गेलास म्हणून फायरिंग मिळालं, तरी ते फोटो माझ्याकडं असल्यामुळं तो मला काहीच करू शकणार नाही. जर त्यानं काही आवाज केलाच तर आणखीनच गोची होईल त्याची. आता ते शेरीफ वगैरेचं स्वप्न विसर म्हणावं. त्यानं माझ्या आयुष्यात आत्तापर्यंत जेवढी ढवळाढवळ केलीये तेवढी पुरे आहे. लक्षात आलं का तुझ्या ओडेल?''

''हो...''

''ऑफिसर डेटन. त्याला त्याची स्टोरी हॉलिवुडला विकायचीये. त्यासाठी शेवटी तू पळून गेलास असा सीन त्याला हवा होता. अॅशन कुचरनं त्याचं काम करावं अशी त्याची इच्छा आहे. पण ही खूप पुढची बात झाली. नाही तरी डेटन काही दिसायला एवढा खास नाहीचे. चल सोड. तो मदत करतोय ना. एक सांग, तुला आत्ता काही औषधं वगैरे दिलेली आहेत का?''

''अं... हो...''

''बरं, आणखीन एक जण आहे अँडी डोळ्यासमोर आला तरी भडकणारा. तो खाली गाडीच्या इथं थांबलाय. तो तुला पुढं घेऊन जाईल. तेव्हा आता स्वस्थ बसून राहा. तुला कळायच्या आत संपलेलंही असेल सगळं.''

आमची लिफ्ट थांबली आणि दरवाजा उघडला. आम्ही रिसेप्शनपासून थोडे लांब होतो पण तिथंही कोणीही दिसत नव्हतं. सगळीकडे फक्त चकाचक स्वच्छता होती आणि कसलाही आवाज नव्हता. त्या शांततेत लोरेन माझी खुर्ची ढकलत असताना होणारा चाकांचा आवाज खूप मोठा वाटत होता. तिनं मला पुढच्या दाराकडं नेलं नाही, तर इमर्जन्सी एक्झिटमधून मागच्या बाजूनं बाहेर काढलं. बाहेरच्या मोकळ्या हवेत श्वास घेतल्यावर मला एकदम वेगळंच वाटलं. आकाशात छान चांदणं होतं. दोन्हीकडे झुडपं आणि मधून जेमतेम ती खुर्ची जाईल एवढीच वाट, अशा रस्त्यानं आम्ही पुढे गेलो.

लोरेन म्हणाली, ''तुला बहुतेक प्रश्नपडला असेल, की मी हे सगळं का करतीये. तर याचं कारण म्हणजे डीनसारख्या वाया गेलेल्या माथेफिरूसाठी तुला शिक्षा व्हावी असं नाही वाटते मला. तुमच्या दोघांत नक्की काय घडलं ते मला माहीत नाही, पण केवळ डीन तुझ्या आयुष्यात आला म्हणून तुला तुरुंगात खितपत पडावं लागलं ही टोचणी नकोय मला. माझ्या मनाला नाही पटत हे. तो काही एवढा चांगला वगैरे कधीच नव्हता. मघाशी मी तुला वाटेल तसं बोलले त्याबद्दल सॉरी. हे सगळं एकदम अंगावर आल्यामुळं मी अपसेट झाले होते. पण मला म्हणायचंय की, डीनमुळं कुणावरही आळ येता कामा नये. एकदा का तू इथून सुटलास, की मग तुला जिथं सुरक्षित वाटेल तिथं तू जा. तुझ्या विश्वासातल्या माणसांकडं जा तू ओडेल. आणि मला विचारशील तर काही दिवस, निदान हा धुरळा खाली बसेपर्यंत तरी, पुन्हा डोकं वर काढू नकोस. मी तुला आवडते हे माहितीये मला. थोडी वेगळी परिस्थिती असती तर कोण जाणे, कदाचित आपलं नातं अजून एखादं घर पुढे गेलं असतं. पण आनंद, खुशी ही आपल्या नशिबातच नाहीये असं दिसतंय. आता हे स्वीकारूनच आपण पुढं जायला हवंय ओडेल. डीननं आपल्या दोघांच्या आयुष्याचा पण लोचा करून ठेवलाय पण आता तेच तेच उगाळून काही उपयोग नाही. आत्ता सगळ्यांत महत्त्वाचं काये तर, तू इथून सुटणं आणि मी म्हणाले तसं तुझ्या माणसांपाशी पोचणं. तुझ्यासारखाच विचार करणारी तुझ्या भरवशाची माणसं. तू त्यांच्यापर्यंत पोचणं महत्त्वाचं आहे ओडेल. मी काय सांगतीये ते कळतंय का ओडेल, का औषधांमुळं गुंगी येतीये तुला?''

''अं...''

ढकलत ढकलत लोरेन माझी खुर्ची ती वाट संपली तिथपर्यंत घेऊन आली आणि मग पार्किंगमध्ये एक मोठी गाडी उभी होती तिथं तिनं मला नेलं. एका माणसानं गाडीचं दार उघडलं. मी त्याला कुठंतरी बघितलं होतं पण नक्की कुठं, किंवा त्याचं नाव गाव, काहीही मला त्याक्षणी आठवलं नाही.

''काही प्रॉब्लेम नाही ना?'' त्यानं विचारलं.

"एकदम ठरवल्याप्रमाणे झालं सगळं." दोघांनी मिळून मला खुर्चीतून उचललं आणि गाडीत बसवलं. लोरेन म्हणाली, "ओडेल, हा डिटेक्टिव्ह सार्जंट. विन ब्रीच्या वेळी आले होते ना ॲम्ब्युलन्स घेऊन, त्यात होता हा. तेव्हा भेटलाय तुम्ही."

"अं... हो."

"अँडीला नोकरीवरून काढून टाकलं की तो जॉब आपल्याला मिळावा, असं वाटतंय डिटेक्टिव्ह सार्जंट विनला. त्यामुळं या गाजरापायी आपल्याला मदत करण्यासाठी तो खुशीनं तयार झाला."

"अं... हो."

अँडीला धडा शिकवण्यासाठी ह्या तिघांनी असं संगनमत केलं होतं, ते मला पळून जायला मदत करत होते हे उत्तमच होतं, पण त्यांचे हे उपकार कसे फेडावेत असंच माझ्या मनात येत होतं. केवळ माझ्यासाठी ते एवढा मोठा धोका पत्करत होते. काहीतरी भयानक संकट कोसळल्याशिवाय माणसाला त्याचे खरे मित्र कोण आहेत ते कळत नाही हे मला आता समजून चुकलं होतं. या तिघांनी माझ्यासाठी एवढी मोठी जोखीम अंगावर घेतली होती आणि मला पुन्हा माझं स्वातंत्र्य मिळवून दिलं होतं.

"सांभाळून जा." लोरेन म्हणाली आणि मी थँक्यू वगैरे काही म्हणायच्या आत ती व्हील चेअर घेऊन वळली देखील. विन गाडीत बसला आणि त्यानं गाडी सुरू केली. आता आपला सुटकेचा बेत तडीला जाणारे हे समजल्यावर सुटका करणाऱ्या गाडीचा कर्कश आवाजदेखील अतिशय गोड वाटतो. आयत्या वेळी आखलेला बेत, पत्करलेला धोका आणि का, तर केवळ ज्या निरपराध्याला असं इच्छेविरुद्ध पकडून ठेवायची अजिबात गरज नाहीये अशा व्यक्तीची मध्यरात्री केलेली नाट्यमय सुटका! मस्त जुळून आलं सगळं.

"बकअप ओडेल." पार्किंगमधनं गाडी बाहेर काढून रस्त्याला लागताना तो म्हणाला. मी कसंतरी चाचपडत सीटबेल्ट लावला आणि डॅशबोर्डवरच्या घड्याळाकडं पाहिलं. रात्रीचे अडीच वाजून गेले होते. म्हणजेच जेव्हा तमाम दुनिया गाढ झोपेत असते तेव्हा, अगदी योग्य वेळेला हे जमवलं होतं. एवढ्या थोड्या वेळात या सगळ्यांनी एकत्र येऊन हा बेत कसा काय आखला या विचारानंच मी दबून गेलो होतो. आत्तापर्यंत तरी कुठंही काहीही आडकाठी आलेली नव्हती आणि आता यापुढं काही प्रॉब्लेम येणं शक्यच नव्हतं.

विननं माझ्याकडे वळून बघितलं आणि मला कसल्यातरी छोट्या छोट्या तीन गोळ्या दिल्या. "ह्या गोळ्या घे. दोन कॅफिनच्या आहेत आणि एक स्पीडची. यामुळं तुझी ही गुंगी उतरेल, धर." गोळ्या घेण्यासाठी त्यानं पाण्याऐवजी गॅटोरेडची

प्लॅस्टिकची बाटली पुढं केली. मी गुटकन सगळ्या गोळ्या एकदम तोंडात टाकल्या आणि गॅटोरेडचा मोठा घोट घेतला. थोडसं गॅटोरेड सांडलं पण मी गोळ्या गिळू शकलो.

''मागच्या सीटवर तुझ्या मापाचे कपडे आणि सँडल्स आहेत. आपण जिथं जातोय तिथं पोचलो की तुझे कपडे बदलू या. आपल्याला हे जमणारे ओडेल, तू नक्की सुटणारेस.''

''अं... हं.''

''अँडीबाबाला हे कळलं आणि सगळ्यांनी त्याच्यावर तोंड सोडलं की मजा येईल त्याचा थोबडा बघायला. संपलाच समज तो. आणि यासाठी तुझे आभारच मानायला हवेत. अशा निरुपयोगी आणि तापत्रयी माणसाला बाजूला करणं केवळ तुझ्यामुळं शक्य झालं. तुला संपूर्ण डिपार्टमेंटचा दुवा मिळतोय. वेबच्या हाताखाली राबताना प्रत्येकालाच किती मनस्ताप होत होता याची तुला कल्पनाही येणार नाही. सगळ्यांचंच नीतीधैर्य खचलं होतं. आता हे चित्र पालटेल आणि यात मुख्य भूमिका तू बजावलीयेस.''

''अं...हं.''

एवढं सगळं घडत असूनही बहुतेक मध्ये माझा डोळा लागला असावा. विननं गाडी थांबवली तेव्हा मला जाग आली. त्यानं मागच्या सीटवरचं कपड्यांचं बोचकं उचलून माझ्या मांडीवर टाकलं. ''तो गाउन काढून टाक, हे घाल आणि आता नीट ऐक ओडेल, ती तिथं उभी केलेली गाडी बघितलीस? छोटी पांढरी गाडी? ती माझ्या भाचीच्या मैत्रिणीची गाडी आहे. ती कधीही आपली गाडी लॉक करत नाही. गाडीची चावीदेखील आतल्या मॅटखाली ठेवलेली असते. इकडं तिकडं ठेवली तर विसरते, हरवते म्हणून. खरंतर हा बावळटपणाच आहे पण आपल्या पथ्यावर पडतोय. तू त्या गाडीतून सूट. ओडेल, अरे गाउन काढ. दुसरे कपडे अंगावर चढवण्याआधी गाउन काढायला हवाय बाबा तुला.''

मी गाऊन काढण्यासाठी धडपड सुरू केली. तो बोलतच होता. ''मी तुला पाचशे डॉलर्स देणार आहे तुला जिथं कुठं जायचंय तिथं पोचण्यासाठी. माझ्या भाचीची मैत्रीण एका आठवड्यासाठी बाहेरगावी गेलीये. तिचे आईवडीलपण गेलेत पूर्वेकडची कॉलेजेस बघायला. त्यामुळं तिची गाडी इथं दिसली नाही, तरी एवढ्यात कुणाच्या लक्षात येणार नाही. एवढा वेळ तुला हवं तिथं पोचायला पुरेसा आहे. तू काय दुसऱ्या राज्याबिज्यात जाणारेस का ओडेल?''

''म...''

''शर्ट घालायला मदत करू का?''

''अं... हं.''

त्यानं माझ्या पाठीमागून हात घातला आणि शर्टची दुसरी बाही माझ्या हातात चढवली. पँट घालण्यासाठी मला बूड उचलणं भाग होतं पण मी ते कसंबसं जमवलं. फक्त असं अंडरवेअर न घालता एकदम पँट घालणं विचित्र वाटत होतं. मी बक्कल लावलं आणि मोजे नसल्यामुळं नुसतेच सँडल्स घातले. आता मी तयार होतो. त्यानं मला डोक्याचं बँडेज काढून टाकायला सांगितलं. नाहीतर पटकन कुणाचंही माझ्याकडे लक्ष गेलं असतं. मग त्याच्या मदतीनं मी तेही उतरवलं. आता मात्र माझी पूर्ण तयारी झाली होती.

"तुझ्या खिशात पैसे ठेवलेत ओडेल. पोलिसाचं किंवा दुसऱ्या कुणाचं लक्ष जाईल असं काहीही करू नकोस. गाडी चालवणारेस, तर स्पीडकडे लक्ष ठेव. वाटेल तशी चालवू नकोस. मला विचारशील, तर तुझे जे कोण मित्र तुला आणखी दूर पळून जायला मदत करतील त्यांच्याचकडे जा सरळ. उगीच इथं तिथं वेळ घालवू नकोस. असा जेवढा वेळ वाया घालवशील तेवढी काहीतरी गोची होण्याची शक्यता वाढत जाईल. सरळ आपला त्या लोकांना गाठ म्हणजे हा बेत संपूर्ण यशस्वी होण्याचे चान्सेस वाढतील. गुडलक ओडेल." त्यानं शेकहँडसाठी हात पुढं केला.

"थँक्यू... आणि माझ्या वतीनं लोरेनचेही आभार मान. ती एकदम पटकन निघूनच गेली."

"हो सांगेन तिला. आता हॉस्पिटलमधून तू गायब झाल्याचं कुणाच्या लक्षात यायच्या आत सूट."

मी या गाडीतून उतरलो आणि रस्ता क्रॉस करून त्या पांढऱ्या होंडाजवळ जाऊन तिचं दार उघडलं. तो सांगत होता ते खरं होतं, या गाडीची मालकीण अगदी बेफिकीर होती. मी परत विनच्या गाडीपाशी गेलो. "चावी कुठे असेल म्हणालास तू?"

"गाडीतल्या मॅटखाली ओडेल, गुडलक."

मी परत येऊन पाहिलं. त्याचं बरोबर होतं. तो म्हणाला होता तिथंच होती चावी. मी गाडीत घुसलो आणि आधी ती सीट जेवढी मागं जाणं शक्य होतं तेवढी मागं केली. मग चावी फिरवून गाडी सुरू करण्याच्या खटपटीला लागलो. लगेच गाडी सुरू झाली. आवाजावरून इंजीनाची स्थिती बरी असावी असं वाटत होतं. गिअर टाकून मी पुढं निघालो. पेट्रोल पूर्ण भरलेलं होतं. म्हणजे मला लगेच कुठं थांबायला लागणार नव्हतं. एनर्जायझर बनीसारखा माझा प्रवास सुरू राहायला हरकत नव्हती.

प्रश्नहा होता, की कुठं जायचं?

मी कुणाकडं जायला हवं होतं? पहिल्यांदा मला वाटलं की, सरळ योडेर वायोमिंगला घरी जावं. पण मग पुढं काय? माझा म्हातारा लगेच बोकांडी बसेल

आणि मला पोलिसांच्या स्वाधीन व्हायला सांगेल. मी चांगला ओळखून होतो त्याला. त्यामुळं हे शक्य नव्हतं. नाहीतरी मला पुन्हा त्याचा थोबडा बघायची किंवा त्याचा आवाज ऐकायचीही इच्छा नव्हतीच. त्यामुळं हे काही खरं नव्हतं. यापुढं कुठं जायचं हे तर सोडाच, मला तर मी आत्ता कॅलिस्टोच्या कुठल्या भागात आहे ते सुद्धा माहीत नव्हतं. तेवढ्यात मी 'आय ७० कडे' अशी पाटी बघितली. मी त्या रस्त्यानं गेलो आणि गावाबाहेर पडलो. पुढं हायवेनं पश्चिमेला जायला सुरुवात केली. पश्चिमच का, पूर्व का नाही? बहुतेक तिकडं कुठंतरी माझ्या ओळखीची एखादी जागा असेल. कॅलिस्टो हे पूर्वेकडचं मी पाहिलेलं शेवटचं गाव होतं. त्यापलीकडं मी कुठं गेलेलो नव्हतो. मॅनहॅटन हे पूर्वेला आणखीन पलीकडं होतं, पण आता मी आधी ठरवल्याप्रमाणं तिथं जाऊन आर्मीत वगैरे भरती होऊ शकणार नव्हतो. आधीच माझा थोबडा एवढ्या वेळा टीव्हीवर झळकला होता आणि आता तर मी हॉस्पिटलमधून पळून गेलो म्हटल्यावर हा आर्मीचा बेत बोंबललाच होता.

विननं मला जी काही औषधं दिली होती, त्यामुळं माझी गुंगी जरा जरा कमी व्हायला लागली होती. डोक्यातली भणभण पण शमली होती. मी शांतपणे सत्तर पंच्याहत्तरच्या स्पीडनं चाललो होतो. ड्रायव्हिंग करता करता लोरेन, लॅरी आणि डिटेक्टिव्ह सार्जंट विननं मला वाचवण्यासाठी किती धडपड केली त्यावर मी विचार करत होतो. प्रत्येकानं मला मदत करण्याची काहीतरी वेगळी कारणं दिली होती. लॅरी डेटनच्या वतीनं लोरेनच बोलली होती म्हणा, पण तिच्या बोलण्यात तथ्य होतं. एकदा का अँडीची नोकरी गेली, की ती जागा विनलाच मिळाली असती. वेबनं नेमलेल्या पोलिसाच्या हातावर तुरी देऊन मी सटकलो होतो आणि हा पोलीसही आधीच दुसऱ्या लफड्यात अडकलेला होता हे तिनं सांगितलेलं कारण होतं. हॉस्पिटलमध्ये लोरेन माझ्याशी जे बोलली, त्यातून तिला माझ्याबद्दल काय वाटतंय ते दिसलं होतं पण हे इतकं उलटसुलट होतं, की माझा गोंधळ होत होता. शिवाय हा सुटकेचा बेत आखायला ती या दोघांना कधी आणि कुठं भेटली हे गौडबंगाल होतंच. पाच-सहा तासांपेक्षा जास्त वेळ मिळाला नसणार तिला. मुख्य म्हणजे ते दोघं ती सांगेल तसंच करतील अशी खात्री कशी काय वाटली तिला, म्हणजे त्यांच्याशी बोलण्यापूर्वीच तिला हा विश्वास वाटत होता तो कसा काय? दोन पोलिसांकडे जायचं आणि त्यांना विचारायचं की, फेडरल केसमधल्या संशयिताला कस्टडीतून पळून जायचंय तर ते तिला याबाबतीत काही मदत करतील का, हे जाम धोक्याचं होतं.

कुत्रं कसं आपलीच शेपटी पकडण्यासाठी स्वत:भोवती गोल गोल फिरत राहतं तसा, एवढ्या थोड्या वेळात तिनं हे कसं काय जमवलं हा प्रश्नमाझ्या मनात घुमत राहिला. मी दुसऱ्या कशात तरी मन गुंतवायचा प्रयत्नही केला, म्हणजे आता पुढे कुठे जावं वगैरे, पण पुन्हा पहिल्याच प्रश्नाचा भुंगा लागायचा थांबत नव्हता. माझ्या

घशाला कोरड पडली होती. मला वाटलं की ती गॅटोरेडची बाटली मी विनच्याच गाडीत ठेवून न देता बरोबर आणायला हवी होती. त्यानं माझ्या सुटकेसाठी औषधं, कपडे, भाचीच्या मैत्रिणीची लॉक न केलेली गाडी, गाडीच्या चाव्या अशी अगदी जय्यत तयारी केलेली दिसत होती. रात्रीची वेळ असली म्हणून काय झालं, हॉस्पिटलमध्ये त्यावेळी कुठंही कोणीही नव्हतं. मला व्हीलचेअरमध्ये बसवून खाली आणताना लोरेनला हटकण्यासाठी कोणी नव्हतंच तिथं आजूबाजूला. दुसरं म्हणजे तिनं तो नर्सचा युनिफॉर्म कुठून पैदा केला? आता मी जसजसा यावर विचार करायला लागलो तसतसं मला वाटायला लागलं की, हे सगळं एखाद्या टीव्हीवरच्या नाटकासारखं योजलेलं वाटत होतं. गोंधळाला जागाच नव्हती.

टीव्ही शोसारखं. तिथं कसं सगळी गोष्ट, संवाद आधी कागदावर तयार असतात, त्याच्या तालमी होऊन मग शूटिंग होतं, माझं पळून जाणं हा देखील एक टीव्ही शोच होता. माझी छाती धडधडायला लागली. घामाच्या धारा वाहायला लागल्या. कुत्र्यानं शेवटी आपली शेपूट पकडून तिचा चावा घेतला होता. शेपटीसारखीच चव होती तिची. मला आता सगळं स्पष्ट लक्षात यायला लागलं होतं. लोरेन, लॅरी आणि विन तिघंही एकत्र आले होते आणि मला गंडवण्यासाठी त्यांनी एक गोष्ट लिहिली किंवा कदाचित ही क्रॉस आणि डीडलची आयडिया होती आणि त्यांनी लोरेनला त्यात गोवलं होतं. मला तिच्याबद्दल काय वाटतं, काय वाटायचं ते त्यांना माहीत होतं. मला गुंडाळण्यासाठी माझ्या मनात अँडीबद्दल असलेला तिरस्कार उपयोगी पडेल असं तिनं सुचवलं असणार. पुढं त्यांनी अँडीला आपल्या प्लॅनमध्ये सामील करून घेतलं असणार. अँडीनं लॅरीला आणलं असेल, कारण नंतर त्याला प्रॉब्लेम होणार असं तो आधीच माझ्यापाशी बोललेला होता. मग विन आला असणार आणि मी पळून गेल्यावर अँडीची नोकरी जाईल आणि मग त्याला अँडीची नोकरीतली ती जागा कशी मिळू शकेल, ती थोतांड कथा त्यानं सांगितली असणार. या सगळ्यांत एक टक्काही सत्य नव्हतं. त्यांनी सगळ्यांनी मिळून ही टीव्ही शोची खिचडी पकवली आणि सगळं नीट व्हावं म्हणून आपापली भूमिका मन लावून पार पाडली. माझं डोकं त्या वेदनाशामक गोळ्यांनी आधीच हलकं झालेलं असताना हे सगळं मला सांगून माझ्यावर उपकार करत असल्याचा आव आणला. हा जो वेडेपणा चालला होता तो माझ्या लक्षात येऊ नये म्हणून ही चलाखी. औषधांच्या गुंगीतून बाहेर पडून, विचार करण्याइतपत शुद्ध आल्यावरही मी त्यांच्यावर विश्वास ठेवेन, असं वाटलंच कसं त्यांना कोण जाणे. मी एक अतिशय मंदबुद्धी, रेम्याडोक्याचा प्राणी आहे असा समज होता का त्यांचा?

तर एकंदरीत सगळं असं होतं, एका समान धाग्यात अडकवलेलं. आपल्याबद्दल लोकांच्या मनात काय आहे तिकडं फक्त दुर्लक्ष करायचं. त्यांच्यापैकी प्रत्येकाला

वाटत होतं की मी महामूर्ख आहे. मला इतकं कमी समजतं की, मिशन इम्पॉसिबलसारख्या टीव्ही शोवरून त्यांनी काहीतरी बेत आखला तरी चालेल. मला इथून, हॉस्पिटल वॉर्डमधून बाहेर काढायचं, फुल पेट्रोल भरलेली गाडी द्यायची, ही गाडी मी नेली, तरी साधारण आठवडाभर तरी कुणाच्या लक्षात येणार नाही हे आधीच बघून ठेवलेलं असणार आणि सगळ्यांत महत्त्वाचं म्हणजे लोरेन आणि विन, दोघांनीही मला दहादा बजावून सांगितलं होतं की मी ताबडतोब माझ्या मित्रांना गाठायला हवं, तरच हा सुटकेचा बेत नीट सुरक्षित पार पडेल. यात मला मदत वगैरे काहीही भानगड नव्हती, तर त्यांना माझे दहशतवादी मित्र कुठं लपलेत ते हवं होतं. माझा पाठलाग करून ते हा शोध लावणार होते. त्या गटात डीन हा म्होरक्या असणार असा त्यांचा अंदाज असणार होता. डीन मेलाय यावर ते कशाला विश्वास ठेवतील? कारण मी स्वत:च त्याला दोन वेगवेगळ्या जागी पुरल्याचं सांगितलं होतं आणि तो त्यातल्या एकाही ठिकाणी सापडला नव्हता. हे असं सगळं सांगून मी थोडा वेळकाढूपणा करता येतोय का ते बघत होतो असंच वाटलं असणार त्यांना. या वेळात मी पळून जायचा बेत आखेन अशीही कल्पना असणार त्यांची. पण आपलं आपण पळून जाण्याइतका मी हुशार नाहीये हेही त्यांना माहीत होतं, म्हणून मग त्यांनी आपली चार डोकी एकत्र आणली आणि मला मदत केली. नाहीतरी त्यांच्या मते मी मंद असल्यामुळे हा फार्स माझ्या लक्षात येणं शक्यच नव्हतं.

पण गंमत अशी झाली की, हे सगळं माझ्या लक्षात आलं आणि तुमचा विश्वास बसणार नाही, पण ते मला इतकं मूर्ख समजले म्हणून मला चक्क रडायला आलं. हे कबूल करणं विचित्र आहे पण मी रडलो हे खरं आहे. सगळ्यांनाच मी मूर्ख आहे असं वाटत होतं आणि सगळ्यांत शरमेची गोष्ट म्हणजे त्यांचं बरोबर होतं. मी एक महामूर्ख, मंद डोक्याचा, वेडा होतो. डीनचा मृत्यू हा एक अपघात आहे असं भासवणं, मग आपण म्हणजेच डीन अशी बतावणी करणं, नंतर लोरेनबरोबर त्या ड्रग्जच्या व्यवहारात सामील होणं आणि का, तर मला ती आवडत होती आणि मीही तिला आवडत होतो असं मला वाटत होतं. हा खरंतर सगळ्यांत मोठा मूर्खपणा होता हे आता मला कळून चुकलं होतं. तिच्या लेखी मी फक्त एक गुडघ्यात मेंदू असलेला, आडदांड माणूस होतो. पुढं कोंडीला ते कबुलीजबाबाचं पत्र लिहिणं, मग ते जे कोणी आहेत त्यांना माझा ट्रक आणि ते पत्र चोरू देणं आणि ट्रकमध्ये बॉम्ब ठेवू देणं. सरतेशेवटी मला पळून जायला त्यांनी ही जी मदत केली, ती म्हणजे उंदराला एखाद्या मोठ्या पिंजऱ्यात अडकवणं आणि तो चीज मिळवण्यासाठी सैरावैरा पळायला लागला, की वरून शांतपणे त्याचं निरीक्षण करणं. यातलं चीज म्हणजे तो माझ्या दहशतवादी मित्रांचा अड्डा.

असं वरून लक्ष ठेवण्यासाठी गाडीत काहीतरी ट्रान्समीटर वगैरे असणार. आता ते आय ७० या हायवेवर माझ्या मागं काही अंतर राखून एफबीआयच्या गाडीतून येत असणार. त्या गाडीतल्या मॉनिटरवर 'बीपबीपबीप' असा संदेश येत असणार किंवा मग ते वरती हेलिकॉप्टरमध्ये असणार. नाहीतर मग जिम रिकरनं मला शेंडी लावली, तसं सॅटेलाईटद्वारा माझा पाठलाग होत असणार. कदाचित हा जिम रिकर हाच खरा दहशतवादी असेल. मला कसं कळणार? कारण मी मूर्ख होतो. मी सरळ पुढंच जायला हवं होतं. या कॅलिस्टोत एक क्षणभरही थांबायला नको होतं. ठरवल्याप्रमाणं मॅनहॅटन कॅन्सासला जाऊन सैन्यात भरती झालो असतो तर बरं झालं असतं. पण गाडी बंद पडली, माझे ग्रह फिरले आणि मी एका मोठ्या लफड्यात अडकलो. अजूनही ह्या संपूर्ण लफड्याचा मला अंदाज येत नव्हता. याशिवाय मला फसवणारे काही लोक माझ्या मागावर होते, त्यांनाही सगळ्याची कल्पना नव्हती. पण म्हणजे सगळीकडेच अंधार होता तर. या विचारानं मला जरा बरं वाटलं आणि माझं रडणं थांबलं. बऱ्याच वेळानं मी नॉर्मल माणसासारखा विचार करायला लागलो.

माझा पाठलाग होत होता. मी कुठंच जात नव्हतो, तरी पिक्चरमध्ये गाडीतला माणूस ट्रान्समीटर काढून विरुद्ध दिशेला जाणाऱ्या दुसऱ्या गाडीत ठेवतो असं दाखवतात, यामुळं ते दुष्ट लोक रस्ता चुकतात; कदाचित हा ट्रान्समीटर चाकात वगैरे कुठेतरी छानपैकी लपवलेला असणारे. गाडीत काय तो कुठंही ठेवता येऊ शकतो आणि मी जरी संपूर्ण गाडी खोलली, अगदी प्रत्येक भाग सुटा केला, तरी तो मला सापडेलच असं नाही, कारण हा आकारानं एकदम छोटा असतो. गाडीचा भन्नाट वेग आणि मी घेतलेलं कॅफिन याचा माझ्यावर चांगला परिणाम व्हायला लागला होता. त्यामुळं या बिकट परिस्थितीतून आता कसं निसटता येईल, यावर विचार करण्याइतका माझा मेंदू जागा झाला होता. पण मला सुचणारी प्रत्येक कल्पना थोड्या वेळानंतर वेडगळ आणि अशक्य कोटीतली वाटत होती. मला परत खूप भूकपण लागली होती. रात्रीच्या जेवणाच्या वेळीच मला डीन त्या शेवरीच्या झाडांपाशी नाहीये ही बातमी कळली होती. हा धक्का जबर होता. त्यामुळं मी तेव्हा नीट जेवू शकलो नव्हतो. साहजिकच आता माझ्या पोटात कावळे ओरडत होते, पण हा काही फार गहन प्रश्ननव्हता. पुढच्या मोठ्या पेट्रोल पंपापाशी मी थांबू शकत होतो. इथून दहा मैलांवर 'ब्रुबेकर्स ऑल नाईटर २४/७' हॉटेल होतं. तशी पाटी मी नुकतीच बघितली होती.

मी हायवेवरून गाडी बाजूला घेतली आणि इतर गाड्यांबरोबर पार्क केली. इतक्या पहाटेसुद्धा हॉटेलपाशी अनेक गाड्या उभ्या होत्या. या पेट्रोलपंपाच्या पलीकडच्या बाजूला, ब्रुबेकरच्या मोठ्या निऑन साईनखाली भलेमोठे अठरा चाकी ट्रेलर्स रांगेनं उभे केलेले होते. त्यांची इंजीनं चालूच होती. ड्रायव्हर्स आत खातपीत

होते किंवा अंघोळ आटपत होते. ब्रुबेकरमध्ये ही सोयसुद्धा होती, अशी पाटीही मी पाहिली होती. मला मात्र फक्त खायला हवं होतं.

मी आत गेलो आणि तिथल्या प्रखर उजेडानं माझे डोळे दिपले. क्षणभरानं उजेडाची सवय झाल्यावर मला दिसायला लागलं. मी एक रिकामा कोपरा धरला आणि बसलो. पहाटेचे तीन वाजून गेले होते तरी ऑर्डर घ्यायला आलेली वेट्रेस चांगली ताजीतवानी दिसत होती. मी डबल चीजबर्गर, वेफर्स आणि मोठा कोक आणायला सांगितला. वर कॉफी ढोसली की यातून सुटायचा मार्ग शोधण्यासाठी माझं डोकं काम करू लागलं असतं. मला विचारपूर्वक चांगला बेत आखणं जरुरीचं होतं. मला फसवलं गेलंय, जाळ्यात अडकवलं गेलंय, माझ्या मागावर माणसं आहेत हे कळलं तरी पुढचं ठरवण्यासाठी आवश्यक ती चलाखी माझ्यापाशी आहे का नाही याची शंकाच होती मला. पण एक गोष्ट मात्र मी पक्की ठरवली होती की, मी किती मूर्ख आहे असं काहीतरी मनात आणून रडणं यापुढं पूर्णपणे बंद. मी जन्मजातच असा होतो यात माझा काहीही दोष नव्हता. मुख्य म्हणजे इतरांना वाटत होतं तितका काही मी मंद नव्हतो. आता मी माझ्याजवळ असलेलं नसलेलं सगळं चातुर्य पणाला लावून यातून सहीसलामत सुटणारच होतो.

मी मागवलेले पदार्थ आले आणि दुष्काळातून आल्यासारखा मी त्याच्यावर तुटून पडलो. सगळं संपवून कोकचे घुटके घेताना मला जरा बरं वाटलं. मी बाथरूमला जाऊन आलो आणि कॉफीचा एक मोठा ग्लास बरोबर घेतला. गाडीकडे जाता जाताच माझा विचार सुरू झाला होता, की मी पश्चिमेलाच जात राहावं की आता उत्तर दिशा धरावी? मला स्वत:ला खरंतर कशानंच फरक पडत नव्हता.

गाडीपाशी उभं राहून चावीचा चाळा करतानाही माझं नक्की काही ठरत नव्हतं. तेवढ्यात हॉटेलच्या गेटपाशी हातात कार्डबोर्ड्सचा गठ्ठा घेऊन उभा असलेला एक मुलगा मला दिसला. कुणीतरी लिफ्ट देईल म्हणून तो वाट बघत होता. मी त्याच्याजवळ गेलो. त्या कार्डबोर्डवर मोठ्या अक्षरात 'डेन्व्हर' असं लिहिलेलं होतं. फारतर अठरा वर्षांचा असेल तो. मी एकदम टेचात त्याच्याशी बोलायला लागलो.

"हाय."

"हाय." तो म्हणाला.

"तुला डेन्व्हरला जायचंय का? मी पण तिकडेच चाललोय. तू माझ्याबरोबर येऊ शकतोस."

"अरे वा छान." त्याला खरंच खूप बरं वाटल्याचं दिसत होतं. मी समोर येईपर्यंत त्याला अशी लिफ्ट मिळू शकेल याची शक्यताच वाटलेली नसणार. त्याचे कपडे घाणेरडे होते. एकंदरीत अवतार बघून कुणी त्याला आपल्या गाडीत घेतलंही नसतं. एवीतेवी ही गाडी माझी नव्हतीच. म्हणून मी त्याला घेतलं.

"चल ये" मी म्हणालो आणि आम्ही होंडाच्या दिशेनं चालू लागलो." गाडी मात्र तुलाच चालवावी लागेल, ठीके?"

"काही प्रॉब्लेम नाही. मला येते, मी चांगली चालवतो."

"जरा तुझं लायसेन्स दाखवतोस का, म्हणजे खात्री करायला."

त्यानं जीनच्या खिशातून लायसेन्स काढून दाखवलं वेन्डेल रिचर्ड एम्स, जन्मतारीख २३.६.८९.

"ठीके," मी म्हणालो. "त्याचं असं आहे, ही काही माझी गाडी नाहीये, माझ्या मैत्रिणीची आहे. फीनी मायर्स." मी सरळ फीनीचं नाव सांगून टाकलं. कारण आत्ता पटकन मला दुसरं कुठलं खरं वाटेल असं नावच आठवलं नाही. नाहीतर मी सूझन स्मिथ किंवा तसलंच काहीतरी नाव फेकलं असतं. "फीनी ड्यूरांगोच्या कॉलेजात आहे. त्यामुळं मी तुला तिच्या आईवडिलांचा पत्ता देतोय. १२८६ न्यूटन ड्राईव्ह लेकवुड हा डेन्व्हरचा पत्ता आहे."

"मला माहितीये, मी डेन्व्हरकरच आहे."

"उत्तम. फीनीला उद्यापर्यंत गाडी परत हवीये. माझी गोची अशी आहे की, ब्रूबेकरमधली एक कुक मुलगी मला इथं थांबायला सांगतीये. सुंदर आहे ती आणि इकडे तर मी फीनीला गाडी परत करतो म्हटलंय, आता मला माझा शब्दपण पाळायला हवाय."

"म्हणून मी डेन्व्हरला जाऊन गाडी परत करावी, असं तुमचं म्हणणं आहे?"

"एकदम बरोबर."

"आणि तुम्ही बरोबर येणार नाही?"

"हो बरोबर. मी उद्या किंवा परवा कुणाकडून तरी लिफ्ट घेईन, बघू. फीनीला गाडी वेळेवर परत मिळणं आणि माझा शब्द खोटा न ठरणं हे महत्त्वाचं आहे."

"मी गाडी नेऊन देईन, अशी खात्री वाटतीये ना तुम्हाला?"

"नक्की देशील, कारण जर तू गाडी पळवलीस किंवा कुठेतरी आपटवलीस, तर माझ्याकडे तुझं नाव आणि लायसेन्स नंबर आहे. तुझ्याकडे पेन आहे का, मी हे लिहून घेतो."

त्यानं आपल्या सॅकमध्ये धुंडाळलं आणि एक कागद पेन काढलं. त्यावर मी त्याच्या लायसेन्सवरचं नाव, नंबर आणि फीनीच्या आईवडलांचा पत्ता, अर्थात खोटा, लिहिला. मग मी त्याला गाडीच्या चाव्या आणि या कामासाठी म्हणून १०० डॉलर्स दिले. आपल्याला एकट्याला पार डेन्व्हरपर्यंत गाडी चालवायला मिळणार म्हणून वेन्डेलला लॉटरी लागल्यासारखा आनंद झाला होता. त्याच्या चेहऱ्यावर मस्त हसू पसरलं होतं.

"थँक्स. मी खरंच गाडी नीट चालवतो. ती कुठंही आपटवणार वगैरे नाही. तुम्ही त्या मैत्रिणीबरोबर खुशाल मजा करा. गुडलक."

"थँक्स. जास्त जोरात चालवू नकोस, नियमाप्रमाणे जा. फक्त हायवेच्या पोलिसांना मी तुला अशी चावी दिली म्हणून सांगितलंस तर त्यांचा विश्वास नाही बसणार आणि मग आपण दोघंही अडकू."

"मी लिमिटमध्येच ठेवेन वेग, खात्री बाळगा. पुन्हा एकदा थँक्स. बरेच दिवसांनी काहीतरी छान घडतंय."

"चल तर मग."

तो गाडीत बसला आणि त्यानं ती सुरू केली, खिडकीतून मला हात करून तो गेटकडे वळला आणि हायवेच्या दिशेनं गेला. पार दिसेनासा झाला. कॅन्सस आणि कोलोरॅडोमधून जाईल आता. बिपबिप करत मागनं ते लोक जातील. हुकमध्ये अडकलेला मासा कसा लाईनीनं जातो, तसे. मी डोकं वापरून त्यांच्यावर कुरघोडी केली, ह्याचा मला खूप आनंद झाला होता. त्यांना वाटलंही नसेल की मी असं काही जुळवू शकेन म्हणून. आता पुढचं ठरवण्यासाठी मी पुन्हा माझी हुशारी वापरायची ठरवली. तिथं उभ्या केलेल्या ट्रक्सपाशी जाऊन, मी एखादा ड्रायव्हर हॉटेलबाहेर येण्याची वाट बघू लागलो.

मला फार तर दहा-एक मिनिटं थांबावं लागलं असेल. तेवढ्या वेळात मी माझी कॉफी संपवली. बाहेर पडलेल्या त्या ड्रायव्हरची लांबलचक दाढी त्याच्या छातीपार्यंत आली होती. कमरेच्या पट्ट्यात त्यानं आपलं थुलथुलीत पोट करकचून आवळलं होतं, तर डोक्यावर पिसं लावलेली काउबॉय हॅट घातली होता. मी उठून उभा राहिलो, म्हणजे मला त्याच्याशी बोलायचंय हे त्याला कळावं म्हणून. पण हाकेच्या अंतरावर आल्यावर तोच म्हणाला, "मी काही कुणाला लिफ्ट वगैरे देत नसतो, माझी पॉलिसी नाहीये ती."

"बरं." मी दुसरं काय बोलणार होतो.

तो माझ्या बाजूनं पुढं गेला. चालताना त्याच्या काउबॉय बुटांचा टॉकटॉक आवाज होत होता. बहुतेक भगव्या रंगाचा ट्रेलर होता तो, पण खांबांवरच्या सोडियम दिव्यांच्या उजेडात नीट सांगणं कठीण होतं. त्यानं दरवाजा उघडून पहिल्या पायरीवर पाय ठेवला आणि मग मागे वळून मला म्हणाला, "बरं बाबा, चल."

मी दुसऱ्या बाजूच्या दारापाशी गेलो आणि डोंगर चढतात तसा वर चढून आत शिरलो. त्या सीटला हातपण होते. ड्रायव्हरची सीट पार दुसऱ्या टोकाला होती. मी टेकतोय तेवढ्यात त्यानं गिअर टाकला आणि आम्ही हळूहळू गेटच्या दिशेनं पुढे जाऊ लागलो. बाहेर पडल्यावर हायवेला लागलो. एखाद्या पियानो वादकाच्या शिताफीनं तो गिअर बदलत होता. ड्रायव्हिंगवर त्याचा हात चांगलाच बसलेला

होता. थोड्याच वेळात आम्ही पुन्हा पूर्वेला, कॅलिस्टोच्या दिशेला जाऊ लागलो. मला धडधडायला लागलं पण त्यांना स्वप्नातसुद्धा वाटलं नसतं, की मी पुन्हा या दिशेलाच येईन. त्यामुळं जे घडत होतं ते चांगलं होतं असं नंतर माझ्या मनात आलं. कदाचित हा मला आणखीन पुढं सेंट लुईसपर्यंत घेऊन जाईल. आत्तातरी मी इथपर्यंतचाच बेत आखला होता. दिवस जरा वर आला, की मग पुढचं ठरवता येईल, असा माझा विचार होता.

"बोल, काय भानगड आहे तुझी?" ड्रायव्हरनं विचारलं.

"मला घरी जायचंय सेंट लुईसला. मग मी सैन्यात भरती होणारे."

"का?"

"का म्हणजे? त्यांना माणसं हवीयेत. अक्षरश: भीक मागितल्यासारखं बोलावताहेत या म्हणून. वर शिवाय बोनसपण देतायत."

"घसघशीत असेल, तर ठीक आहे."

"चांगला भरभक्कम आहे."

"सेंट लुईसमध्ये कुठे?"

मी दोन मिनिटं विचार केला. "सेंट लुईस पूर्व."

"अरे आता मला कळलं की तुला सैन्यात का जायचंय. उकीरडा आहे तो."

"अं... हं."

"त्या वस्तीची ख्यातीच आहे. ड्रग्ज, घरगुती भांडणं, मारामारी, गुन्हे टोळ्यांचे राडे."

"हो."

"या इलाख्यात कुणीतरी एक बॉम्ब टाकायला हवा."

"म्हणजे एकदाच काय ते काम तमाम."

तो हसला आणि आपलं नाव जीन आहे म्हणाला. मी म्हणालो, मी वेन्डॉल. पटकन हेच नाव आलं माझ्या तोंडावर. मी खोटं बोलत होतो याचं मला काहीही वाटत नव्हतं. माझ्यात बदल झालेला असणार आणि हा माझ्यातला नवीन मी बाहेर येऊ बघत होता. खरं विरुद्ध खोटं. मला आता कशाचंही काहीही वाटत नव्हतं. फक्त यातून सुटायचं एवढंच डोळ्यांसमोर होतं.

"आर्मी म्हणजे धोक्याचं काम असतं ते."

"पण कुणी तरी करायलाच हवं ना."

"माझी मुलगी विमानातून हिंडते, काखेत पिस्तूल अडकवून."

"ती काय विमान हायजॅक वगैरे करते की काय?"

"ती हायजॅकर्सना थोपवायचं काम करते," तो फुत्कारला, "फेडरल एअर मार्शल. एखादी मुलगी असलं काही करेल असं दहशतवाद्यांच्या मनातही येत नाही.

याचा तिला फायदा होतो. पैसा चांगला मिळतो पण मला तिची फार काळजी वाटते. माझा मुलगा पण इराकमध्ये सुरक्षारक्षकाचं काम करतो. झोपताना मशीनगन उशाला घेऊन झोपतो. पगार चांगला आहे पण...''

''सगळं जगंच खराब झालंय.''

''अगदी बरोबर. इथंच या गावात परवा बॉम्बस्फोट झाला. शहरातल्या एका संपूर्ण चौकाचा सत्यानाश होईल एवढा मोठा होता तो बॉम्ब. ऐकलीयेस का ती बातमी?''

''हो मी ऐकलंय.''

''कोणत्यातरी महामूर्ख दहशतवाद्यानं स्वत:ला उडवलं असणार. कधीकधी करतात ते असलं काहीतरी. खरंतर त्यांनी हे जास्तीत जास्त वेळा केलं पाहिजे.''

''अं... हं.''

''हे मी अल्लाच्या नावे करतोय असं कुणी म्हटलं की झालं. मग त्याला चार शहाणपणाच्या गोष्टी नाहीच सांगता येणार.''

''नाही येणार.''

''त्यांना थांबवता पण येणार नाही. सगळा मामला खतम होऊन सुरळीत सगळं चालू होईपर्यंत एकेक करून प्रत्येकाला संपवलं पाहिजे.''

''बरोबर.''

''कोणताही अमेरिकन असं आख्खं विमान कुठल्यातरी बिल्डिंगवर आपटवणार नाही, बॉम्ब पेरून निरपराध माणसांना मारणार नाही. हे फक्त असे अतिरेकीच करू जाणेत. मूर्ख लोकं.''

''हो ना.''

''इथे जवळच घडलं हे कॅलिस्टोमध्ये, मात्र अजूनही त्यांना याचा म्होरक्या, तो डीन लोरी सापडला नाहीये. ह्या असल्या गोष्टी करतोय तो, म्हणजे आपण काय प्रकारचे अमेरिकन आहोत असं वाटतंय त्याला? ते जेव्हा त्याला पकडतील तेव्हा तो जिथं कुठं सापडलेला असेल ना, तिथल्या तिथं त्याला टपकवायला हवं. उगीच कोर्ट कचेऱ्या करण्यात पब्लिकचा पैसा वाया घालवता कामा नये. सद्दामला पण असंच करायला हवं होतं. कोण दोषी आहे कोण नाही, हे सगळ्यांनाच माहितीये. केस कोर्टात गेली की अनेक दिवस चालते, परत परत नुसती चर्चा होते, गुन्हेगाराला शिक्षा न होता तो आपल्या पैशांवर कोठडीत आरामात राहतोय, हे आपल्याला बघावं लागतं.''

''मला वाटतं तुम्ही सेनेटर केचमलाच आपलं मत द्याल म्हणून.''

''खरंतर मी कुणाशीही राजकारण या विषयावर बोलत नाही. ही माणसं समोर दिसली, तरी तुम्हा मुलांच्या शब्दात सांगायचं तर डोक्यात जातात माझ्या.

पण हा सेनेटर वेगळा आहे. त्याचे विचार पटतात. इतर लोक नुसतीच बडबड करत बसतात, कृती करतच नाहीत. म्हणजे त्यांना करायचं काहीच नसतं, नुसती चर्चा करून वेळ काढायचा असतो. अगदीच गळ्याशी आलं तर युनोकडे जायचं म्हणजे आणखी गुऱ्हाळ. काय बावळटपणा. जर कुणी माझ्यावर गोळी झाडली, तर मी पण उलट गोळीच झाडणार. त्यानं असं का केलं, तो कोण आहे वगैरे वगैरे विचारत नाही बसणार. केचमचं असं आहे. तो या नालायक दहशतवाद्यांना पार अरेबियापर्यंत पिटाळून लावेल. तोच तर त्यांचा खरा मुलूख आहे. प्रत्येक वेळी मी या ट्रेलरमध्ये पेट्रोल भरतो तेव्हा माझ्या मनात काय येतं माहितीये, जर हे दहशतवादी नसते तर मला हेच पेट्रोल अर्ध्या किमतीत मिळालं असतं. आता पुन्हा माझ्यापाशी हा विषय काढू नकोस. माझ्या मुलीला मी कॉलेजातही घातलं ती खरंच हुशार आहे म्हणून आणि तिला सगळ्यांत जास्त पैसे कुठल्या कामात मिळताहेत, तर पिस्तूल घेऊन विमानानं हिंडायचं. वाट बघायची, की कधीतरी एखादा माथेफिरू अचानक हत्यार काढेल आणि अल्लाच्या नावावर सगळ्यांच्या जिवावर उठेल. मी काय म्हणतोय ते तुला कळत असणार. नाहीतर तू सैन्यात भरती व्हायला निघाला नसतास.''

''मला समजतंय.''

''मी वीसेक वर्षांनं लहान असतो ना, तर मी स्वत:सुद्धा दाखल झालो असतो. नुसतं भरती होण्यासाठी त्यांनी जास्त पैसे देण्याची गरजच नाहीये. तरुण मुलांची स्पर्धा लागली पाहिजे, कोण आधी भरती होतंय आणि काहीतरी चांगलं काम करतंय म्हणून. पाच-सहा वर्षांपूर्वी मी असा विचार नसता केला, पण आता सगळं जगच बदललंय. तुझ्या घरच्यांचा पाठिंबा आहे ना तुला?''

''हो.''

''चांगली माणसं दिसताहेत ती.''

''अं... मुख्य म्हणजे बाबा. मी देशाच्या वतीनं फुटबॉल खेळावा असं वाटायंच त्यांना, पण मी जेव्हा त्यांना सांगितलं की मला सैन्यात जायचंय, तेव्हा त्यांना माझा केवढा अभिमान वाटला.''

''बरोबर. वाटलाच पाहिजे. आता माझी मुलं बघ. मलाही त्यांचा अभिमान आहे. त्यांची आई मात्र केव्हाच पळून गेली.''

यावर काय बोलावं याचा मी थोडा विचार केला पण मला काहीच सुचलं नाही. जीनलाही बहुतेक वाटत होतं की तो आधीच भरपूर बोललाय. काही गोष्टी कोणापाशी तरी बोलून टाकून त्याला मोकळं व्हायचं असणार. आता ते ओझं उतरल्यावर तो ड्रायव्हिंगमध्ये गुंगून गेला. थोडा वेळ असाच गेला, तेवढ्यात मला पाटी दिसली की पुढच्याच्या पुढच्या वळणावर कॅलिस्टोचा रस्ता आहे.

“इथं हॉस्पिटलमध्ये ॲडमिट केलंय एकाला,” जिनला पुन्हा कंठ फुटला. “मघाशी म्हटलं ना, त्या बॉम्ब स्फोटात सापडला होता तो. मी तर असं ऐकलं की तोही त्यांच्यापैकीच एक आहे. बहुतेक बॉम्ब बनवत असताना काहीतरी गफला झाला. आता त्याच्याकडून बरोबर सगळं वदवून घेतील ते.”

“कदाचित तो चुकून त्यात सापडला असेल.”

“हो ना. मी माझ्या कुत्र्याला ड्रायव्हिंग शिकवू शकेन म्हटल्यासारखं आहे हे. ते घेतील सगळं बरोबर काढून. फक्त एकच होईल, की ते मिळालेली माहिती लगेच जाहीर करणार नाहीत. नाहीतर त्याचे साथीदार सावध होतील. ते एव्हाना नवीन बॉम्ब बनवायला पण लागले असतील. नाहीतरी माघार घ्यायचं माहितीच नसतं अशा लोकांना.”

त्याचं हे असं बोलणं ऐकल्यावर मी कळून चुकलो की मला कोणत्याही दहशतवाद्याशी काहीही देणंघेणं नाही हे सिद्ध करणं महाकठीण होतं. खरंतर डीनचाही काहीही संबंध नव्हता अशा माणसांशी. तो फक्त ड्रग्ज पुरवायचं काम नियमित करायचा. हे बॉम्ब्स आणि धार्मिक लफडी, हा त्याचा प्रांत नव्हता. क्रॉस आणि डीडलचा माझ्यावर विश्वास नव्हता. लोरेनचाही नव्हता. उलट तिनं त्यांनाच मदत केली आणि मला हॉस्पिटलबाहेर काढलं. माझ्या मागावर राहून ते दहशतवाद्यांचा ठावठिकाणा शोधणार होते. पण मुळात हे दहशतवादी अस्तित्वातच नव्हते त्याचं काय? पण हे जर खरं असेल तर मग डीनच्या ट्रकमध्ये बॉम्ब ठेवणारे अतिरेकी नव्हते तर कोण होते? दुसऱ्या कुठल्या ड्रग्जवाल्या गँगचे लोक होते का ते? पण तसं असतं तर त्यांनी डीनला सरळ पिस्तूल दाखवून ताब्यात घेतलं असतं. बॉम्बस्फोट घडवून सगळ्या देशाचंच नाही, तर जगाचं लक्ष ओढवून नसतं घेतलं आपल्याकडे. काहीतरी गफलत होत होती. कॅन्सासमध्ये अतिरेकी कारवाया चालू आहेत असं एफबीआयला का वाटत होतं ते कारण मला समजलं. खरंच हे लोक असतीलही इथं पण मला याबद्दल एक अक्षरही माहीत नव्हतं. माझी गाडी नेमकी त्यावेळी तिथं बंद पडली आणि मी यात गोवला गेलो एवढंच. पण कोणाचाही विश्वास नव्हता माझ्यावर. माझं नशीबच सालं गांडू होतं.

तास-दोन तास जिन पूर्वेलाच जात होता. समोरचं आकाश सुरेख गुलाबी दिसायला लागलं होतं.

“कॅलेंडरसारखं चित्र आहे,” जिन म्हणाला, “मला याचा आणि सूर्यास्ताच्या देखाव्याचा कधीच कंटाळा येत नाही. दिवसाची सुरुवात आणि शेवट दोन्ही मस्त दिसतं.”

एखादा सिनेमाचा मोठा पडदा बघावा, तशी मी ही दिवसाची सुरुवात बघत होतो. एका ट्रेलरमध्ये अनोळखी ड्रायव्हरशेजारी बसून गुरुवार उजाडताना मला

दिसत होता, पण त्याच वेळी शुक्रवारी सकाळी या वेळेला मला कोणता सीन पाहायला मिळेल हाच विचार माझ्या मनात येत होता.

जिन सेंट लुईसपर्यंत जाणार नव्हता हे मला कळलं. त्याला त्याचा माल कॅन्सास शहरातच पोचवायचा होता. म्हणून मग त्यानं मला पण तिथंच उतरवलं. मी त्याला थँक्यू म्हटलं. त्यानं मला गुडलक केलं. आता पुढं काय, या विचारात मी चालू लागलो. दुपार व्हायला आली होती. मला परत भूक लागली होती. मी डेनीजमध्ये जेवलो आणि मग वॉलमार्ट गाठून मोजे आणि अंडरवेअर घेतली. एका पेट्रोल पंपावरच्या टॉयलेटमध्ये मी हे कपडे घातले. आता मला जरा बरं वाटलं पण अजूनही पुढं काय हा प्रश्नशिल्लक होताच. मी जरी पुन्हा एकदा लिफ्ट मिळवली आणि सेंट लुईस गाठलं, तरी नंतर काय करायचं? त्यांनी मला पुन्हा पकडेपर्यंतचं स्वातंत्र्य मी उपभोगत होतो एवढंच. आत्ता त्यांना हुलकावणी देऊन मी डेन्व्हरला पाठवलं असलं तरी ते पुन्हा माझ्या मागावर येणारच होते. मी दिलेली हूल लक्षात आल्यावर त्यांनी टीव्हीवर बातम्यांत माझा फोटो दाखवला असता आणि सावधानतेचा इशारा दिला असता. सहा फूट तीन इंच उंच, कॅलिस्टोच्या बॉम्बस्फोटात सहभागी असलेला खरतनाक दहशतवादी. हे खोटं होतं पण मला पुन्हा पकडता यावं म्हणून ते कोणत्याही थराला गेले असते. यावेळी त्यांनी असं पळून जायला मदत करायचं नाटक वगैरे काहीही केलं नसतं. त्यांना जे ऐकायचं होतं, म्हणजे डीन कुठे आहे ह्याचं उत्तर, ते माझ्यापाशी नव्हतं तरी ते माझ्याकडून वदवून घेईपर्यंत माझी काही खैर नव्हती.

मला एक बाग दिसली. तिथे बाकावर बसून मी शांतपणे विचार करायला लागलो. तिथल्या तळ्यात छान बदकं वगैरे होती. मी विचार करण्याऐवजी त्यांच्याकडेच बघत बसलो. पाण्यातून बाहेर येताना ती ज्या तऱ्हेनं आपली शेपटी हलवत होती, ते पाहून मला मजा वाटू लागली. त्या बदकांना बहुतेक वाटत होतं की मी त्यांना खायला टाकेन, म्हणून ती माझ्याजवळ आली. पण माझ्याकडे तर काहीच नव्हतं हे लक्षात आल्यावर ती पांगली. काय भिकारी माणूस आहे, असं बहुतेक आपापसात म्हणाली असतील ती. माझ्या जागी जर एखादा पिक्चरमधला हिरो असता, तर पूर्ण विचार करून एखाद्या फटाकडीशी तीनेक सेकंदांत संधान बांधून तिच्या मदतीनं तो एव्हाना पोलिसांच्या सापळ्यातून सुटला देखील असता. मग भरधाव गाड्यांचा रोमांचकारी पाठलाग. आपल्याला कुणी अडकवलं हे हिरोनं शोधून काढलं असतं आणि त्याच्या मागे लागला असता. पोलिसांचा पाठलाग चालूच राहिला असता तरीही व्हिलनला पहिले त्यानंच गाठलं असतं. त्याच्याकडून युक्तीनं सगळ्याची कबुली घेतली असती. त्यांचं फोनवरचं संभाषण पोलिसांनी ऐकलं असतं किंवा ते टेप झालं असतं. त्यानंतर हिरो हा 'वॉन्टेड' उरला नसता. शिवाय ती सुंदरी देखील त्याच्याच गळ्यात पडली असती आणि पडद्यावर 'द

एन्ड'ची पाटी झळकली असती. आणि मी इथं बदकं पाहत बसलोय. काय करावं ते मला सुचत नाहीये. माझ्याकडं कुठलीच आयडिया नाहीये. माझा मेंदू विचार करून करून बंद पडलाय बहुतेक. जेवणापलीकडे मी काहीही ठरवू शकत नाहीये. त्या तळ्याकाठी छान सावली होती आणि मला तिथं बसायला बरं वाटत होतं. तिथून हलावसं अजिबात वाटत नव्हतं.

तोपर्यंत विननं दिलेल्या स्पीड आणि कॅफिन या औषधांचा प्रभाव उतरला होता. मला शांत झोपावसं वाटत होतं. मी कसाबसा तिथून उठलो आणि चालत चालत काही चौक ओलांडले. मॉटेल ६ पाशी पोचल्यावर मात्र मी सरळ एक रूम घेतली. मला थोडी झोप मिळाली की माझा मेंदू ताजातवाना होईल असं मला वाटत होतं. मग मला काहीतरी मार्ग सुचू शकला असता. मी आठ नंबरचा टॅग असलेली किल्ली घेतली आणि रूमचं दार उघडलं. ऊन येऊ नये म्हणून खिडकीचे पडदे सरकवलेले होते. झोपण्यापूर्वी काही करायचं राहिलंय का, याचा विचार करत मी कॉटवर बसलो. मला काहीही आठवलं नाही. मग मात्र मी सरळ कपडे काढले आणि उघडाबंब होऊन मऊमऊ गादीवर आडवा झालो. दुसऱ्याच क्षणी मी गाढ झोपलो होतो. कसं वाटतंय ऐकायला?

मला जाग आली तेव्हा रात्र झाली होती. मी हातावरचं बँडेज काढून टाकलं आणि अंघोळ केली. हातावरच्या जखमेच्या टाक्यांचा भाग काळवंडला होता. बँडेजही तितकसं स्वच्छ राहिलं नव्हतं म्हणून मग मी ते फेकून दिलं. बाथरूममधला शँपू आणि साबण वापरून मी नीट अंघोळ केली. खसखसून अंग पुसल्यावर मला खूप बरं वाटलं. विश्रांती आणि स्वच्छता, दोन्ही झालं होतं. आता भूक. रात्रीचं जेवण घेणे हा पुढचा बेत ठरला. त्यानंतर मी विचार करणार होतो. तो वेन्डॉल रिचर्ड एम्स डेन्व्हरला पोचला असेल. तो पत्ता बनावट आहे हे लक्षात आल्यावर त्यानं काय केलं असेल हेच आधी डोक्यात आलं माझ्या. बहुतेक गाडी कुठंतरी उभी करून तो निघून गेला असेल. त्यामुळं मागावर असलेल्या एफबीआयवाल्यांना वाटेल, की ट्रान्समीटर एकाच जागेवरून का इशारा देतोय, म्हणून मग काय भानगड आहे ते बघायला ते तिथं जातील. कदाचित ज्या घरासमोर गाडी उभी राहीली असेल त्या घरावर पाळतही ठेवली जाईल. त्यांचा वेळ असा फुकट जाणार ह्या कल्पनेनंच मला हसू आलं.

मग मी जाऊन भरपेट जेवलो. परत येताना मी दारूच्या दुकानाशी थांबलो आणि कॅप्टन मॉर्गनचा एक बुधला, तो रिचवायला बडची सहा डबडी आणि तोंडात टाकायला डोरिटोजचं पॅकेट घेतलं. खोलीत आल्याआल्या मी टीव्हीसमोर ठाण मांडलं. बातम्यांत माझा चेहरा दिसला नाही, म्हणजे मी त्यांना उल्लू बनवलं हे अजूनही त्यांना कळलेलं दिसत नव्हतं. सुटकेचा बेत आखायला माझ्याजवळ अजून

थोडा वेळ होता तर! मी पोलिसांचे दोन, वकिलांचा एक आणि डॉक्टरचा एक असे कार्यक्रम एका पाठोपाठ एक बघितले. त्यातला प्रत्येक जण फटाफट बोलत होता. क्षणभरासाठीही कोणी भिंतीकडे किंवा आभाळात टक लावत नव्हता. पुढं काय बोलावं किंवा करावं याचा त्यांना विचार करावा लागत नव्हता. सगळे साले एकजात हुशार, दिसायला चांगले आणि गोष्ट पुढं न्यायला तयार होते. मग मी पिक्चर कुठला चालू आहे ते बघितलं तर तो होता 'डॉनी डॉर्को'. मला जाम हसू आलं. मी संपूर्ण पिक्चर पाहिला. एक वेडपट मुलगा, आकाशातून पडणारी जेट इंजिन्स आणि सशाचं सोंग घेतलेला एक जण. मला एक अक्षरही कळलं नाही. कदाचित पोटातल्या कॅप्टन आणि बडचा एकत्रित परिणाम झाल्यामुळं माझा गोंधळ उडाला असेल. तो डॉनी डॉर्कोचं काम करणारा ॲक्टर कुठल्याही अँगलनं डॉनी डी सारखा दिसत नव्हता, त्यामुळं ह्यानं स्वत:करता ते नाव का घेतलं ते मला कळेना.

पिक्चर संपला तेव्हा बराच उशीर झाला होता. मला पुन्हा झोप आली होती. झोपण्यासाठी मी अंगातले कपडे काढले तेव्हा एक लोचा झाला. डिटेक्टिव्ह सार्जंट विननं दिलेला शर्ट काढताना मला शर्टच्या आतल्या बाजूला खाली बटणासारखं काहीतरी हाताला लागलं. अशी जास्तीची एक-दोन बटणं शर्टला शिवलेली असतातच, एखादं तुटलं तर वापरता यावीत म्हणून, पण या शर्टला जास्तीची तीन बटणं होती. शिवाय शेवटचं बटण आणि पहिली दोन बटणं यात फरक होता. ते आकारानं थोडं मोठं होतं आणि जरा वेगळ्या प्रकारे शिवलेलं होतं.

मी ते तिसरं बटण बराच वेळ न्याहाळलं. मला खूप वाईट वाटत होतं कारण मला वाटलं होतं की त्यांनी त्या गाडीत ट्रान्समीटर ठेवलेला असणार, पण मग त्या शर्टला असल्या बटणाची गरज नव्हती. हे शर्टचं बटण माझा ठावठिकाणा कळवत राहिलं होतं. सगळं समोर ढळढळीत दिसत असूनही माझा यावर विश्वास बसत नव्हता. मी पुन्हा पुन्हा स्वत:ला बजावत राहिलो की ते माझ्यापेक्षा खूप जास्त हुशार आहेत. फक्त एकच घोळ होता तो म्हणजे त्यांचा असा समज होता की, माझा पाठलाग केला तर त्यांना डीनच्या दहशतवादी चेल्यांच्या गटाचा पत्ता कळेल. हे साफ चूक होतं. मी त्यांना तपासकामात कसलीच मदत करू शकत नव्हतो. मला स्वत:लाच कुठे जावं ते समजत नव्हतं. आता मात्र हा खेळ थांबायलाच हवा होता.

मी ते बटण उपसून काढलं आणि माझ्या सँडल्सनं त्याचा चुराडा करायचा प्रयत्न केला. पण सँडल्स रबरी होते त्यामुळं मला ते जमलं नाही. बाहेर जाऊन मी एखादा दगड किंवा वीट शोधून त्याचा सत्यानाश करू शकलो असतो पण यात वेळ आणि शक्ती वाया घालवणं बरोबर वाटलं नाही मला. म्हणून मग मी ते चक्क टॉयलेटमध्ये फ्लश केलं आणि स्वस्थ बसून राहिलो.

माझ्याकडून सिग्नल यायचं बंद झाल्यावर त्यांनी यावर बहुतेक पाच-सहा मिनिटं चर्चा केली असणार. लगेच माझं दार ठोठावलं गेलं. मला तर वाटलं होतं की, काळ्या युनिफॉर्ममधली, गॉगल्स वगैरे घातलेली स्वॅट टीम दार उखडून एकदम आत घुसेल. पण फक्त क्रॉस आणि डीडल आत आले. त्यांच्यामागं युनिफॉर्मवाले पोलीस होते. बाकी रोखलेल्या बंदुकाबिंदुका काही नव्हतं.

''हॅलो ओडेल.'' क्रॉस म्हणाला.

''हाय.''

''तुला सापडलं ना ते.''

''होय.''

''तोडून बिडून टाकलंस की काय?''

''फ्लश केलं.''

''अरे, असं का केलंस तू? पाचशेला पडतं रे एकेक.''

''सॉरी.''

''आता नुसतं सॉरी म्हणून भागणार नाहीये.'' डीडल म्हणाला.

सोळा

एका बऱ्यापैकी मोठ्या जीपसारख्या गाडीत मला त्या दोघांच्या मध्ये बसवलं गेलं आणि आम्ही मोटेल ६ मधून बाहेर पडलो. ते फारसं बोलत नव्हते. मी त्यांना सपशेल तोंडघशी पाडलं असं मला वाटत होतं. खरंतर मी तो शर्ट एखाद्या ट्रकमध्ये टाकून देऊन विरुद्ध दिशेला पळून जायला हवं होतं. पण माझ्याकडे पुरे चारशे डॉलर्सही नव्हते. जाऊन जाऊन मी जाणार तरी कुठं होतो? हे असं फरार राहणं मला फार दिवस जमलं नसतं. त्यांना वाटत होतं की मी स्वत: एक कट्टर दहशतवादी आहे. पण मी तर काहीच केलं नव्हतं. आता मी शांतपणे बसून त्यांना आतपर्यंत समजेपर्यंत हेच सांगत राहणार होतो. सगळा गैरसमजाचा घोळ होता. आता तरी हे थांबायला हवं होतं. मी सांगितलं क्रॉसला तसं.

"ओडेल, आता हे आमच्या हाताबाहेर गेलंय." तो म्हणाला. तो खूप थकलेला वाटत होता.

"आम्ही तुला त्यांच्या ताब्यात देतोय." डीडल छद्मीपणे म्हणाला.

"त्यांच्या म्हणजे कुणाच्या?"

"दुसऱ्या लाईनमधले लोक."

"ते दहशतवाद्यांच्या केसेस हाताळतात का नाही?"

"हाताळतात ना, फक्त त्यांची पद्धत वेगळी आहे."

"वेगळी म्हणजे?"

"कळेल तुला." अजूनही त्याचा सूर तसाच होता. मी आवडत नव्हतो त्याला.

मला वाटलं होत आम्ही कॅन्सास पार करू, म्हणजे बराच मोठा प्रवास असेल, पण त्यांनी तर मला जवळच्याच कुठल्या तरी एअरपोर्टवर नेलं आणि एका छोट्या जेटमध्ये चढवलं. डोनाल्ड ट्रम्पची असतात असली विमानं. आतल्या खुर्चीला बेडी ठोकायची सोय होती. मी आधी सांगायचं विसरलो, की आता त्यांनी मला बेड्या ठोकल्या होत्या. खूप घट्ट नव्हती, बोचत नव्हती, पण हातात बेडी होती. मला ज्या

खुर्चीत बसवलं तिच्या हातात ती बेडी अडकवून टाकली गेली. सीट आरामशीर होती पण मला हात हलवता येत नव्हते. लगेचच एकदम जोरात विमानाचा घरघराट सुरू झाला.

"भेटू या कधीतरी ओडेल," क्रॉस म्हणाला, पण ते शक्य नव्हतं आणि हे तो जाणून होता असं त्याच्या आवाजावरून मला वाटलं. केवळ मॅनर्स म्हणून तो तसं म्हणत होता. मला क्रॉस थोडा तरी आवडला, मात्र डीडल अजिबात आवडला नाही. तो गुडबाय वगैरे काहीही म्हणाला नाही. फक्त आता मी पूर्णपणे बाराच्या भावात गेलोच आहे अशा नजरेनं त्यानं माझ्याकडे बघितलं. मग ते दोघंही निघून गेले आणि एका अगदी बारीक केसवाल्या माणसानं विमानाचा दरवाजा बंद केला. त्यामुळं इंजीनाचा आवाज थोडा कमी झाला.

"तयार आहेस ना?" त्यानं विचारलं.

"हो, पण मी याआधी कधी विमानात बसलेलो नाहीये."

"अच्छा. मग हा एक नवीनच अनुभव असणारे तुझा. पोटात ढवळलं वगैरे तर लगेच सांग मला. मी तुझ्या तोंडासमोर प्लॅस्टिकची पिशवी धरेन."

"बरं, थँक्स."

"आभाराची गरज नाही."

तो माझ्या समोरच्या सीटवर बसला. त्या सीटला बेड्या अडकवायची सोय नव्हती. विमान चालू झालं. मला बाहेर दुसरी विमानं आणि इमारती दिसत होत्या, पण ती विमानं काही मोठी जंबो जेट वगैरे नव्हती. म्हणजे हा कुठला तरी छोटा एअरपोर्ट होता.

"कॅलिस्टोला परत जायला किती वेळ लागेल साधारण? लगेचच पोचू ना?" मी त्याला विचारलं.

"कॅलिस्टो? विसरायचं आता ते."

"आपण दुसरीकडं कुठं जातोय का?"

"हो, दुसरीकडं जातोय."

"कुठं?"

"तुझ्यासाठी सरप्राईझ आहे बेटा. मी आधीच सांगून टाकलं तर त्यातली सगळी मजा जाईल."

"बरं."

"आराम कर. तू कुठे जातोय त्याचं चित्र रंगव मनात किंवा दुसरा कुठला चांगला विचार करत बस पाहिजे तर."

आमचं विमान त्या इतर विमानांच्या बाजूनं पुढे जात होतं. तो माझ्याकडंच बघत होता, पण त्याच्या थोबडावर कसलाच भाव नव्हता. त्यानं एफबीआयसारखा

सूटबीट घातलेला नव्हता. टीशर्ट, पँट आणि साधेच बूट घातले होते. त्याचे खांदे माझ्यासारखेच रूंद होते पण तो माझ्याएवढा उंच नव्हता. त्याच्या तोंडावर कसले तरी व्रण होते त्यामुळं तो जास्त टग्या दिसत होता. मी त्याच्याकडे कितीही वेळ एकटक पाहिलं तरी त्याची पापणी लवत नव्हती. म्हणून मग मीच थोड्या वेळानं त्याचा नाद सोडून दिला आणि खिडकीतून बाहेर बघू लागलो. बोटीच्या खिडकीसारखी छोटीशी गोल खिडकी होती ती. आता बाजूला इमारती दिसत नव्हत्या, तर फक्त गवत आणि रनवेच्या बाजूचे दिवे दिसत होते.

विमानानं फटकन एक वळण घेतलं आणि ते थांबलं. मी त्या माणसाला म्हणालो, ''तुम्ही काय बऱ्याच वेळा विमानानं प्रवास केलायत का?'' त्यानं हो म्हणून मान हलवली, पण तो काहीही बोलला नाही. त्यानं माझ्यावरची नजर पण वळवली नव्हती. बहुतेक मी खूप प्रेक्षणीय वाटत असेन त्याला. तेवढ्यात पुन्हा इंजीनाचा आवाज वाढला आणि विमान सुरू झालं. यावेळी मात्र ते एकदम प्रचंड वेगानं जात होतं. बाहेरचे दिवे सटासट मागे पडत होते आणि मला इंजीनाचा थरथराट जाणवत होता. मी एकदा एका व्हायब्रेशन बेडवर झोपून बघितलं होतं पण हे प्रकरण त्यापेक्षाही वेगळंच होतं. मग थरथराट थांबला आणि आम्ही वर उचलले गेल्याबरोबर माझ्या पोटात खड्डा पडला. सेक्स व्यतिरिक्त मला दुसऱ्या कशातही इतकी गंमत आली नव्हती. त्या बेडची मजासुद्धा मी दोनतीनदाच अनुभवली होती आणि ती सुद्धा खूप पूर्वी. हल्ली तर नाहीच.

''मस्त,'' मी त्याला म्हणालो. तो पुसटसं हसला.

जमीन लांब लांब जात होती आणि आता ती एकदम तिरपी दिसायला लागली. एखाद्या स्लो जाणाऱ्या रोलर कोस्टरवर बसल्यासारखं वाटत होतं केवळ हा अनुभव घ्यायला मिळावा म्हणून मला पुन्हा अटक झाली तरी चाललं असतं, इतकं मला ते आवडलं. विमान सरळ झालं आणि खाली कॅन्सास शहराचे दिवे पसरलेले दिसू लागले. थोड्याच वेळात आम्ही आणखी वर चढलो आणि खाली फक्त ढगच दिसायला लागले. वर चांदण्या लुकलुकत होत्या. सारखं असं मान लांबवून एकाच दिशेनं खिडकीबाहेर बघून बघून माझी मान मात्र अवघडली. म्हणून मग मी या प्राण्याशी गप्पा मारायचं ठरवलं.

''आपण बहुतेक वॉशिंग्टनला जातोय.''

''होय.''

''आणि मग एफबीआयचं मुख्य ऑफीस.''

''बेटा, तू चांगला एरंडासारखा वाढलायस. त्यामुळं मला वाटतंय की तुझ्या शरीरात कुठे ना कुठेतरी मेंदू नामक अवयव असणार. आपण जिथून निघालो तिथंच एफबीआयची हद्द संपली.''

“संपली?”

“आता तू आमच्याबरोबर आहेस.”

“तुम्ही कोण?”

“आहोत असेच कुणीतरी.”

“आं?”

“बडबड बंद. स्वस्थ बस.”

“बरं.”

त्याच्या चेहऱ्यावरून काही पत्ता लागणं कठीण होतं. कदाचित त्याला माझ्याबद्दल सहानुभूती वाटत होती, पण त्याच वेळी कुणीतरी माझा ताबा घ्यावा आणि त्याला मोकळं करावं असंही वाटत असावं. त्या क्षणी मला असं वाटलं की, आधी पेक्षा लफडं जास्त सिरिअस होत चाललंय. त्याचा थोबडा आणि मी गप्प बसावं असं त्याला वाटणं यावरून मी हा अंदाज बांधला होता. म्हणून मग मी खिडकीतून ढग बघत बसलो आणि मला मध्येच कधीतरी झोप लागली. मी बरीच ढोसलीही होतीच म्हणा.

उतरायच्या वेळेला विमानाचा वेग कगी झाला. तेव्हाही बाहेर अंधारच होता पण पूर्वेला गुलाबी व्हायला लागलं होतं. चोवीस तासांपूर्वी मी असाच जिनच्या ट्रकमध्ये बसलो होतो आणि सकाळ होताना बघत होतो. आता या विचाराचंसुद्धा आश्चर्य वाटत होतं. मला भलतीकडेच नेत होते. खाली पाणीच पाणी होतं. मध्येच कुठेतरी पामची झाडं असलेला जमिनीचा तुकडा दिसायचा. तेवढ्यात मला रनवे दिसला. त्याच्या दोन्ही बाजूंना साखळीचं कुंपण होतं. आणखीन काही बघण्यापूर्वी पायलटनं विमान उतरवलं देखील. मला बाथरूमला जायचं होतं पण तो माणूस म्हणाला, की विमान पुरतं थांबेपर्यंत मला उठता येणार नाही. विमान थांबल्यावर त्यानं दरवाजा उघडला. बाहेरचा उकाडा आणि दमटपणा एकदम माझ्या अंगावर आला. म्हणजे आम्ही उष्ण कटिबंधातल्या देशात आलो होतो. पण हे फ्लेरिडा नव्हतं कारण फ्लेरिडाला पोचायला एवढा वेळ लागला नसता.

त्यानं खुर्चीच्या हूकमधून माझ्या बेड्या सोडवल्या, पण माझे हात बांधलेलेच ठेवले. विमानातून बाहेर उघडलेल्या छोट्याशा जिन्यानं मी खाली उतरलो. तिथं दोन सैनिक पत्र्याच्या एका छोट्या शेडपाशी उभे होते. बाजूलाच एक जीप होती. त्या टीशर्टवाल्यानं कसला तरी कागद त्यांच्यापैकी एकापुढं केला आणि त्यानं त्याच्यावर सही केली. टीशर्टवाला पुन्हा विमानात चढला, पण त्यानं विमानाचं दार बंद केलं नाही. बहुतेक पेट्रोल वगैरे भरायचं असणार त्यांना. आकाशातला उजेड वाढला होता, रनवेवर मात्र अजूनही काळोखच होता. म्हणजे त्यांनी मला आणलं हे काही कुठलं शहर किंवा गाव नव्हतं.

“एक्सक्यूज मी, मला बाथरूमला जायचंय.”

“मग जा ना,” त्यांच्यापैकी एक जण म्हणाला.

मी आजूबाजूला बघितलं पण त्या पत्र्याच्या टपरीत टॉयलेट असेल असं वाटलं तरी नाही. शिवाय तिथल्या एकुलत्या एका खिडकीतून आत अंधारच दिसत होता.

“कुठं?”

“दोन जागा आहेत. ओपन एअर किंवा पँटमध्येच.”

हे सोपं होतं. माझे हात पुढच्या बाजूला बेडीत अडकवलेले होते त्यामुळं मी पँटची झिप काढू शकलो. माझं आटपेपर्यंत ते आपापल्या पिस्तूलवाल्या बेल्टवर हात ठेवून शांतपणे मला बघत उभे होते. माझं झाल्यावर त्यांनी मला जीपमध्ये बसायला सांगितलं. माझ्या बेड्या आतल्या एका बारला अडकवण्यात आल्या. म्हणजे आता त्यांनी त्या सोडवेपर्यंत मी उतरू शकलो नसतो. एक जण माझ्या बाजूला येऊन बसला, तर दुसऱ्यानं गाडीचे दिवे चालू केले आणि तो ड्रायव्हिंग करू लागला. बाहेर अजूनही मिट्ट काळोख होता.

“हे कुठंशी आहे?” मी विचारलं.

“तूच सांग.”

“हवाई.”

ते दोघंही मनमुराद हसले. मग माझ्या बाजूचा म्हणाला, “हा एक स्पेशल हॉलिडे कँप आहे.”

“हो का?”

“हो, कँप विनलोट्टावॅकिन.”

ड्रायव्हरला पुन्हा हसू लोटलं. हे दोघंही चांगले जॉली सैनिक आहेत असं दिसत होतं. त्या टीशर्टवाल्यासारखे नव्हते. हेडलाईट्सच्या उजेडात आणखी काही पामची झाडं दिसत होती. मी त्यांना विचारलं, “तुमच्याकडं छोट्या बोटी आहेत का?” माझा प्रश्नफारच मजेशीर होता बहुतेक. कारण यावरचं आपलं हसू त्यांना आवरताच येईना. माझ्या बाजूच्या हसण्याला ड्रग्जचा वास होता म्हणून मी त्याला विचारलं, “तू काय गांजा बिंजा ओढतोस का?” मी मस्करीत विचारलं होतं पण थोडं चुकलंच माझं. कारण ते दोघंही अचानक जाम भडकले. त्यांनी गाडी थांबवली पण इंजीन सुरूच ठेवलं.

पुढचा माणूस मागं वळून मला म्हणाला, “पुन्हा कुणाशी असं काही बोललास तर संपलासच म्हणून समज. त्यानंतर फारतर दोन दिवस किंवा दोन तास. शिरतंय का भेजात?”

दुसऱ्यानं फाटकन माझ्या डोक्यात गुद्दा घातला. मला धक्काच बसला. मी त्याला काहीच केलं नव्हतं. मला लागलं नाही फारसं, पण आश्चर्य मात्र वाटलं.

"उत्तर दे त्याला," तो माझ्यावर खेकसला.

"अं, बरं बरं, ठीके." मला एवढंच बोलायला सुचलं. ही माणसं काही एवढी गंमत करणारी वगैरे वाटत नव्हती आता.

"ठीक असलंच पाहिजे भडव्या." तो म्हणाला.

मला वाटलं होतं तसे ते मस्करी करणारे नव्हते. आता यापुढं त्यांनी विचारल्याशिवाय काहीही बोलायचं नाही असं मी ठरवून टाकलं. ते चांगले धट्टेकट्टे होते. माझ्याइतके नव्हते, पण होते. माझ्या हातात बेड्या नसत्या तर मी दोघांची टाळकी एकमेकांवर चांगली सडकली असती आणि हिशोब चुकता केला असता. पण माझे हात बांधलेले होते त्यामुळं गप्प बसण्यातच शहाणपणा होता. त्या विमानातल्या भिडूनं हेच तर सांगितलं होतं. मी त्याचा सल्ला मानला.

आम्ही त्या साखळीवाल्या कुंपणाच्या मधून जात होतो. एका छोट्या ठोकळ्यासारख्या एकमजली इमारतीपाशी ती जीप थांबली आणि मला उतरवलं गेलं.

पहिला सैनिक म्हणाला, "हे बघ तुझं नवीन घर भोसडीच्या."

"खास करून अमेरिकेच्या शत्रूंसाठी बनवलेलं." दुसरा.

"मी त्यातला नाहीये," मी म्हणालो. घोडचूक. माझ्या कानशिलाखाली खाडकन आवाज झाला. डॉक्टर तुमच्या गुडघ्यावर त्या रबरी हातोडीनं ठोकतात तेव्हा तुमचा पाय जसा झटकन पुढं येतो, तसा माझा पाय वर झाला आणि सणकन त्या समोरच्या सैनिकाच्या गांडीवर लाथ बसली. मी पूर्ण जोर एकवटला होता. तो ठो ठो बोंबलत खाली पडला. दुसऱ्यानं बेंबीच्या देठापासून कोकलत आपलं पिस्तूल माझ्या कपाळावर रोखलं. "स्तब्ध राहा. बिलकूल हलू नकोस. जरा जरी हललास तरी तुझा भेजा बाहेर काढेन."

या आरडाओरडीमुळं इमारतीतले बाकीचे काही सैनिक बाहेर आले. माझ्याभोवती गराडा घालत सगळ्यांनी आपापली पिस्तुलं माझ्यावर रोखली.

जमिनीवर पडलेला सोल्जर पाय पोटाशी घेऊन विव्हळत होता. तेवढ्यात एक ऑफिसर तिथे आला आणि काय चाललंय म्हणून विचारू लागला. जीपच्या ड्रायव्हरनं त्याला सरळ सांगितलं, "सर, कैद्यानं पळून जायचा प्रयत्न केला." साफ खोटं होतं ते. ऑफिसरनं एकदा माझ्याकडं आणि एकदा खाली पडलेल्या सैनिकाकडं बघितलं.

"मलहॉलंड, ऊठ आणि पुन्हा स्वत: न पडता याला आत घेऊन ये. जमेल का तुला?"

तो माणूस उठला आणि मग सगळ्यांनी मिळून मला आत नेलं. आत एक टेबल होतं आणि काही फायलिंग कॅबिनेट्स होती. एका मोठ्या खोलीत कोकाकोला मिळण्याचं मशीन होतं आणि हवा घुसळणारे दोन पंखे होते.

“तीन नंबर.” तो ऑफिसर म्हणाला आणि त्यांनी मला कॉरिडॉरमधनं ढकलत एका बराकीत नेलं. त्या बराकीच्या एका भिंतीला नुसते गजच होते. पिक्चरमध्ये दाखवतात तसे. एक बंक बेड, एक बेसिन, टॉयलेट, त्याच्या खाली एक प्लॅस्टिकची पिशवी असा प्रकार होता. केमिकल टॉयलेट होतं. मी वासावरून ओळखलं. माझ्या बेड्या काढून त्यांनी मला आत ढकललं आणि दार लावून टाकलं.

“चला सुटा,” तो ऑफिसर म्हणाला. खरं तर आपल्या सोल्जर्सशी असं बोलू नये. पिक्चर्समध्ये कुणी असं बोलत नाही. ते निघून गेले. आता तो एकटाच उरला होता. झूमधल्या एखाद्या प्राण्याकडं बघावं तसं तो मला न्याहाळत होता. वाघाकडं कसं आपण कौतुकानं बघतो, तशी नव्हती काही त्याची नजर. उलट एखाद्या पिसवा लागलेल्या काळतोंड्या माकडाकडं बघावं तसं तो माझ्याकडं बघत होता. तीसेक वर्षांचा असावा तो. इतरांसारखेच केस बारीक कापलेले होते किंवा पूर्ण भादरलेले असतील. मिशी तेवढी होती.

“अच्छा, तो तू आहेस तर.”

“कोण?”

“कॅन्सासमध्ये बॉम्बस्फोट घडवून आणणारा.”

“नाही, उलट मी सापडलो त्याच्यात. मरणारच होतो.”

“हो का, दिसतंय खरं डोक्याला खरचटल्यासारखं. मोठा बॉम्ब होता तो ओक्लाहामासारखा. माझी चुलतबहीण गेली त्या ओक्लाहामाच्या स्फोटात. तिथल्या लहान मुलांच्या डे केअर सेंटरमध्ये काम करायची. एका मिनिटात त्या सेंटरचं रूपांतर स्मशानात झालं होतं, एका भित्र्या माथेफिरूमुळं. त्या इवल्या इवल्या देहांचा चुथडा झाला. तुझं टार्गेट काय होतं? एखादी गव्हर्नमेंट बिल्डिंग?”

“तो काही माझा बॉम्ब नव्हता...”

“बरोबर. कुणाच्यातरी सांगण्यावरून करत होतास ना हे काम.”

“नाही, तो माझ्या ट्रकमध्ये ठेवलेला होता.”

“अच्छा. म्हणजे हा तुझा ट्रक बॉम्ब होता तर.”

“नाही नाही, तो ट्रक तर डीनचा होता.”

“तुझा दोस्त डीन लोरी. तोच ना, तो सेनेटर केचमच्या जिवावर उठलेला?”

“नाही... डीन केव्हाच मेलाय.”

“माझ्या माहितीप्रमाणं नाही. काय झालं? अचानक काहीतरी लोचा झाला आणि बॉम्ब फुटणार म्हटल्यावर तुला एकट्याला सोडून तो पळून गेला?”

“असं काहीही झालेलं नाही.”

“तुला इथं आणलंय याचं मुख्य कारण असं आहे की, तुझ्याकडून माहिती मिळवायचीये. हे इतरांना जमलं नाही. खरं तर तुला एखाद्या परक्या मुलखात

पाठवून तिथं तुला सोलला असता. पण या मिडियावाल्यांनी आधीच याचा इतका गवगवा करून ठेवलाय, की आता ते शक्य नाहीये. त्यामुळं खरं तर याआधीच आम्ही या अतिरेक्यांशी जसं वागायला हवं होतं तसं वागायला आता सुरुवात केलीये, गुप्तपणे आपली चौकशी चालू ठेवायची. म्हणून तू इथे पोचलायस. कळलं का आता तुला?''

''तुमची काहीतरी चूक होतीये...''

''अमेरिकेचे सुरक्षा रक्षक चुका करत नाहीत. तुझं नाव काय खरंच ओडेल डीफस आहे, का हे काहीतरी कोडनेम वगैरे आहे, म्हणजे या कारवायांपुरतं घेतलेलं?''

''माझं खरं नाव आहे ते. पण हे कोडनेम काय प्रकार आहे?''

''ओडेल डीफस हे तर निग्रोचं नाव आहे. तू निग्रो आहेस का?''

मला हा माणूस अजिबात आवडला नाही. त्यानं माझ्याबद्दल गैरसमज करून घेतला होता आणि माझं काही ऐकायलाच तयार नव्हता. मी काळा नाहीये हे त्याला दिसत होतं तरीही त्यानं एकदम गंभीरपणे विचारलं. मला घाबरवण्यासाठी तो नाटक करतोय हे माझ्या लक्षात आलं. विमानातनं उतरल्यापासून मी घाबरावं असंच प्रत्येकाला वाटत होतं. मला एक प्रकारची भीती वाटतच होती, पण मला हे त्याला दाखवून द्यायचं नव्हतं.

''पुन्हा विचारतो, तू निग्रो आहेस का?''

''हो, आहे.''

''कसल्या प्रकारचा काळा आहेस तू डीफस? गव्हाळ सावळा का कभिन्न काळा, तुझ्या गांडीसारखा?''

''काय मूर्खासारखा प्रश्नआहे हा.'' मी म्हणालो. तो असे वेडपटासारखे प्रश्नविचारून नाटक करत होता, त्यामुळं आता मला त्याचा तिरस्कार वाटायला लागला होता.

''एक्सक्यूज मी?''

''माझ्याकडं बघितलंत तरी तुम्हाला कळेल माझा रंग कोणता आहे ते.''

''चुकीचं बोलतोयस तू. तुझ्या अंगाचा रंग आणि तुझा वर्ण याचा काहीही संबंध नाहीये. तुझ्या भडवेगिरीवरून तुझा रंग ठरतो. मी तुला सांगायला हवंय तू कशा प्रकारचा भडवा आहेस ते डीफस? सगळ्यांत वाईट प्रकारचा मादरचोद. तू लहान लहान मुलांना आणि निरपराध स्त्रियांना उडवतोस, लुळ्या पांगळ्या म्हाताऱ्या कोताऱ्यांना छिन्नविछिन्न करतोस, यांना मारण्यासाठी काय कारण आहे तुझ्याकडं? हेतू काय तुझा? केवळ ते तुझ्या अल्लाची पूजा करत नाहीत हा?''

''नाही.''

"अरेच्चा, ऐकून आश्चर्य वाटलं. सांग ना मला, नीट स्पष्ट करून सांग, की तू असं लहान बाळांना, बायकांना, व्हीलचेअरवर बसलेल्या म्हाताऱ्यांना का मारतोस?"

"मी असलं काहीही करत नाही."

"कारण तू बनवलेल्या बॉम्बमध्ये काहीतरी लोचा झाला, तो आधीच फुटला आणि वाया गेला म्हणूनच ना डीफस?"

"नाही..."

"आणि हेही खरं आहे ना, की तुझ्या या घाणेरड्या तोंडातून केवळ थापा आणि मुस्लीम धर्माच्या प्रचाराच्या गोष्टी एवढंच गरळ बाहेर पडतं."

"नाही."

"तू रंगबदलू सरडा आहेस डीफस. क्षणात मुस्लीम हिरवा तर क्षणात भेदरट पिवळा. तुला माहितीये का की, हे दोन— मुस्लीम हिरवा आणि भेदरट पिवळा रंग एकत्र मिसळले तर कोणता रंग तयार होतो ते?"

"मला माहीत नाही... केशरी?"

"हे दोन— मुस्लीम हिरवा आणि भेदरट पिवळा रंग एकत्र मिसळले तर निळा रंग तयार होतो. गोऱ्या गोमट्या थोबड्याला ऑक्सिजन मिळाला नाही, तर तो निळा होतो. अगदी मरायला टेकला की गडद निळा होतो. तुला आरशात तुझा थोबडा बघायला मिळाला, तर तो या रंगाचा दिसेल. शेडमध्ये फरक पडेल कदाचित, पण लवकरच तुझा हा चेहरा असा निळसर होत जाईल. कारण मी तुझा ऑक्सिजन बंद करणार आहे. हळूहळू हा निळा रंग डार्क होत जाईल आणि शेवटी मी ज्याला निगर ब्ल्यू म्हणतो तसा होईल. आपण निग्रो आहोत असं सांगून तू माझी मस्करी केलीयेस डीफस, पण मी मात्र मस्करी करत नाहीये हे लक्षात ठेव. थोड्याच दिवसांत तू खरोखर तसा काळानिळा होशील. हे माझं प्रॉमिस आहे."

टीव्हीच्या पडद्यावर कशी खालच्या बाजूला एकामागोमाग एक अक्षरं येत राहतात, तसे त्याच्या तोंडून शब्द बाहेर पडत होते.

बोलण्याच्या पट्टीत, वेगात जराही चढउतर नव्हती. जणूकाही तो एखाद्या अदृश्य पुस्तकातून काहीतरी वाचत होता. "शब्द देतोय मी तुला. माझ्या बापजाद्यांची शपथ घेऊन सांगतो की, तुझ्याकडून सत्य गोष्टी बाहेर काढेनच, नाहीतर मी अपयशी झालो हे मी देवासमोर नाक घासून कबूल करेन. मला कोणती गोष्ट अजिबात आवडत नसेल डीफस, तर ती आहे अपयश. देवासमोरची अशी कबुली अक्षम्य असते. त्यामुळं शेवटी तूच या पापाचा धनी होशील. तू कितीही नाकारलंस, तरी तुझं मन तुला खाईल. मग तुझी तब्येत बिघडेल. तू मूर्तीमंत अपयशाचा आदर्श पुतळा बनशील. मी, लेफ्टनंट विल्यम हार्डिंग, अमेरिकेचा आणि येशूचा विश्वासू सेवक हे वचन देतोय."

यानंतर माझं काहीही ऐकून घ्यायला न थांबता तो सरळ चालू पडला. कॉरिडॉरमध्ये त्याच्या चकाचक पॉलिश केलेल्या बुटांचा टॉकटॉक आवाज घुमत राहिला. त्याच्या नुसत्या चालण्यात सुद्धा इतका त्वेष होता, की तो जणूकाही कुणाला तरी लाथा घालत चालला होता. तो आवाज विरल्यावर सगळीकडे भयाण शांतता पसरली. त्या शांततेत माझ्या डोक्यात एक किडा हळूहळू वळवळायला लागला. पहिल्यांदा तो अगदी पुसटसा विचार होता. माझ्या मनात आलं की, आता मी या ठार वेड्या लोकांच्या तावडीत सापडलोय आणि काहीही करून त्यांना मला मारूनच टाकायचंय. नंतर सतत हेच डोळ्यांसमोर दिसायला लागलं. मी स्वत: यातून एक नवीनच धडा शिकत होतो. माझं एक मन दुसऱ्याशी बोलत होतं. या मूर्खांच्या डोक्यात काय चाललं असावं याचा मी अंदाज बांधत होतो. मला टपकवायचा त्यांचा पक्का बेत झालेला दिसत होता. खरं सांगायचं तर माझी सॉलिड फाटली होती हे कबूल करायलाच हवं.

थोड्या वेळानं एक सोल्जर केशरी रंगाचा एक जंपसूट घेऊन आला. माझे सगळे कपडे काढून मी तो घालायचाय असं त्यानं मला सांगितलं. पायात घालायला त्यानं कसल्यातरी काळ्या स्लिपर्सदेखील पैदा केल्या होत्या. माझ्या अंगातले सगळे कपडे, अगदी सँडल्स आणि मोजेसुद्धा तो घेऊन जाणार होता. जंपसूटला खिसेबिसे काही नव्हतं. नंतर दुसरा सोल्जर आला आणि माझ्याकडं बघत उभा राहिला. माझ्या कोठडीला किंवा त्या कॉरिडॉरला एकही खिडकी नव्हती, पण एव्हाना बाहेर छानपैकी उजाडलेलं असणार होतं. म्हणून मी त्याला विचारलं, "किती वाजलेत?"

"घड्याळ वगैरेशी तुझा काहीही संबंध नाहीये."

"मी नुसतं विचारतोय."

"तुझ्यासाठी आता सगळ्या वेळा सारख्याच आहेत. तो वरचा प्रकाश आहे ना, तेवढा पुरेसा आहे तुला. गंमत अशी आहे की, ह्या तुझ्या स्पेशल सूर्याची कधीही उगवणं मावळणं असली भानगड नाहीये. तू जेव्हा त्या मस्तीच्या पाठशालेत जाशील, तेवढ्या वेळापुरती तुझी या सूर्यापासून सुटका होईल."

"काय असतं तिथं?"

"व्यायामाची, खेळाची, मौजमस्तीची खोली. कळलंच तुला."

"इथल्या जेवणा खाणाचं काये? बरं असतं का?" मी विचारलं. जमलं तर याच्याशी थोडी मैत्री करावी असा माझा हेतू होता.

"बहुतेक चांगलंच असतं, पण मी आमच्या जेवणाबद्दल बोलतोय, तुझ्या नाही. तुझं जेवण भंकस असणार. तुला असलं बेचव भंकस खाणं आवडेल असं वाटतंय, कारण तुझ्या नापसंतीचे सगळ्या प्रकारचे घाणेरडे पदार्थ आमच्याकडे नक्की मिळतील."

याच्याशी दोस्ती करावी अशी या माणसाची लायकी नव्हती, पण मी आत्तापर्यंत इथे एकूण बारा-पंधरा तरी सोल्जर्स पाहीले होते, त्यातला एखादा तरी आपल्या सहकाऱ्यांपेक्षा आणि साहेबापेक्षा वेगळा असण्याची शक्यता होती. माझ्या दृष्टीनं महत्त्वाचं काय होतं, तर न चिडता शांतपणे मैत्री असल्यासारखंच बोलायचं, वागायचं. मग ते उलट माझ्याशी कसंही वागोत. त्यांचे जे काही गैरसमज झालेत किंवा करून दिले गेले आहेत, त्याबद्दल काहीही राग मानायचा नाही. उलट उत्तरं, शिव्या द्यायच्या नाहीत. जर मी सतत असंच वागत राहिलो तर एक ना एक दिवस माझी बाजू त्यांच्या लक्षात येईलच. दहशतवाद्यांबद्दलही खरं काय ते कळेल. माझा त्यांच्याशी काहीही संबंध नाहीये हे ते समजून चुकतील, पण त्यांचा माझ्यावर विश्वास बसायला वेळ लागणार होता हे तर उघडच होतं. मी डीनला जिथं पुरलं होतं तिथून ती बॉडी गायब झाली नसती तर मी खोटा ठरलो नसतो. हे कुणी आणि का केलं असेल याचा मात्र मला अजूनही उलगडा झालेला नव्हता. हे ज्या कुणाचं काम होतं त्यानं मला सॉलिड गोत्यात आणलं होतं एवढं मात्र खरं.

"थँक्यू." मी त्या सोल्जरला म्हटलं. मी पुढं केलेला हा मैत्रीचा पहिला हात होता.

"मसणात जा." त्याचं उत्तर.

तो निघून गेल्यावर मी तिथल्या बेडवर आडवा झालो. टणक होता पण अगदीच दगडी, खडबडीत नव्हता. या संकटातून मार्ग काढण्यासाठी मी फक्त शांतपणे वाट बघायला हवी होती. काही दिवसांनी त्यांनीच कंटाळून मला सोडून दिलं असतं. त्यांनी मला अगदी फासावर लटकवावं असा कोणताही भयानक गुन्हा मी केलेला नव्हता. केवळ गैरसमजातून झालेली चूक होती ही. व्हायला नको होती, पण झाली होती.

आढ्याचा दिवा अतिशय प्रखर होता. डोळ्यांना त्रास होत होता. अडीचशे वॅट्सचा तरी सहज असेल तो. उजेड थोडा तरी कमी जाणवावा म्हणून मी डोळ्यांवर आडवा हात ठेवून झोपलो. फारतर एखादं मिनिट असं गेलं असेल नसेल, तोवर तोच सोल्जर परत आला आणि मला डोळ्यांवरचा हात काढायला सांगितला. नाहीतर परिणाम वाईट होईल म्हणाला. "का?" मी विचारलं, तर चक्क तसा नियम आहे म्हणाला.

"आमची सतत नजर आहे तुझ्यावर." कोठडीतल्या छताकडच्या एका कोपऱ्याकडे बोट करत तो म्हणाला. भिंतीवरच्या कोळ्यासारखा एक छोटा कॅमेरा होता तिथं. "तो कायम चालूच असतो. कधीच बंद नाही होत." तो पुढं म्हणाला, "चोवीस तास आम्ही, तू काय करतोयस ते बघत असणारोत. पुढ्यातलं घाणेरडं जेवण घशाखाली घालशील तेव्हाही आणि ते दुसरीकडून बाहेर येईल तेव्हाही. जागेपणी,

झोपेत, मार खाताना, फिरताना, प्रत्येक क्षणी आमचं लक्ष असणारे. तू जर तो दिवा किंवा कॅमेरा फोडायचा प्रयत्न केलास तर आम्ही अक्षरश: क्षणार्धात इथं हजर होऊ. तुझा विश्वास बसणार नाही इतक्या लगेच पोचलेले असू आम्ही. आमचे नियम न पाळणाऱ्या कैद्यांची आम्ही काय हालत करतो ती बघवणार नाही तुला. त्या बेडवर झोपशील तेव्हा हात बाजूलाच असले पाहिजेत. फारतर छातीवर घडी घालू शकतोस हातांची. पण आत्तासारखे डोळ्यांवर ठेवायचे नाहीत. तो दिवा चांगला प्रखर आहे. त्यामुळं आमचं लाईटचं बील वाढतं. म्हणून तुला या दिव्याची प्रखरता कायम जाणवली पाहिजे आणि तुला त्याचं कौतुकही वाटायला हवं. कळलं?''

"समजलं.''

"डोंबल. काहीही समजलेलं नाहीये तुला. नाटक करतोयस तू पण शिरेल, तुझ्याही भेजात शिरेल.''

तो परत निघून गेला. मी डोळे घट्ट मिटून घेतले पण तरीही पापण्यांआड उन्हाचे चटके बसावे तसं होत होतं. त्यावर उपाय म्हणून मी कुशीवर वळलो. आता तो पुन्हा असं चालणार नाही म्हणून सांगायला येईल असं वाटत होतं मला, पण नाही उगवला. त्यामुळं एवढं रागळं घडून गेल्यावर देखील आणि डोक्याला अनेक भुंगे लागलेले असूनही मला चक्क झोप लागली.

मी उठल्यावर माझा नाश्ता आला. तो सोल्जर सांगत होता तितका काही वाईट नव्हता तो. कॉर्नफ्लेक्स आणि दूध होतं. चांगलं होतं की. मी खात असतानाच दुसरा सोल्जर आला. दिसायला इतरांसारखाच होता, पण तो साधा सोल्जर नव्हता, चॅप्लिन होता. त्याच्या कॉलरवरच्या क्रोमच्या पट्ट्यांवरनं फरक कळत होता. आपण चॅप्लिन टर्नर आहोत असं सांगितलं त्यानं. मला बायबल हवंय का कुराण, असंही विचारलं. दोन्ही होतं त्याच्याकडं. धार्मिक स्वातंत्र्य होतं म्हणे तिथं. म्हणजे तसा नियमच होता. कुराणासाठी, एक खास खुंटीला टांगता येईल अशी खोळ तयार केलेली होती. कुराणाचा जमिनीला स्पर्श होऊ नये म्हणून. इस्लामचा नियमच आहे असा. ते जमिनीवर टेकलं तर मोहम्मदच्या पवित्र संदेशाचा अपमान होतो म्हणे. "मला खात्री आहे की हे तर तुला माहीत असणारच.'' तो म्हणाला, पण मला कसं काय माहीत असणार होतं?

"मला बायबल द्या.'' मी सांगितलं. ठरवल्याप्रमाणं दोस्ती करायची होती ना. व्हूपरऐवजी मी बिग मॅक ऑर्डर करत होतो. जणू माझ्या दृष्टीनं याला एवढंच महत्त्व होतं. पण मी खराखुरा ख्रिश्चन आहे असंच त्या चॅप्लिनला वाटावं असा माझा बेत होता. म्हणजे मग मी दहशतवादी असल्याचा त्यांचा समज दूर झाला असता.

"उद्या आणतो. पण एक सांग, तू खरंच ख्रिश्चन आहेस?'' त्यानं विचारलं.

"लवकरच होईन.''

"म्हणजे तू धर्मांतर करणारेस."

"जे करायचं राहून गेलंय, ते करणार एवढंच."

"पूर्णपणे लेट लतीफ." त्याला संशय होता, पण तो चेहऱ्यावर दिसू नये म्हणून तो प्रयत्न करत होता.

"हो. माझं नेहमी असंच होतं. प्रत्येक ठिकाणी उशिरा हजर होतो किंवा चुकीच्या ठिकाणी घाईनं टपकतो."

या जोकवर मी हसलो पण त्यानं साधं तोंडही वाकडं केलं नाही.

"तुला बाहेर कुणाला काही निरोप वगैरे पाठवायचाय का?"

"निरोप? कुणाला? वकिलाला?"

मी विचार करत होतो की, जर जॉनी कोचरननं ओजे सिम्पसनला खुनाच्या आरोपातून सोडवलं असेल, तर माझं वकीलपत्र घ्यायला खरंतर तोच एकदम लायक माणूस आहे. पण तेवढ्यात मला ऐकल्याचं आठवलं की तो तर काही वर्षांपूर्वीच मेला होता त्यामुळं आता हे शक्य नाही. माझ्या आठवणीप्रमाणं त्या केसवर आणखी एका वकिलानं पण काम केलं होतं आणि तो चांगला ठणठणीत होता.

"आयफेल बेली," मी फटकन म्हणालो, "प्लीज त्याला निरोप द्याल का, की मी पूर्णपणे निरपराध आहे आणि त्यामुळं मला त्याची नितांत गरज आहे; असं सांगितलं तर येईल तो. आयफेल बेली हीच योग्य व्यक्ती आहे माझ्या दृष्टीनं."

"तुझ्या घरच्या कुणाला किंवा मित्रमैत्रिणीला वगैरे म्हणतोय मी, घरगुती निरोपानिरोपी."

"अच्छा अच्छा. पण माझं काही माझ्या बापाशी फारसं जमत नाही त्यामुळं त्याला काही अर्थ नाही दुसरं कुणी... मला तरी आठवत नाहीये. उद्या परत विचारलंत तर तोपर्यंत आठवून सांगेन."

"तुझे कुणी साथीदार वगैरे नाहीयेत का? त्यांना काही सांगायचंय का?"

त्याचं काय चाललं होतं ते आता मला कळलं. माझा ज्या लोकांशी संबंध आहे असं त्यांना वाटत होतं, त्या मुस्लीम माथेफिरू दहशतवाद्यांची नावंगावं सांगावीत म्हणून हा सगळा खटाटोप होता तर. तो हे पत्ते ताबडतोब एफबीआयला पोचवेल हे माझ्या लक्षात येणार नाही असं वाटत होतं का त्याला? तो मला इतका बुद्धू समजत होता, पण या संदर्भात मला बाहेरच्या एकदोघांची खरंच मदत झाली असती.

"बरं, माझ्या साथीदारांपैकी प्रीचर बॉबला आणि त्याच्या खास शिष्याला, चेट मर्चंडला निरोप द्या. मला त्यांची थोडीफार मदत होऊ शकेल. म्हणजे, ते माझ्या वतीनं शब्द टाकू शकतील ना?"

त्याचे डोळे विस्फारले. "प्रीचर बॉब? बॉर्न अगेन फाउंडेशनचा रॉबर्ट जेरोमी? तो प्रीचर बॉब?"

मी दोन बोटं एकमेकांत गुंफून दाखवली. "तो आणि मी, आमची अशी घट्ट मैत्री आहे. त्यांनी माझ्या स्वत:च्या वापरासाठी एक मोबाइल पण घेऊन दिला होता. इतका आवडतो मी त्यांना. तुम्हीच विचारा ना त्यांना याबद्दल. बॉब आणि चेटनं मला चार जुलैला तोपेकाला होणाऱ्या स्पेशल मीटींगलासुद्धा बोलावलंय खास पाहुणा म्हणून. फार दिवस नाही राहिले त्याला. मला इथं आणलं गेलंय ही फार मोठी चूक आहे. कदाचित मी त्या दिवसापूर्वी इथून सुटू शकणार नाही. बॉबला आवडणार नाही मी जाऊ शकलो नाही तर. पण मी कशात अडकवला गेलो हे कळल्यावर तो समजू शकेल."

मी काहीतरी फार विनोदी बोलत असल्यासारखा चेहरा करून तो ऐकत होता. म्हणून मग मी म्हणालो, "मस्करी नाही करते, मी त्यांचा दोस्त आहे. एफबीआयला विचारा ना, त्यांनी माझा फोन टॅप केला होता तेव्हा माझी त्यांची किती वेळा फोनाफोनी झाली ते. जास्त करून चेटशी बोललो मी. त्यांनी मला बक्षीस दिलेल्या फोनवरून मी त्यांना फोन केले होते. त्यांनी गला तोपेकाला यायचं आगंत्रण दिलं. एजंट क्रॉस आणि डीडलशी बोला, ते तुम्हाला सांगतील बघा."

"बरं." तो म्हणाला, पण त्यात दम नव्हता. एखादा दारुडा आपल्याला पत्ता सांगत असेल, तर त्याचं बरळणं आपण कसं ऐकू, तसा भाव होता त्याच्या चेहऱ्यावर.

"कदाचित ते माझी इथून सुटका करतील."

"उद्या तुला तुझं बायबल मिळेल. तुला आणखी कुठले धार्मिक ग्रंथ हवेत का?" त्यानं विचारलं.

"हां, मी आणखी एक धार्मिक पुस्तक संपूर्ण वाचलंय. 'द वे ऑफ द नन'. पण बायबलइतकं प्रसिद्ध नाहीये बहुतेक ते. किंवा मग तुम्ही मला माझं आवडतं गोष्टीचं पुस्तक देऊ शकाल 'द इअरलिंग्ज' नावाचं? तुम्ही वाचलयंत का ते कधी? पुलित्झर पुरस्कार मिळालाय त्याला. ती लहान मुलांसाठी काढलेली छोटी आवृत्ती नाही म्हणत मी, मूळ मोठ्ठं पुस्तक, लेखकाला सांगायचंय ते सगळं असलेलं, ते हवंय मला."

"मी काही लायब्ररी नाही चालवत."

"बरं. मग फक्त बायबलच द्या."

तो गेला. मी कोठडीतल्या कोठडीत थोडी शतपावली केली. व्यायाम असा हा एवढाच करायला मिळणारे असं वाटलं मला. तेव्हा कोठडीतल्या कोठडीत घिरट्या घालणे, निदान ती काय ती मस्तीकी पाठशाला बघायला मिळेपर्यंत तरी, तिथं

व्यायाम करता येतो असं तो सोल्जर म्हणाला होता. मी त्याचाच विचार करत होतो, तर तो आपला समोर दत्त म्हणून उभा. या वेळी मी त्याच्या युनिफॉर्मवरचा नावाचा बिल्ला वाचला. तपकिरी मातकट रंगावर काळी अक्षरं. म्हणजे वाचायला कठीणच होतं पण त्याचं नाव फोग्लर होतं. तो काही नॉर्मल दिसत नव्हता. दातओठ खात होता, म्हणजे भडकला असणार बेटा कुणावर तरी.

"थांबव हे लगेच." तो माझ्यावरच खेकसला.

"आं?"

"हे असं गरागरा फिरणं थांबव. तू सरळ रेषेत फीर किंवा भिंतीलगत फीर, पण असं गोलगोल फिरू नकोस. मागेपुढे किंवा चौकोनात ठीक आहे. गोल चालणार नाही. समजतंय का?"

"बरं. मला माहीत नव्हतं."

"शीक मग." तो म्हणाला आणि पाय आपटत निघून गेला. त्याला बहुतेक त्या टीव्हीला कायम नाक लावून बसायला लागत होतं. मला टॉयलेटला जायचं झालं तरी तो बघणार. हे अतिशय लाजिरवाणं होतं, त्यालाही आणि मलाही.

जेवणात बीफपॅटीस आणि वेफर्स आले. फॉग्लरनं घाणेरड्या जेवणाबद्दल सांगून मला छानपैकी शेंडी लावलेली दिसत होती. मग मला भेटायला आणखी कुणीतरी आलं, टकलू चश्मिष. आपलं नाव लेफ्टनंट बीमिस आहे असं म्हणाला. तो मला काही प्रश्नविचारायला आला होता. माझ्याबद्दल जरा जास्त जाणून घ्यायचं होतं त्याला पण. त्याच्याकडे एक खोकं होतं. त्यात काही कागद होते आणि त्यावर काळ्या शाईत काहीतरी गिरगटलेलं होतं. काय प्रकार होता कोण जाणे.

"तू हे पिक्चरमध्ये बघितलं असशील कदाचित. मी हे तुझ्या समोर धरल्याबरोबर तुझ्या मनात काय येतंय, ते मला सांग."

"मी काय प्रकारचा माणूस आहे, माझा स्वभाव कसा आहे ते कळण्यासाठी वापरणार आहात ना हे? मी बघितलाय हा प्रकार."

"हां, बरोबर आहे तुझं. आता हे नीट बघ आणि तुला काय सुचतंय ते बोल. जास्त विचार वगैरे न करता लगेच सांग."

"कोणीतरी रंगाचा डबा सांडलाय."

"आणि हे?"

"छा, पुन्हा तेच केलंय."

"हे?"

"अगदी सांडूभाई दिसतोय हा जो कोण आहे तो. सारखं सारखं तेच करतोय."

त्यानं कागद खाली ठेवले. "तू हे जरा नीट गंभीरपणे बघावंस डीफस असं मला वाटतंय. तुझी परिस्थिती जाम कठीण आहे. सॉलिड लोचा झालाय हे अजून

तुझ्या लक्षात आलेलं दिसत नाहीये. मी तुला मदत करायला आलोय, तुझा प्रॉब्लेम कसा सोडवायचा ते समजू शकेल आम्हाला यावरून.''

''सॉरी. मला वाटलं तुम्हाला फक्त माहिती काढून घ्यायचीये, म्हणजे डीन लोरी कुठे लपून बसलाय वगैरे वगैरे.''

''ते सांगितलंस तर फायदाच होईल तुझा, पण जरा शांतपणे बस आणि मी काय दाखवतोय ते बघ आधी. आम्ही हे असं करतो.'' परत ते कागद माझ्यापुढे नाचवत तो म्हणाला.

''बरं. हे दोन झेब्रे आहेत, फुटबॉल खेळताना घालतात तसले हेल्मेट घातलेले.''

''तुटक्या पंखांचं फुलपाखरू.''

''नुसतेच डोळे असलेला चेहरा. नाकाचा पत्ताच नाहीये. ते तिकडे तोंड असावं.''

''एकमेकांपासून दूर जात असलेले हत्ती. कदाचित भांडलेत आपापसात.''

''एक रानटी झुडुप. भरपूर टोळ आणि किडे आहेत भोवती.''

''आता हे... काय माहिती बायकांची पिसंवाली हॅट फुटतीये... पिसं विखुरताहेत...''

त्यानं ते शाईवाले कागद खाली ठेवले आणि एक वही उघडून पेनाचं टोपण काढलं. आत्तापर्यंत माझ्या आयुष्यात काय काय घडलं ते तो विचारायला लागला. लहानपणच्या आठवणी सांगताना मला खूप मजा येत होती. नंतर त्यानं विचारलं, ''हा समाज आपल्याला मुद्दामहून वेगळं वागवतोय, असं तुला कधीपासून वाटायला लागलं? तेव्हा तू कुठं होतास?''

''वेगळं वागवलं? मला? कसं? कुठे?''

''तुझ्या अपेक्षेप्रमाणं नाही वागले लोक किंवा इतरांच्या बाबतीत त्यांनी जसं वागावं असं तुला वाटत होतं त्यापेक्षा काहीतरी वेगळंच घडलं, असं काही?''

''माझी समाजाशी काही दुश्मनी नाहीये. चांगले आहेत की सगळे लोक.''

''पण तरीही, काही गोष्टी बदलल्या पाहिजेत असं वाटतंय का तुला?''

''आहेत ना. पण प्रत्येकालाच तर वाटत असतं तसं काही ना काही बदलावं म्हणून.''

''समजा, तू जर अध्यक्ष असतास या देशाचा, तर तुला काय काय बदल घडवायला आवडलं असतं ते सांग.''

''तसं असतं तर मी पहिले स्वत:ला सोडवलं असतं.''

''त्यानंतर?''

''टीव्हीवरून सगळ्यांना सांगितलं असतं नक्की काय घडलं आणि कसं लफडं झालं.''

''बाकीच्या मुद्यांचं काय? सामाजिक न्याय, विश्वास, श्रद्धा वगैरे?''

“मी कायदाच करेन की, टीव्हीवर जाहिराती दाखवल्या जाऊ नयेत. एक वेगळा जाहिरातींचा चॅनेल ठेवेन. ज्या कुणाला जाहिराती बघायच्या असतील, त्यानं सरळ तो चॅनेल लावावा. मला वाटतं सगळ्यांनाच आवडेल असं.”

“आणखीन काय?”

“अं... टीव्हीवाल्यांना ती हसण्याची टेप ऐकवायला बंदी घालेन. सगळ्याच कॉमेडी शोवाल्यांना. मला ते डबाबंद हसू अजिबात आवडत नाही. नंतर या हॉलिवुडच्या नटनट्यांना कमी पैसे मिळतील असं बघेन. मी ऐकलंय की बड्या बड्या मंडळींना तर एकेका पिक्चरसाठी पाच-सहा कोटी डॉलर्स मिळतात म्हणे. खूपच जास्त आहेत हे.”

“शाळेत धार्मिक शिक्षण देण्याविषयी काय मत आहे तुझं?”

मला आता या प्राण्याचा संशय यायला लागला होता. मला दाखवले होते ते शाईचे कागद होते म्हणजे हा वेड्यांचा डॉक्टर होता, पण त्याचे प्रश्नतर वेगळेच होते. माझ्या वैयक्तिक बाबींविषयी विचारायला हवं होतं त्यानं. माझी आई गेली तेव्हा काय झालं, मी तो धक्का कसा पचवला इत्यादी इत्यादी. पण तो असलं काहीही विचारत नव्हता म्हणजे कदाचित हा पण एफबीआयवालाच असेल वेषांतर केलेला. मी त्याची परीक्षा घ्यायचं ठरवलं. “क्रॉस आणि डीडल कसे आहेत?” मी विचारलं.

“काय?”

“एजंट क्रॉस आणि एजंट डीडल. त्यांनीच मला आत टाकलं.”

“माझा काहीही संबंध नाही त्यांच्याशी. शाळा आवडायची का तुला?”

“अं... मी आवडता होतो सगळ्यांचा. प्रत्येक ठिकाणी माझीच निवड व्हायची. मंडळं, समित्या सगळीकडे मीच काम करायचं म्हणजे त्रासच होता, पण लोकांचा आग्रह मोडता कसा येणार ना.”

“माझ्या माहितीप्रमाणे तू फारसा कुणात मिसळायचा नाहीस, एकलकोंडा होतास तू. हे जे सांगतोयस त्याच्या बरोबर विरुद्ध.”

“पण तुमची माहिती चुकीची आहे. अशा चुकीच्या माहितीमुळंच तर मी इथं येऊन पडलोय. तुम्ही ऐकलेल्या गोष्टींवर विश्वास ठेवू नये हेच तर सिद्ध होतं यावरून.”

“हे लिहून ठेवतो मी. आता सेक्सबद्दल तुझी काय मतं आहेत ते सांग बघू.”

“त्याचं काय?”

“समलिंगी का नॉर्मल, तुला कशात इंटरेस्ट आहे?”

“मी समलिंगी नाहीये. डीन होता, म्हणजे त्याची बहीण म्हणाली तसं. माझी काही एवढी ओळख नव्हती झाली त्याच्याशी.”

"तुझे आणि डीनचे तसले संबंध होते का?"
"नाही. तो माझ्या टाईपचा नव्हता."
"तुझा कसला टाईप असतो?"
"मला जनरली मुली आवडतात."
"जनरली?"
"म्हणजे नेहमीच. मी समलिंगी नाहीये."
"तुझे आणि फेनेला मायर्सचे लैंगिक संबंध होते का?"
"कुणाचे?"
"तुझी शाळेतली मैत्रीण. त्या लिफ्ट मागणाऱ्या मुलाला तू तिचं नाव सांगितलंस आणि डेनव्हरमध्ये गाडी नेऊन द्यायला सांगितलीस ना."
"अच्छा, तुम्ही फेनी म्हणताय तर. तेव्हा बोलता बोलता तिचं नाव माझ्या तोंडावर आलं इतकंच. आणि ती काही डेनव्हरला राहत नाही, ती ड्युरेंगोच्या कॉलेजात आहे."
"ते आम्हाला माहितीये. मिस मायर्सशी काही खास मैत्री किंवा सेक्स वगैरे?"
"नाही. पण मला आवडायची ती, स्मार्ट होती एकदम."
"तुला स्मार्ट बायका आवडतात का? म्हणजे तुला त्यांचं आकर्षण वाटत का?"
"मला माहीत नाही, कदाचित असेलही."
"म्हणून तू आपल्या पाकिटात स्टेट सेक्रेटरीचा फोटो बाळगतोस का?"
"कोंडी एकदम क्यूट आहे. मला तिची पोशाखाची स्टाईल पण फार आवडते. आता काही जण म्हणतात की असले कपडे घालते म्हणजे ती खूपच चिंगूस-मक्खीचूस असणारे, पण मला वाटतं की तिच्या कामाला हे कपडे बरोबर सूट होतात. राजकारणातल्या एखाद्या माणसानं स्पॅंडेक्स वगैरे घातलेलं मी तरी बघितलेलं नाहीये."
"म्हणजे तुझ्या मते डॉक्टर राईस ही आदर्श स्त्री आहे?"
"ती डॉक्टरपण आहे का? ती पियानो छान वाजवते हे माहीत होतं मला, राजकारणी तर आहेच, पण हे सगळं सांभाळून शिवाय डॉक्टर म्हणजे खूपच झालं. मेडिसिनचं शिक्षण किती वर्षं घेतलंय तिनं?"
"तसली डॉक्टर नाही रे बाबा, ऐक. तू तिला कबुली जबाबाचं पत्र लिहिलंस पण त्यात चुकीची माहिती होती. तिचा चाहता, स्वत:ला तिचा फॅन म्हणवणारा तिच्याशी खोटं बोलला, हे कळल्यावर काय वाटेल तिला?"
"पण मी कुठे काय चुकीचं लिहिलं? फक्त झालं काय की, मी डीनला जिथं पुरलं होतं तिथं आता तो नाहीये. त्यामुळं सगळा घोटाळा झाला. मी कोंडीशी खोटं

बोलूच शकत नाही. आणि तुम्ही माझ्या पाकिटाविषयी काय म्हणालात? माझं पाकीट माझ्याकडून काढून घेतलं गेलं तेव्हा त्यात जवळ जवळ चारशे डॉलर्स होते. मला ते परत हवे आहेत.''

''यापूर्वी कधी तू अशा प्रसिद्ध व्यक्तींना पत्र लिहिलय का?''

''फक्त कोंडीलाच पाठवलंय. हां आणि एकदा मार्जोरी किनन रॉलिंग्जला.''

''आता ही आणखी कोण?''

''द इअरलिंगची लेखिका. ते माझं आवडतं पुस्तक आहे. सोळा वेळा वाचलंय मी ते आत्तापर्यंत. तिचं पुस्तक किती छान आहे ते कळवलं होतं मी तिला.''

''काही उत्तर आलं का?''

''तिच्याकडून नाही, तिच्या प्रकाशकाकडून आलं की, की ती केव्हाच वारलीये म्हणून.''

''आणखी कोणालाही नाही लिहीलंस? राजकारणातल्या लोकांना किंवा धार्मिक बाबींशी संबंधित माणसांना वगैरे?''

''नाही. पण आता लिहिणार आहे प्रीचर बॉबला, हे जे काही चाललंय त्याबद्दल.''

''प्रीचर बॉब, म्हणजे ते टीव्हीवाले?''

''तेच. ते माझे चांगले मित्र आहेत. इथं काय घडतंय ते त्यांना कळायलाच हवं. प्रीचर बॉबनं दिलेल्या फोनचा वापर करून तो बॉम्ब उडवला गेला, त्यामुळं त्यांना माहीत असणं गरजेचं आहे. मला कागद पेन मिळू शकेल का?''

''लेफ्टनंट हार्डिंगकडून मागून घे या वस्तू. आत्तापर्यंत किती वेळा तू मतदान केलंयस?''

''एकदाही नाही. जर कोंडी उभी राहिली तर तिला मी नक्की माझं मत देईन.''

त्यानं आपली वही मिटली, पेन बंद केलं. ''आत्ता इथंच थांबू या. नंतर परत कधीतरी येऊन मी आणखी काही गोष्टी विचारेन. तू चांगलं सहकार्य केलंस, थँक्स.''

''बरं... पण तुम्ही वेड्यांचे डॉक्टर आहात ना?''

''हो बरोबर.''

''तुम्ही ते सेक्सविषयीचे प्रश्नज्या तऱ्हेनं विचारलेत ना, त्यावरून ओळखलं मी.''

''चांगलं निरीक्षण आहे तुझं.'' असं म्हणून तो गेला. माझ्यावर न ओरडणाऱ्या, न खेकसणाऱ्या या एकमेव माणसाबरोबर गप्पा मारायला मला बरं वाटलं. कदाचित तो स्वत:च म्हणाला, त्याप्रमाणं परत येईलही माझ्याशी बोलायला.

लेफ्टनंट बीनिसनं लेफ्टनंट हार्डिंगला काहीतरी सांगितलं असावं, कारण लगेचच तो माझ्या कोठडीसमोर येऊन उभा राहिला.

“तुझी काहीतरी मागणी आहे डीफस?”

“ओ, हाय लेफ्टनंट. हो, मला माझे चारशे डॉलर्स परत हवे आहेत. साडेतीनशेच्या आसपास होते बहुतेक आणि कागद पेन पण हवंय, म्हणजे मी प्रीचर बॉबना पत्र लिहून हे जे चाललंय ते कळवू शकेन.”

“इथं तुला पैशांची आवश्यकता नाही. गरजेच्या सगळ्या गोष्टी तर आम्हीच देऊ. कागद पेनाचं म्हणशील तर संपूर्ण आणि प्रांजळ कबुली जबाबासाठीच कागद पेन मिळू शकतं.”

“पण मी काहीही केलेलंच नाहीये.”

“मग तुला त्याची जरुरीही नाही.”

“अं... पण मला माझी बाजू मांडायचीये.”

“यात डीनचा ठावठिकाणा आणि त्याच्या सुहृदांची माहिती असणारे का?”

“कोण सुहृद?” मला हे एखाद्या मैत्रिणीचं नाव वाटलं डीनला तर मैत्रीण असणं शक्यच नव्हतं.

“तुझ्या लेखी कबुलीजबाबात ही सगळी माहिती येणारे का?” डोळे मोठे करत तो विचारत होता. हा खरंच ठार वेडा माणूस हाता, यात शंकाच नव्हती.

“नाही...”

“डीफस, पुन्हा जर तू मला असं काहीही कारण नसताना आपल्या बराकीसमोर बोलावलस तर परिणाम भयंकर होतील. मला माझा वेळ फुकट घालवायला अजिबात आवडत नाही.”

तो पाय आपटत निघून गेला. प्रीचर बॉबला पत्र पाठवायचं नाही म्हणजे गोचीच झाली. पुढं सगळा अंधारच होता आणि तो जसा बोलत होता, त्यावरून माझ्या पैशांना पाय फुटलेले सरळ दिसत होते.

मी पुन्हा थोडा वेळ फेऱ्या मारल्या. गोल गोल नाही, सरळ रेषेत. तेवढ्यात फॉग्लर परत आला. मला वाटलं आपल्याच धुनकीत मी पुन्हा चुकून घिरट्या घातल्या असणार. पण तो काही माझ्यावर चिडलेला बिडलेला दिसत नव्हता. उलट छान हसत होता. म्हणजे बहुतेक मी त्याच्याबद्दल उगाचच काहीतरी मनात धरून बसलो असणार.

“चला डीफूसभाई, व्यायामाची वेळ झाली.” तो म्हणाला.

“माझं नाव डीफस आहे. डी डबल इ.”

“ए चिलटा, मला शुद्धलेखन शिकवू नकोस. मी सांगतो तेवढं करायचं बास. मागे वळ आणि हात माझ्याकडे कर.”

मी तसं केलं आणि त्यानं आधी गजातून आत हात घालून माझ्या हातात बेड्या अडकवल्या, मग दरवाजा उघडला. “बाहेर ये आणि मी थांब म्हणेपर्यंत सरळ चालत राहा.”

मी बाहेर येऊन चालायला सुरुवात केली तेवढ्यात तो खेकसला, "थांब. मी तिकडं जायला सांगितलं का? या इकडे जायचंय भडव्या."

मग मी आपला वळून उलट दिशेनं चालायला लागलो. कॉरीडॉरमध्ये कुठंही खिडकी नव्हती. थोड्या वेळात आम्ही एका उघड्या दारापाशी आलो. "डावीकडे." त्यानं हुकूम केला.

मी त्या खोलीत गेलो. तिथं लोखंडी गोलाकार खुर्च्या टेबलं होती आणि एक चांगली भक्कम खुर्ची एका बाजूला ठेवलेली होती. "बस तिथं." फॉग्लर भुंकला. मी आपला टेबलापाशी गेलो. पुन्हा तो किंचाळला, "तिथं नाही रे मूर्खा, त्या तिकडं."

त्यानं त्या मोठ्या खुर्चीकडं बोट केलं. मी तिथं जाऊन बसलो. त्याची मान मुरगाळायला माझे हात शिवशिवत होते. कसंबसं स्वत:ला आवरून मी ठरवल्याप्रमाणे दोस्तीचा सूर कायम राखला.

"ही रूम काय व्यायामासाठी आहे का? मस्तीची पाठशाला?"

"हो. इथंच मजा करायचीये."

"म्हणजे आता मला थोडा व्यायाम करायला मिळणार तर."

"हो भाऊ."

तेवढ्यात टीशर्ट आणि पँट घातलेले दोन तगडे गडी आत आले. त्यांच्या हातात बॉक्सिंगचे ग्लोव्हज होते. हे बहुतेक खेळाडू असणार, पण बॉक्सिंगचा आखाडा कुठं होता? त्यांच्या मागोमाग तो विमानातला ठोकळेबाज चेहऱ्याचा माणूस आला. म्हणजे विमान परत गेलं तरी तो परत गेलाच नव्हता किंवा कदाचित ते विमानही अजून इथंच असणार होतं. त्याच्याशी माझी चांगली जानपहचान झाली होती म्हणून मी त्याला बघून हॅलो केलं. पण त्यानं काहीच उत्तर दिलं नाही. मी इथं इतका थोडा वेळ होतो तरी मला कळून चुकलं होतं की, इथले झाडून सगळे जण उर्मट आहेत. सैनिकांनी असं असता कामा नये. खरंतर मलाही सैन्यात जायचं होतं पण टीव्हीवर कधी कधी ते झेंड्याला खाडकन सॅल्यूट ठोकताना वगैरे दाखवतात, तसा त्यांचा उद्धटपणा नाही दाखवत.

"ठीक तर मग," फॉग्लर चांगलं रुंद हसत म्हणाला, "डूफस, तुला इथं का आणलंय ते कळलंय का तुला?"

"बॉक्सिंग मॅच?"

"अगदी बरोबर. तू दिसतोस त्यापेक्षा खूपच हुशार आहेस. लीडन आणि क्रॉफ्ट तुला मॅच कशी खेळायची त्याचं थोडसं प्रात्यक्षिक दाखवणारेत. आवडेल ना?"

"बरं."

"अरे हा प्राणी चक्क बरं म्हणतोय! ती तुझ्या बुडाखालची खुर्ची आहे ना, ती प्रेक्षकाची खुर्ची आहे. तिथं आमचा विशेष पाहुणा बसतो आणि खेळ बघतो. चल तुझे हात मागे लांब कर."

मी तसं केल्यावर त्यानं माझ्या बेड्या खुर्चीला अडकवून टाकल्या. म्हणजे सगळे मॅच बघण्यात गुंग असताना मी पळून जाईन अशी भीती वाटली की काय त्यांना? पण मी काही इतका मंद नव्हतो. हे शक्य नाहीये हे मला दिसत होतं. लीडन आणि क्रॉफ्ट माझ्यासमोर येऊन उभे राहिले. ते ग्लॅडिएटर कसे एकमेकांना मारण्यापूर्वी सीझरसमोर उभे राहून परवानगी मागतात, 'मरणापूर्वी आम्ही आपल्याला शेवटचा सॅल्यूट करतो' म्हणतात, तसला काहीसा प्रकार होता. त्यांचं बॉक्सिंग सुरू होण्याआधी मी काहीतरी बोलावं याची ते वाट बघताहेत असं मला वाटलं. जणू मीच सीझर होतो. म्हणजे इथं असं काही असेल असं मला अजिबात वाटलं नव्हतं, पण मग मीच म्हणालो, "बरं, चला, सुरू करू या."

"ऐकलंत ना." फॉग्लर.

माझ्या दिशेनं पहिला ठोसा आला तेव्हाच काहीतरी गडबड आहे हे माझ्या लक्षात आलं. ते आपापसात खेळत नव्हते. माझ्या थोबाडावर सणकन एक ठोसा बसला. मी त्या खुर्चीतनं जवळ जवळ उडालोच. खुर्चीचेही दोन पाय उचलले गेले. गंमत नाही करते, खरंच. पुन्हा दाणकन खुर्ची जमिनीवर आली. मी सावरण्यापूर्वीच दुसरा वार झाला. पुन्हा रागळं तरांच. तिसऱ्यांदा छाताडावर लगावलं त्यांनी, तेव्हा माझा श्वास एकदम बाहेर पडला आणि मला पुन्हा श्वासच घेता येईना. तेव्हा मला समजलं की ही काही बॉक्सिंगची मॅच नाहीये. हा निराळाच प्रकार होता. माझा पंचिंग बॅगेसारखा वापर करत होते ते. फॉग्लरनं छान युक्ती केली होती. नाझी लोकांच्या छळछावणीसारखी खोली होती ही. मारून मारून हालत करून टाकायची आणि शत्रूच्या चढाईचे पुढचे बेत जाणून घ्यायचे. फक्त त्या जमान्यात अशा प्रसंगात तो हिरो फार तर आपलं नाव, हुद्दा आणि रजिस्ट्रेशन नंबर सांगे आणि पुन्हा मार खाणे चालूच राही. याचा अर्थ मी हिरो होतो, पण मला यात मजा येत नव्हती.

त्यांनी जास्त करून माझ्या डोक्यावर आणि पोटावर मारलं पण त्यांना खुर्ची मध्ये येत असल्यामुळं माझ्या किडनीला धक्का पोचवता आला नाही. माझ्या कानात चित्रविचित्र आवाज यायला लागले होते. ते थांबत तर नव्हतेच, उलट प्रत्येक फटक्याबरोबर ते वाढतच चालले होते. जणूकाही मी एका खळाळणाऱ्या नदीत गटांगळ्या खात होतो आणि दर दहा-पंधरा सेकंदांनी पुन्हा पुन्हा खडकावर आपटत होतो. थोड्या वेळानं ते मारायचे थांबले. मी डोळे उघडले तेव्हा तो ठोकळा माझ्यासमोर हातात सिगारेट घेऊन उभा होता. तिथं ॲश ट्रे नसल्यामुळं त्यानं खाली जमिनीवर राख झटकली आणि तो म्हणाला, "डीन लोरी कुठाय आणि त्याचे साथीदार कोण कोण आहेत?"

"डीन मेलाय... मीच मारलंय त्याला... म्हणजे माझा तसा हेतू नव्हता..."

माझा स्वत:चाच आवाज मला वेगळा वाटला. टेप बीप केला तर येतो ना,

तसा, मेकॅनिकल. आधी कधी मी माझा असला आवाज ऐकला नव्हता. लोक जेव्हा आपला टेप केलेला आवाज ऐकतात, तेव्हा तो आपलाच आवाज आहे ह्यावर त्यांचा स्वत:चाही विश्वास बसू शकत नाही.

''पण मग बॉडी कुठाय?''

''मला नाही माहीत. मी त्याला पुरलं होतं, पण मग कुणीतरी पुन्हा उकरलं.''

''तू आत्तापर्यंत हेच तर सांगत होतास. वेगळं काहीच नाही यात.''

''मला माहितीये...''

तो वळला आणि मी पुन्हा एकदा त्या धारेखाली गटांगळ्या खाऊ लागलो. बराच वेळ हेच चालू होतं. मग एकदाचे ते थांबले आणि मी वर येऊ शकलो. माझ्या कानात रक्त साकळलं होतं. पुन्हा तो समोर आला आणि पुन्हा डीनविषयी विचारायला लागला. मी तेच उत्तर दिलं पण त्याला हे ऐकायचं नव्हतं. पुन्हा एकदा गटांगळ्या. आता ते थांबले नाहीत तर मी बुडून मरणार असं वाटलं मला, पण शेवटी ते थांबले एकदाचे. जणूकाही त्यांना माझे विचार ऐकायला आले. नवीन सिगारेट शिलगावून राख खाली सांडत तो पुढे आला.

''डीफस, मी काय म्हणतोय ते ऐकू येतंय का?''

''अं...''

''मी काय विचारतोय त्याचं उत्तर दे म्हणजे ताबडतोब हे थांबेल. मी शब्द देतो.''

माझा काही त्या माणसाच्या शब्दावर विश्वास नव्हता पण मला असं हात मागं बांधलेल्या अवस्थेत आणखी मारही खायचा नव्हता. म्हणून मी म्हणालो, ''बरं...'' शत्रूसमोर आपले बेत मी उघड करणार होतो. कारण मुख्य म्हणजे हे सगळं जुनं पुराणं झालं होतं. सांगून टाकलं तरी काय फरक पडणार होता?

''डीन लोरी कुठाय आणि त्याचे साथीदार कोण कोण आहेत?''

''डीन'' मी भसकन श्वास घ्यायचा प्रयत्न करत म्हटलं.

''हां?''

''डीन...''

''त्याचं काय?''

''तो मेला.''

''मला शेंडी लावू नकोस डीफस.''

''आणि मी त्याला आय ७० वरच्या एका ड्रेनेजच्या पाईपमध्ये लपवलं.''

''आता कसं बोललास! पण हा तर खूप लांबच्या लांब हायवे आहे.''

''ओग्लाच्या पलीकडे... पश्चिमेला... तिथला पाईप... कापलेलं गवत ठेवायच्या प्लॅस्टिकच्या पिशवीत गुंडाळलीये त्याची बॉडी.''

“हे तरी खरं आहे ना? बघ हं नाहीतर पस्तावशील.”

“खरंय.”

त्यानं आपला फोन काढला आणि कुणाला तरी ही नवीन माहिती द्यायला लागला. मी पुन्हा एकदा मूर्खपणा केलाय हे माझ्या लक्षात आलं. तिथं डीन सापडला नाही, की माझं काही खरं नाही हे मला साफ दिसायला लागलं. पण आत्तापुरता तरी तो मार थांबला ह्याचंच मला हायसं वाटलं. ठोकळ्यानं फोन बंद केला आणि फॉग्लरला खूण केली. खुर्चीवरून माझी सुटका केली गेली आणि मला एक धक्का देऊन कॉरीडॉरमध्ये ढकललं गेलं. माझा तोल गेला.

“उठ रे, पडून राहू नकोस, चल ऊठ पटकन.” फॉग्लर खेकसला.

मी उठलो आणि त्यांनी मला पुन्हा त्या कोठडीत आणून बंद केलं. तिथे माझ्या बेड्या काढता काढता फॉग्लर म्हणाला, “तुला बोलतं करायला काही फार वेळ लागणार नाही. तुला बघितल्याबरोबर माझ्या लक्षात आलं होतं की तू एकदम फुसका आहेस. नुसतं गदागदा हलवलं तरी फटाफट आपल्या मित्रांची माहिती देऊन मोकळा होशील. ग्लोव्हजनी जरा कुठं तुला थोपटलं की झाली आपली याची रडायला सुरुवात. इतकं वाईट वाटलं मला, पण असं वागणाऱ्या एखाद्या मर्दाबद्दल मला आदर तर सोडाच, सहानुभूती देखील वाटत नाही.”

प्रामाणिकपणे सांगायचं तर मला सुद्धा आवडत नाही असलं काही. त्यांचा मार थांबावा म्हणूनच केवळ मी हे खरं सांगायचं नाटक केलं होतं. आता मी खोटं बोललो हे त्यांना कळल्यावर माझी खरी परीक्षा होती. त्यानंतर मी कितीही जीव तोडून खरं सांगितलं तरी त्यांचा विश्वास बसणं कठीण गेलं असतं. ह्या खोटारडेपणासाठी मला जबरदस्त मार खावा लागणार होता. माझ्या नरडीचा घोट घ्यायला अतिशय दुष्ट सैतान पुढच्या वळणावर दबा धरून बसला होता. आपल्या मालकाच्या हुकमाची तो जणू वाटच बघत होता. मी माठपणा केला होता आणि त्याची किंमत मला चुकवावी लागणार होती या कल्पनेनंच माझा थरकाप होत होता आणि म्हणे मी हिरो.

ठीक, आता जेव्हा या गोष्टी होतील तेव्हा मला त्यांना धीरानं सामोरं जावं लागणार होतं. फॉग्लर अजूनही माझ्या कोठडीबाहेर उभा होता. वेडपटासारखा हसत होता आणि मला वेडावून वगैरे दाखवत होता. जणूकाही मी म्हणजे कुठला तरी घाणीत वळवळणारा किडा होतो. मी सहज त्याला धरून त्या गजांमधून आत ओढू शकलो असतो आणि त्याचा माझ्याविषयीचा गैरसमज दूर करू शकलो असतो. पण असलं काहीतरी करणं म्हणजे उद्याचं मरण आजच ओढवून घेतल्यासारखं झालं असतं. माझं खोटं उघडकीला आल्यावर जे होणार होतं ते आत्ताच झालं असतं. मला तर मध्ये थोडा वेळ जायला हवा होता, माझा धीर एकवटण्यासाठी म्हणून. मग मी सरळ त्याच्याकडे बघून डोळा मारला आणि हसलो. त्याला याचा अर्थच लागेना. त्यामुळं तो एकदम पेटला.

"तू काय माझ्या प्रेमात पडलायस की काय डूफस? आं? काय? माझ्याबरोबर घाणेरडे चाळे करायचेत की काय तुला?"

मी आपला तो निघून जाईपर्यंत हसतमुखानं उभा राहिलो. मग मी त्या कॉटवर अंग टाकलं. तो दबा धरून बसलेला सैतान माझ्यापाशी यायला अंदाजे किती वेळ आहे याचाच मी विचार करत होतो. माझं डोकं आणि शरीराचा वरचा भाग त्या ठोशांनी तुडवला गेला होता. प्रत्येक अवयव स्वतंत्रपणे ठणकत होता. एक बरं होतं, निदान मला त्यांनी नुसतं हातांनंच मारलं होतं, लोखंडी कांबीनं नाही. कदाचित ती पुढची पायरी असेल. नंतर वाट्याला येणाऱ्या यातना, वेदना यासाठी मी मनाची तयारी करायला हवी होती. त्यापुढे आजची ही बॉक्सिंगची मॅच म्हणजे मला त्यांनी हळुवार मिठी मारली आणि माझे पापे घेतले असंच म्हणावं लागेल. मी अमेरिकेतच होतो हा माझा भ्रम आता दूर झाला होता. हा दुसराच कुठला तरी लांबचा प्रदेश होता. पिक्चरमध्ये दाखवतात तशी, सज्जनांची जीत आणि दुष्टांची हार असं असायला हवं होतं. इथलं लाइफ जोकच होता सगळा. त्यांना खोटं सांगून मी आता खऱ्या खुऱ्या दुनियेत प्रवेश केला होता. मी डोळे घट्ट मिटून घेतले आणि देव जर खरोखर कुठं असेलच, तर त्यानं निदान मला सगळं सहन करायची शक्ती द्यावी अशी प्रार्थना केली. शेवटी मलाच सगळ्याला तोंड द्यावं लागणार होतं हे मला माहीत होतं. हा भयानक विचार मनात घोळवत असतानाच मला झोप लागली. बहुतेक वेळा, मी घाबरलो की सरळ झोप काढतो. कशी काय आयडिया?

सतरा

कॅन्सासच्या पोलिसांनी, मी सांगितलेल्या ठिकाणी डीनचा छडा लावण्याचा प्रयत्न एकदम फटाफट केला असावा किंवा मग ओग्लाच्या पश्चिमेला त्या हायवेवर ड्रेनेजचे पाईपच नसावेत. कारण रात्रीच्या जेवणापूर्वीच तो ठोकळा पुन्हा माझ्यासमोर हजर झाला. गजांपाशी उभा राहून तो बराच वेळ माझ्याकडं एकटक बघत राहिला. मी पण त्याच्याकडे बघत होतो. एकदा तरी चुकून माकून त्याच्या थोबडावर वेगळा भाव दिसू शकेल का, असा माझा विचार चालू होता. एखाद्या लहान मुलाच्या वाढदिवसाच्या पार्टीला गेल्यावर तरी हा पठ्ठ्या हसेल, का नाहीच हसणार? खडकात कोरलेल्या पुतळ्यासारखं सतत आपलं, तोंडावरची सुरकुतीही हलणार नाही असं मख्खासारखं काय उभं राहायचं?

''डीफस, तू मला फसवलंस. तू खोटं बोललास आणि मी ते खरं समजून वर कळवलं. माझ्या रेकॉर्डवर याची नोंद झालीये. माझं रेकॉर्ड हे माझ्यासाठी अतिशय महत्त्वाचं आहे आणि तू सरळ तिथंच घाण करून ठेवलीस.'' त्याच्या तोंडाचा पट्टा सुरू झाला.

मला जवळ जवळ त्याची दयाच आली. मग मी मनाशी म्हटलं की, हा स्वत: काही चांगली कामं करणारा माणूस नाहीये, मग मी त्याच्या रेकॉर्डची चिंता कशाला करू? ''मी जेव्हा तुम्हाला खरं सांगितलं तेव्हा तुम्ही माझ्यावर विश्वास ठेवला नाहीत म्हणून मग मी खोटं बोललो.'' मी म्हणालो.

''हो. तू साफ खोटं बोललास.''

''मी तुम्हाला अगदी सुरुवातीला जे काही सांगितलं, त्या व्यतिरिक्त आता दुसरं काहीही बोललो तरी ते खोटंच असणार हे एव्हाना तुम्हाला कळायला हवं असं मला वाटतं. तुम्ही मला मारून मारून माझं इतकं भुसकट करणारात, की शेवटी मी तुम्हाला जे हवंय तेच बोलेन, पण ते साफ खोटं असणार कारण खरं

काय ते मी तुम्हाला केव्हाच सांगून टाकलंय, तरी तुम्ही खरं सांगितल्याबद्दल मला चोपलंत. मला जे काही माहितीये ते सगळं मी केव्हाच क्रॉस, डीडल आणि तुम्ही, तुम्हा तिघांनाही सांगितलंय. फक्त झालं काय की, तुम्हाला कुणालाच हे ऐकून घ्यायचं नव्हतं. तुम्हाला वेगळंच काहीतरी काढून घ्यायचं होतं माझ्याकडून. म्हणजे, आज मी जे सांगितलं तसलं काहीतरी. तुम्ही मला वाट्टेल तेवढं मारा, त्यानं काहीही फरक पडणार नाही. खरं काये ती सत्य परिस्थिती सांगतोय मी तुम्हाला.''

त्यानं बराच वेळ माझ्याकडे बघितलं. तो इतका वेळ बघत होता की, मला वाटलं की मी जे काही बोललो ते तो आपल्या मनाशी घोळवून बघत होता आणि हळूहळू त्याला ते पटत होतं. मी आता जे बोलत होतो ते शंभर टक्के खरंच असायला हवं होतं. मला खोटं बोलण्याचं काही कारणच नव्हतं. थोड्या वेळानं तो म्हणाला, ''आता असं सांगायचं ठरवलंस ना तू? सत्य काय आहे यावर एक छोटंस भाषण द्यायचं, एकदम मनापासून बोलण्याचं नाटक करायचं. मी तुझ्यावर विश्वास ठेवावा असं तुला वाटतंय आणि का, तर तू केवळ सत्य आणि सत्यच सांगतोयस म्हणून. असंच म्हणायचंय ना तुला?''

''होय.''

तो माझ्याकडं पाहून हसला. त्याच्या त्या दगडी चेहऱ्यावरच्या रेषा हलू शकतात तर! पण ते हसू फार भयंकर होतं. एखाद्या मगरीनं आपला जबडा फाकवावा तसं. ''छट, मला नाही हे पटते.'' तो म्हणाला आणि तेव्हाच मी कळून चुकलो की हा दगडी प्राणीही लेफ्टनंट हार्डिंग्जसारखाच ठार वेडा आहे. मला जे कल्पनेतही नको होतं, तो दबा धरलेला दुष्ट सैतान वगैरे, त्यापेक्षाही भयानक असं प्रत्यक्षात घडणार होतं. माझ्या पोटात खड्डा पडला पण मी हे त्याला दिसू दिलं नाही. कारण त्यात काही अर्थच नव्हता. मी त्याला आधीच संपूर्ण सत्य सांगून झालं होतं. ते त्याच्या दगडी भेजात शिरलंच नव्हतं. नुसतंच गळून गेलं होतं सगळं. माझं सत्य आणि त्याचं सत्य यात फरक होता. तुम्हाला वाटेल की सत्य म्हणजे सत्य. जसं झाडू म्हटलं की झाडूच. दोन माणसं जर झाडूच्या दोन बाजूला उभी राहिली तर तो झाडू आहे यावर त्यांचं एकमत होणारच ना. पण इथं काय झालं होतं की, मी ज्या झाडूकडं बघत होतो त्या झाडूकडं हा ठोकळा बघतच नव्हता. तो आपला कचऱ्याचा डबाच बघत बसला होता आणि या बाबतीत मी काहीच करू शकत नव्हतो हे सगळ्यात वाईट होतं.

''मी वाट बघणार आहे तुझी.'' तो म्हणाला.

तो त्या मस्तीच्या पाठशालेकडे निघून गेला. मला जरा खोलवर श्वास घ्यायला लागला. थोड्याच वेळात माझं मालिश सुरू होणार होतं. त्या वेदनांसाठी मी तयार असायला हवं होतं पण माझी तयारी होत नव्हती. संपूर्ण दुपारभर मी

मनापासून प्रयत्न करत होतो. नंतर फॉग्लर जेव्हा बेड्या घेऊन आला, तेव्हा त्याच्याबरोबर आणखी दोन सोल्जर्स होते. हे वाट बघणं संपल्याबद्दल मला एक प्रकारे बरंच वाटलं. चला, आता पुन्हा यातना सुरू होणार होत्या.

यावेळी ते दोन्ही बॉक्सर्स आणि तो ठोकळा आधीच त्या खोलीत हजर होता. मी काही त्यांना माझ्या कोठडीवरून जाताना पाहिलं नव्हतं. म्हणजे मला वाटलं होतं त्यापेक्षा ही जागा बरीच मोठी होती. मला जिथून आत आणलं त्या खेरीज इतरही दरवाजे असणार होते. जागा कितीही मोठी असली तरी मला यामुळे काही फरक पडत नव्हता. माझ्यासाठी या इमारतीत फक्त दोनच खोल्या होत्या, एक माझी कोठडी आणि दुसरी ही खोली. मला पुन्हा त्या खुर्चीवर बसवलं जाईल असं वाटलं मला, पण फॉग्लर म्हणाला, "मागच्या वेळेपेक्षा या वेळी जास्त मजा करू या. या वेळी तू मोकळा असणारेस आणि स्वत:च संरक्षणही करू शकणारेस. आपला बचाव कसा करायचा ते माहितीये ना तुला डूफस?"

हे ऐकून मला जरा बरं वाटलं. आता मी पण दोन लगावू शकणार होतो. प्रत्युत्तर देऊ शकणार होतो. म्हणजे, असं मला वाटलं. मी जरी सैनिक नसलो तरी शोराड होतो आणि लीडन आणि क्रॉफ्टनं माझं भर्ज करण्यापूर्वी माझे चार दोन ठोसे तरी त्यांना बसलेच असते. पण फॉग्लरच्या म्हणण्याचा असा अर्थ नव्हता. झालं काय, तर त्या लोकांनी माझे हात मागे बांधलेले होतेच शिवाय त्यानं माझं डोकं एका पिशवीत कोंबलं. मला ते अजिबात आवडलं नाही, कारण आता मला काहीही दिसू शकत नव्हतं. डोक्यावर घट्ट बांधलेल्या असल्या पिशवीइतकं वाईट काहीही असूच शकत नाही.

मग त्यांनी मला मारायला सुरुवात केली. ते हवी तेव्हा हवी तशी पिटाई करत होते. सकाळी ते माझ्या किडनीवर मारू शकले नव्हते, आता तो वचपा निघत होता. मध्येच एकदम डोक्यावर किंवा पोटात बुक्का बसायचा. मी त्या खोलीत नुसता भिरभिरत होतो. आता पुढं कुठं मारणार, कुठल्या दिशेनं हल्ला होणार ते मला समजणं शक्यच नव्हतं. अजून भरपूर धुलाई बाकी आहे एवढंच कळत होतं. मी इतका धडपडत होतो की, मध्येच एकदम भिंतीवर जाऊन आदळत होतो. एकदा तर माझं डोकं इतक्या जोरात आपटलं भिंतीवर की मी खाली पडलो. मी पुन्हा उठून उभा राहीपर्यंत ते निवांत थांबले. मी खाली पडलो असताना तरी निदान त्यांनी मला लाथा घातल्या नाहीत याबद्दल खरं तर मला त्यांचे आभार मानावेसे वाटले. ही अशी दयाबुद्धी त्यांच्याकडे असणं थोडं विचित्रच होतं. या छोट्याशा ब्रेकनंतर पुन्हा माझा खुराक सुरू झाला.

ते हातचं राखून मारत नव्हते, कारण त्यांनाही दम लागत होता. पिशवीच्या आत मला त्यांचा भराभर चाललेला श्वास ऐकू येत होता. माझाही भाता चालूच

होता. पिशवीत डोकं घालून श्वास घेणं फार अवघड होतं. पुरेसा ऑक्सिजन न मिळाल्यामुळे मी मध्येच बेशुद्ध पडलो. मागच्या वेळेसारखंच. मी पुन्हा आपल्या पायांवर उभा राहीपर्यंत ते स्वस्थ होते. फक्त यावेळी मला त्यांचे आभार मानावेसे वाटले नाहीत. माझ्याजवळ आता कुठलीच भावना शिल्लक राहिली नव्हती. पिशवीच्या आत नीट श्वास घेणं यावरच माझं लक्ष एकवटलं होतं. शिवाय मी गोल गोल फिरत होतो, पाय फुटलेल्या पंचिंग बॅगसारखा. त्यांच्या लेखी मी माणूस नव्हतो तर फक्त पूर्णपणे मोडून निकालात निघेपर्यंत आपला हात साफ करण्याची एक चीज होतो.

मी तिसऱ्यांदा खाली पडलो तेव्हा माझा श्वास जवळ जवळ थांबलाच होता. छातीत अडकल्यासारखं झालं होतं. नव्यानं श्वास घेण्याची ताकदच नव्हती उरलेली. तेवढ्यात माझ्या कानाशी कुणीतरी बोललं. म्हणजे, कुणीतरी माझ्याजवळ वाकून काहीतरी सांगत होतं, "फक्त तूच हे सगळं थांबवू शकतोस. खरं काय ते सांगून टाक आणि मोकळा हो. पुरे कर हे." बॅगेच्या आत मला त्याच्या सिगारेटचा वास येत होता. इतका घाण होता तो! त्याला जी माहिती हवी होती, ती मी आधीच दिलेली होती. आता नव्यानं सांगण्यासारखं माझ्याकडे काहीही नव्हतं. गुद्दे जरा वेळ थांबले होते, त्यामुळं तेवढ्या वेळात मी श्वास घ्यायचा प्रयत्न चालवला होता. यासाठी तरी या संधीचा फायदा उठवायलाच हवा होता, पण मी आव असा आणला होता की, जणूकाही मी त्याच्या बोलण्याचाच विचार करतोय. त्याचा वेडेपणा लक्षात घेतला तर तो जे सांगत होता त्याला काहीही अर्थ नव्हता.

पुन्हा उठून उभं राहायचं आणि मार खायला सुरुवात करायची अशी बिलकूल इच्छा नव्हती माझी. म्हणून मग मी जितका वेळ खाली पडून राहणं शक्य आहे तितका वेळ तसाच पडून राहिलो. मी काय करतोय ते ठोकळ्याच्या लक्षात आलं आणि त्यानं त्या दोघांना मला उठवायला सांगितलं. पुन्हा मार एके मार सुरू झाला. आता तर ते आणखी खुन्नसमध्ये मारत होते. मी खाली पडलो होतो तेव्हा लीडन आणि क्रॉफ्टलाही अनायसे दम खायला मिळाला होता. एवढं होऊनही मी काहीही बोलत नाहीये म्हटल्यावर ते सॉलीड पिसाटले होते. कारण आताचे गुद्दे जास्त जोरात यायला लागले होते. अगदी जीव खाऊन बुकलत होते मला. कसा खरं सांगत नाही ते बघूया, असं मनात म्हणत असावेत. मी बिचारा काहीही करू शकत नव्हतो. कारण बेंबीच्या देठापासून कोकलून सत्य परिस्थिती सांगून सुद्धा माझी सुटका होणं शक्य नाहीये हे मला कळून चुकलं होतं.

राहून राहून माझ्या मनात एकच विचार येत होता. कधी ना कधी हे संपेलच. लीडन आणि क्रॉफ्ट दोघंही दमेपर्यंत मला मार खावा लागणार होता. मी एवढीच प्रार्थना करत होतो की, दाराबाहेर नव्या दमाची पंचिंग टीम ग्लोव्हज् वगैरे घालून

हे कधी दमताहेत याची वाट बघत उभी नसली म्हणजे मिळवली. नाहीतर आता ते लोक पुन्हा सुरू करायचे आणि मला व्यवस्थित तुडवायचे. जर दुसरी टीम आली तर मात्र मरण आलेलं बरं असं वाटेल याची मला खात्री होती. इतकी माझी परिस्थिती वाईट झाली होती.

शेवटी मानेवर बसलेल्या एका फटक्यानं मी भेलकांडत भिंतीवर जाऊन आपटलो. दाणकन डोकंच शेकलं ना माझं! डोळ्यांसमोर काजवे चमकले. त्यामुळे मी खाली पडलो आणि मग मात्र उठूच शकलो नाही. त्यांनी मागच्या वेळेसारखं मला उभं करायचा प्रयत्न केला, तेव्हा मी सरळ बेशुद्ध असल्याचं नाटक करत खाली कोसळत होतो. ''बास झालं हे. एवढंच बास. टाका नेऊन कॉटवर,'' ठोकळा म्हणाला. ते ऐकून मला पुन्हा एकदा त्याचे आभार मानावेसे वाटले. खरं तर त्याच्याच सांगण्यावरून माझी पिटाई झाली होती त्यामुळं मला त्याचा राग यायला पाहिजे होता. पण आत्तापुरतं का होईना, तो हे थांबवतोय म्हटल्यावर मला बरंच वाटलं. स्वत:च्याच अशा उलट सुलट विचारांवर माझा विश्वास बसत नव्हता.

कसंतरी लळतलोंबत उचलून मला माझ्या बराकीत नेण्यात आलं आणि तिथल्या बेडवर माझं मुटकुळं फेकलं गेलं. माझ्या हातातल्या बेड्या काढून ते निघून गेले. त्यांच्या पावलांचा आवाज ऐकू येईनासा झाल्यावर मी माझं डोकं चाचपलं. अजूनही ती पिशवी तशीच होती. माझ्या चेहऱ्याला सगळीकडून सूज आली होती. थोड्याच वेळात ती आणखी वाढली असती. असा सणसणीत मुका मार बसला की असंच होतं. मी चेहऱ्यावरून हळूहळू ती पिशवी काढून टाकली. थोडी जरी हालचाल झाली तरी मला प्रचंड वेदना होत होत्या. नुसती डोक्यावरची पिशवी काढणंसुद्धा भारी पडलं मला. पण मग बाहेरच्या मोकळ्या थंड हवेनं मला जरा बरं वाटलं. मी पिशवी खाली टाकून दिली आणि नुसता समोरच्या पांढऱ्या आढ्याकडे बघत पडून राहिलो. मग सावकाश मान थोडी वळवल्यावर मला बराकीच्या गजांपाशी उभा असलेला ठोकळा दिसला. मला तिथे परत आणल्यापासून सतत तिथे स्वस्थ उभं राहून माझं काय चाललंय ते तो बघत होता.

''मला वाटलंच होतं की तू नाटक करतोयस म्हणून. तरीही मी तुला थोडी विश्रांती द्यायचं ठरवलं.'' तो म्हणाला.

मी थँक्यू वगैरे म्हणावं असं त्याला वाटलं असावं. मी मात्र जरा वेळानं त्याच्यावरची नजर काढून घेतली. मला तो डोळ्यांसमोरही नको होता.

''मी अतिशय दुष्ट आहे असं वाटतंय ना तुला? पण मला हे करणं भाग होतं. तुझ्यासारख्या हलकटांपासून सगळ्या लोकांचं रक्षण करणं आवश्यक आहे. हेच तर काम आहे माझं. मी माझं काम चोख केलं तर मग माथेफिरू लोक बॉम्बस्फोट

करून माणसांच्या चिंधड्या उडवू शकणार नाहीत. तू पोपटासारखा पटापटा बोलायला सुरुवात करत नाहीस तोपर्यंत मला माझं काम चालूच ठेवावं लागणार. पहिल्यांदा तू अगदीच मुळमुळीत वाटलास, पण आत्ता दुसऱ्यांदा जरा जास्त वेळ तग धरलास म्हणजे तू कोडगा व्हायला लागलायस. मला फार वाईट वाटतं या गोष्टीचं. कारण काय माहितीये? तू कितीही टग्या असलास, तरी मी तुला बोलतं करणारच. यापूर्वीही अनेकदा केलंय मी हे. इथे केलंय, इतर ठिकाणी केलंय. प्रत्येक वेळी या सगळ्याचा शेवट ठरावीकच असतो. आम्हाला जी माहिती हवी असते ती माहिती आम्ही समोरच्याकडून मिळवतोच आणि जर त्याला खरंच काही माहीत नसेल, म्हणजे तुझ्या बाबतीत तसं काही नाहीये, पण तरीही सांगतो. जर कुणाच्या बाबतीत असं काही झालंच, तरीही आम्ही त्याला अर्धमेला करतोच आणि तो कायमचा अर्धमेलाच राहतो. मला माहीत आहेत या गोष्टी. अशा अर्धमेल्या माणसाला नुसतं बघणंही वाईट असतं. जर त्याच्याकडे काहीही माहितीच नसेल आणि तरीही त्याची अशी स्थिती झाली तर मग तर तुझ्या भाषेत सांगायचं झालं, तर अल्ला मालिक! समोरच्याकडे सांगण्यासारखं काही आहे का नाही याची खात्री करून घेण्यासाठी तरी आम्हाला आमचं काम करावंच लागतं. जेव्हा आमची खात्री पटते तेव्हाच आम्ही थांबतो. मग तोपर्यंत ते सुरू होऊन कितीही वेळ का झालेला असेना. पण माझ्या तावडीत सापडलेला माणूस मात्र आयुष्यभर अपंगच राहतो. पुन्हा पूर्वीसारखं नाही जगू शकत तो. मरण आलं तर सुटू असं वाटायला लागतं त्याला. असंच होतं पुढे. हे तू किंवा मी बदलू नाही शकत. कोणीही बदलू शकत नाही. त्यामुळं उद्या पुन्हा सुरुवात होईल तोपर्यंत विश्रांती घे. जेव. लवकरच भेटू पुन्हा. आज डेझर्टला तुला आईसक्रीम मिळेल. मला आवडतं ते. सगळ्यांनाच आवडतं म्हणा! उद्या मात्र तुला काहीही खावसं वाटणार नाही बघ. का माहितीये? कारण तुझ्या तोंडातली बत्तिशी शिल्लक नसणारे उद्या.''

तो निघून गेल्यावर थोड्या वेळानी कोठडीत घुमणारे त्याचे शब्द शिशाच्या उकळत्या पाण्याप्रमाणे माझ्या कानात शिरले. त्याच्या बोलण्यावर माझा पूर्ण विश्वास बसला. शब्द न शब्द खरा होणार असं वाटलं.

रात्रीचं जेवण आलं. पिझ्झा आणि तो म्हणाला होता तसं आईसक्रीम. मेन गेटजवळच्या मेसमधून जेवण येतं म्हणाला तो गार्ड. एवढं सगळं खाणं बनवायचं म्हणजे चांगली मोठी मेस असणार तिथे. तुरुंगात पिझ्झा वगैरे मिळेल असं स्वप्नात सुद्धा आलं नसतं. घरी मागवला की जसा पुठ्ठ्याच्या खोक्यातून येतो, तसा खोक्यातून आला होता. फक्त वर 'पिझ्झा हट' किंवा 'डॉमिनोज' असं नाव नव्हतं. भरपूर चिकन आणि चीज घातलं होतं. 'चवदार जेल पिझ्झा' असं वर लिहायला हरकत नव्हती. पाच मिनिटांत तुमच्या कोठडीत नाही पोचला तर पैसे वापस! बरोबर

कोकाकोला पण होता. तोंड दुखत असल्यामुळे मला अगदी सावकाश खावं लागत होतं. उद्या तोंडाचं बोळकं झाल्यावर हे पदार्थ समोर आले तर मला कसं वाटेल याचाच मी विचार करत होतो. कदाचित ठोकळ्याला फक्त मला घाबरवायचं असेल. तो यात जिंकला मात्र होता. माझी परत एकदा जाम फाटली होती.

जेवण झाल्यावर मी त्या बेडवर बसून कुठे कुठे कितपत लागलंय ते बघत होतो. सगळीकडे इतकं दुखत होतं की उठावं आणि सरळ रेषेत फेऱ्या माराव्यात असं मनातही येत नव्हतं. फिरताना मी भेलकंडलो असतो आणि चक्कर येऊन गोल फिरलो असतो तर पुन्हा लफडं झालं असतं, म्हणून मग मी स्वस्थ बसलो आणि जिभेवरची आईसक्रीमची चव आठवत राहिलो.

तेवढ्यात अचानक ते पुन्हा आले आणि पुन्हा एकदा मी त्या मस्तीच्या पाठशालेत गेलो. मला खूप वाईट वाटत होतं. कारण ठोकळा तर म्हणाला होता की, आता पुन्हा उद्या भेटू या म्हणून. मार खायला अजून वेळ आहे असं मला वाटावं, आणखी वेदनांसाठी मी तयार असू नये, हा त्यांचा बेत होता. खोटारडा. भेंचोद. माझी बिलकूल मानसिक तयारी नव्हती. मला त्याचा भयंकर राग आला होता. एकदम तिरस्कारच वाटायला लागला होता. तो आधीच जाऊन त्या खोलीत उभा असणार. ॲश ट्रे आजूबाजूला नसतानाही सिगारेटी फुंकत. पुन्हा एकदा माझं डोकं पिशवीत कोंबण्यापूर्वी एक-दोन सेकंदच मी त्याला बघू शकलो. थंप थंप थंप... माझा मार आपला परत सुरू झाला.

तेवढ्यात एकानं कुणीतरी पूर्ण ताकदीनिशी माझ्या पोटात ठोसा मारला. नुकतेच माझ्या पोटात गेलेले सगळे पदार्थ परत वर आले आणि मला त्या पिशवीतच उलटी झाली. तो वास इतका घाणेरडा होता की नुसत्या वासानं मला परत ढवळलं. पोटातला शेवटचा कण बाहेर पडेपर्यंत माझी ओकाओकी सुरूच होती. हे होत असतानाही त्यांचा हात थांबलेला नव्हता. शेवटी मी खाली बसलो आणि पाय पोटाशी घेऊन अंगाचं मुटकुळं केलं. आता तरी ते क्षणभर थांबतील असं मला वाटलं. म्हणजे मला जरा दम खाता आला असता. पण त्यांचा तसा अजिबात इरादा नव्हता. मला चार-पाच सेकंदही द्यायला ते तयार नव्हते. मी खाली बसल्याबरोबर त्यांनी जोरजोरात माझ्या पाठीत वगैरे लाथा घालायला सुरुवात केली. पिशवीच्या आत घाणीचं अस्तर तयार झालं होतं. वास तर इतका मारत होता, की ही घाण माझ्या पोटातून बाहेर आलीये यावर माझा विश्वासच बसत नव्हता. हागणदारी झाली होती नुसती.

गुद्दे, लाथा, ठोसे बरसतच होते. मी फक्त संपूर्ण लक्ष एकवटून तोंडानी श्वास घ्यायचा प्रयत्न करत होतो. म्हणजे तो वास थोडा तरी कमी वाटला असता. तेवढ्यात एक लाथ बसली आणि मी कोलमडलो. ते जरा मागे हटले असावेत.

ठोकळा माझ्या जवळ येऊन उकिडवा बसला आणि म्हणाला, "डीन लोरी कुठाय आणि त्याचे साथीदार कोण आहेत?" मी काहीच बोलू शकलो नाही. मी हे त्याला आधीच सांगितलं होतं. काय माहीत, आता बहुतेक त्यालाही माझ्याकडून उत्तराची अपेक्षा वगैरे नसावी. तेवढ्यात पुन्हा एकदा, मी खाली पडलो असतानाच सुरुवात झाली. यावेळी बुक्के नव्हते तर नुसत्या पेकाटात बुटांच्या लाथा होत्या. हे सैनिकांचे खिळेवाले बूट होते. नेहमीचे आपले साधे बूट नव्हते. पाठीत, हातावर, पायावर कुठेही एकदम कचकन् बसायची लाथ. "डोक्यावर नको." ठोकळा सांगत होता. पुन्हा एकदा मला त्याला थँक्स म्हणावसं वाटलं. त्याच्याबद्दल असं काही मनात येणंही चूक आहे हे जाणवल्यावर तर मला आणखीनच वाईट वाटायला लागलं.

काहीही करून थोडा वेळ तरी ह्या वेदनांचा विसर पडावा, लक्ष दुसरीकडे जावं म्हणून मग मी लाथा मोजायला लागलो. जेव्हा आकडा वीस- तीस- चाळीसच्याही वर गेला, तेव्हा मला त्यांचं जाम आश्चर्य वाटायला लागलं. एका गरीब बिचाऱ्या, हात मागे बांधलेल्या आणि डोक्यावर प्लॅस्टिकची पिशवी घातलेल्या माणसाला ते न थकता त्रेचाळीस- चव्वेचाळीस- पंचेचाळीस वेळा लाथांनी बुकलू शकत होते. माझ्याकडून सत्य काढून घेण्यासाठी ते कोणत्याही थराला जाऊ शकत होते. छपन्नाव्या लाथेनंतर ठोकळ्यानं त्यांना थांबायला सांगितलं. या वेळी मी मात्र काहीही वाटण्याच्या पलीकडे गेलो होतो. त्यानं मार थांबवल्याबद्दल सुद्धा माझ्या मनात काहीही विशेष उमटलं नाही.

त्यांनी मला उचललं आणि बराकीत आणून टाकलं. यावेळी त्यांनी डोक्यावरची प्लॅस्टिकची बॅग तर सोडाच, पण बेड्याही काढायची तसदी घेतली नव्हती. त्यामुळं ती बॅग माझी मलासुद्धा काढता येणार नव्हती. एवढा मार खाल्ल्यावर मला दम लागणं साहजिकच होतं. त्यामुळं मी तशाच स्थितीत भराभर श्वास घेण्याचा प्रयत्न करत होतो आणि दर वेळी श्वास घेताना तो घाण वास माझ्या नाकात भिनत होता. ठोकळा हे जाणून होता. दुसऱ्याला जास्तीत जास्त त्रास कसा देता येईल, याचे सगळे प्रकार त्याला व्यवस्थित माहीत होते. एकामागून एक काढत होता तो. म्हणजे किचनमधली एखादी मिक्सर ग्राइंडरसारखी वस्तू वापरताना कसं आपण कोणतं ब्लेड वापरायचं, कोणतं भांडं ठेवायचं असा विचार करतो ना, तसं चाललं होतं त्याचं. विशेष यातनावीर होता हा ठोकळा, डॉक्टर फीलबॅड.

निघून जाण्यापूर्वी तो मला म्हणाला, "तू निराश झालायस हे मला दिसतंय डीफस. म्हणून थोड्या वेळानं तुला एक फोन येईल अशी व्यवस्था केलीये मी. तुला तुझ्या मंगेतरचा आवाज ऐकायला आवडेल ना? केवळ तुझ्यावर मेहरबानी म्हणून करतोय मी हे. खूप प्रेम करतोस ना तिच्यावर? असणारच. त्यामुळंच तिचा आवाज ऐकल्यावर जरा बरं वाटेल तुला. मी सांगतो ना." तो गेला तरी त्याच्या बुटांचा

आवाज घुमत राहिला. बराकीचं दार बंद झालं होतं. लोरेनशी बोलायचंय म्हटल्यावर माझ्या मनात आलं, ते सुटकेचं नाटक करून तिनं मला इथे असं अडकवल्यावर आता आम्ही एकमेकांशी बोलणार तरी काय होतो? मला नादी लावताना तिचं कोल कॉनर्सबरोबरचं झंगट चालूच होतं. जर ठोकळा म्हणाला तसं आम्ही खरंच एकमेकांशी बोलू शकणार असतो, तर तिनं हे केलं त्याबद्दल मला काय वाटलं ते छानपैकी सुनावलं असतं मी तिला. नाही तरी ह्या बाईशी केव्हा तरी असं बोलायलाच हवं होतं.

असाच तासभर गेला असेल. मी त्या घाणीतच बुडालो होतो. मग कुणीतरी येऊन माझ्या बेड्या काढल्या. मी आधी ती बॅग काढून टाकली आणि भराभर स्वच्छ ताज्या हवेत श्वास घेतला. कॉरिडॉरमध्ये ते काहीतरी आणून ठेवत होते. टेबल होतं एक. पण मला ताबडतोब ते काय करताहेत हे जाणून घ्यायची अजिबात इच्छा नव्हती. वेळ आल्यावर बघता आलं असतं. माझी आणखी हालत करायचाच प्रयत्न होता तो हे तर नक्की. तरी शेवटी न राहवून मी बघितलं, तर त्यांनी एक लॅपटॉप आणि त्याच्या बाजूला एक टेपरेकॉर्डर आणून ठेवला होता. मला तर काही रागजतच नव्हतं. गा गोष्टींमुळे ते मला आणखी त्रास कसा काय देऊ शकणार होते?

व्हिडिओ सुरू केल्याबरोबर त्यांचा डाव माझ्या लक्षात आला. समोरच्या स्क्रीनवर मी दिसत होतो. खुर्चीत बसलो होतो आणि माझ्या छातीला काहीतरी बांधलं होतं. माझ्या हाताला ब्लडप्रेशर बघताना लावतात तसलं काहीतरी लावलं होतं. हाताच्या पंजाला कसली तरी वायर जोडली होती. कॅलिस्टोच्या पोलीस स्टेशनमधल्या लाय डिटेक्टर टेस्टची टेप होती ती! लॅरी डेटननं ती टेप मला विकायचा प्रयत्न केला होता. तशाच प्रकारे त्यानं ती टेप गव्हर्नमेंटला विकली असावी असं माझ्या मनात आलं. पण ही काही संपूर्ण टेप नव्हती अँडी वेबनं मध्येच पचकून इंटरव्ह्यूचा विचका केला तो भाग यात नव्हता. ज्योडीला त्याच्या लाडक्या इअरलिंगला मारावं लागणार होतं याचाच विचार करकरून मी त्या टेस्टची वाट लावली होती तो भाग नेमका होता. एवढीच टेप पुन्हा पुन्हा बघावी लागेल असं सगळं आखलं होतं त्यांनी. सारखा सारखा मी आपला विचित्र काहीतरी बरळताना दिसत होतो. मला स्वत:लासुद्धा मी पागल वाटत होतो.

तेवढ्यात त्यांनी तो टेप रेकॉर्डर सुरू केला आणि मग तर हालतच झाली. लोरेनचा फोन एफबीआयनं टॅप केला होता ना, त्यावेळचं काही तरी मधलं अधलं बोलणं ऐकू येत होतं. ती माझ्याशी बोलत नव्हती, तर माझ्याविषयी कोल कॉनर्सशी बोलत होती. ऐकायला अतिशय त्रास होत होता. ती सांगत होती, की मी एकदम नालायक आहे, माठ आहे पण तुरुंगात सुरक्षा रक्षक म्हणून माझा उपयोग होऊ

शकतो. मग ते आदल्या रात्री त्यांनी काय काय केलं, उद्या काय करायचं त्याबद्दल घाण घाण बोलायला लागले. वर्णनं करायला लागले. मध्येच ते एका डार्क डीडबद्दल बोलले. भगवान जाणे हा काय प्रकार होता, पण कोलला माहीत होता आणि आवडतही होता. कारण तो एकदम म्हणाला, "आयला! दाखव बघू." ह्या टेपचा पण तेवढाच भाग रिपीट होत होता. सगळ्यात गंमत म्हणजे कॉम्प्युटर आणि टेप एकदम चालू असल्यामुळे मी टेप ऐकून रडतोय असं दिसत होतं. लोरेन घाणेरडं बोलत असताना मी लहान बाळासारखं भोकाड पसरलं होतं असं वाटत होतं. मला वाईट वाटावं, त्रास व्हावा म्हणून ठोकळ्यानं मुद्दाम हे लावलं होतं. पण त्याचं चुकलं होतं. असा लाथाबुक्क्यांचा मार खाण्यापेक्षा हे लोरेनचं माझ्याविषयीचं बोलणं ऐकणं आणि मला स्वत:ला रडताना पाहणं हे कमी त्रासदायक होतं. याचाही त्रास होत होता, पण वेगळ्या प्रकारे. हा मानसिक छळ होता, शारीरिक नाही. मस्तीच्या पाठशाळेतल्या प्रकारापेक्षा हे कधीही बरं होतं. सहन करता येण्याजोगं होतं. ठोकळ्याला अपेक्षित होता तसा काही परिणाम माझ्यावर झाला नाही यामुळे मला चक्क बरंच वाटलं. हुर्यो.

थोड्या वेळानं ते रडणं आणि घाणेरडं बोलणं दोन्ही ऐकू येईनासं झालं. मी सरळ त्या आढ्याच्या कॅमेऱ्यावर नजर खिळवली आणि बहुतेक दुसऱ्याच कुठल्यातरी विचारात गुंगलो असेन. मी इथे आलो ह्यात माझी काहीही चूक नव्हती. केवळ नशीबच सालं गांडू. उद्या आणखी काहीतरी भयानक पुढ्यात येणार इ. इ. विचार चालू होते. तेवढ्यात पुन्हा फॉग्लर आला. आता त्याच्या हातात पोलिसांकडे असतो तसा दंडुका होता. तो जोरजोरात कोठडीच्या गजांवर आपटत तो म्हणाला, "डूफस मला प्रचंड वैताग देतोयस तू. प्रत्येक वेळी मी तिथं मॉनिटर बघतो तर तू आपला तिथंच नजर खिळवून बसलेला. तू असं माझ्याकडे एकटक बघितलेलं मला चालणार नाही. मला तुझ्याकडे बघावं लागतंय तेवढं पुरेसं खराब आहेच. पण तू असं उलट बघतोस ते डोक्यात जातंय माझ्या. कॅमेऱ्यावरून तुझी नजर हटव. कळलं? आत्ताच्या आत्ता. तुझ्या करमणुकीसाठी म्हणून तर हा टीव्ही लावलाय ना. मग कॅमेऱ्याकडे कशाला बघत बसतोस? डफ्फर साला."

मी सरळ त्याच्याकडे दुर्लक्ष केलं आणि कॅमेऱ्याकडेच बघत बसलो. त्यामुळं तो सॉलिड पेटला. "तू जर हे कॅमेऱ्याकडे बघणं थांबवलं नाहीस, तर मी आत येऊन तुला जन्माची अद्दल घडवीन. मस्करी नाही करते मी."

तरीही मी नजर हटवली नाही. त्याला असं चिडवण्यात मला मजा यायला लागली होती. तो काही आत येणार नव्हता. नुसती भंकस करत होता. म्हणजे, मला तसं वाटलं. पण तेवढ्यात त्यानं बराकीचं दार उघडलं आणि दंडुका उगारून तो एकदम माझ्या अंगावर आला. एखाद्या पिक्चरमधल्या स्लो मोशनसारखं वाटत होतं.

पण माझे विचार एकदम फास्ट धावत होते. माझ्या बेड्या काढलेल्या होत्या हे बहुतेक तो विसरला असावा. तो पुरेसा जवळ आल्यावर मी उडी मरून त्याचा दंडुकावाला हात पकडला आणि जोरात पिरगाळला. शेवटी असह्य झाल्यावर त्याच्या हातातून दंडुका गळून पडला. झाल्या प्रकारानं तो जाम चकित झालेला दिसत होता. त्याचा थोबडा एकदम लालेलाल झाला आणि त्यानं ओरडण्यासाठी म्हणून तोंड उघडलं. मला हे चाललं नसतं. आवाज ऐकून सगळे सोल्जर्स धावत आले असते आणि त्यांनी माझी चटणी केली असती. केवळ या मूर्खाला कामाच्या वेळाव्यतिरिक्तही मला त्रास द्यायला आवडत होतं म्हणून त्यानं काहीतरी खुसपट काढलं होतं. मी त्याच्या दंताडावर एकच ठोसा लगावला. या धक्क्यातून तो सावरण्यापूर्वीच मी त्याच्या छाताडात दुसरा ठोसा मारला. भसकन त्याचा श्वास बाहेर पडला.

मला हा आवाज खूप आवडला. केवळ हा आवाज ऐकण्यासाठी मी आणखी एक सॉलीड दिला असता, पण आता फुसकन बाहेर येण्यासारखं काहीही त्याच्या छातीत शिल्लकच राहिलेलं नव्हतं.

गग गी त्याचे दोन्ही हात मागे खेचले आणि त्याला तिथल्या केमिकल टॉयलेटपाशी नेलं. आल्यापासून मी ते दोन-तीनदा वापरलं होतं. त्या घाणीत मी त्याचं डोसकं गळ्यापर्यंत बुडवलं. गुदमरून तो लाथा झाडायला लागला पण मी त्याला सहजासहजी सोडणं शक्य तरी होतं का, अजिबात नाही. आणखी अर्धं मिनिट त्याला तसंच दाबून धरल्यावर मी त्याला वर काढलं आणि धड श्वासही न घेऊ देता गरगर फिरवून बराकीच्या भिंतीवर दाणकन आपटलं. सिमेंटचं पोतं जसं बदकन पडतं तसा तो ढेपाळून खाली पडला. त्याला असं कोसळताना पाहून मी खूप खूश झालो. खरं तर त्याला ठारच मारायचं मनात होतं. माझ्या लाथा बुक्क्यांनी त्याला तुडवून, त्याचे डोळे बाहेर काढून अगदी हालहाल करावेत असं वाटत होतं मला. गंमत नाही करते, खरंच. असं काही मनात येणं हे वेडेपणाचं लक्षण आहे हे मला माहितीये, पण तुमची सहनशक्ती संपली की असंच होणार. माझी आज संपली होती. माझ्या हातून या हरामजाद्या फॉग्लरचा खून होऊ नये म्हणून मला स्वत:ला कसंबसं थोपवून दुसऱ्या कशावर तरी सगळा राग काढणं गरजेचं होतं. म्हणून मग मी कॉरीडॉरमध्ये गेलो. तो कॉम्प्युटर उचलला आणि सगळी शक्ती एकवटून लांब भिरकावून दिला. पलीकडच्या टोकाच्या एका दरवाजावर आपटून तो खाली पडला आणि त्याचे सगळे भाग सुटे होऊन इकडे तिकडे पसरले. मला समाधान वाटलं. ते म्हणत होते तसा मी रड्या डीफस नव्हतो. मग मी तो टेप रेकॉर्डरही जोरात जमिनीवर आपटला. बास झालं लोरेनचं घाणेरडं बोलणं.

ज्या दारावर तो कॉम्प्युटर आपटला होता ते दार उघडलं गेलं. हातातलं पिस्तूल माझ्या दिशेनं रोखत तीन सोल्जर्स आतून बाहेर आले. मी माझ्या बराकीत जाऊन दार आपटून बंद केलं. मग फॉग्लरपाशी जाऊन त्याचा दंडुका काढून घेतला. ते तिघं माझ्या कोठडीपाशी आले तोपर्यंत मी तो दंडुका फॉग्लरच्या हनुवटीखाली घट्ट रुतवला होता. ढालीसारखा त्याला पुढे करून मी त्याच्या मागे लपलो होतो. हे बघितल्यावर ते थबकले. ''एक पाऊल जरी पुढे आलात तरी जीवच घेईन याचा'' मी म्हणालो.

''सोड त्याला आधी... सगळं ठीक होईल.'' एक जण म्हणाला.

''काहीही ठीक होणार नाहीये. त्याला सोडलं की तुम्ही माझ्यावर तुटून पडाल. आधीच मी भरपूर मार खाल्लाय. पुरेसा आहे तो. तेव्हा मसणात जा.''

''हे बघ दोस्ता, तू स्वत:चीच परिस्थिती आणखी अवघड करून ठेवतोयस.''

''हो मला माहितीये पण मला काही फरक नाही पडत.''

मी दंडुका आणखी आवळला आणि फॉग्लरच्या घशातून काहीतरी विचित्र आवाज आला. आता काय करावं ते त्या सोल्जर्सना समजेना. पुढे काय म्हणून आम्ही नुसतंच एकमेकांकडे बघत राहिलो. फॉग्लरच्या डोक्याला घाणीचा आणि केमिकल्सचा वास मारत होता. तो माझ्या नाकात भिनत होता.

तेवढ्यात लेफ्टनंट हार्डिंग आला. समोर जे दिसत होतं त्यावर त्याचा विश्वासच बसत नव्हता. ''सोड त्या माणसाला.'' तो माझ्यावर ओरडला पण माझी पकड ढिली झाली नाही. तो पुन्हा ओरडला. मग त्यानं त्या सोल्जर्सना आत घुसून मला पकडायचा हुकूम दिला. पण कोणालाही आत यायची इच्छा नव्हती. माझं डोकं ठिकाणावर नाहीये हे त्यांना दिसत होतं. मी त्यांनाही मारलं असतं. मग त्या झटापटीत माझं काय झालं असतं त्याची मला पर्वा नव्हती.

हार्डिंगनं मग वेगळा मार्ग काढला. त्यानं आपल्या चेहऱ्यावरचे भाव बदलले. मी सगळं बघत होतो. आवाजात एकदम मऊपणा आणून नाटकीपणे तो माझ्याशी गोड गोड बोलायला लागला. ''माझं जरा ऐकतोस का डीफस? तू माझ्या माणसांशी असं नाही वागू शकत. त्याला सोड आणि आम्ही मागे हटतो, ठीके?''

''तुम्ही खोटं बोलताय.''

''नाही रे बाबा नाही. आता ऐक, मी तुला शब्द देतो... त्याला सोड, झाल्या प्रकाराबद्दल तुला काहीही शिक्षा होणार नाही. खरंच.''

''मला काहीही माहीत नाहीये आणि मी काहीही केलेलं नाहीये!''

''हो रे बाबा, मला समजलंय. ही प्रश्नविचारणारी माणसं माझी नाहीयेत. ते दुसरं डिपार्टमेंट आहे. तू ज्याला पकडलंयस तो मात्र माझा माणूस आहे. म्हणून मी सांगतोय की त्याला तेवढं सोड, पुन्हा तो तुझ्या वाऱ्यालाही उभा राहणार नाही. मी

वचन देतो. हे बघ, मी एक ऑफिसर आहे आणि तुला शब्द देतोय. जर ह्याचं महत्त्व कळत असेल, तर तुझ्यासाठी हा एकच मार्ग आहे हेही कळू शकेल तुला. यातच शहाणपणा आहे. त्याला सोड आणि तो पुन्हा तुझ्या नजरेलाही पडणार नाही ही जबाबदारी माझी. ठीके?''

''आणि मला काहीही शिक्षा होणार नाही?''

''अजिबात नाही.''

''आणखी फोन कॉल्स पण नाहीत.''

''एकही फोन कॉल नाही.''

''आणि एक टीव्ही.''

''काय?''

''मला टीव्ही हवाय. मला आवडतो टीव्ही बघायला.''

''बरं बाबा टीव्ही. पण आता एवढंच, त्याला सोडून दे आणि आपण समजू की असं काही घडलंच नाही. शिवाय तुझ्या या बराकीत तुला टीव्ही मिळेल.''

''आणि गरम पाणी, साबण आणि बदलायला कपडे. या कपड्यांना वास मारतोय.''

''बाथरूममध्ये शॉवर घे तू. नवे कपडे पण देऊ. आणखी काही?''

''भूक लागलीये. जेवायला हवंय मला. आधी जेवलो ते सगळं उलटून पडलंय.''

''आणखी एकदा जेवण? ठीक. झालं का आहे अजून काही?''

''तुम्ही ऑफिसर म्हणून वचन देताय मला.''

''आधीच सांगितलंय की तसं. आता उगाच वेळ नको घालवायला. त्या माणसाचं लक्षण काही ठीक दिसत नाहीये.''

''ठीके तर मग. ऑफिसरचा शब्द.''

''अगदी योग्य असंच वागतोयस तू डीफस.''

''इथे केबल टीव्ही आणू शकता का?''

''या राज्यात बाहेर मिळते ती प्रत्येक गोष्ट इथे मिळू शकते.''

मी फॉग्लरवरची पकड सैल केली. तो खोकत खोकत आणि तोंडानं भसाभस श्वास घेत खाली कोसळला. तो आवाज ऐकायला फार मजा येत होती. त्यानं तसंच बसल्या बसल्या घसपटत माझ्यापासून लांब दाराकडे जायला सुरुवात केली. तो कॉरीडॉरमध्ये पोचल्यावर आता ते माझ्या अंगावर धावून येतील म्हणून मी तयारीत राहिलो पण असं काहीही घडलं नाही. त्यांनी हात देऊन फॉग्लरला उठवलं आणि दोघं जण त्याला घेऊन निघून गेले. बाकीच्यांनी दरवाजा लावून घेतला आणि ते होते तिथेच उभे राहिले.

"तो दंडुका." हार्डिंग म्हणाला.

मी चान्स घेतला आणि चालत चालत गजांपाशी येऊन त्याला दंडुका दिला.

त्यानं मला थँक्स म्हटलं आणि ते सगळे निघून गेले.

मी वाट बघत होतो. त्यांनी दाराला कुलूप घातलं नव्हतं याचा अर्थ हार्डिंगनं वचन दिलं होतं त्याप्रमाणे ते टीव्ही घेऊन येणार होते. म्हणजे बहुतेक किंवा कदाचित ते आणखी वेगळंच काहीतरी आणणार होते. त्यानं मला शब्द दिला होता खरा, पण त्याला काही किंमत नव्हती. इथला प्रत्येक जण साला साफ खोटारडा होता. विश्वास ठेवण्यासारखा एकही जण नव्हता. मी फॉग्लरला सोडलं, कारण नाही तरी असं किती वेळ मी त्याला पकडून ठेवणार होतो? ते किती वेळ असं नुसतं बघत थांबणार होते? त्यांनी सरळ अश्रुधूर वगैरे आणला असता ना. म्हणून मला त्याला सोडावं लागलं. आता ते दिलेला शब्द पाळतात का ते मला बघायचं होतं. मला वाटत होतं की ते तसं काहीही करणार नाहीत.

तेवढ्यात ते आले. हार्डिंग पण आला. ते बराकीबाहेर उभे राहिले. एक चांगली गोष्ट म्हणजे आता त्यांच्याकडे पिस्तुलं नव्हती. एकाच्या हातात छोटा पोर्टेबल टीव्ही होता. हे आणखी छान होतं. म्हणजे बहुतेक माझा अंदाज चुकला असावा. आधी कॉम्प्युटर ठेवला होता त्याच टेबलावर आता त्यांनी टीव्ही ठेवला. बॅटरीवर चालणारा असावा कारण वायर, प्लग वगैरे दिसत नव्हतं. मग एकानं गजातून आत हात घातला. त्याच्या हातात जुन्या इलेक्ट्रिक शेव्हरसारखं काहीतरी होतं. ते तो मला देत होता पण तेवढ्यात त्यानं त्याच्यावरचं कुठलंतरी बटण दाबलं. त्यातून सटकन काहीतरी सुटलं आणि चाकूसारखं टोकदार असं काहीतरी माझ्या अंगात साईडला घुसलं. त्या खेळण्यातून दोन वायर्स निघाल्या होत्या, त्या माझ्या बरगडीपर्यंत आल्या होत्या. हा काय प्रकार असावा याचा मी विचार करत होतो, तेवढ्यात कुणीतरी माझा पत्ता कट केला असं मला वाटलं. अचानक हिसके देत मी खाली पडलो. माझा माझ्या शरीरावर ताबाच उरला नव्हता. त्यांनी पुन्हा एकदा मला शॉक दिला. एखादा बेवडा जर भरपूर दंगा करत असेल तर त्याला पकडण्यासाठी पोलिसांकडे असली गन असते, तशा प्रकारची गन होती ही. दुसऱ्या शॉकनं माझे आचके थांबले आणि मी अगदी मेल्यासारखा पडून राहिलो.

पुन्हा एकदा मी जमिनीवर आलो होतो. माझा मेंदू सोडला तर इतर सर्व अवयव बधिर झाले होते. हालचालीची थोडी देखील शक्यता नव्हती. ते आत आले आणि माझ्याभोवती कोंडाळं करून उभे राहिले. मी त्यांच्याकडे बघितलं. मला त्यांचा प्रचंड तिरस्कार वाटत होता कारण आता ते माझं पार भजं करू शकत होते. मला मारून टाकणंही सहज शक्य होतं त्यांना. त्यांच्या हातात दंडुके किंवा ग्लोव्हज वगैरे दिसत नव्हते. पण लाथा घालायच्या झाल्या तर खिळेवाले बूट सगळ्यांच्याच पायात होते.

हार्डिंग माझ्याजवळ खाली बसला आणि म्हणाला, "आम्हाला जे हवंय ते तू दिलं नाहीस, त्यामुळं हे असं होतंय बघ. ह्या अतिशय महत्त्वाच्या गोष्टीत आम्हाला तुझी मदत हवीये पण तू तर अजिबातच सहकार्य करत नाहीयेस." त्यानं ती गन हातात घेतली आणि तो उभा राहिला. "पाण्याचा मारा करा त्याच्यावर." तो सोल्जर्सना म्हणाला. मला तर पाईप बीईप कुठे दिसत नव्हता. विचित्रच होतं हे, पण तेवढ्यात त्यांनी आपापल्या पँट्स खोलल्या आणि माझ्या अंगावर चक्क लघवी करायला सुरुवात केली. तिघं जण होते. हार्डिंग नव्हता त्यांच्यात. बहुतेक ऑफिसर्स असलं काही तरी करत नसावेत. एका हलकटानं तर बरोबर माझ्या चेहऱ्याला निशाणा केलं होतं. माझ्या जखमेवर मीठ चोळणाऱ्या या हरामखोराला तर मी सोडलं नसतं. त्यांचं झाल्यावर हार्डिंगनं त्यांना जायला सांगितलं आणि ते गेले.

मग तो खाली झुकून माझ्याकडे बघत म्हणाला, "असं करणं बरोबर नाही असं तुला वाटत असेल, पण एक गोष्ट कायम लक्षात ठेव. तू माणूस नाहीयेस, तर अतिरेकी आहेस. माणसाच्या रूपातला अतिरेकी. आमच्यासारखं वागायचा विचारही तुझ्या मनात येऊ शकत नाही म्हणून तर तू असलं काहीतरी करत राहतोस. हे अतिशय वाईट आहे आणि कुणीतरी तुला थांबवायलाच हवं. मी तुला थांबवणारे. म्हणजे, आम्ही सगळे मिळून तुला थांबवू. तुला जे हवंय ते मिळण्याची सुतराम शक्यता नाहीये. अमेरिकेनं गुडघे टेकून शरण यावं असं वाटतंय तुला, पण हे कधीही घडणार नाही. तू जर ठार वेडा नसतास, तर हे सहज लक्षात आलं असतं तुझ्या. आख्ख्या जगात अमेरिकेएवढा श्रेष्ठ दुसरा कुठलाही देश नाहीये आणि पुढे होणारही नाही. जगानं दुसरा कुठला एवढा बलाढ्य देश बघितलेलाही नाही. काही झालं तरी अमेरिकेला कोणीही थांबवू शकणार नाही. मुंगीनं हत्तीशी पंगा घ्यावा तसं झालंय तुझं. मला जर तुझा तिरस्कार वाटत नसता, तर तुझी कीव नक्की आली असती. सगळ्यात वाईट गोष्ट म्हणजे तू अमेरिकेत जन्मलायस. तू जर दुसऱ्या कुठल्यातरी टोपी किंवा बुरखेवाल्या भणंग देशातून आला असतास तर मी समजू शकलो असतो की तू आत्तापर्यंत केवळ उकीरडेच बघितलेले आहेस. पण तू तिथला नाहीयेस. तू वायोमिंगचा रहिवासी आहेस. तिथले लोक तर जाम भडकले असणार तुझ्यावर. डीफस, आता तू पुन्हा कधीही आपल्या घरी जाऊ शकणार नाहीस. तू सगळं सांगून टाकलंस तरी त्यानंतरही तुला कुठल्या तरी तुरुंगाचीच हवा खावी लागेल. तुझ्या स्वत:च्या संरक्षणासाठी तरी नक्कीच. तिथेही तुला एकांतवासात अंधारकोठडीतच ठेवलं जाईल, कारण तिथले इतर कैदी हे सच्चे अमेरिकन्स असणार. त्यांना तुझा इतका राग आलेला असेल, की सरळ मारूनही टाकतील तुला. माझ्या हातात असतं तर मी तुला सगळ्यांच्या मध्ये सोडलं असतं आणि चोवीस तासांत तू कसा हाल हाल होऊन मरतोस ते आनंदानं बघितलं असतं. पण

काय करणार, आम्ही अमेरिकन्स खूप दयाळू आहोत ना, त्यामुळं तुला जगवलं जाईल. म्हणजे समोर आलेल्या त्या आयुष्याला तू जगणं म्हणू शकलास तर. आम्हाला जे हवंय ते सांगून टाक डीफस, म्हणजे तू इथून बाहेर पडशील आणि कुठल्या तरी साध्या तुरुंगात तुझी रवानगी करण्यात येईल. तिथलं हवा पाणी, वातावरण इथल्यापेक्षा खूप चांगलं असणारे. सहकार्य हा एकमेव उत्तम पर्याय आहे तुझ्यापुढे. विश्वास ठेव माझ्यावर.'' तो ताठ उभा राहिला. ''मी दिला शब्द पाळणारा माणूस आहे, त्यामुळं तुला तुझा टीव्ही मिळेल.''

मला तसंच घाणीत लोळत ठेवून तो निघून गेला. मी अजिबात हलू शकत नव्हतो. त्यानं दरवाजा बंद करून त्याला कुलूप घातल्याचा आवाज मी ऐकला. कॉरिडॉरमधला टीव्ही चालू करून तो निघून गेला. मला कोणाच्या तरी बोलण्याचा आवाज ऐकू येऊ लागला पण कोण काय बोलतंय ते समजत नव्हतं. माझ्या आयुष्यातला हा सगळ्यात वाईट काळ होता. तिघांच्या लघवीत लडबडून आढ्याकडे बघत पडून राहायचं. गरम पाणी नाही, दुसरे कपडे नाहीत, जेवणही नाही. पण हे सगळं मला मिळेल असं मला वाटलंच नव्हतं. त्याच बरोबर ही अशी लघवीची अंघोळ घडेल असंही वाटलं नव्हतं. ह्या अपमानाची मला मनापासून शरम वाटत होती. अगदी भोकाड पसरून रडावसं वाटत होतं. त्यांनी माझ्यावर जे इतर अत्याचार केले त्याची बोच नसती तर मी रडलोच असतो. इतकी मारझोड झाली होती, की आता रडणंही शक्य नव्हतं. फक्त शांतपणे पडून राहायचं आणि मनात आणायचं की, मी गाढ झोपेत आहे आणि हे मला पडणारं एक भयानक स्वप्नच आहे. पण खरं तर हे स्वप्न नव्हतं.

थोड्या वेळानं मला जरा जरा हलता यायला लागलं. मी उठून बसू शकलो. आणखी थोड्या वेळानं उभा राहू शकलो. माझा तो घाणेरडा वासवाला केशरी ड्रेस मी काढून कोपऱ्यात फेकून दिला. चक्क उघडा नागडा बसून समोरच्या टीव्हीवर दिसणारी चित्रं बघू लागलो. मला टीव्ही दिसत होता, पण भेजात काहीही शिरत नव्हतं. मला काय म्हणायचंय ते समजतंय ना तुम्हाला? तो कार्यक्रम संपला आणि बातम्या लागल्या. पहिल्या तीनेक बातम्यांनंतर माझ्याविषयी सांगायला सुरुवात झाली. बरोबर. ते चॅनेल १२ वाल्या शेरॉन झायग्लरने घेतलेल्या इंटरव्ह्यूचे फोटो दाखवत होते. सगळं काही फक्त माझ्याबद्दल नव्हते सांगत, फीनी मायर्सविषयी सुद्धा बोलत होते ते. सुटकेचं नाटक करून झाल्यावर एफबीआयनं पार डेनव्हरपर्यंत माझ्या गाडीचा पाठलाग केला असणार. मग माझ्यामागे केन्सास शहरापर्यंत आले असणार. त्या लिफ्ट मागणाऱ्या मुलाला, वेन्डेल एम्सला पकडल्यावर त्यांनी फीनीचा इंटरव्ह्यू घेतला होता. या मुलानं, गाडी कोणाकडे द्यायला सांगितलीये असं विचारल्यावर फीनीचं नाव सांगितलं असणार, त्यामुळं आता तिचा इंटरव्ह्यू चालू

आहे. ती सांगतीये की मी किट कार्सन हायस्कूलमध्ये होतो हे तिला आठवतंय पण आमच्यात मैत्री नव्हती. पुढे ती म्हणाली की, "ओडेल डीफसला तर दहशतवादी हा शब्दसुद्धा धड लिहिता येणार नाही, मग तो स्वत: तसलं काही करणं तर दूरची गोष्ट. तो दहशतवादी कारवायांत सामील आहे असं काही म्हणणं हा जोकच आहे." हे मात्र छान बोलली ती. थँक्यू फीनी. मला ती शाळेतली फीनी आठवत होती. पण आता ती खूप वेगळी दिसत होती. केसांची स्टाईलही वेगळी होती आणि शिवाय नाकातही चमकी का काय ते घातलं होतं. अगदी कॉलेजमधल्या मुलींसारखी दिसत होती. बातमीत पुढे त्यांनी सांगितलं की मी एफबीआयला तपासकामात मदत करतोय. हे खरं नव्हतं. मी त्या ठोकळ्याबरोबर विमानात चढलो तेव्हाच एफबीआयनं माझा पिच्छा सोडला होता. पण कदाचित त्या बातमीदाराला हे माहीत नसावं.

तेवढ्यात समोर जे दिसलं त्यानं मला एकदम धक्काच बसला. काही बातमीदार माझ्या म्हाताऱ्या बापाच्या मागे लागले होते आणि तो कॅमेऱ्यापासून झपाझप लांब पळत होता. त्यांना त्याच्याकडून त्याच्या अतिरेकी मुलाबद्दल माहिती हवी होती पण त्याला बोलायचं नव्हतं. पळता पळता तो एवढंच म्हणत होता की, "मला त्याच्याबद्दल काहीही माहीत नाहीये, काहीही नाही." हे वाक्य खरं होतं आणि त्यानं ते खूप पूर्वीच म्हटलेलं असण्याची शक्यता होती. माझ्याविषयी एवढीच बातमी होती. एकूण सगळा मिनिटभराचा मामला आणि त्यातही बरीचशी लपेट.

त्यांच्या भाषेत उर्वरित बातम्या चालू होत्या, पण मला बहुतेक झोप लागली असावी. मध्येच मला प्रीचर बॉबचा आवाज ऐकू आला. त्याचा शुक्रवारचा रात्रीचा कार्यक्रम सुरू झाला होता. आज तो खूप चिडल्यासारखा वाटत होता. सारखा चश्मा पुसत होता. मध्येच एकदा चुकून बायबलच्या टेबलाला त्याचा पाय लागला. तो एवढा अपसेट का आहे तेही मला कळलं.

"दोस्तांनो, तुमच्यापैकी ज्यांनी माझा मागच्या आठवड्यातला कार्यक्रम बघितला असेल, त्यांना आठवेल का, मी तेव्हा सेनेटर लेटन केचमची प्रशंसा केली होती. तुम्हालाही माझं म्हणणं तेव्हा पटलं असेल. ते आपले अध्यक्ष व्हायला एकदम लायक उमेदवार आहेत असं म्हटलं होतं मी. अजूनही माझं हेच स्पष्ट मत आहे आणि मी ते उघडपणे मांडतोय. आपल्या या महान देशात आपली मतं मांडण्याचं स्वातंत्र्य सर्वांना आहे. आपल्याला घटनेनंच हा अधिकार दिलाय. पण मला काय कळलंय ते ऐकायचंय का तुम्हाला? आपल्या समाजातली काही थोर मंडळी या अधिकारावर गदा आणण्याचा विचार करताहेत. तुम्ही हे म्हणणं ऐकलंच असेल की, चर्च आणि राज्य यांना विभक्त करायचं. यावर माझ्याप्रमाणेच तुमच्याही मनात आलं असेल की, याचा अर्थ मी माझ्या चर्चमध्ये माझी मतं मांडू शकणार नाही असा होत नाही. पण आता माझ्या वकिलांतर्फे ही विक्षिप्त माणसं माझ्यापर्यंत असा अर्थ

पोचवताहेत. हो, मी वकील नेमलेला आहे. जीझस कायम माझ्या पाठीशी असतोच, पण तरीही काही काही भौतिक प्रसंगांमध्ये आपला वकील असणं बरं असतं.''

समोरच्या सभेतून जोरदार हशा आला. त्यानं पुन्हा चश्मा पुसला आणि खाली सोडला त्याला अडकवलेल्या चेनमुळे तो त्याच्या छातीवर लोंबकळू लागला. त्यानं बायबल हातात घट्ट पकडलं. ''पाळण्यासारखे जेवढे काही नियम आणि कायदे आहेत ते सगळे या पुस्तकात उपलब्ध आहेत. देवानं मोझेसद्वारा आपल्याला सांगितलेल्या चांगल्या नियमांसोबत इतरही काही कायदे आपल्याला पाळावे लागतात. चांगले पटण्यासारखे कायदे. पण दोस्तांनो काय होतं माहितीये का, हे माणसांनी बनवलेले कायदे आहेत ना, त्यातून सोईस्कररीत्या कसाही अर्थ काढता येतो. एकच नियम, पण दोन वेगवेगळी माणसं आपापल्या सोईनं वेगवेगळा अर्थ लावतील आणि नेमकं इथेच आपल्या पुढच्या वादाचं बीज रोवलं जातं.''

विचार करता करता त्यानं तिथल्या तिथे एक चक्कर मारली. ही प्रीचर बॉबची खासीयत आहे. नुसत्या कपाळावरच्या आठ्यांवरून तो किती खोल विचार करतोय ते तुम्हाला समजू शकतं. मध्येच एकदम त्यानं वर बघितलं आणि म्हणाला, ''धार्मिक कायदा काय म्हणतो, की मी सेनेटर केचमबद्दल असं काही बोलू शकत नाही, कारण हे तर राजकीय विषयावर मत देणं झालं आणि देवाच्या राज्यात राजकीय मतांना काहीही स्थान नसते. तुम्हाला माहितीये का मंडळी, हा जो समज आहे, त्याला मी अपवाद निर्माण केलाय. हो मी वेगळा अर्थ लावलाय. कारण माझ्या मनात काय चाललंय ते मला समजतंय. माझं मन तर देवापाशी समर्पित आहे. काही राजकीय वाटणारे विषय हे राजकारणाच्या पलीकडचे असतात. देवाच्या करणीचा खरा अर्थ त्यातूनच अभिप्रेत होतो. आपल्या अवतीभवती, चहू दिशांना या देशाचे दुश्मन सक्रीय आहेत. कोणतीही पूर्वसूचना न देता ते अचानक बॉम्बस्फोट वगैरे घडवून आणतात. हे स्फोट म्हणजे या दहशतवाद्यांच्या मनातली राजकीय विधाने असतात, पण त्यामागचा कली धार्मिकच असतो. कुठल्या तरी परक्या, आपल्यापेक्षा भिन्न धर्मानं ते प्रेरित झालेले असतात. अर्थात हा कुठला विशिष्ट धर्म आहे त्याचं नाव मी घेऊ शकत नाही. मागच्या आठवड्यात मी ते नाव उच्चारलं आणि माझ्यावर टीका झाली. आता मी मोठ्या खुबीनं बोलणारे. मी ते नाव घेणार नाही. यापुढे जर मी स्पष्टपणे हे नाव जाहीर केलं तर जगभरात हिंसाचाराची लाट उसळेल. तुम्हाला माहितीये मी कशाबद्दल बोलतोय ते. प्रत्येक जण हे जाणून आहे पण आपण उघड बोलू शकत नाही. अजब कोडं आहे मित्रांनो. आपल्या या पृथ्वीवर काहीतरी अभद्र शिजतंय हे आपल्याला दिसतंय, वासही येतोय, पण आपण याविषयी मनमोकळेपणानं बोलू शकत नाही. का, तर त्यामुळं दंगेधोपे होतील, सूडनाट्याला सुरुवात होईल, निरपराधांचं रक्त वाहील. कोणत्याही सैतानी कृत्याचा

जाहीर निषेध झाला, त्याला विरोध झाला तर ते त्यांना सहन होत नाही. तो स्वत:चा अपमान वाटतो त्यांना. या धर्माची लोकं आपल्याला असं भासवतात की, सैतान खूप संवेदनशील आहे आणि सत्याच्या जाहीर आविष्कारामुळे त्याच्या भावना दुखावतात.''

सगळ्यांना पटलं त्याचं बोलणं. टाळ्या वाजवून त्यांनी त्याला पुढे बोलायला सांगितलं. टाळ्यांचा आवाज थांबून सगळं पुन्हा शांत होईपर्यंत तो स्वस्थ उभा राहिला. मग तो पुढे बोलू लागला, ''संपूर्ण जगातली ही शक्ती, इथली आणि परदेशातलीसुद्धा, मला सांगतीये, तुम्हाला सांगतीये की रक्तपात टाळायचा असेल तर तुमच्या मनात जे काही आहे ते बोलू नका. म्हणजे मग सूड, संहार, घातपात वगैरे अनेक प्रसंग टाळले जाऊ शकतील. फक्त यासाठी आपण आपली तोंडं शिवायला हवीत. आता मी तुम्हाला विचारतो, हे परदेशातले लोक जे मला गप्प बसायला सांगताहेत आणि आपल्याच देशातली जी माणसं मला हेच पुन्हा पुन्हा सांगताहेत, यात काही फरक आहे का? तुम्हाला दिसतोय का काही फरक?'' समोरच्या सभेला काहीही फरक दिसत नव्हता. पण बॉब बोलतच होता, ''मग हे आचार विचार स्वातंत्र्य, घटनेनं आपल्याला दिलेला हा अधिकार हा मुळात अस्तित्वातच नाही असं म्हणायला हवं. सगळं नुसतं कागदावर. क्वचित कधीकधी सत्यात आहे, पण एरवी नाहीये. हे सगळं राजकीय वाऱ्यांनुसार ठरवलं जाणार. तुम्हाला एक सांगू, अगदी आज, आजच्या दिवशी इथे येण्यापूर्वी काही सरकारी लोकांनी मला सांगितलं, की मागच्या आठवड्यात मी जे बोललो ते या देशाच्या कायद्यांनुसार चालण्यासारखं नाहीये. अध्यक्षपदाच्या कोणत्याही राजकीय उमेदवाराला मी पाठिंबा देता कामा नये. त्याचा प्रचार करता कामा नये. कारण काय, तर असं केल्यानं देश आणि चर्च यांची विभक्तता नष्ट होते. मला निर्वाणीचा इशारा देण्यात आलाय. एवढं सांगूनही मी जर हे केलं, तर अंतर्गत आयखात्याकडून माझा लेखाजोखा मांडण्यात येईल. माझ्या व्यवसायाला करमुक्तीचा जो लाभ मिळतोय, मी हे जे काही करतोय ते हे देवाचं काम आहे हे लक्षात घ्या, तर हा लाभ काढून घेण्यात येईल. माझ्यावर कराचा बोजा लादण्यात येईल. ही सवलत मिळणार नाही! अमेरिकेतल्या चांगल्या सुज्ञ नागरिकांनी यांना मतं देऊन निवडून आणलं, आता केवळ आपल्या हातात सत्ता आहे म्हणून आपण तत्त्वनिष्ठ माणसाला वेठीला धरू शकू असं वाटतंय यांना. मला त्यांना काहीतरी सांगायचंय. हे असं अंतर्गत आय खात्याकडून आपल्या चर्चेसची चौकशी वगैरे खपवून घेतली जाणार नाही या नागरिकाकडून. करमुक्तीचा लाभ काढून घेऊ म्हणे. कराच प्रयत्न म्हणावं. मी पण बघतोच!''

''ह्या धमक्या आणि स्फोट यांना भीक घालत नाहीत अमेरिकन्स. चार दिवसांपूर्वी कॅन्सासमध्ये स्फोट झाला. चुकून उडला तो बॉम्ब. म्हणजे सरळ आहे

हे, याचं खरं लक्ष्य काय असावं कोणाला माहीत? मला एवढंच माहितीये मित्रांनो, बरोबर त्यांनी निवडलेल्या ठिकाणी जर हा स्फोट झाला असता तर हजारो नाही तर निदान शेकड्यांनी अमेरिकन्स मेलेच असते. अतिरेक्यांचं इथलं काम संपलेलं नाहीये अजून. कॅन्सासच्या बॉम्बनं हेच सिद्ध होतंय. आपल्यासाठी हा बॉम्ब हा आणखी एक गजर होता, इशारा होता जागं होण्यासाठी आणि आता मी, आपण निवडून दिलेल्या वॉशिंग्टनमध्ये बसलेल्या उमेदवारांना हा इशारा देतोय, की आमच्या आमच्यात फूट पाडून आम्ही त्या दुष्टांचा हेतू साध्य होऊ देणार नाही. चांगली भक्कम इच्छाशक्ती असलेल्या, निर्धार असलेल्या लोकांना निवडून देऊ आणि आम्ही सगळे मिळून याचा सामना करू. तरच आमचा निभाव लागेल. नुसत्या हवेत बाता करून, चर्चेचं गुऱ्हाळ लावून, उदार अंत:करणानं दुश्मनांना सामावून घेऊन किंवा चक्क शेपूट घालून आम्ही तग धरू शकणार नाही. नियतीनं समोर काय वाढून ठेवलंय हे अमेरिकेला आता तरी कळायलाच हवंय.''

त्याच्या बोलण्यावर लोक फिदा होते. मलाही हे बरोबरच वाटत होतं पण मी पुढचं ऐकूच शकलो नाही कारण तेवढ्यात एक सोल्जर कडमडला. त्यानं टीव्ही बंद केला आणि उचलून घेऊनच जायला लागला. मी त्याला म्हणालो, ''लेफ्टनंटनं तो माझ्यासाठी दिलाय.'' तर तो म्हणाला की, ''लेफ्टनंट हार्डिंगनं आत्ताच मला सांगितलं की जा जाऊन टीव्ही घेऊन ये. भरपूर वेळ बघितलाय त्यानं.'' आणि तो टीव्ही घेऊन निघून गेला. प्रीचर बॉबचं बोलणं मी एक तासभरसुद्धा ऐकू शकलो नाही. हे माथेफिरू आम्हाला मारायला टपलेत, आम्हाला त्यांच्या धर्मात ओढायला बघताहेत म्हटल्यावर पुन्हा एकदा सैन्यात भरती होऊन अमेरिकेचं रक्षण करावं असं वाटायला लागलं होतं मला. पण आता टीव्ही गेल्यावर मला वाटलं की या हार्डिंगसारख्या कुणाच्या तरी हाताखाली काम करणं म्हणजे फारच भयानक आहे.

आता माझा मोकळा वेळ संपला होता. मी पुन्हा कैदी बनलो होतो.

किती वाजले होते कोण जाणे, पण प्रीचर बॉबचा कार्यक्रम रात्री उशिरा असतो म्हणजे आता मध्यरात्र झाली असणार. मी पहाटेपूर्वी इथे आलो होतो. एवढ्यातच अनेक घाण प्रकार घडले होते माझ्या बाबतीत. केवळ मी मंद होतो म्हणूनच हे झालं होतं. मी स्वार्थी नव्हतो पण माझ्यावर कुणाचाही विश्वास नव्हता. केवळ मूर्खपणाची ही एवढी शिक्षा म्हणजे जरा अतीच होतं, पण हे असं होतं. मला धीर सोडून चालणार नव्हतं, खंबीर राहायला हवं होतं. तरच मी यातून बाहेर पडू शकलो असतो. कोणीतरी प्रीचर बॉबला आणि चेटला माझी खबर पोचवतील ही आशा धरायला हवी होती. इतरांना कुणालाही काहीही पडलं नसलं तरी त्या दोघांनी मला इथून सोडवलं असतं. मी प्रार्थना वगैरे करत असतो तर त्यांनी मला सोडवावं म्हणून नक्कीच प्रार्थना केली असती. या लोकांनी माझी पूर्ण हालत करण्यापूर्वी, मला

टपकवण्यापूर्वी इथून बाहेर काढा म्हटलं असतं. बॉबनं मला नक्कीच श्रद्धा ठेवायला सांगितलं असतं. माझा तर या दोघांवरच पूर्ण विश्वास होता. या दोघांनाही मी खरा कोण आहे, कसा आहे ते माहीत होतं. त्यांची दोस्ती होती माझ्याशी. मी प्रार्थना केलीच असती तर यांची केली असती. मी देवाची प्रार्थना करू शकलो नसतो. देव जर असलाच, तर त्याला इतर अनेक मोठमोठी कामं होती. सगळ्या ग्रहताऱ्यांना आपापल्या मार्गांनी एकमेकांवर न आपटता फिरायला लावायचं हे काही खायचं काम नव्हतं. म्हणजे राहता राहिली फक्त ही दोन माणसं, जी माझ्या बाजूची होती. केवळ त्यांच्या भरवशावर मी घाणीत तसाच उघडा नागडा झोपू शकलो. फक्त दिव्याचा भक्क उजेड डोळ्यांवर येऊ नये म्हणून मान तेवढी फिरवली.

अठरा

लेफ्टनंट हार्डिंगनं मला उठवलं म्हणजे सकाळ झाली असणार. "आज आपण बाहेर मोकळ्या हवेत काम करायचं ठरवलंय डीफस. थोड्या वेळापुरतं का होईना, इथून बाहेर पडायचा बेत कसा वाटतोय तुला?" त्यानं विचारलं.

"मजा येईल."

"लगेच उड्या मारायला लागू नकोस," तो म्हणाला खरा, पण बोलताना तो हसत होता. बहुतेक पुढे काही तरी चांगला कार्यक्रम ठरवला गेला असणार. अर्थात, ठाम सांगता येणार नाही कारण तो मला आपला शत्रू मानत होता.

त्यानं मला दुसरे कपडे दिले. मी ते घातले मग पुन्हा त्यानं माझ्या हातात बेड्या ठोकल्या. डोक्यावर काळी पिशवी बांधली. दोन सोल्जर्सनं मला दोन्ही बाजूंनी पकडलं आणि आम्ही कॉरीडॉरमधून चालत निघालो. एक दरवाजा उघडल्याचा आवाज मी ऐकला आणि एकदम गरम हवेचा झोत माझ्या अंगावर आला. जणूकाही मी एखाद्या भट्टीतच शिरत होतो. मला सकाळी ब्रेकफास्ट वगैरे मिळाला नव्हता पण बाहेर एवढं गरम होतं म्हणजे सकाळ होऊन गेली असणार. पोटात अन्नाचा कणही नसताना मला असं बाहेर आणलं होतं म्हणजे हा पुन्हा शिक्षेचाच भाग होता तर. तरीही का कोण जाणे, खूप भयानक काही असणार नाही असंच मला वाटत होतं. बाहेर पडताना हार्डिंगनं विचकलेले दात जर मी लक्षात ठेवले असते तर परिस्थिती अतिशय बिकट होणारे हे मला जाणवलं असतं. म्हणजे मस्तीची पाठशाला बरी म्हणायची वेळ येणार होती.

खालचा रस्ता खूप खडबडीत होता. चालताना मला त्या एकदम पातळ स्लिपर्समधून पायाला जाम बोचत होतं. त्या सोल्जर्सनी मला एका ठिकाणी नेलं आणि खाली गुडघ्यावर बसायला सांगितलं. मी बसलो. ते खालचे दगड-धोंडे आता माझ्या गुडघ्यांनाही टोचायला लागले. माझे हात मागे बांधलेले होते. तोंडावरच्या काळ्या पिशवीतून मला नुसता काळोखच दिसत होता. अंगाला फक्त खालची

ओबडधोबड जमीन आणि वरचं तापलेलं ऊन एवढंच जाणवत होतं. हा काही माझ्या गावच्या सूर्यासारखा मवाळ सूर्य नव्हता. उन्हाळी प्रदेशातलं कडकडीत ऊन होतं ते. जणू एखादा लोखंडी घण भट्टीत लालेलाल होईपर्यंत तापवून वर टांगला होता. ते सूर्यकिरण माझी पाठ, मान चांगली खरपूस भाजून काढत होते. टोपी नसल्यामुळे डोकंही तापत होतं. ती काळी पिशवी तेवढी घातली होती डोक्यावर, त्यानं थोडंफार संरक्षण होत असावं. या पातळ स्लिपर्स घालून पाय मागे उलटे करून बसल्यामुळे माझ्या स्वत:च्याच भारानं पायाची बोटं अवघडायला लागली होती. माझे गुडघे बोलायला लागले होते. या खडबडीत जमिनीवरून ताबडतोब ऊठ असं म्हणणं होतं त्यांचं.

"विश्रांतीची वेळ आहे त्यामुळं जरा दम खा." एक सोल्जर म्हणाला, "तू थोडा जरी हललास, तरी त्याचा अर्थ तू विश्रांती घेत नाहीयेस असा होईल. म्हणजे तू नियम मोडतोयस असं आम्हाला वाटेल. तसं करू नकोस."

"बरं."

त्यानं मला एक लाथ घातली. "मूर्खा, तुला काही प्रश्नविचारला तरच तू बोलायचंस."

"बरं."

दुसरी लाथ बसली. "भडवा, एकदम मादरचोदच आहे." दुसरा सोल्जर म्हणाला.

"हो खरंच. ए मादरचोद, कुराणात कुठे लिहिलंय की, बायका मुलांना ठार मारणं योग्य आहे म्हणून? चल, उत्तर दे बघू पटापट."

"मी काही कधी ते वाचलं नाहीये."

"नाही? मग कदाचित तुला वाचता येत नसेल."

"मी द इअरलिंग सोळा वेळा वाचलंय."

पुन्हा खाडकन एक लाथ बसली. "मी प्रश्ननाही विचारलेला तुला!"

"आता विचारतो," दुसरा म्हणाला, "एक अमेरिकन माणूस मुसलमान कसा काय होऊ शकतो? तू असं कसं केलंस? तू आणि डीन लोरीनं?"

"मी असलं काहीही केलेलं नाहीये आणि डीननं पण केलं नाहीये. केवळ आपल्या मावशीला भडकवण्यासाठी त्यानं तसं नाटक केलं."

"छान शेंडी लावतोयस. तू जर या अल्लाच्या नावे अतिरेकी बनला नसतास तर इथे येऊन पोचला तरी असतास का? तू दहशतवादी नसलास तर इथे कशाला कडमडलास? आणि लोरीचं म्हणशील, तर तो जर मुसलमान नाहीये, तर त्या सेनेटर केचमला जीवे मारायची धमकी त्यानं दिली म्हणून बातमी कशी सांगितली गेली?"

“मला नाही माहीत.”

“माहीत नाही? शी! आम्हाला सापडलेला इथला सगळ्यात मंदबुद्धी, एकदम माठ दहशतवादी आहेस तू.”

“असे किती दहशतवादी आहेत इथे?”

दुसऱ्याची लाथ खाल्ली मी. “आम्ही तुला प्रश्नविचारलेला नाही.”

मी तोंडाला कुलूप घातलं आणि खाली बसून राहिलो. इथे येण्यापूर्वी कोठडीतल्या बेसिनवर पोटभर पाणी पिऊन घेतलं असतं तर बरं झालं असतं असं वाटलं मला. बाहेर चांगलंच ऊन होतं पण मी असं उन्हात चटके खात गुडघ्यांवर बसायचंय हे त्यांनी मला सांगितलं नव्हतं. त्यामुळं मी निघताना पाणी पिऊन निघालो नव्हतो. त्यांनी आधी सांगायला हवं होतं. पण त्यांना काही पडलेलं नव्हतं. त्यांच्यासाठी मी माणूस नव्हतोच. फक्त एक माथेफिरू मुसलमान बॉम्बर होतो, निरपराध बायका मुलांना मारणारा.

“अरे डीफस, ती बातम्यांमधली मुलगी, ती असं का बोलत होती तुझ्याबद्दल, मला वाटतं तू काही तिच्यावर इंप्रेशन मारलं नसावंस.”

मी काहीच बोललो नाही.

“डीफस, साल्या कान फुटले की काय?”

“नाही, पण तुम्ही काही मला प्रश्नविचारलेला नाहीत.”

“मूर्खा, आत्ताच तर विचारलं की बहिरा झालास की काय म्हणून. मी हा प्रश्न विचारला तो काय ऐकू नाही आला?”

“या आधी?”

“केव्हाही. भेंचोद... मी जे विचारेन ते आता मला सांग, की ती टीव्हीच्या बातम्यांतली मुलगी, तिनं असं का सांगितलं की तुला धड लिहिता पण येत नाही म्हणून, आणि तू तर म्हणतोयस की तू वाचू शकतोस, असं कसं?”

दुसरा मध्येच म्हणाला, “तुझे तिचे काय प्रेमसंबंध होते का शाळेत? झोपला होतास तिच्याबरोबर? तिच्याकडे बघितल्यावर वाटतंय, की तुझ्यासारख्या भणंगालाही घेईल ती आपल्या बिछान्यात. मग काय, गेला होतास की नाही तिच्याकडे?”

फीनीनी आख्ख्या जगाला ओरडून सांगितलं होतं की मी दहशतवादी असणं शक्यच नाही. तिला तरी असंच वाटत होतं. त्यामुळं तिच्याविषयी असलं काही बोलणं बरोबर नव्हतं.

पहिला माझ्या कानाशी कोकलला, “ए डीफस, पुन्हा कान गेले का कामातून?”

“नाही.”

“मग सांग या आयटेमबद्दल. तुझ्या मंगेतरसारखी सॉलीड घाणेरडं बोलायची का फोनवर? हां? तू काय फोनवरच पाघळायचास का? अरे पण ती तर तुझी मंगेतर आहे

ना, मग ती दुसऱ्याच कुणाशी तरी असं कसं बोलू शकते? तू तिला पुरेसं खाऊ घालू शकत नाहीस की काय? कशाबद्दल बोलतोय मी कळतंय ना? चल बोल पटापट.''

''मसणात जा.''

हे उत्तर काही बरोबर नव्हतं. त्यांनी मला तुडवायला सुरुवात केली. मी कोलमडलो पण लाथा थांबल्या नाहीत. फारसा जोर लावून मारत नसावेत. कदाचित मला आता मार खायची सवय व्हायला लागली असावी किंवा एवढ्या उकाड्यात त्यांच्यात दम राहिला नसावा. डझनावारी लाथा झाल्यावर ते थांबले.

''सिगारेट काढ.'' एक जण म्हणाला.

''फिल्टरवाली का साधी?'' ते दोघंही जाम हसत सुटले. ''नेहमीचीच रे भाऊ,'' हसणं थोडं कमी झाल्यावर पहिला म्हणाला. त्यांनी सिगारेटी पेटवल्या आणि ते झुरके घेऊ लागले. मी जसा पडलो होतो तसाच होतो, कुशीवर. गुडघे आणि पायाच्या बोटांवरचं वजन हटल्यामुळे मला जरा बरं वाटत होतं. या मठ्ठांनी खरं तर माझ्यावर मेहरबानीच केली होती, पण त्यांना ते कळलंही नव्हतं.

''भंकस सालं, मला अजिबात आवडत नाही इथं.''

''हो ना. मला तरी कुठे आवडतंय.''

''सगळ्यांना साल्यांना धाडधाड ठोकावं, म्हणजे घरी तरी जाता येईल.''

''मी तयार आहे.''

पुन्हा थोडा वेळ नुसतीच धुराडी चालू राहिली. मग एक जण म्हणाला, ''चलो डीफस, बास झालं. उभा राहा पटकन.''

मी उभा राहिलो. तेवढ्यात दुसरा म्हणाला, ''आता आम्हाला काय बघायचंय माहितीये? थोडं गाणं बजावणं आणि नाचकाम. तुला गाता आणि नाचता येत ना डीफस?''

''नाही.''

''साल्या शिकून घ्यावं लागेल एकदम फटाफट. कोणतं गाणं, कोणता नाच याच्याशी आम्हाला काही देणं घेणं नाहीये. पण तुला गावं आणि नाचावं तर लागेलच आत्ताच्या आत्ता.''

''चल सुरू कर,'' दुसरा म्हणाला, ''नाहीतर सबंध दिवस या तापलेल्या खडीवर गुडघे टेकून बसायला लावू तुला. आम्ही मात्र तिकडे सावलीत मस्तपैकी थंडगार बीअर घेत बसू.''

''सुरुवात कर ताबडतोब.''

मला काही सबंध दिवस तापलेल्या खडीवर गुडघे टेकून बसायची इच्छा नव्हती, म्हणून मग मी उगीचच वाटेल तसे हातपाय झाडायला सुरुवात केली. जे आठवलं ते गाणंही म्हणू लागलो. ''आय ॲम अ लिटिल टीपॉट, शॉर्ट ॲंड

स्टाउट, हिअर इज माय हँडल, हिअर इज माय स्पाउट...'' हात मागे बांधलेले असल्यामुळे मी हँडल आणि स्पाउट करून दाखवू शकत नव्हतो. मी आपला परत परत तीच एक ओळ म्हणत पाय उडवत होतो. हसून हसून ते थकले असणार. तरीही मी खूपच छान गात आणि नाचत होतो आणि आता अजिबात थांबता कामा नये असं बजावलं त्यांनी. मी तेवढंच करत होतो पण शेवटी पायात पाय अडखळून धाडकन पडलो तेव्हा मात्र त्यांना आपलं हसू आवरताच येईना. कसंबसं स्वत:ला सावरून त्यांनी पुढची सिगारेट पेटवली. मी तसाच पडून होतो, पण गाण्यापेक्षा आणि नाचण्यापेक्षा हे केव्हाही बरं होतं.

''छी. आला बघ साला.''

मला पण कुणाच्या तरी पावलांचा आवाज ऐकू आला. तो लेफ्टनंट हार्डिंग होता. जवळ आल्यावर तो म्हणाला, ''हा माणूस गुडघ्यांवर बसलेला हवाय. कुशीवर कसा झोपलाय तो? तसं नकोय मला.''

''आत्ता पडला तो सर.''

''डीफस उभा राहा. तुझा फोन आहे.''

असणारच. मी विचार करत होतो, आता पुन्हा लोरेनचं घाणेरडं बोलणं ऐकवणार हे.

''चल ऊठ, फोन घे.''

मी उठलो. त्यानं सांगितल्यावर या दोघांनी माझ्या बेड्या काढल्या. नंतर माझ्या हातात एक छोटा फोन दिला गेला. म्हणजे खरंच फोन आला होता तर. पण मला इथे कोण फोन करणारे? मी फोन डोक्यावरच्या पिशवीतून आत घालून कानाशी धरला.

''हॅलो?''

''ओडेल, एजंट क्रॉस बोलतोय. कसं काय चाललंय तुझं तिथे?''

''ठीके. खूप गरमी आहे.''

''मस्करी नाही, तुझा त्रास कमी होईल आता. आम्हाला डीनची बॉडी मिळालीये.''

''मी सांगितलं तिथेच होती ना?''

''नाही, हेज शहरात मिळाली.''

''तिथे कशी काय पोचली?''

''तुझ्या घरावर पाळत ठेवली गेली होती ओडेल. त्या दिवशी तू डीनची बॉडी उकरलीस आणि दुसरीकडे पुरलीस, तेव्हा डॉनी डीचं दुर्बिणीतून तुझ्यावर लक्ष होतं. त्याच्या बरोबर त्याचा ड्रग्जच्या धंद्यातला साथीदार पण होता, मार्क्स अॅण्ड्र्यू मार्खम उर्फ मार्की मार्क. ऐकलंयस कधी याच्याबद्दल?''

''नाही.''

"त्यांनी जे बघितलं त्यामुळं ते चक्रावले. त्या रात्री तू डॉनी आणि लोरेनबरोबर कॅश काढायला एटीएमवर गेला होतास तेव्हा मार्खमनं डीनची बॉडी बाहेर काढली आणि पळवली. त्यांना वाटलं की तू डीनचा खून केलायस, म्हणून मग तुझी खबर देऊन त्यांना बक्षीस मिळवायचं होतं. आपला डीनशी काहीही संबंध नाहीये हेही सांगता आलं असतं त्यांना. तेव्हा आम्ही एटीएममधले फोटो दाखवले डॉनीला आणि तो बोलायला लागला. आता तुला या खुनाविषयी प्रश्नविचारायला इथे परत आणलं जाईल. अजूनही तुझं हेचं म्हणणं आहे ना, की तू डीनला मारलंस आणि पुरलंस म्हणून?"

"चुकून. मुद्दाम ठरवून नाही, अपघातानं."

"फोरेन्सिकवाल्यांनी सांगितलंय, की डोक्यावर बसलेल्या मारामुळे मेला तो. पण त्याची कवटी फारच ठिसूळ होती. खरं तर इतकी नाजूक अशी नसते कुणाची."

"मी म्हटलं होतं ना. या मार्कीनी ट्रक कुणी आणून ठेवला ते बघितलं का? त्यानं डीनला उकरलं साधारण तेव्हाच झालं असणारे हे."

"नाही. त्यानं गाडी घराशी आणली, मग मागच्या बाजूला जाऊन बॉडी काढली आणि ती गाडीत टाकून तो निघून गेला. नंतर थोड्या वेळानं ट्रक आला. काही मिनिटंच मध्ये गेली असतील. फार तर आणखी एक. तू ज्या एजंट जिम रिकरच्या फोनबद्दल सांगितलं होतंस, त्यात काही बदल नाहीये ना?"

"त्याचे फोन आले होते, मी म्हटलं होतं तसेच."

"आम्ही सगळ्या टेप्स पुन्हा तपासल्या, तर आम्हाला काहीतरी असंबद्ध ऐकायला मिळालं. म्हणजे काय कळलं का तुला?"

"समुद्रातल्या एखाद्या प्राण्याचा आवाज असणार. खूप पाय असलेला पण मच्छी नाही असा."

"काही गोष्टी आमच्या आधी लक्षातच आल्या नव्हत्या, म्हणजे कुणाकडे तरी नवीन प्रकारचा स्क्रॅम्बलर असू शकेल वगैरे. याविषयीही बोलायचंय तुझ्याशी. तिथे कसं काय वागवलं जातंय तुला?"

"बऱ्यापैकी बहुतेक."

"छान. मला फक्त एवढंच तुझ्या कानावर घालयचं होतं, की तू जे जे सांगितलं होतंस ते जवळ जवळ खरं ठरलंय. आता तुझ्यावर खुनाचा आरोप होईल, दहशतवादाचा नाही. अभिनंदन."

"थँक्यू."

"जरा तिथल्या ऑफिसरला दे फोन."

"एजंट क्रॉस, लोरेननं माझ्या पळून जायच्या नाटकात मदत केली, म्हणून

आता तिच्यावरचे ड्रग्जच्या व्यवहाराचे आरोप पण मागे घेतले गेलेत का? तसं झालं तर बरंच होईल. मी काही तिच्यावर डूख धरलेला नाहीये आणि चीफ वेबबरोबर लहानपणी तिनं जे काही केलं, तेही खरं आहे का? ती म्हणाली होती, की त्याचा बदला म्हणून ती मला पळून जायला मदत करतीये. पण कदाचित ती लपेटत होती मला सगळं खरं वाटावं म्हणून. माझा काही संबंध नाहीये, पण मी आपलं असंच विचारतोय.''

''ह्या आरोपांचा तपास चालू आहे त्यामुळं मी आत्ता काहीही सांगू शकत नाही. ऑफिसरला दे.''

''डॉनी डीबद्दल पण राग नाहीये माझ्या मनात. त्याला फक्त डीन कुठाय ते हवं होतं.''

''ठीके बाय.'' मी फोन पिशवीतून बाहेर काढला आणि पुढे केला. ''लेफ्टनंट, तुमच्याशी बोलायचंय.''

त्यानं फोन घेतला. ''हो लगेच.'' थोडा वेळ पलीकडचं ऐकून तो म्हणाला.

मी फोन बंद केल्याचा आवाज ऐकला. मग हार्डिंग म्हणाला, ''त्याला आत घेऊन चला.''

त्यांनी मला बराकीत नेलं. डोक्यावरची पिशवी काढली आणि मला अंघोळ करायला सांगितली. स्वच्छ झाल्यावर मला खूप बरं वाटलं. मी जे कपडे घालून इथे आलो होतो ते कपडे, सॅन्डल्स, सगळं मला परत मिळालं. चक्क पैसे पण परत दिले इमानदारीत. मग ब्रेकफास्ट आला. अंडी, बेकन, टोस्ट, वॅफल्स शिवाय कॉफी. अचानक एका उकिरड्यातल्या किड्याचं रूपांतर एका व्हीआयपी पाहुण्यात झालं होतं. केवळ एजंट क्रॉसची मेहरबानी. दुसरं काय.

थोड्या वेळानं चॅप्लिन टर्नर माझं बायबल घेऊन आला. मी त्या केशरी कपड्यात नव्हतो, तर नेहमीचे कपडे घातले होते. ते बघून त्याला आश्चर्याचा धक्काच बसला. तो म्हणाला, ''लेफ्टनंटनं सांगितलं की आता तुला याची गरज नाहीये म्हणून. पण कारण नाही सांगितलं. काय झालं तरी काय? एकदम असा बदल कसा काय घडला?''

''मी घरी जातोय.''

''खरं की काय? पण का?''

''माझ्यावरचा दहशतवादाचा आरोप मागे घेतला गेला. आता फक्त खुनाचा आरोप आहे माझ्यावर.''

''अच्छा.''

''पण मला वाटतंय, की तोही बदलला जाईल. सदोष मनुष्यवधाचा आरोप होईल माझ्यावर. कारण मी काही जाणून बुजून, ठरवून खून केलेला नाहीये. अपघात

होता तो. चुकून झालं. त्यांना फक्त सगळं कसं कसं झालं ते स्पष्ट समजावून सांगायला हवंय.''

''आलं लक्षात. मग आता तुला हे पण लागणार नाही ना?'' त्यानं मला हातातलं बायबल दाखवलं. चांगलं कोरं करकरीत होतं.

''नाही. आता नकोय. आता मी दहशतवादी नाहीये म्हटल्यावर मी मुसलमान असण्याचा प्रश्नच येत नाही.''

''आपल्याला कुणी मुसलमान समजू नये एवढ्याचसाठी हवं होतं का तुला हे?''

''अं, हो.''

तो निराश झालेला दिसला. ''तू म्हणाला होतास की तू धड ख्रिश्चनही नाहीयेस म्हणून.''

''म्हणजे काय? मला वाटतं मी पिसाकापालियन आहे. लहानपणी माझी आई पिसाकापालियनच होती, पण मग बाबांनी तिच्या डोक्यातलं हे खूळ काढलं.''

''एक लक्षात ठेव, या बाबतीत कधीही आता खूप उशीर झाला असं होत नाही.'' असं म्हणत त्यानं गजातनं ते बायबल आत सरकवलं. केवळ त्याच्याशी नम्रपणे वागायचं म्हणून मी ते हातात घेतलं आणि चाळून आत काही चित्र आहेत का ते बघितलं. मी बघितलेल्या एका बायबलमध्ये सोनेरी केसांच्या आणि आकाशासारख्या निळ्या डोळ्यांच्या जीझसची सुंदर चित्रं होती. बाथरोब घातलेल्या व्हायकिंगसारखा दिसत होता तो. पण या पुस्तकात चित्रं नव्हती.

''थँक्यू'' मी म्हणालो. तो माझा सुजलेला थोबडा निरखत होता. त्याला काय विचारायचंय हे माझ्या लक्षात आलं, पण त्यानं काहीच विचारलं नाही. मी म्हणालो, ''तुम्ही माझ्याबद्दल प्रीचर बॉबशी बोललात का?''

''प्रीचर बॉब? मला वाटलं होतं की तू मस्करी करतोयस म्हणून.''

''जाऊ दे. आता काही फरक नाही पडते. मी घरी जातोय म्हणजेच चार जुलैला त्यानं तोपेकाला जो कार्यक्रम ठरवलाय त्याला मी जाऊ शकतो.''

''हो मी ऐकलंय त्याबद्दल. खरंच खूप भव्य असणारे तो मुद्दाम जाऊन बघण्यासारखा. चल जपून राहा. हे पुस्तक नीट वाच. त्यानं तुझ्या आयुष्यात खूप चांगला फरक पडेल बघ.''

त्याचं बहुतेक बरोबर होतं. डीनच्या कुराणाचा माझ्या आयुष्यावर परिणाम झालाच होता की, आणि मी तर त्यातला एक शब्दही वाचला नव्हता. फार तर एक-दोनदा नुसतं हातात घेऊन बघितलं असेन. ही धार्मिक पुस्तकं बॉम्बसारखीच होती. चॅप्लिन टर्नरनं एकदम प्रेमानं मला शेकहँड केला. मी म्हणालो, ''जाता जाता

तुम्ही त्या लेफ्टनंटना किंवा दुसऱ्या कुणाला विचाराल का, की आता मी दहशतवादी नाहीये हे उघड झालंय तर अजून मी या बराकीतच राहायला हवंय का? बाहेर नाही का पडता येणार मला? इथून मला केव्हा बाहेर काढणारेत ते काहीच सांगितलं नाहीये त्यांनी.''

''हो विचारतो.'' तो म्हणाला आणि निघून गेला.

दहा मिनिटांतच हार्डिंग आला मला भेटायला. ''निघायची वेळ होईपर्यंत तू बराकीतून बाहेर पडू शकणार नाहीस. आज संध्याकाळी एक फ्लाईट आहे परतीची, तोपर्यंत तुला इथेच, जिथे आहेस तिथेच राहावं लागेल. हे सैन्याचं ठाणं आहे. आमच्याशिवाय बाहेरच्या कुणाला इथे यायला परवानगी नाहीये. तू आमच्यापैकी नाहीयेस त्यामुळं बसून राहा चुपचाप.''

''दोनेक आठवड्यांपूर्वी मी स्वत: सुद्धा सैन्यात भरती व्हायलाच निघालो होतो.''

''हो का? पण मी जर तुझ्या जागी असतो तर हा विचार मनातनं काढून टाकला असता. डीफस ये तेरे बसकी बात नहीं है.''

''आं, का नाही?''

त्यानं एक-दोन मिनिटं नुसतं माझ्याकडे नीट टक लावून पाहिलं. मग म्हणाला, ''तू अगदी नमुनाच आहेस. कधी कधी असे खास नमुने भेटतात आम्हाला. मग आम्ही त्यांना सुतासारखं सरळ करतो. पण तुझ्याबाबतीत... मला नाही माहीत, काही तरी गफला आहे एवढं नक्की. सैन्य तर सोडच, म्युन्सिपाल्टीच्या कचरा खात्यात काही काम मिळालं तर बघ. मी तरी तुला हेच सुचवेन.''

''थँक्यू. मी विचार करीन याच्यावर.''

''आणि हो, मुसलमानांपासून जरा लांबच राहा. त्यामुळं तू या लफड्यात अडकलास.''

''नक्की लांब राहीन.''

''तुला टीव्ही लावून देऊ का? सुटका होईपर्यंत जरा वेळ जाईल तुझा.''

''ठीके.''

तो गेला. एजंट क्रॉसच्या फोननंतर तो माझ्याशी बराच बरा वागत होता. कधी कधी तुम्हाला फोन येतो ना, की तुम्हाला लॉटरी लागलीये म्हणून, तसं झालं होतं सगळंच. एकदम बदलून गेलं होतं. आता पुन्हा जेव्हा क्रॉस भेटेल तेव्हा त्याला मनापासून थँक्स म्हणणार होतो मी. मला एक प्रकारची लॉटरीच तर लागली होती. मी एक सीधा साधा गुन्हेगार ठरणं आणि इथून सुटणं, मी माथेफिरू, अतिरेकी वगैरे नाहीये हे लोकांनी मान्य करणं.

फॉग्लरनं टीव्ही आणला. मी तो दंडुका आवळला होता त्याचा लाल वळ होता त्याच्या गळ्याशी. त्यानं बराकीचं कुलूप काढलं आणि टीव्ही आत ढकलला. मी तो

नीट ठेवला. तो म्हणाला, "तू काही एवढ्यात सुटत नाहीयेस, रात्रीपर्यंत तरी नाहीच नाही."

"मला माहितीये."

"अजून भरपूर वेळ आहे."

"कशाला?"

"घाबरायला."

मी त्याला घाबरावं असा स्पष्ट भाव होता त्याच्या थोबाडावर. फॉग्लरसारख्या, बघितल्याबरोबर डोक्यात जाणाऱ्या माणसानं असं बोलावं हे मला आवडलं नाही. म्हणून मग मी डोळे बारीक करून दुष्टपणे म्हणालो, "बरंय बघू या."

त्यानं पण जवळ जवळ तसंच माझ्याकडे बघितलं आणि तो निघून गेला.

मी टीव्ही लावला पण या वेळी फक्त सिरीयल्सच चालू असतात म्हणून मग मी तो बंद केला. थोडा वेळ बायबल चाळायला हरकत नाही असं मला वाटलं. आत्मशुद्धीसाठी चांगलं असतं असं काही तरी म्हणतात लोक. मी मधलंच कुठलं तरी पान काढलं आणि वाचायला लागलो पण मी काही फारसं वाचू शकलो नाही. हे पुस्तक खूप हुशार वगैरे माणसांसाठी असावं. दोन-चार शब्दांपलीकडे माझ्या भेजात काहीच शिरत नव्हतं. पुढचं सगळं डोक्यावरूनच जात होतं. काय अर्थ असेल याचा? एका छोट्या पॅरॅग्राफचा अर्थ लावण्यासाठी मी दहा मिनिटं झगडलो. शेवटी सोडून दिलं. काही लोकांनी मला सांगितलं होतं तसा मी खरंच मूर्खच असणारे असं मला वाटायला लागलं. मला याचं खूप वाईट वाटलं पण यात माझा काही दोष नव्हता. मी हा असा होतो इतकंच. मी काही स्वत:हून, मुद्दाम प्रयत्न करून ठरवून असा बनलो नव्हतो.

त्या कचरा खात्याचा विचार माझ्या मनात आला आणि डोळ्यांसमोर मी तिथे काम करतोय असं चित्र उभं राहिलं. मी आणखीनच दु:खी झालो. हे सगळं प्रकरण मिटलं आणि मला एकदाचं सोडलं, की परत आपलं त्या धान्य भांडारात जावं हे उत्तम. कदाचित ते मला सोडणारच नाहीत. मग मी आपला तुरुंगात शिवणकाम करत बसेन किंवा चक्की पिसेन. असलंच काही तरी केलं जातं तिथे. म्हणजे, असं मी ऐकलं होतं. नुसत्या या विचारानंही मला आणखी वाईट वाटलं. मला हॉटेलमध्ये कपबशा विसळायची नोकरी सहज मिळू शकली असती. हातीपायी धड असलेल्या कुणालाही हे काम मिळू शकतं. मी काही ना काही करू शकलो असतो. हां, पण कॅलिस्टोमध्ये नाही. मला तिथे परत जायची अजिबात इच्छा नव्हती. मला तो गाव लाभलं नव्हतं. अशुभ होतं ते. सगळ्यांत महत्त्वाचं म्हणजे लोरेन आणि कोलचं लफडं. शिवाय लोरेन आणि चीफ वेबचं जे काही होतं ते खरं असलं तर तेही. हे सगळं समजल्यावर आता मला पुन्हा कधीही लोरेनला भेटायचं नव्हतं. जास्त करून

लोरेन आणि कोल ह्या जोडीला. मी लोरेनचा विचार मनातनं काढून टाकला होता. अर्थात मला तिच्याबद्दल काय वाटत होतं किंवा आता काय वाटतंय यानं तिला काहीच फरक पडणार नव्हता म्हणा. ही बाई कधीही कुणाचीही सच्ची दोस्त असूच शकत नव्हती.

जेवणात मला चिकन मिळालं. छान चवदार आणि भरपूर. नंतर माझा मूड जरा बरा झाला. रात्रीचं जेवण पण इथेच घ्यावं लागणार की काय असं माझ्या मनात आलं किंवा मग विमानात देतील जेवण. मला अमेरिकेला परत जायचं होतं. ही जागा मला अजिबात आवडली नव्हती. इथलं जेवण जरी बरं असलं तरी मला इथे भरपूर मारही खायला लागला होता. तरीही मी समोर आलं ते भरपेट जेवलो आणि मग छानपैकी ताणून दिली. कालची रात्र तर हालतच झाली होती ना माझी. अनेक गोष्टी घडल्या होत्या. मला आपलं नेहमी वाटायचं की, हाल हाल करणारा जो कुणी असेल तो एक काळा डगला घालत असेल, डोक्यावर टोकदार टोपी असेल, समोरच्या रसरसणाऱ्या चुलीतल्या निखाऱ्यांवर तो आपल्या हातातली लोखंडी सळी चांगली तापवत असेल आणि मग ही लालेलाल झालेली सळी सरळ तुमच्या डोळ्यात खुपसत असेल किंवा मग तुमचे हात घोड्याच्या मागे बांधून तुम्हाला फरफटवत असेल. पण बहुतेक हे आता जुनं पुराणं झालं असावं. आता ते अशा गरमीत उगीचच कोळसे पेटवण्याच्या फंदात पडत नसावेत. गरज नसताना घामाघूम कशाला व्हायचं हा पॉइंट होता. शिवाय असले प्रकार केले तर काहीना काही खुणा मागे राहण्याची शक्यता होतीच. म्हणजे पुरावा. व्यवस्थित ग्लोव्हज घालून, अर्धमेला होईपर्यंत गुद्दे हाणून गुन्ह्याची कबुली घ्यायची ही नवीन पद्धत असणार. त्यावेळी भरपूर यातना होतील, मुका मार बसल्यामुळे सूज येईल, पण थोड्या दिवसांनी मागे कसलीही खूण उरणार नाही. नो पुरावा. छळवणुकीचा हा एक फार मस्त प्रकार होता.

माझी झोप होतीये न होतीये तोच रात्रीचं जेवण आलं. स्टिक. आता मला हे असं चमचमीत खायला देणं म्हणजे बहुतेक त्यांची कालच्या माराबद्दल सॉरी म्हणायची पद्धत होती किंवा मग हे सोल्जर्सचं रोजचं जेवण असणार आणि आता ते मला दिलं जात होतं. काही का असेना, मी जेवलो. मग थोडावेळ बातम्या पाहिल्या. त्यात माझ्याबद्दल किंवा डीनची बॉडी सापडली त्याबद्दल काहीही सांगितलं गेलं नाही. सगळ्या बातम्या निवडणुकीच्याच होत्या. नेहमीसारखेच दोन्ही पक्ष एकमेकांवर वाट्टेल ते आरोप करत होते. अजून तरी मी एकदाही मतदान केलं नव्हतं. पण आता जर प्रीचर बॉब सांगत असेल, की सेनेटर केचम हाच एकमेव लायक उमेदवार आहे, तर निदान बॉबनं माझ्यावर जे उपकार केले होते त्याची जाण म्हणून तरी त्याचं म्हणणं ऐकायला हवं होतं. प्रीचर बॉबला राजकारणातलं जास्त

कळत होतं. निदान माझ्यापेक्षा तरी नक्कीच. पण तसं बघितलं तर इतर सगळ्यांनाच राजकारणाविषयी माझ्यापेक्षा जास्त ज्ञान होतं. कधीकधी निवांतपणे सरळ आपल्यापेक्षा जास्त हुशार माणसाचं ऐकावं असं आपलं मला वाटतं. आता तशीच परिस्थिती होती. मी बहुतेक असंच करीन. पहिल्यांदाच राजकारणाशी संबंध येणार होता माझा. मतदानाचा अधिकार असलेल्या प्रत्येकानं असंच करायला हवं होतं. काही काही देशांत तुम्हाला हा अधिकारच नसतो. मग तुमच्या वाट्याला जो कोणी हुकूमशहा येईल त्याचंच म्हणणं मानावं लागतं. त्यापेक्षा ही पद्धत बरी होती.

साधारण साडेआठच्या सुमारास लेफ्टनंट हार्डिंग आणि दोन सोल्जर्स मला घेऊन जायला आले. हार्डिंग मला म्हणाला, "डीफस, आत्तापर्यंत तरी आमच्या इथे पाहुणा म्हणून आलेला कुणीही इतक्या थोड्या वेळात परत गेलेला नाही. आता तू जातोयस तर आपल्यात कोणताही गैरसमज राहायला नको म्हणून तू याच्यावर सही कर." त्यानं एक कागद माझ्या पुढे केला. अमेरिकन तुरुंगात मला कसलाही त्रास झाला नाही, नीटच वागणूक मिळाली हे मी जाहीर करत आहे असं लिहिलं होतं त्यात.

"पण तुम्ही तर मला जाम बुकललंत." मी म्हणालो.

"आम्हाला नीट काय ते सांगितलं गेलं नव्हतं ना, म्हणून ती चूक झाली. तू अतिरेकी आहेस असं सांगितलं गेलं होतं आम्हाला. तू जर खरंच दहशतवादी असतास, तर तुला जसं वागवायला पाहिजे होतं तसंच वागलो आम्ही तुझ्याशी. हे तर तुलाही पटेल. तू एक अमेरिकन आहेस, आपल्या सैनिकांनी कायम आपलं रक्षण केलं पाहिजे असं नाही का वाटत तुला?"

"अं, हो."

"मग आम्ही तेच तर करत होतो. समजुतीचा जरा गोंधळ झाला एवढंच. चल, सही कर इथे."

त्यानं मला पेन दिलं. मी एकदा हातातल्या कागद पेनाकडे आणि एकदा हार्डिंगकडे बघितलं.

"पण मी दहशतवादी नाहीये. फक्त अपघातानं एक खून घडलाय माझ्या हातून."

"मग तू नशीबवान आहेस असं समज. इतरांना जे भोगायला लागतंय ते तुझ्या वाट्याला आलं नाही. तशा हाल अपेष्टा सहन करायला लागल्या नाहीत. तू किती लकी आहेस बघ. तुला जर दुसऱ्या एखाद्या देशात दहशतवादी म्हणून पकडलं गेलं असतं, तर तुझा कबुली जबाब मिळवण्यासाठी काय हालत केली गेली असती तुझी. तुझं भाग्य म्हणून तुला इथे आमच्याकडे आणलं गेलं. सही कर आणि चल बाहेर पड."

मी पेन उचललं पण सही केली नाही. हे जे चाललंय ते बरोबर नाहीये असंच वाटत होतं मला.

"विमान खोळंबलंय डीफस, खास तुझ्यासाठी थांबवलंय. इथून मायामीपर्यंत विमानाच्या एका फेरीला अंदाजे किती खर्च येतो माहितीये का तुला? करदात्यांचे हजारो डॉलर्स खर्च होतायत केवळ तुला तुझ्या घरी पोचवण्यासाठी. तुझ्यावर आमचा भरपूर वेळ आणि पैसा आधीच खर्च झालाय. हा वेळ आणि पैसा एखाद्या खऱ्याखुऱ्या दहशतवाद्यावर खर्च व्हायला हवा होता. आता आमचा आणखी वेळ खाऊ नकोस डीफस, पटकन सही करून टाक."

म्हणून मग मी त्या कागदावर सही केली. म्हणजे गिरगटली, वाचता येणार नाही अशी. ओड्यूल डर्फस असं लिहिलं मी. कायद्यानं चाललंच नसतं हे. हार्डिंगनं बघितलं पण त्याला ते पुरेसं वाटलं असावं.

"डोळ्यांवर पट्टी बांधा." तो म्हणाला.

एका सोल्जरनं माझ्या डोळ्यांवर पट्टी बांधली. मला बाहेर नेण्यात आलं आणि जीपमध्ये दुसऱ्या एका सोल्जरच्या बाजूला बसवलं गेलं. जीप चालू झाली. मला काहीही दिसत नव्हतं तरी मला खूप आनंद झाला होता. येताना जेवढा वेळ लागला होता, त्यापेक्षा आता आम्हाला परत जाताना जास्त वेळ लागला. बहुतेक मला दुसऱ्या कुठल्या तरी लांबच्या रस्त्यानं नेत होते. थोड्याच वेळात मला विमानाच्या पेट्रोलचा वास आला. एक हेलिकॉप्टर उतरत होतं. आमची जीप थांबली.

मला बाहेर काढण्यात आलं. मग आम्ही एका छान गुळगुळीत रस्त्यावरून चालत पुढे गेलो. "पुढे पायऱ्या आहेत." एक सोल्जर म्हणाला. माझ्या पायाला वर वर जाणारं टणक असं काहीतरी लागलं. विमानाची शिडी असणार. दुसरा सोल्जर माझ्या कानाशी कुजबुजला, "अच्छा भेटू परत डूफस." आणि त्यानं माझ्या पोटात इतक्या जोरात गुद्दा हाणला, की मी कळवळून खाली बसलो. फॉग्लरची निरोप द्यायची पद्धत एकदम अनोखी होती.

"काय चाललंय तिथे खाली?" दुसरं कुणीतरी ओरडलं.

"कैदी अडखळला सर."

"चल वर आण त्याला."

त्यांनी मला त्या पायऱ्यांवरून वर नेलं. विमानात चढवलं असावं. तशीच मेटलची शिडी होती ती. डोळ्यांवरची पट्टी न काढताच मला एका खुर्चीत बसवलं. माझ्या मनगटांवर आणि घोट्यांवर कसला तरी जाडा पट्टा बांधला गेला. "सुरक्षा व्यवस्था" कुणी तरी म्हणालं. "सुखरूप पोचला पाहिजेस ना तू. प्रवासात हादरे बसले तर लागेल तुला. विमान उडलं की तुझी पट्टी काढू."

"बरं."

आजूबाजूला बोलल्याचे आवाज मला ऐकू येत होते. शिडी वर उचलली गेल्याचा आवाज झाला. दार बंद झाल्यावर बाहेरचे एअरपोर्टवरचे आवाज बंद झाले. मला एका मोठ्या सी १३० विमानात बसवलं होत. असा आपला माझा अंदाज होता. आता मला फक्त आतलेच आवाज ऐकू येत होते, पण तेही खूप दूरवरून आल्यासारखे वाटत होते. माझ्या जवळपास कुणीच नव्हतं बहुतेक. मग चारी इंजिन्स चालू झाली. केवढा प्रचंड आवाज होता. शिट्टी मारल्यासारखे आवाज वाढत गेले आणि विमान हललं. बोलण्याचे अगदी पुसटसे आवाज येत होते. इंजीनचा आवाजच मोठा होता. आम्ही फास्ट जायला लागलो. मग थोडं थांबून वळलो. पुन्हा इंजीनचा आवाज वाढला आणि आमचा वेगही. मला बांधलं होतं ती सीट सॉलिड थरथरत होती. आधीच्या छोट्या जेटपेक्षा हा एकदम वेगळाच अनुभव होता पण मजा येत होती. तेवढ्यात विमानानं जमीन सोडली आणि तो थडथडाट कमी झाला. दहा-एक मिनिटं आम्ही वर चढत होतो. मग सरळ रेषेत जायला लागलो. इंजिन्स पण जरा स्थिरावली.

कुणीतरी येऊन माझी डोळ्यांवरची पट्टी काढली. हेल्मेट आणि वैमानिकाचा गोशाख घातलेलं होतं कुणीतरी. इंजीनच्या आवाजातही ऐकू यावं म्हणून खूप मोठ्यांदा ओरडून त्यानं सांगितलं, "इतर विमानांसारखा प्रवासात पिक्चर बिक्चर काही बघायला मिळणार नाहीये, खाणं पिणंही नाहीये."

"बरं."

"चल ऐश कर."

"हे काढता येईल का?" मी इतर पट्ट्यांकडे बोट दाखवत विचारलं.

"नाही. नियम आहेत काही."

तो गेला. विमानात दुसरं कुणीच दिसत नव्हतं. मोठ्ठं विमान, सगळीकडे मंद दिवे लावलेले, एखाद्या धातूच्या गुहेत बसल्यासारखं वाटत होतं. शिवाय वेगवेगळे आवाज होते सोबतीला. एकही खिडकी नव्हती. त्यामुळं काय करावं ते सुचत नव्हतं. नुसता थरथराट अनुभवत बसून राहायचं. पुढे कॉकपीटच्या तिथे कुणीतरी बोलत होतं ते आवाज मला ऐकू येत होते. म्हणजे इतर विमानांसारखे या विमानातले पायलट दरवाजे बंद करून बसलेले नव्हते पण डोळ्यांवरची पट्टी काढल्यावर कुणीही माझ्याजवळ आलेलं नव्हतं. हार्डिंग म्हणाला होता की मला मायामीला नेणारेत म्हणून. याआधी मी कधी तिथे गेलो नव्हतो, त्यामुळं एकंदरीत मजा येईल असं वाटत होतं.

क्रॉस आणि डीडल तिथे मला ताब्यात घ्यायला खोळंबले असतील हे नक्की. कारण अजूनही, डीन माझ्या हातून मेला हा प्रॉब्लेम शिल्लक होताच की. हे काही फारसं चांगलं नव्हतं पण आता हे सत्य समोर आलं होतं की, डीनचं डोकं खूपच

तकलादू होतं. म्हणजे त्याची कवटी लहानशा फटक्यानंही फुटेल अशी होती. सहसा कवटी इतकी नाजूक नसते. हे उघडकीला आल्यावरही प्रकरण उगीचच ताणलं जात होतं. पराचा कावळा म्हणतात तो बहुतेक हाच. खरं तर असं काही घडायलाच नको होतं आणि जे घडलं ते जाणून बुजून, ठरवून वगैरे अजिबात झालेलं नव्हतं. आता केवळ सदोष मनुष्यवधाचा आरोप ठेवतील माझ्यावर आणि मग एवढं वाईट नाही वागवलं जाणार मला. म्हणजे, मला तरी अशी आशा आहे. कदाचित मी फीनी मायर्सला साक्ष द्यायला बोलावू शकेन. माझ्या चारित्र्याबद्दल नाही तरी तिनं टीव्हीवर सांगितलं होतंच ना, की मी दहशतवादी असेन असं काही तिला वाटत नव्हतं म्हणून. कोर्टात येताना तिनं जर ती नाकातली चमकी का काय ते काढलं, केस बीस नीट विंचरले, तर त्यांना तिच्यावर विश्वास ठेवावासा वाटेल देखील कदाचित. तिच्याशिवाय दुसरं कुणी माझ्या बाजूनं साक्ष देईल असं मला तरी नाही वाटलं. कुणीही दोस्तमंडळी नसणं हा एक मोठा प्रॉब्लेम ठरू शकतो कधीकधी.

आम्ही किती वेळ जात होतो ते मला कळलं नाही पण थोड्या वेळानं तो आधीचाच माणूस परत आला. त्याच्या हातात एक हेडसेट आणि प्लग होता.

"फोन आहे तुझ्यासाठी." तो म्हणाला. त्यानं तो हेडसेट माझ्या कानावर अडकवला आणि प्लग मागच्या भिंतीत कुठेतरी खुपसला. त्या हेडसेटला जोडलेला माईक बरोबर माझ्या तोंडासमोर आला पण अजून पलीकडून कुणीच बोलत नव्हतं. नुसतीच खरखर ऐकू येत होती.

"हॅलो?"

मला वाटलं होतं हा आपला सकाळसारखा एजंट क्रॉसचा फोन असेल. मी कसा आहे, कुठवर आलोय ते विचारायचं असेल. कदाचित पुढचं काही तरी सांगायचं असेल. या मधल्या वेळात पडद्यामागे वगैरे नवीन काय काय घडलंय ते.

"हॅलो?"

खरखर थांबली आणि मला स्वच्छ ऐकू यायला लागलं, पण हा क्रॉसचा आवाज नव्हता.

"ओडेल?"

"अं, हो..."

"जिम रिकर. माझं बोलणं नीट ऐकू येतंय का?"

"अं, हो..."

"तिथे तुझ्यावर भरपूर अत्याचार केले गेले असं ऐकलं. तुझ्याकडून कसल्या कागदावर सही घेतली का, तुझ्या अंगाला बोट पण लावलं नाही असं काही लिहून?"

“अं हो...”

“ती पद्धतच आहे त्यांची. काळजी करू नकोस त्याची. तू पूर्णपणे सुटलायस यार.”

“पूर्णपणे?”

“अगदी मोकळा. आता तुझ्यावर कोणताही आरोप नाहीये. आपलं हे बोलणं खाजगी आहे ओडेल. ते कॉकपीटमधले लोक पण ऐकू शकत नाहीयेत. ठीके? हे फक्त आपल्या दोघांतच आहे आणि ती तारेवरची चिमणी ऐकतीये. बस्स. तुझ्यावरचे सगळे आरोप काढून घेतले गेलेत. केवळ दहशतवाद, घातपात, ड्रग्जचा व्यवहार हेच नाहीत, तर डीनचा खून किंवा सदोष मनुष्यवध हे देखील म्हणतोय मी. सगळी पाटी कोरी झालीये. मला आत्ताच कळलं.”

“पण... कसं काय?”

“सांगतो. थोडं मागे जाऊ या. तू कोंडी राईसला ते पत्र लिहिलंस. ज्या कुणी दुसऱ्या कुणाच्यातरी सांगण्यावरून तो डीनचा ट्रक चोरला ना, त्या प्राण्याच्या मेहरबानीमुळे ते पत्र एफबीआयच्या हातात पडलं. त्या चोरानं केवळ कुतूहल म्हणून ते पत्र उघडलं आणि मग ते कुणाला लिहिलंय ते बघितल्यावर त्यानी— तुला त्याचं नावगाव समजण्याची आवश्यकता नाहीये, तो गाड्या चोरणारा धंदेवाईक चोर आहे— ठरल्याप्रमाणे तो ट्रक त्या पार्टीला दिला. पण देताना ते पत्र तेवढं काढून घेतलं. मग ते संपूर्ण वाचल्यावर बक्षिसाच्या आशेनं त्यानं ते ब्युरोला आणून दिलं. कारण तोपर्यंत तुझं आणि डीनचं नाव सगळ्या बातम्यांतून झळकलं होतं. ते पत्र एफबीआयला मिळाल्यावर चक्र फिरायला सुरुवात झाली. तुला कळतंय का मी काय सांगतोय ते ओडेल?”

“अं... हो.”

“मधल्या काळात भरपूर मगजमारी करून त्या चोराला चौकशीसाठी पकडण्यात आलं. तो लगेच पोपटासारखा बोलायला लागला. मग त्याच्या बापाचा शोध सुरू झाला. त्याच्या सांगण्यावरूनच तर ट्रक चोरला होता यानं. तो कोण असेल? काही अंदाज?”

“मी... नाही माहीत.”

“जरा विचार कर. त्या फ्युनरलच्या दिवशी चेट मर्चंडनं तुला फोन ट्रकमध्येच ठेव असं का सांगितलं?”

“नाहीतर त्या कार्यक्रमात मध्येच वाजला असता ना.”

“ओडेल, असा बावळटपणा होऊ नये म्हणून तेवढ्या वेळापुरता तुला तो फोन बंद करता आला नसता का? त्यांना त्या फोनद्वारे बॉम्बस्फोट घडवून आणायचा होता म्हणून त्यानं तसं सांगितलं तुला. जर या स्फोटानंतर फोनचे काही अवशेष

सापडले तर त्यात तू गुंतला जाशील. डीन लोरीचा, एका मुसलमान अतिरेक्याचा मित्र म्हणून. तेव्हा तरी डीनबद्दल असंच वाटत होतं त्यांना. आता कायद्याच्या रक्षकांपैकी कुणालाही डीनबद्दल असं काही वाटत नाहीये. तो ड्रग्ज पुरवत होता आणि तद्दन मूर्ख होता, एवढंच वाटतंय आता त्यांना.''

''पण... चेट मला कशाला मारायचा प्रयत्न करेल?''

''चेट कॅल्सिटोमध्ये आला होता, तोच मुळी दहशतवादी हल्ल्याचा आरोप ठेवता येईल असा कुणीतरी बकरा शोधायला. डीन लोरीचं इस्लाम धर्मावरून घरात काहीतरी वाजलंय हे त्याला माहीत होतं. त्याच्या मावशीनं प्रीचर बॉबला पत्र लिहून सगळं कळवलं होतं. त्याचा टार्गेट होता डीन. चेटला त्याच्याशी मैत्री करायची होती. म्हणजे मग त्याच्या ट्रकमध्ये बॉम्ब ठेवता आला असता. पण गोची अशी झाली, की तो आला तोपर्यंत डीन मेला होता. तुझी मेहरबानी. पण हे चेटला माहीत नव्हतं त्यामुळं त्यानं तुझ्याशी दोस्ती केली. डीन नाहीसा झालाय पण तुझा वापर होऊ शकतो हे जेव्हा त्याला कळलं तेव्हा त्यानं तुला बकरा बनवायचं ठरवलं. तुला काही आगापिछा नव्हता. त्यामुळं तुझं काही बरं वाईट झालं तरी कुणीही चौकशी केली नसती. हे आपल्या पथ्यावर पडेल असं वाटलं त्याला.''

''चेट...?''

''हो चेट. प्रीचर बॉबचा खास पापभिरू माणूस. रोज चर्चमध्ये प्रार्थना करणारा. बघ सगळं जुळतंय की नाही ते. बॉब जेरोमीला लेटन केचमनं व्हाईट हाउसमध्ये पोचावं असं वाटत होतं. पण इराकमधल्या धामधुमीत देशाचं लक्ष तिकडे एकवटलं होतं. मग ही निवडणूक सेनेटर केचमनंच जिंकावी म्हणून बॉब काय करू शकत होता? त्याला आणखी एकदा ९-११ सारखं काहीतरी व्हायला हवं होतं. म्हणजे मग लोक चिडले असते. जो कोणी हा दहशतवाद ठाम निपटून टाकण्याचं आश्वासन देईल त्यालाच लोक मतं देतील. चार जुलैला तुला तोपेकाच्या सभेला बोलावलं होतं, आठवतंय? खरं तर तेव्हा तिथे हा बॉम्बस्फोट घडवून आणायचा होता. लफडं असं झालं की, आपला फोन अजूनही ट्रकमध्येच आहे का, हे शोधून काढायला तू उतावळा झालास आणि लॅंडलाईनवरून आयडिया के साथ स्वत:चाच नंबर फिरवलास. धुडुम! या तुझ्या भन्नाट युक्तीमुळे बॉबचं तिकडे तोपेकाला अतिरेकी हल्ला करायचं स्वप्न भंगलं. तू तोपेकाला पोचेपर्यंत तो फोन बंद करून ठेवायचा त्याचा प्लॅन असणार. मग सभेच्या ठिकाणी कुणीतरी ट्रकमध्ये शिरून तो चालू केला असता, पण चुकून तो बंद करायचा राहून गेला. ठरलेल्या वेळेच्या आधीच तू स्फोट घडवून आणलास ओडेल. त्यामुळं शेकडो हजारो प्राण वाचले.''

''माझ्यामुळे?''

''तू खरं तर हिरो आहेस. पण जगासमोर येऊ शकत नाहीस. प्रीचर बॉब आणि

चेट मर्चंडनं कानावर हात ठेवलेत. त्यांना बोलतं करता येणार नाही, कारण त्यांच्याविरुद्ध जो पुरावा आहे तो केवळ परिस्थितीजन्य पुरावा आहे. जर सेनेटर केचम पण यात सामील असला आणि त्याचं तोपेकातल्या लोकांबरोबरचं फोनवरचं बोलणं बघितलं, तर यात तथ्य आहे हे दिसून येतं. तर आता त्याच्या हातात काहीही उरलं नाहीये. अजूनही तो निवडणूक लढवू शकतो पण खात्रीपूर्वक निवडून येण्यासाठी कोणताही अतिरेकी हल्ला आता त्याच्या मदतीला येणार नाहीये. हे सगळं आम्हाला कळलंय हे त्याला माहितीये. त्यामुळं आता त्याच्या पायाखालची जमीनच हादरलीये. हे सगळं तुझ्यामुळे साध्य झालंय ओडेल. ओक्लाहामा शहरातला स्फोट हा निव्वळ रंगीत तालीम वाटावा असं भयानक काहीतरी पुढे घडणार होतं. तो बेत तू उधळून लावलास. आता एक छान अभिवादन कर, प्रोग्रॅमच्या शेवटी करतात तसं, म्हणजे झालं.''

''मी...''

''नीट ऐक आता मी काय सांगतोय ते. हे सगळं अतिशय गुप्त स्वरूपाचं आहे. आम पब्लिकसाठी नाहीये. खरं तर मी हे तुला सुद्धा सांगता कामा नये, पण मी धोका पत्करून हे बोलतोय, कारण एखाद्या चांगल्या माणसाला अंधारात ठेवायला मला आवडत नाही. तुला हा असला काही फोन आलेलाच नाही, असं काही बोलणं झालेलंच नाही. कारण या तमाम पृथ्वीतलावरचं कोणीही आपलं बोलणं चोरून ऐकू शकणार नाही, टेप करू शकणार नाही. मला तुझ्याकडून एक वचन हवंय ओडेल, तू याविषयी कोणाशीही, कधीही, अक्षरही बोलणार नाहीस असं वचन दे मला. प्रीचर बॉबविषयी नाही, चेट मर्चंडविषयी नाही आणि सेनेटर केचमविषयी सुद्धा नाही. कुणाशीही नाही. असा शब्द दे मला आत्ता ताबडतोब.''

''मी... वचन देतो.''

''जर तू चुकून देखील कुणाशी बोललास, तर मात्र सॉलिड गोची होईल. तुझ्यावरचा डीन लोरीला मारल्याचा आरोपसुद्धा काढून घेतला गेलाय, कारण ऑफिशियली डीन लोरी केवळ नाहीसा झाल्याची नोंद केली गेलीये. तो मेल्याचं जाहीर केलं गेलं नाहीये. त्याची बॉडी केव्हाच नष्ट केली असली, तरीही अजून ऑफिशियली त्याचा शोध चालूच आहे. डॉनी डी आणि मार्कीमार्कला थोडेफार पैसे देऊन कॅन्सास सोडून जायला सांगितलंय. त्यांना जी माहिती आहे त्याबद्दल जर ते कुठे पचकले— म्हणजे मी हे तुला जे काही सांगतोय त्यातलं खरं तर त्यांना कणभरही माहीत नाहीये— तर त्यांना सरळ संपवण्यात येईल हे ते जाणून आहेत आणि त्यांना मनोमन खात्री आहे असंच होईल याची. तुझी मैत्रीण आणि तिचा तो तुरुंगातला मित्र, तो गार्ड यांच्यावरचे सगळे आरोप मागे घेण्यात आलेत त्यांचं तोंडही बंद राहावं म्हणून. आता तू मात्र त्यांच्या जवळपासही फिरकू नकोस, असं

सगळं माझ्या बॉसनं ठरवलंय. प्रीचर बॉब केव्हापासून भूमिगत झालाय. जर डीनसारखा आपल्यातलाच एक माथेफिरू मुस्लीम दहशतवादी अजूनही सापडलेला नाही, मोकळाच आहे ही समजूत अशीच राहिली, तर केचमला कदाचित वाटेल, की अजूनही वेळ गेलेली नाही. आपण काही तरी करू शकतो. माझं मत विचारशील, तर तो केचम केव्हाच संपलाय. एका प्रचंड मोठ्या कारस्थानाचा आता केवळ एक बिंदू उरलाय. हे असंच असतं. सांगायचं काय, तर तू सुटलायस. ह्यापैकी काहीही कधीही घडलंच नाहीये. आता फक्त एवढंच कर, दूर कुठेतरी निघून जा आणि पुन्हा कुठला गोंधळ घालू नकोस. शांत राहा. कुठल्या तरी लांबच्या, एखाद्या लहानशा गावात छोटसं काम मिळव आणि तोंड तेवढं शिवून टाक. तू कुठेही गेलास तरी आमचं बारीक लक्ष असणार. काही जणांनी आत्ताच तुझा खेळ संपवू या असं सुचवलं होतं ओडेल, पण मी तुझ्या बाजूनं बोललोय. तुला माहीत असावं म्हणून सांगतोय, आता मला तोंडघशी पाडू नकोस.''

''मी... नाही... मी ऐकेन.''

''छान. हेच शहाणपणाचं आहे. आणखी काही विचारायचंय?''

''अं... नाही.''

''तुझ्या सरकारकडनं एक शेवटचा निरोप मिळेल तुला, मग संपेल सगळं.''

''निरोप?''

''चल ओडेल, बाय. बावळटपणानं म्हण, हुशारीनं म्हण, पण तू तुझा छाप उठवलास. छान काम केलंस. पण वाईट एकाच गोष्टीचं वाटतंय, की हे कुणालाही कधीही कळणार नाही.''

''अं... जिम?...''

''काय?''

''अं... तुम्ही कुणासाठी काम करता? एजंट डीडल म्हणाला की तुम्ही काही होमलँड सिक्युरिटीवाले नाही आहात. तो काय खोटं बोलत होता का?''

''ओडेल, तू कधी मोठ्या चाकातलं छोटं चाक याबद्दल ऐकलंयस का?''

''नाही.''

''ऐकशील कधीतरी, मग कदाचित समजेल तुला.''

''पण तुम्ही कुणासाठी काम करता?''

''चांगल्या माणसांसाठी.'' तो म्हणाला.

फोन ठेवल्याचा आवाज झाला आणि पुन्हा खरखर ऐकू यायला लागली. लगेच तो हेल्मेटवाला आला आणि त्यानं माझा हेडसेट काढून घेतला. ''लागला का फोन?'' त्यानं विचारलं. ''तिकडे आम्हाला काहीही ऐकू येत नव्हतं.''

''नाही... म्हणजे... मला फक्त गूं ऽऽगूं असा आवाजच ऐकू येत होता.''

"बहुतेक ते लोक पुन्हा ट्राय करतील."

तो हेडसेट घेऊन गेला. मी आपला समोरच्या भिंतीकडे बघत बसलो. जिम रिकरनं सांगितलं त्यावर माझा विचार चालू होता. त्याच्या बोलण्यावर विश्वास ठेवायचा मी प्रयत्न करत होतो. जर हा प्राणी खरं बोलत असेल तर माझ्या बाबतीत जे जे घडलं त्याचा अर्थ लागत होता. थोडाफार मी कुठल्या तरी मोठ्या कटात सापडलो होतो, अतिशय भयानक अशा आणि मला याचा पत्ताच नव्हता. खूप पूर्वी मी टीव्हीवर एक सायलेंट पिक्चर बघितला होता. वादळानं उद्ध्वस्त झालेल्या गावातून एक जण जात असतो, आजूबाजूला कितीतरी बिल्डिंग्ज कोसळत असतात, त्याच्या जरा पुढे किंवा मागे झाडं पडत असतात, काहीकाही तर अगदी त्याच्या अंगावर देखील पडतात, पण त्याचं नशीब असं की त्याला अजिबात लागत नाही. गंमतच होती. माझं त्या माणसासारखं होतं. मी माठ होतो म्हणून नशीबवान होतो हे ऐकल्यावर आता मला नक्की काय वाटलं पाहिजे तेही मला कळत नव्हतं. अजून हे माझ्या भेजात आतपर्यंत शिरलं नव्हतं. म्हणजे, जिमनं जे काही सांगितलं ते. आणि तो त्या सरकारच्या शेवटच्या निरोपाचं काय म्हणत होता? त्या हेल्मेटवाल्यानं काही तो हेडसेट पुन्हा आणून दिला नाही. कदाचित मायामीला उतरल्यावर जो काय निरोप आहे तो देणार असतील.

मी हाच विचार करत होतो तेवढ्यात कॉकपीटच्या बाजूनं दोघं जण माझ्यापाशी आले. त्यांनी फ्लाइंगसूट आणि हेल्मेट घातलं होतं. काहीही न बोलता त्यांनी सरळ हातातल्या भल्यामोठ्या पान्यानं माझ्या खुर्चीचे भिंतीतले स्क्रू काढायला सुरुवात केली. ते गप्प होते म्हणून मग मीच विचारलं, "काय करताय?"

"सांगितलेलं काम." एकानं उत्तर दिलं.

त्यांनी माझी सीट भिंतीतून उपसून काढली आणि विमानाच्या मागच्या बाजूला नेली. तिथल्या सामान चढवायच्या दरवाजापाशी गेल्यावर त्यांनी मला खाली ठेवलं. नंतर सीटच्या मागच्या बाजूला त्यांनी काहीतरी खुडबुड केली. काय ते मला दिसलं नाही, पण मग माझ्या कमरेला त्यांनी एक मोठा रुंद पट्टा चांगला आवळून बांधला. नंतर त्यांनी माझ्या मनगटांवरचे आणि घोट्यांवरचे पट्टे नीट बसलेत ना ते तपासलं. "काय करताय काय तुम्ही?" मी पुन्हा विचारलं. यावेळी ते काहीही बोलले नाहीत.

ते दोघं दाराच्या दोन्ही बाजूला उभे राहिले आणि पॅराशूटवाल्या माणसानं स्वत:ला बांधलेले असतात, तशा कसल्या तरी दोऱ्यांनी मला जखडलं. आतमध्ये कुठेतरी विमानाच्या भिंतीला त्या दोऱ्यांचं दुसरं टोक अडकवलेलं होतं. मग एक जण तिथल्या बटणांपाशी गेला आणि त्यानं तिथे काहीतरी केलं. इंजीनच्या आवाजात सुद्धा मला दार उघडल्याचा आवाज ऐकू आला. माझ्या समोरचा दरवाजा

हळूहळू उघडत होता. विमान उडत असतानाही असं दार उघडू शकतं हे मला माहीत होतं. मी एका पिक्चरमध्ये हे बघितलं होतं. नेव्हीची काहीतरी गुप्त कामगिरी असते आणि तेव्हा सी १३० या विमानाचं दार उघडून सैनिक पॅराशूटनं खाली उड्या मारतात असं दाखवलं होतं.

दरवाजा पूर्णपणे उघडायला जवळ जवळ एक मिनिट लागलं. बाहेरच्या वाऱ्याचा जोर एकदम प्रचंड वाढला. आता ओरडून बोलल्याशिवाय काही ऐकूही आलं नसतं एवढा आवाज येत होता. इंजिन्स चालू होतीच, शिवाय जोडीला वाराही घोंघावत होता. माझे केस अगदी बारीक कापलेले आहेत पण तेही उलटेसुलटे उडताहेत हे मला जाणवत होतं. मी रात्रीचं आकाश न्याहाळत होतो. चांदण्या खूपच सुंदर दिसत होत्या. चंद्रप्रकाशही होता.

ते दोघं माझ्या मागे उभे राहिले आणि त्यांनी माझी खुर्ची पकडून स्थिर केली. वाऱ्याच्या झोतानं ती जाम हेलपाटत होती. एकानं माझ्या कानापाशी आपलं तोंड आणलं आणि तो ओरडला, "आम्हाला हे करणं भाग आहे. आमची काही तुझ्याशी जाती दुष्मनी नाहीये, कळलं?"

मला काहीच कळलं नाही. त्यांनी दोघांनी माझ्या सीटची एकेक बाजू धरली आणि ती उचलली. वारा आणि विमानाला बसणारे हादरे यात हे करणं सोपं नव्हतं. मग त्यांनी मला त्या उघड्या दाराच्या अगदी कडेला नेलं. म्हणजे जणू मला बाहेरचा देखावा जास्त चांगला बघायला मिळावा म्हणून. असं असेल तर ते माझा चांगला पाहुणचार करत होते असं म्हणावं लागेल, पण आता मला भीती वाटायला लागली होती. आम्ही त्या तिरप्या उघड्या दारावर पोचलो होतो. आवाज आणि वारा तर भयानक होताच, पण शिवाय सगळीकडे नुसती आकाशाची पोकळी दिसत होती. मला हा रोलरकोस्टरसारखा रोमांचकारी अनुभव मिळावा म्हणून ते एवढी मेहनत घेत होते याबद्दल मी त्यांचा आभारी होतो, पण माझ्या छातीतली धडधड सॉलिड वाढली होती. अल्टिमेट टरकली होती माझी. त्या दोघांनी मला पकडलं होतं आणि तो भिंतीत अडकवलेला पट्टा होता म्हणून, नाहीतर मी केव्हाच खुर्चीसकट बाहेर फेकला गेलो असतो.

"ठीके ठीके, आता परत आत न्या मला." मी ओरडलो.

पण त्यांनी काही मला परत आत विमानात नेलं नाही. उलट त्या तिरप्या दारावर आणखी पुढे नेलं. अगदी पार कडेला. मला खाली चांदण्यात चमकणाऱ्या समुद्राच्या लाटा दिसत होत्या. एखाद्या चुरगाळलेल्या पत्र्याच्या डबड्यासारख्या चमकत होत्या त्या. माझ्या छातीतून घोड्यांच्या टापांसारखा आवाज येत होता. हवाई चाचे कुणाला तरी दुसऱ्यालाच पकडून असं विमानाच्या उघड्या दारातून चालायला लावताहेत, तो मी असणं शक्यच नाहीये. कारण मला तर खुर्चीला बांधून घातलंय असं माझ्या मनात आलं. चाचे जेव्हा असं काही करतात, तेव्हा

खाली पाण्यात शार्क मासे तोंडं उघडून तयार असतात... आता मला कळून चुकलं होतं की, मला आयुष्यातला एक अनोखा अनुभव मिळावा यासाठी काही हा प्रकार चाललेला नव्हता. ते मला चक्क बाहेर फेकून देणार होते. आता इथे मला शार्कची काळजी करायचं कारण नव्हतं. एवढ्या उंचीवरून पडल्यावर मी पाण्यावर आपटल्या क्षणीच मेलो असतो. उंचावरून खाली पडताना माझा वेग खूपच वाढणार होता. उंच बिल्डिंगवरून एखादं कलिंगड खाली टाकलं तर फूटपाथवर आपटल्याबरोबर ते कसं फाटकन फुटलं असतं, तसा प्रकार होता. गव्हर्नमेंटकडून मला जो निरोप मिळणार होता, तो हा होता! मर साल्या, जरा जास्तच गोष्टी कळल्याहेत तुला!

आणि मग त्यांनी मला बाहेर फेकून दिलं!

...त्यांनी मला विमानाच्या बाहेर फेकून दिलं!

इंजिन्सचा आवाज एकदम खूप वाढला आणि हळूहळू कमी व्हायला लागला. मी विमानापासून दूर जात होतो. चांदण्यामधलं ते विमान म्हणजे आकाशात एक काळा डाग असल्यासारखं दिसत होतं. मी स्वत:भोवती उलटासुलटा फिरत होतो. आकाश आणि समुद्र हे आलटून पालटून माझ्या नजरेसमोर येत होतं. कोपऱ्यात सापडलेल्या उंदरासारखी अवस्था झाली होती माझी. आता मी मरणारे एवढंच माझ्या डोक्यात घुमत होतं... आता मी मरणारे...

तेवढ्यात मला एक जबरदस्त हादरा बसला. मी खुर्चीतून जवळ जवळ उखडला गेलो. आता मी स्वत:भोवती गरगर फिरत होतो, पण माझं खाली पडणं थांबलं होतं. दर एक-दोन सेकंदांनी मला माझ्यामध्ये आणि विमानामध्ये सापासारखं काहीतरी चमकताना दिसत होतं. मी खूपच खाली आलो होतो. मध्ये लटकत होता तो दोरखंड होता. मी समुद्रात आपटून मरावं अशी इच्छा नव्हती त्यांची, तर भीतीनं माझा जीव जावा असं त्यांना वाटत होतं किंवा मग कदाचित मला नक्की कसं मारणारेत या शंकेनं माझा अवतार संपावा अशी इच्छा असेल त्यांची. थोडा वेळ मला असंच लटकवून मग दोरखंडाचं दुसरं टोक सोडून देणार असतील. मग पुन्हा माझा खालचा प्रवास सुरू होईल. यावेळी मात्र मी पार पोचेनच. मला आयुष्यात कधीही, कशाचीही एवढी भीती वाटली नव्हती. माझं तोंड उघडलं आणि पोटात ढवळून निघालेलं सगळं अन्न एका कमानीत बाहेर पडलं. माझा स्वत:वरचा ताबा सुटला. अगदी पूर्णपणे गेला. माझे कपडे घाणीनं खराब झाले. मी ऊर फुटेस्तोवर आक्रोश करत होतो. त्यांनी मला परत वर खेचावं, असं मारून टाकू नये म्हणून मी टाहो फोडत होतो. मी कुणालाही, कशाबद्दलही काहीही सांगणार नाही अशी वचनं देत होतो. मला वाचवा फक्त, मारू नका, वाचवा, बास.

मी किती वेळ असा आकाशात गरगरत लटकत होतो कोण जाणे. थोड्या वेळानं माझ्या लक्षात आलं की विमान मोठं मोठं होत जातंय, पण तोपर्यंत माझ्या

डोळ्यांसमोर अंधारी आली होती. मी फक्त खालचा तो भयाण समुद्र बघावा लागू नये म्हणून डोळे गच्च मिटून घेतले होते. सगळ्या चांदण्या माझ्याभोवती गोल गोल फिरत होत्या. माझ्या कानशिलात चढलेल्या रक्तामुळे ठणकणाऱ्या डोक्याकडे दुर्लक्ष करायचा मी प्रयत्न करत होतो. त्यांनी जसंजसं मला वर खेचलं तसंतसं विमान आणखी मोठं होत गेलं. पण अजूनही चंद्रासमोर नाचणाऱ्या एका काळ्या फुलीसारखं दिसत होतं ते मला. जेव्हा शेवटी एकदाचं ते विमानाचं बाहेर उघडलेलं दार दिसलं, तेव्हा त्यांनी दोर कापून मला मारलं नाही याचा मला इतका आनंद झाला, की मी एखाद्या लहान बाळासारखं भोकाड पसरलं. आई थोडावेळ दिसेनाशी झाली आणि मग परत दिसली की ते बाळ कसं रडेल, तसं माझं चाललं होतं. जणू माझ्या आईनं मला सगळ्या दुष्ट आणि वाईट लोकांपासून वाचवलं होतं आणि आता मी आईच्या उबदार कुशीत शिरत होतो.

माझी सीट त्या दाराच्या कडेवर आपटत होती आणि पुन्हा पुन्हा गरगरत लांब जात होती. खूप प्रयत्न करून त्यांनी मला जवळ खेचलं आणि माझ्या खुर्चीचे हात पकडून मला स्थिर केलं. माझी सीट जेव्हा विमानाच्या आतल्या बाजूला खाली दाणकन आपटली, तेव्हा त्या धक्क्यानं माझा आनंद ओसंडून वाहायला लागला. मला आणखी थोडं आत खेचून त्यांनी दार बंद केलं. बाहेरचं आकाश हळूहळू दिसेनासं झालं. माझी सीट उचलून जिथे होती तिथे नेऊन पुन: पूर्वीसारखी नटबोल्टसनं भिंतीत जखडण्यात आली. एवढं होईपर्यंत कुणीही काहीही बोललं नव्हतं. विमानतल्या लोकांचं जणू हे नेहमीचंच काम असावं असं सगळं चाललं होतं. मला खरं तर त्यांचा तिरस्कार वाटायला पाहिजे होता, पण असं काही होत नव्हतं. मी आपल्याच घाणीत लडबडून तसाच शुंभासारखा बसून राहिलो. जिवंत असण्याची मजा काही औरच होती.

माझ्या गव्हर्नमेंटचा निरोप माझ्यापर्यंत अगदी स्पष्टपणे पोचला होता. मला वाईट वागणूक मिळाली अशी तक्रार मी कधीही केली नसती. मी काही कैदी नव्हतो. मी माझ्याच खोलीतला पाहुणा होतो एवढंच. थँक्स. माझा छळ झाला नव्हता. फक्त काही प्रश्नविचारले गेले होते मला. थँक्स अ लॉट. त्यांचा माझ्यावर कधीही संशय नव्हता. फक्त माझ्यात त्यांना थोडा इंटरेस्ट वाटला होता इतकंच. पुन्हा एकदा थँक्यू व्हेरी मच. माझ्या सरकारनं मला परदेशातल्या एका समुद्र किनाऱ्याची सफर घडवली होती. माझ्याकडून एक पैही न घेता. घरी परत आणताना मला आणखी एक रोमांचकारी अनुभव घडवला होता. थँक्स अ टन. अगदी मनापासून.

आत आल्यापासून मी एखाद्या झिंगलेल्या माणसासारखा त्या स्पेशल खुर्चीत बसून राहिलो. लेफ्टनंट हार्डिंग्जनं सांगितल्याप्रमाणे मला खरोखर किती जणांचे

आशीर्वाद लाभलेत ते मनाशीच मोजत होतो. माझ्या घाणीचा वास माझ्या नाकात भिनला होता. थोड्याच वेळात विमानाच्या इंजिन्सचा आवाज बदलला. विमान एका दिशेला झुकले. एअरपोर्ट आला होता. लँडिंगची तयारी सुरू झाली होती. एकाच वेळी माझ्या मनात कृतज्ञता आणि भीती दोन्ही दाटून आलं होतं. झाल्या गोष्टींचा मला खूप पश्चात्ताप होत होता. पुन्हा असली लफडी न करण्याचा मी निश्चय करत होतो. आता तरी हे सगळं एकदाचं संपावं एवढीच इच्छा होती, बास.

चाकं रनवेला टेकली आणि विमान उतरलं. मला वाटलं की, आता मी पुन्हा अमेरिकेत पोचलोय म्हटल्यावर सगळं व्यवस्थितच होईल. फक्त मी कुठल्याही भानगडीत नाक खुपसता कामा नये. कधी एकदा विमान पूर्ण थांबतंय आणि मी बाहेर पडतोय असं मला झालं होतं. यावेळी मला आशा वाटत होती की, ते मला बाजूच्या दरवाजानं बाहेर जमिनीवर उतरवतील, पण विमान थांबण्यापूर्वीच तो आधीचा माणूस माझ्याजवळ आला. त्यानं हेल्मेट काढलं होतं. माझ्या शर्टाची बाही त्यानं वर सरकवली. त्याच्या हातात एक औषधांची बॅग होती. माझ्या दंडाला आधी स्पिरीट लावून त्यानं भसकन कसलं तरी इंजक्शन दिलं.

''हे कशासाठी आहे?'' मी विचारलं.

''परदेशातून आलास ना, म्हणून लस टोचली. काही रोग बीग होऊ नये म्हणून.''

तो खोटं बोलतोय हे मला कळायला हवं होतं. कारण अशी लस ही प्रवासाला जाण्यापूर्वी टोचतात, घरी परत आल्यावर नाही काही. मी याचाच विचार करत असताना कुणीतरी पुन्हा माझ्या डोक्यावर ती काळी पिशवी घातल्यासारखं झालं.

एकोणीस

चर्चच्या घंटांच्या आवाजानं मला जाग आली. इतकं छान शांत उबदार वातावरण होतं की, मी स्वर्गात पोचलोय असंच वाटत होतं मला. थोड्या वेळानी हा स्वर्ग दिसतो तरी कसा ते बघावं म्हणून मी उठून बसलो, तर मॉटेल ६ मधल्या खोलीसारखा दिसत होता तो. माझ्या अंगावर एकही कपडा नव्हता. कुणीतरी मला व्यवस्थित स्वच्छ करून इथे आणून ठेवलं होतं. कारण चादरीला काहीही घाण लागली नव्हती. बाजूच्या टेबलावर एक नवीकोरी सूटकेस होती. मी कॉटवरून उठून बघितलं तर त्यात काही कोरे कपडे होते.

त्या घंटा अजूनही वाजतच होत्या, पण त्या आवाजानं मनाला बरं वाटत होतं. खिडकीपाशी जाऊन मी पडद्याआडून डोकावून बघितलं. बाहेर सीमेंट कॉंक्रीटचं अंगण होतं आणि मधून गेटपर्यंत जाणारा रस्ता दिसत होता. अमेरिकेतलं कुठलं तरी ठिकाण. मला इथे कुणी आणलं? मी बॅगेपाशी गेलो आणि वरचेच हाताला लागले ते कपडे खेचून काढले. पँट मला जरा जड वाटली म्हणून मी तिचे खिसे तपासले. दोन्ही खिशांत नोटांचे गठ्ठे होते. मोजनू बघितले तर एकूण दहा हजार होते. शंभर शंभरच्या कोऱ्या करकरीत नोटा. माझं तोंड बंद ठेवण्याची किंमत. मी शर्ट घातला आणि कॉटच्या बाजूचे नवे सँडल्स चढवले. सगळं बरोबर मापाचं होतं.

तेवढ्यात दरवाजावर टकटक झाली आणि एका बाईचा आवाज आला, "सर तुम्ही दुपारी जाणारात? का नंतर पण खोली ठेवायचीये तुमच्यासाठी? तुम्हाला राहायचं असेल तर परत रजिस्ट्रेशन करावं लागेल. सर?"

"नाही."

ती गेली. बॅग बंद करून मी दारापाशी गेलो. अजूनही मनात कुठेतरी थोडी भीती होती म्हणून मी हळूच दार किलंकिलं करून बाहेर पाहिलं. बाहेर भोऽऽ करायला कुणीतरी उभं असेलसं वाटलं मला. फक्त ते तेवढंच करून थांबले असते का नाही कोण जाणे, पण बाहेर फक्त एक सुनसान कॉरीडॉर होता. भिंतींना गुलाबी रंग

लावलेला. चर्चच्या घंटा थांबल्या होत्या. मी बाहेर पडलो आणि खोलीचं दार लावून घेतलं. का कोण जाणे पण मला खूप अपराधी वाटत होतं. मी बील न चुकवताच पळून जातोय असं काहीसं मनात येत होतं.

मी अंगणात आलो तर उन्हानं माझे डोळे एकदम दिपले. मी सरळ मोटेलच्या ऑफिसमध्ये गेलो. तिथे एक पन्नाशीची बाई होती. केसांना जांभळा रंग लावून तिनं डोक्यावर एक मस्त बुचडा बांधला होता. तिनं माझ्याकडे बघितलं आणि विचारलं, "काय बेत बदलला की काय?"

"नाही, पण मी कुठे आहे?"

"तुम्ही बरोबर इथे आहात सर."

"कोणत्या गावात, असं विचारायचंय मला."

"काल तुमच्या मित्रांनी सॉलिड धमाल केलेली दिसतीये. तुम्हाला इथे सोडून ते काय पळून गेले की काय?"

"हो."

"अच्छा, हा वेरो बीच आहे."

"फ्लोरिडा?"

"बाप रे! अगदी जिवाचं फ्लोरिडा केलेलं दिसतंय तुम्ही."

"बस स्टॉप आहे का जवळपास?"

"थोडं खाली गेल्यावर आहे. तुमचे मित्र तुम्हाला घ्यायला परत येणार नाहीयेत की काय?"

"न आलेले बरं."

"या पुन्हा इथे राहायला. मित्रांना पण सांगा. हे तुम्हाला सोडून गेले त्यांना नाही, इतरांना. बरंय मग?"

"बरंय."

मी बाहेर आलो आणि रस्त्याला लागलो. शंभरची नोट मोडायला मी पहिल्यांदा बसचं तिकीट काढणार होतो. मग एखादा गॉगल घेईन. माझी नवी बॅग घेऊन मी फुटपाथवरून चालू लागलो तरी मी आपला सारखा मागे वळून कुणी पाठलाग तर करत नाहीयेना ते बघत होतो. माझ्या मागे कुणीही नव्हतं. मला बस डेपो दिसला. गाव छोटं म्हटल्यावर डेपोही छोटाच होता. मी आत जाऊन अॅटलांटाचं तिकीट काढलं. अर्ध्या तासात येईल बस असं मला तिथल्या माणसानं सांगितलं.

तिथे समोरच एक पेट्रोलपंप आणि जनरल स्टोअर होतं. मी तिथे गेलो आणि एक चांगला मोठा बर्फासारखा थंडगार कोक आणि गरमागरम बर्गर्स घेतले. शिवाय उन्हापासून बचाव व्हावा म्हणून गॉगल्स आणि तोंड लपवायला एक टोपी पण घेतली. याचबरोबर मी कव्हरवर कार्टून्स असलेल्या काही वह्या आणि एक-दोन पेनं

विकत घेतली. बाजूलाच एक पेपरचा स्टॉल होता. पहिल्याच पानावरच्या मोठ्या काळ्या हेडलाईनकडे माझं लक्ष गेलं. 'निवडणुकीतून सेनेटर केचमची माघार' अगदी ठळक अक्षरात लिहिलं होतं. खाली म्हटलं होतं, 'व्यक्तिगत कारणांसाठी. आता आपला वेळ आपल्या कुटुंबालाच द्यायचा असं सेनेटरनं ठरवलं आहे.' ही कारणं कोणती ते बातमीत दिलं नव्हतं. पुढे लिहिलं होतं, 'याचा डीन लोरीनं दिलेल्या धमकीशी काहीही संबंध नाही. डीनचा शोध मात्र अजून चालूच आहे.' चला.

मी पुन्हा रस्ता क्रॉस केला आणि डेपोतल्या बाकावर बसून बसची वाट बघू लागलो. मी यापूर्वी कधी अॅटलांटाला आलो नव्हतो, पण आत्ता मी काही इथे साईट सीईंगला थांबणार नव्हतो. दहा हजार डॉलर्समध्ये मी बसनं भरपूर भटकू शकलो असतो आणि मला सुरक्षित वाटेल असं ठिकाण शोधून काढू शकलो असतो. मग ते कुठे का असेना. खाणं पिणं आटपल्यावर मला जरा बरं वाटलं.

एखाद्या मुंडी कापलेल्या कोंबडीसारखा एक प्रश्नमाझ्या मनात थैमान घालत होता. जिम रिकरनं मला जे सांगितलं ते खरं होतं का? प्रीचर बॉब आणि चेट मर्चंडबद्दल त्यानं जे सांगितलं त्यावर माझा विश्वासच बसत नव्हता. ते असं काही करणं शक्यच नव्हतं. आपल्या स्वत:च्या सभेला, आपल्या तोपेकाच्या मठाच्या दारात आलेल्या आपल्याच शिष्यांचा बळी द्यायचा? माझ्या लहानपणी ओक्लाहामाला एका माथेफिरूनं असा बॉम्बस्फोट घडवून आणला होता. तसं कोणी असतं ठार वेडं तर गोष्ट वेगळी. नाही तर अमेरिकेत असं काही होणं शक्य नव्हतं. तेव्हाही एखादा अमेरिकन असं काही करेल यावर लोकांचा विश्वास बसला नव्हता, पण तो स्फोट हा एका मोठ्या कटाचा एक भाग होता त्यामुळं नंतर सगळं स्पष्ट झालं होतं. प्रीचर बॉब काही अशा प्रकारचा माणूस नव्हता. त्यामुळं आता मला वाटायला लागलं होतं की जिम रिकरला कुणीतरी कदाचित या देशाच्या अध्यक्षांनी मुद्दामहून मला खोटं सांगायला सांगितलं असणार. स्वत:ला समजावण्याचा मी खूप प्रयत्न केला, पण त्या मुंडी कापलेल्या कोंबडीचा नाच सुरूच राहिला. शेवटी माझं डोकं दुखायला लागलं आणि मग मी हा नाद सोडून दिला. चालताना जर वाटेत एखादा खडक आला, तर दरवेळी तो फोडत बसायची गरज नसते. आपण वळसा घालूनदेखील जाऊ शकतो ना.

माझी बस आली.

आता तुम्ही जर इथपर्यंत माझी ही गोष्ट वाचली असेल, तर तुमच्या लक्षात आलं असेल की, मी त्या एका बस प्रवासात हे सगळं लिहिलेलं नाहीये. तसं

लिहायचं असतं तर मला चंद्रावर जाऊन परत यावं लागलं असतं. नाही, मी फ्लेरिडामध्ये त्या दिवशी लिहायला सुरुवात केली आणि पुढे जॉर्जिया, मिसिसिपी, इलिऑनिस इथल्या प्रवासात देखील लिहीत गेलो. पुढे मी पश्चिमेला जात राहिलो आणि पार ओरेगॉनला पोचलो. तोपर्यंत माझी केवळ तीनेक प्रकरणं लिहून झाली होती. मला असं भटकण्याचा जाम कंटाळा आला होता. मग मी एका छोट्या खेड्यातल्या लॉजमध्ये एक खोली घेतली. आता याचं नाव गाव मी सांगणार नाही. मला थोडं जपूनच राहिलं पाहिजे. समजतंय ना तुम्हाला?

मी आपला लिहीत गेलो. शेवट जसजसा जवळ आला, तसतसा मी विचार केला की, आता पुढे काय? न्यूयॉर्क टाइम्स वगैरेसाठी म्हणाल, तर हे फारच लांबलचक झालं होतं. मला खरं तर एवढं लिहायचंच नव्हतं. एखाद्या प्रकाशकाकडे पाठवावं आता हे बाड किंवा थोडे दिवस राहू दे तसंच, जरा विचार करू मग बघू. कोणाचाही विश्वास बसणं कठीणच आहे यावर. जिमनं पण बजावलं होतं ना, की कुणालाही काहीही सांगायचं नाही, बोललो कुठे तर परिणाम वाईट होतील. त्याच्या या शब्दांवर माझा पूर्ण विश्वास होता त्यामुळं माझी ही सगळी गोष्ट उतरवून काढण्याची मेहनत कदाचित एखाद्या कपाटातच सडणार होती कायमची. मी मरेपर्यंत तरी निदान. आणि नाहीतरी तेव्हा माझ्या आयुष्यातही या व्यतिरिक्त इतर काही काही घडत होतंच की.

त्याचं काय झालं, मी केस कापायला सलूनमध्ये गेलो होतो तर तिथला मालक म्हणाला, की त्याला दुकान चालवायला द्यायचंय पण योग्य माणूस मिळत नाहीये. त्याच्याकडची सगळी मुलं जरा हात बसला की मोठ्या जॉबच्या मागे जात होती आणि मग त्यांनी परत यायचा सवालच नव्हता. पण त्याचा इथला धंदा तर वाढतच होता, त्यामुळं दुकान बंदही करता येत नव्हतं. ही एक प्रकारची समाजसेवा होती. मग मी त्याला विचारलं की, केस कापायला शिकणं कितपत अवघड आहे. त्याच्या मते कुणीही दोनेक आठवड्यांत छान शिकू शकला असता. फार तर तीन आठवडे. यापेक्षा जास्त वेळ लागणार नाही. म्हणून मग मी त्याला म्हटलं की, चल मग मलाच शिकव. खरंच? तो म्हणाला. मी हो म्हणालो आणि अशी आमची सुरुवात झाली.

मी फटाफट शिकलो. माझी बोटं जाडी आहेत पण तरीही मला सहज जमलं, अगदी लहानपणापासून मी हेच करत असल्यासारखं. तो खूश झाला. मला वाटलं होतं की, या एवढ्या गिऱ्हाइकांशी मला कसं काय बोलायला जमेल, म्हणजे न्हाव्यानं जसं बोलायला हवं तसं बोलणं कठीण जाईल, मी तर घुमा माणूस आहे, पण गिडू, तो मालक, म्हणाला की चल सोड कस्टमरलाच बोलू दे. हवं तर तू फक्त तो जे म्हणतोय त्याला मान डोलाव म्हणजे झालं. सगळेच खूश. मी असं करून बघितलं तर खरंच जमलं. आधी गवत कापत होतो ते आता केस कापायला

लागलो. दोन्ही गोष्टी सारख्या वाढतच असतात, त्यामुळं कामाला मरण नाही. मी पण शेवटपर्यंत हेच करीन बहुतेक. मरतानाही हातात कात्री असेल माझ्या.

समोरच्या मॉर्निंग ग्लोरी कॅफेमध्ये एक मुलगी आहे. तिथे मी रोज सकाळी कॉफी प्यायला जातो. ती माझ्याशी गप्पा मारत बसते. माझा अंदाज कदाचित चुकत असेल, पण मला वाटतंय की आम्हाला दोघांनाही एकमेकांत इंटरेस्ट आहे. त्यामुळं मला शुभेच्छा वगैरे जे काही म्हणतात ते देऊन टाका.

अजूनही डोक्याला एक भुंगा आहे. माझं रात्रीचं जेवण झालं की मी पाय मोकळे करायला बाहेर पडतो. पंधरा मिनिटांत पूर्ण गावाला चक्कर होते इतकं छोटं आहे हे गाव. तर असं फिरताना मी गावातल्या एकुलत्या एका पोस्ट ऑफिसबाहेरच्या फोन बूथपाशी पोचतो, तेव्हा तो फोन वाजतो. मी बरोबर तिथून जात असताना तो वाजला तरी तो माझ्यासाठी नसणार हे मला माहितीये. आत्तापर्यंत असं निदान बारा-पंधरा वेळा तरी झालंय म्हणजे हा योगायोग नाहीये. फोनवर कोण असू नये असं मला वाटतंय तेही मला माहितीये. कदाचित मी कुठे आहे हे त्याला माहितीये. मला वाटत असलं की कुणीही माझ्या पाठलागावर नव्हतं, तरी तसं नाहीये हे मला दाखवून द्यायची ही पद्धत असेल त्याची. कुणास ठाऊक, अजूनही ते माझ्यावर लक्ष ठेवून आहेत हे मला कळवायचं असेल. मी काही तो फोन उचलून बघणार नाहीये. जोपर्यंत मी तो फोन उचलत नाहीये तोपर्यंत काहीही प्रॉब्लेम नाहीये. आता मला असं का वाटतं कोण जाणे, पण वाटतं खरं.

आज रात्रीही मी डॉनाच्या, त्या कॅफेमधल्या मुलीच्या घरी जात होतो तर तो फोन वाजला. मी थबकलो आणि ऐकत राहिलो. फोन वाजतच होता. थोड्या वेळानं मी पुढे निघून गेलो. आता या गूढ फोनबद्दल विचार करण्याऐवजी मला इतर खूप कामं आहेत. प्रेमात पडलोय ना मी!

❖